'Self Deception' या इंग्रजी पुस्तकाचा अनुवाद
आत्मवंचना
भारताचे चीनविषयक धोरण : उगम, पार्श्वभूमी आणि धडे

अरुण शौरी

अनुवाद
अशोक पाथरकर

मेहता पब्लिशिंग हाऊस

All rights reserved along with e-books & layout. No part of this publication may be reproduced, stored in a retrieval system or transmitted, in any form or by any means, without the prior written consent of the Publisher and the licence holder.
Please contact us at **Mehta Publishing House**, Pune.
Email : production@mehtapublishinghouse.com
Website : www.mehtapublishinghouse.com

♦ *या पुस्तकातील लेखकाची मते, घटना, वर्णने ही त्या लेखकाची असून, त्याच्याशी प्रकाशक सहमत असतीलच असे नाही.*

SELF DECEPTION by ARUN SHOURIE
Copyright © Arun Shourie 2008, 2013
Translated into Marathi Language by Ashok Patharkar

आत्मवंचना / राजकीय

अनुवाद : अशोक पाथरकर
author@mehtapublishinghouse.com
मराठी अनुवादाचे व प्रकाशनाचे हक्क मेहता पब्लिशिंग हाऊस, पुणे.

प्रकाशक : सुनील अनिल मेहता, मेहता पब्लिशिंग हाऊस,
१९४१, सदाशिव पेठ, माडीवाले कॉलनी, पुणे – ४११०३०.

प्रथमावृत्ती : डिसेंबर, २०२०
मुखपृष्ठ : मेहता पब्लिशिंग हाऊस

P Book ISBN 9789353174071
E Book ISBN 9789353174088
E Books available on : play.google.com/store/books
www.amazon.in

ज्यांनी आम्हाला सुस्थितीत ठेवले आहे त्या
समिरन नंदी, प्रेमा पद्मनाभन आणि नस्ली आर. इचापोरिया,
या आदितच्या देवदूतांसाठी

अनुक्रमणिका

बल छुटक्यो बंधन पडे... । १

इच्छा हेच धोरण । २२

आपण स्वत:ची फसवणूक केली असण्याची शक्यता आहे । ३४

धोरण निश्चित होते । ५२

चिंता उडवून लावल्या जातात । ६९

समाधानकारक शिकवणी । ९५

वाहत गेले । १०४

दोन मैल या बाजूला किंवा दोन मैल त्या बाजूला । १२६

'आम्ही रस्ता बांधत होतो, हे तुम्हाला समजलेही नाही...' । १४९

नांदी । १८१

या सबबी नाहीत, केवळ वस्तुस्थिती आहे । २११

प्रपात । २२५

एक द्राविडी प्राणायाम । २४०

दरी । २४९

अटळ असणे हीच आपली आशा? । २७४

शिल्पा शेट्टी पुन्हा एकदा अरुणाचलला मागे टाकते । २८९

त्यांना ओळखणे, ते स्वत: आणि आपण
कसे आहोत असे त्यांना वाटते, ते ओळखणे । २९७

बल हो बंधन छूटे... । ३१३

बल छुटक्यो बंधन पडे...

'एखादे राष्ट्र सुरक्षित आहे असे तेव्हाच म्हणता येईल,' वॉल्टर लिपमनने फार पूर्वी लिहिले आहे, 'जेव्हा युद्ध टाळण्यासाठी त्याला त्याच्या कायदेशीर मालमत्तेवर पाणी सोडावे लागत नसेल आणि कोणी आव्हान दिले, तर युद्ध करून तिचे संरक्षण करता येत असेल तेव्हाच.'[१]

अक्साई चीनचे उदाहरण घ्या : १९६२मधील चिनी हल्ल्यानंतर संसदेने एकमताने संमत केलेला ठराव असूनसुद्धा हा प्रदेश परत मिळवण्यासाठी युद्ध करायची आपली तयारी आहे? की युद्ध करावे लागू नये यासाठी आपण पुढीलप्रमाणे शंका उपस्थित करण्याची शक्यताच जास्त आहे : 'आपल्याला त्या प्रदेशात रस आहे का? असेल तर तो रस किती महत्त्वाचा आहे? तो कायदेशीर आहे का?' चीनने त्या वेळी कब्जा केलेला हा विस्तीर्ण प्रदेश *काश्मीरच्या अडीचपट* इतका मोठा आहे, हे तरी आपल्यापैकी किती जणांना माहीत आहे? 'काश्मीरच्या बाबतीत अपूर्ण राहिलेले एकमेव काम म्हणजे काश्मीरचा जो भाग पाकिस्तानने बळकावला आहे तो परत मिळवणे' – हे एका पंतप्रधानांचे बोल आहेत. पाकव्याप्त काश्मीरचा कोणताही भाग परत मिळवण्यासाठी भविष्यकाळात केव्हाही आपण ठोस कृती करू यावर कोणी खरोखरी विश्वास ठेवेल? आणि अरुणाचलचे काय? त्याच्यावर चीनने दावा केला तर प्रसंगी युद्ध करू पण तो जाऊ देणार नाही, इतका आत्मविश्वास आपल्यात आहे? असेल तर चीनला तो दिसतो का? आपल्या हितसंबंधांचे रक्षण करण्याची क्षमता विकसित करणे राहू द्या, त्यासाठी त्याग करणे राहू द्या, आपले कायदेशीर राष्ट्रीय हितसंबंध नक्की काय आहेत, याबद्दल तरी आपल्यात एकवाक्यता आहे का?

---

१. वॉल्टर लिपमन, U.S. Foreign Policy : shield of the Republic, लिटल, ब्राउन, बोस्टन, १९४३, पृ. ५१ (या संपूर्ण ग्रंथात आवर्जून नमूद केले नसेल, तर इटॅलिक्स आम्ही घातलेले आहेत.)

मला एक प्रसंग आठवतो आणि जणू काही तो या क्षणी माझ्यासमोर घडत आहे असे वाटते. थोड्याच दिवसांपूर्वी या पुस्तकाच्या पहिल्या आवृत्तीच्या प्रकाशन समारंभाचा भाग म्हणून 'इंडिया इंटरनॅशनल सेंटर'मध्ये 'भारताचे तिबेट व चीनविषयक धोरण' या विषयावर झालेल्या चर्चेत एक टीकाकार– चीन, संरक्षण या विषयांवरील चर्चांमध्ये ते नेहमी प्रामुख्याने असतात– म्हणाले : 'मी दक्षिण भारतीय आहे. दिल्ली हे सगळ्या गोष्टींचे केंद्रस्थान आहे, अशी समजूत करून मी वाढलेलो नाही. तिबेटी लोकांचे काय होते, याच्याशी आमचा काय संबंध? तिबेटी लोकांना त्यांच्या स्वातंत्र्यासाठी लढायचे असेल, तर त्यांचे त्यांना लढू द्या. आमच्या त्यांना शुभेच्छा आहेत. आपण का म्हणून त्यांच्या समस्यांमध्ये पडायचे?' अशीच बेफिकीर विचारसरणी मला काश्मीरच्या बाबतीतसुद्धा अनुभवाला आली आहे. 'त्यांना भारतातून जायचंय? मग जाऊ द्या. त्यांना जाऊ द्या आणि त्यांच्या पापांचे परिणाम भोगू द्या. तसे झाले म्हणजे त्यांना चांगला धडा मिळेल.' त्यानंतर पाच वर्षांनी तोच 'विश्लेषक' टीव्हीवर बोलत होता. 'आपण चीनकडे जाऊन त्यांना भारतात गुंतवणूक करायला उद्युक्त केले पाहिजे,' तो म्हणाला, 'म्हणजे त्यांचा भारतात हितसंबंध निर्माण होईल. आता पैसे असणारे फक्त तेच आहेत. दुसऱ्या कोणाहीपेक्षा आपल्या मूलभूत सुविधा (infrastructure) ते जास्त चांगल्या प्रकारे बांधू शकतील...'

तिबेट आणि चीनबरोबरच्या आपल्या सीमेच्या बाबतीतसुद्धा त्याच्यासारख्या विश्लेषकांचा तुटवडा नाही. ते एक प्रकारच्या एकतर्फी वास्तववादाने भारलेले असतात आणि त्याचे प्रदर्शन करणे म्हणजे 'स्वतंत्र विचारा'चे असणे असे भारतात समजले जाते. उदाहरणार्थ, अक्साई चीनच्या बाबतीत, ब्रिटिश भूसर्वेक्षण करणारे एकोणिसाव्या शतकाच्या अखेरीस आणि विसाव्या शतकाच्या सुरुवातीला भारताची सीमा उत्तरेकडे आणि पूर्वेकडे कसे ढकलत गेले हे दाखवणारी पुस्तके प्रसिद्ध झाली आहेत. आता, चीननेसुद्धा त्याच प्रद्धतीने 'चीन'ची मूळ संकल्पना कशी वाढवत नेली आहे, याचा मात्र कुठेही उल्लेख केला जात नाही. मूळचा चीन आजच्या चीनच्या एकतृतीयांश इतकाच होता हे खरे नाही? पूर्वेकडील सीमेच्या बाबतीतसुद्धा– विशेषतः तवांगच्या बाबतीत– तसाच 'वास्तववाद' ऐकू येतो. याची परिणती राष्ट्राचा निग्रह विरून जाण्यात होईल; त्यामुळे तिबेटी जनतेला चीनच्या वाढत्या जुलमाला सामोरे जावे लागेल आणि त्याची परिणती म्हणजे पूर्ण भारतालाच धोका निर्माण होईल.

आणि एकतर्फी मौनसुद्धा आहे : आडाखे बदलले की चीनच्या जम्मू आणि काश्मीरबाबतच्या विधानांमध्ये सोईस्कर असा बदल होतो; पण आपण मात्र इतिहासातील तिबेटच्या खऱ्या स्थितीबद्दल कुजबूजसुद्धा करता कामा नये; तिबेटी जनतेला दाबून टाकण्यासाठी चीन काय करत आहे त्यासंबंधी आपण एक शब्दसुद्धा उच्चारता कामा नये; आपण कलम ३७०ला चिकटून राहिले पाहिजे, पण ज्याप्रमाणे इनर

मंगोलियात मंगोल लोक आधीच असाहाय्य अल्पसंख्याक झाले आहेत त्याचप्रमाणे तिबेटमध्ये तिबेटी लोक आणि झिनजियांगमध्ये उयघर लोक अल्पसंख्य व्हावेत, यासाठी चीन जे पद्धतशीरपणे करत आहे त्याबद्दल एक शब्दही बोलता कामा नये. दलाई लामा कोणत्याही अधिकृत समारंभाच्या जवळपास दिसता काम नयेत. दलाई लामांशी संबंधित कोणत्याही समारंभात कोणताही अधिकारी दिसता कामा नये– नाही तर चीन...

२००८ मध्ये काय घडले ते आठवा. २००८च्या बीजिंग ऑलिम्पिक गेम्सच्या आधीच्या काही महिन्यांमध्ये चीन सरकारने तिबेटी जनतेचे निषेध आंदोलन ज्या क्रूरपणे– नेहमीच्या क्रूरपणे– दडपून टाकले, त्या प्रचंड गुन्ह्याने, ज्याची दखल घ्यायला एरवी जग नकार देते, त्याने जगाचे लक्ष वेधून घेतले. ज्या क्रूरपणे त्यांना चिरडण्यात येत आहे ते आणि ज्या पद्धतशीरपणे त्यांचा धर्म व प्राचीन संस्कृती पृथ्वीच्या पाठीवरून पुसून टाकण्यात येत आहे, त्याने जगभरात वेगवेगळ्या शहरांमध्ये तिबेटी लोकांनी केलेल्या निषेधांचा, ज्यात मोठ्या संख्येत स्थानिक लोकही सहभागी झाले होते, तोच परिणाम झाला.

जगातील कुठल्याही सरकारने केले नाही, ते मनमोहन सिंग सरकारने दिल्लीला केले. कोणत्याही सरकारने आपल्या सरकारइतका भ्याड आणि भित्रा प्रतिसाद दिला नसता. ऑलिम्पिक मशाल *जेमतेम दोन किलोमीटर* – विजय चौक ते इंडिया गेट – नेली जाणार होती. सरकारने *वीस हजारांपेक्षा जास्त* जवान, पॅरामिलिटरी जवान, पोलीस आणि साध्या वेषातील पोलीस त्या मार्गाभोवती व जवळपास ठेवले. तिबेटी निर्वासितांना मारहाण करून दूर ठेवण्यात आले. सरकारी कार्यालये बंद होती. रस्ते अडवण्यात आले होते. मेट्रो बंद करण्यात आली. अगदी संसद सदस्यांनासुद्धा संसदेला लागून असलेल्या विजय चौकातून आपल्या घरी जाण्यापासून थांबवण्यात आले.

हे सर्व ऑलिम्पिकच्या प्रेमामुळे करण्यात आले असे तुम्हाला वाटते?

ते चीनच्या भीतीमुळे करण्यात आले.

भीती हेच आपले धोरण – वरील सर्व पावले म्हणजे तेच होते. पण अर्थात, याच्यामागे एक युक्तिवाद आहे, किंबहुना कारण आहे ते म्हणजे आपण 'नीट' वागलो तर ड्रॅगन शाकाहारी बनेल हा विचार.

प्रत्येक समस्येच्या बाबतीत – डब्ल्यूटीओ, आर्थिक उदारीकरण, दहशतवाद, माओवाद्यांचा हिंसाचार, अरुणाचल, बलात्काऱ्यांना आणि दहशतवाद्यांनासुद्धा मृत्युदंड, कोणतीही घ्या – ज्याप्रकारे टीव्हीवर चर्चा घेण्यात येते त्यावरून लोकांना वाटू लागते की समस्येला दोन बाजू आहेत – एखाद्या कृतीच्या *बाजूने* असणारे, त्यांना एक्स म्हणा आणि कृतीच्या *विरुद्ध* असणारे, त्यांना वाय म्हणा; त्यांना एकमेकांच्या

बोलण्यात हस्तक्षेप करायला उत्तेजन द्या, ते बोलत असताना तुम्हीही त्यांच्यात हस्तक्षेप करा. अशा प्रकारची 'चर्चा' संपली की पुढच्या 'ब्रेकिंग-न्यूज'कडे जा. प्रत्येक समस्येला दोन बाजू असल्यामुळे तिच्याबद्दल कृती करण्याचा किंवा त्याग करण्याचा प्रश्न येतो कुठे? थोडक्यात म्हणजे चर्चेच्या पद्धतीमुळे, सरकारांच्या आणि एकंदर राजकारणी वर्गाच्या कारनाम्यांमुळे राष्ट्रीय निर्धार विस्कळीत होतो. याचे परिणाम वरचेवर दिसतात. आणि प्रत्येक वेळी हेच चक्र चालू राहते.

'मामुली गोष्ट'

चिनी सैनिक भारतीय प्रदेशात १९ किलोमीटर आत आले आणि त्यांनी सामरिक महत्त्वाच्या दौलत बेग ओल्डी भागात तंबू ठोकले आहेत, ही बातमी जेव्हा फुटली तेव्हा दिल्लीला आश्चर्याचा धक्का बसला. दिल्लीच्या राज्यकर्त्यांनी नेहमीप्रमाणेच कृती केली – ती बातमी दाबून ठेवणे शक्य नव्हते, त्यामुळे त्यांनी चीनने केलेल्या कृतीचे गांभीर्य कमी करणे सुरू केले. 'मामुली गोष्ट, स्थानिक समस्या' ते म्हणाले. त्यानंतर लवकरच भारताचे परराष्ट्रमंत्री बीजिंगला गेले. ते अगदी आनंदात दिसत होते– काही झाले असले तरी त्यांना अखेरीस चीनच्या पंतप्रधानांची भेट घेता आली होती.

'चिनी सैनिक आपल्या भूमीत १९ किलोमीटर का घुसले, यावर काही प्रकाश पडला का?' असे त्यांना विचारण्यात आले. 'खरं म्हणजे मी ते विचारलंही नाही.' परराष्ट्रमंत्री म्हणाले. 'आपली प्रतिक्रिया आपल्याला माहीत आहे. ती घटना का घडली हे स्पष्ट नाही. त्यांनी स्पष्टीकरण दिले नाही आणि आपणही ते या वेळेस मागितले नाही.' केवढा समजूतदारपणा! चीनने, 'आपण कागाळी केली' हे कबूल केले का? यावरसुद्धा मंत्रीमहाशय म्हणजे मूर्तिमंत समजूतदारपणाच होते : 'आपण कागाळी केली असं एखादा देश म्हणेल अशी अपेक्षा करता येईल का?' एवढेच नाही; त्यांनी असे स्पष्टीकरण दिले की जे चिन्यांनाही सुचले नव्हते! 'घटना अतिशय दूरवरच्या प्रदेशात घडली.' ते म्हणाले, 'बातमी सरकारपर्यंत पोहोचायला खूप वेळ लागणारच. त्यानंतर विश्लेषण करायला जरा वेळ लागणारच.'

आणि परराष्ट्रमंत्री मुत्सद्द्याप्रमाणे बोलत होते : 'या घडीला त्यांचा दोष किती आणि आपला किती हे बोलण्याने काहीच साध्य होणार नाही!' केवढा हा मुत्सद्दीपणा : आग लावणारा आणि विझवणारा यांच्यापासून सारखे अंतर ठेवले!

अशी घुसखोरी भविष्यात होणार नाही, असे चीनने आश्वासन दिले आहे का? 'आश्वासन मागणं योग्य होईल असं मला वाटत नाही... अशा प्रकारचे प्रसंग हाताळण्यासाठी आमच्यात करार आहेत.'

'भारताने ज्या प्रकारे प्रतिसाद दिला,' ते बातमीदारांना म्हणाले, 'जसे मन

वळवले, समस्येवर तोडगा निघेल असे केले याबद्दल त्यांनी आपले कौतुक केले.'[२]

चीन कौतुक का नाही करणार? चीनला जे हवे होते तेच आपण करत होतो; ते म्हणजे चीनच्या कृतीचा गंभीरपणा कमी करणे – ते आक्रमण ही एक कधीतरी घडणारी घटना होती, – जणू काही चीनच्या स्थानिक सेनापतीने स्वत:च्याच बुद्धीने ते केले आणि ते बीजिंगला वेळेत कळले नाही.

लवकरच परराष्ट्रमंत्र्यांनी त्यांची एक तीव्र इच्छा व्यक्त केली – त्यांची चीनमध्ये राहण्याची आकांक्षा होती – पण भारताचा परराष्ट्रमंत्री म्हणून नव्हे! मला वाटतं, त्यांनी केलेल्या उपकाराबद्दल आपण आभार मानायला हवेत.

'मामुली गोष्ट'! 'स्थानिक समस्या'! 'योग्य नाही'! 'उपयोग नाही'! 'खरं म्हणजे मी ते विचारलंही नाही'! 'ते अतिशय दूरवर घडलं, बातमी सरकारपर्यंत पोहोचायला खूप वेळ लागणारच!' अर्थात ते भारतीय प्रदेशात चुकून आले होते, असे चीनचे पंतप्रधान किंवा आपले परराष्ट्रमंत्री म्हणाले नाहीत. या वेळी त्यांनी तंबू ठोकले होते. ते आत घुसले ती चीनने निवडलेली जागा अशी होती की, ती निवडण्यात काळजीपूर्वक विचार केला होता हे स्पष्ट होते. 'पी एल ए (चिनी सेना)ने ती जागा काळजीपूर्वक निवडली होती,' असे डिव्हिजन ३ चे माजी कमांडर मेजर जनरल शेरू थपलियाल, संरक्षण विश्लेषक अजय आणि सोनिया शुक्ला यांना म्हणाले. '४०५७ किलोमीटर लांबीच्या संपूर्ण प्रत्यक्ष नियंत्रणरेषेवर दौलतबाग ओल्डी ही जागा भारताच्या मुख्य भूमीपासून अतिशय दूर आहे आणि त्यामुळे पूर्णपणे विमानवाहतुकीवर अवलंबून आहे. त्याउलट पीएलए उत्तम अशा महामार्गावरून एक पूर्ण मोटराइज्ड डिव्हिजन त्या ठिकाणी एका दिवसात आणू शकते.'[३]

चीन करत असलेल्या आगळिकींमध्ये तंबू ठोकण्याचा प्रकार आताच घडला, असेही त्यांनी (पंतप्रधान व परराष्ट्रमंत्र्यांनी) सांगितले नाही. परराष्ट्रमंत्री म्हणतील की चीन हळूहळू प्रत्यक्ष नियंत्रणरेषेच्या आपल्याकडील बाजूचा प्रदेश गिळंकृत करत आहे असे म्हणणे 'योग्य' झाले नसते; चीनने गलवन खोरे व चिपचाप खोरे आधीच ताब्यात घेतले आहे आणि असे करून त्यांनी प्रत्यक्ष नियंत्रणरेषा बरीच भारतीय हद्दीत ढकलली आहे, असे म्हणणेही 'योग्य' होणार नाही. तसेच राजदूत पी. स्टोब्डन यांनी या घुसखोरीनंतर निदर्शनाला आणल्याप्रमाणे, १९८६ पासून चीनने जरा दक्षिणेला भारतीय हद्दीतील चराऊ कुरणांमधून भारतीय मेंढपाळांना पद्धतशीरपणे घाबरवून पळवून लावले आणि तिथे पक्के बांधकाम केले आहे, हेही ते सांगणार

---

२. प्रेस ट्रस्ट ऑफ इंडियाचा संदेश, इंडियन एक्सप्रेस, १० मे २०१३

३. अजय शुक्ला आणि सोनिया त्रिखा शुक्ला, 'शॅडो ऑन द लाइन', बिझनेस स्टँडर्ड, ४ मे २०१३

नाहीत. राजदूतांनी नमूद केलेल्या खालील क्रूर वास्तव घटनांचा उल्लेख करणेसुद्धा 'योग्य' झाले नसते :

'...चुशुल, सागा, निदर, न्योमा, मुद, दुंगती, कुयुल, लोमा खेड्यांमधील भटक्या लोकांसाठी पूर्व लडाखमधील ४५ किलोमीटर लांबीचा स्ककजंग प्रदेश हा एकमेव चराऊ कुरणाचा प्रदेश आहे... या भागातील चीनची घुसखोरी १९८६ पासून वाढली आणि त्यामुळे गवताचा प्रचंड तुडवडा निर्माण झाला असून, भारतीय गुरांची उपासमार होत आहे. १९९३ पासून चीनने भारतीय धनगरांना घाबरवून चराऊ रान सोडून जायला लावायचे व तिथे पक्के बांधकाम करायचे असे धोरण आवलंबले आहे.

'सुमारे १९८५ पर्यंत सीमा केगू नारो येथे होती – दमचेलेपासून एका दिवसाच्या अंतरावर; तिथे १९६२ पर्यंत भारताची चौकी होती. भारताकडून काहीच हालचाल नसल्यामुळे १९८० च्या सुमारास चिनी व्यापारी दमचेले येथे आले आणि हळूहळू चीनने तिथे पक्के रस्ते आणि इमारती बांधल्या, लष्करी ठाणी स्थापन केली. चीनच्या ताब्यात गेलेल्या महत्त्वाच्या चराऊ कुरणांमध्ये नागत्सांग (१९८४), नाकुंग (१९९१) आणि लुंगमा-सेरडिंग (१९९२) ही आहेत. स्काकजुंगचा उरलेला शेवटचा भाग त्यांनी डिसेंबर २००८ मध्ये हडप केला...'[४]

ही 'मामुली गोष्ट?' ही 'स्थानिक समस्या?' भूप्रदेश बळकावल्याची एक एक घटना वेगळी घेतली तर ती स्थानिक समस्या वाटेल! पण सर्वांचा एकत्रितपणे विचार केला तर या सततच्या घटनांमध्ये एक सूत्र दिसते ते म्हणजे प्रत्यक्ष नियंत्रणरेषा पुढे-पुढे ढकलत जायची. 'चिनी भूप्रदेश' थेट शायोक व सिंधु नदीच्या पूर्व किनाऱ्यापर्यंत न्यायचा आणि संपूर्ण पँगाँग सरोवर चीनच्या हद्दीत आणायचे.

एकानंतर एक झालेल्या या घुसखोरीच्या घटनांना भारतीय अधिकाऱ्यांनी दिलेल्या प्रतिक्रियांमध्येसुद्धा एक समान सूत्र आहे, ते म्हणजे :

- माहिती दाबून टाकणे
- घटनेचा इन्कार करणे

माहिती दाबून टाकल्यामुळे दिशाभूल कोणाची होते? घडलेल्या घटनेचा इन्कार केल्यामुळे कोणाला अंधारात ठेवले जाते? गंभीर असे काहीही घडलेले नाही, 'परिस्थिती नियंत्रणाखाली आहे', 'आवश्यक ती सर्व पावले उचलली जात आहेत' असा कोणाचा समज करून दिला जातो? चिन्यांचा तर नाही – त्यांनी काय

४. पी. स्टोब्डन, 'द लडाख ड्रिफ्ट', इंडियन एस्क्प्रेस, २६ एप्रिल २०१३

केले ते त्यांना माहीत असतेच, प्रत्येक कृती जिचा भाग आहे ती त्यांची योजना त्यांना माहीत असतेच – इतर देशांचाही नाही, मग ती अमेरिका असो वा व्हिएतनाम असो : त्यांच्या सरकारांकडे आपल्यापेक्षा जास्त चांगले माहितीचे स्रोत आहेत, त्यामुळे साधारण घटनाक्रम – चीन काय करत आहे आणि भारत कशी प्रतिक्रिया देतो – हे त्यांना समजतेच. जिला अंधारात ठेवले जाते ती म्हणजे भारतातील जनता. आणि त्यांना तसे ठेवण्याचे कारण अगदी स्पष्ट आहे – आपले सरकार निष्काळजीपणा करीत आहे असे वाटू नये आणि सरकार जी काही कृती करत आहे त्यापेक्षा त्याने काहीतरी जास्त करावे, यासाठी दबाव आणू नये.

- मिकॉबरप्रमाणे* काही तरी घडेल म्हणून वाट बघावी.
- चीनच्या विधानांचा आणि कृतीचा आपल्याला हवा तसा अर्थ लावावा.
- घटनेची खबर देणाऱ्यावर, त्याचा काही तरी आंतरिक हेतू असणार असा आरोप करून संशय घ्यावा; त्याला बदनाम करावे : 'ओह, असे बघा, तो लडाखचाच आहे. ओह, असे बघा, तो अरुणाचलचाच आहे' – सीमेलगतच्या भागातील लोकांची प्रत्यक्ष घडलेले जरा वाढवून सांगण्याची प्रवृत्ती असते.
- शत्रूने जे काही केले असेल त्याची तीव्रता कमी करावी. १९५९ मध्ये, ती 'अगदीच मामुली घटना' होती, 'दूरवरचा प्रदेश' जिथे 'गवताचे एक पातेसुद्धा उगवत नाही,' असे म्हटले. या वेळी निवडलेली विश्लेषणे : 'मामुली गोष्ट', 'स्थानिक समस्या' अशी आहेत. ब्रह्मपुत्रेवर चीनने जे धरणांचे बांधकाम सुरू केले आहे, त्याबाबतीत हेच बोलले जात आहे आणि केले जात आहे.
- देशाच्या सरकारला निर्दोष ठरवायचे : २६/११? ओह, ते लष्करे तोयबाचे काम होते. आपण आत्ताच बघितल्याप्रमाणे दौलत बेग ओल्डीला झालेल्या घुसखोरीच्या बाबतीतसुद्धा अगदी असेच केले गेले. त्या दूरवरच्या भागातून संपर्क साधणे इतके कठीण असते; स्थानिक चिनी कमांडरला बीजिंगहून आदेश मिळायला वेळ लागला असणार...
- खोटी स्पष्टीकरणे तयार करणे – कधी-कधी तर ही इतकी कल्पक असतात की ती शत्रुपक्षालाही सुचलेली नसतात! 'असे बघा, खरी अडचण ही आहे की प्रत्यक्ष नियंत्रणरेषा ही काही जमिनीवर आखलेली नाही.' – अर्थात याला कारण चीनच आहे, नकाशाचे हस्तांतरण न करून त्यांनी हे काम होऊच दिलेले नाही, याचा उल्लेख मात्र करायचा नाही.
- आढ्यताखोर भूमिका घेणे : 'इतरांचे नखरे पुरे करण्यासाठी आम्ही इथे आलेलो नाही,' असे या वेळी परराष्ट्रमंत्री म्हणाले. जे काही अखेरीस निष्पन्न होईल ते

---

* चार्ल्स डिकन्सच्या 'डेव्हिड कॉपरफील्ड' कादंबरीतील पात्र.

'आमच्या मुत्सद्देगिरीचे यश' आहे असे म्हणायचे, जे काही घडले ते अगदी आम्हाला हवे होते तसे आणि आम्ही योजले होते तसेच घडले, असा समज पसरवण्यासाठी माध्यमांचा वापर करून घ्यायचा आणि त्यांना पुढच्या बातमीकडे जाऊ द्यायचे – आयपीएलमध्ये स्पॉट फिक्सिंग, संजय दत्त शरण आला, आयपीएलमध्ये सट्टाबाजी केल्याच्या जावयावरील आरोपावरून श्रीनिवासनने जावे का...

आणि प्रत्येक वेळेस 'दुसरे काय करता आले असते आम्हाला?' असे म्हणायचे. १९५० मध्ये चीनने तिबेटवर आक्रमण करून त्याच्यावर कब्जा केला तेव्हा हेच विचारले गेले. आज त्रेसष्ट वर्षांनंतरसुद्धा तोच प्रश्न विचारला जात आहे : 'तिबेटच्या बाबतीत दुसरे काय करणे शक्य आहे?' १९५९ मध्ये चीनने अक्साई चीनमधून बांधलेल्या रस्त्याची बातमी फुटली तेव्हाही हेच विचारले गेले : आणि आपण जे काही करायचे ते केलेले नव्हते त्यामुळे आता काही करणे शक्य नव्हतेच हे १९६२ ने दाखवून दिले. काश्मीरमधील दहशतवाद्यांच्या प्रत्येक हल्ल्यानंतर हाच प्रश्न विचारला गेला. २६/११ झाल्यावर हेच विचारले गेले. दोघा भारतीय जवानांचा शिरच्छेद केला गेला तेव्हाही हेच विचारले गेले. जेव्हा-जेव्हा चीनच्या घुसखोरीची बातमी फुटते तेव्हा हेच विचारले जाते. 'आम्ही दुसरे काय करणार? आपल्या सेनेच्या छोट्या तुकडीला ते तंबू उखडून टाकता आले असते, पण चिनी कसे आहेत ते बघता त्यांनी दुसरीकडे तंबू ठोकले असते. आपण आणखी थोडे जवान पाठवून त्यांना बाहेर फेकू शकलो असतो, पण त्यांनी तिबेटमधून प्रत्यक्ष नियंत्रणरेषेपर्यंत बांधलेले रस्ते आणि इतर सोयी बघता त्यांनी आपल्याहून खूप मोठ्या संख्येने सैन्य हलवले असते... मग पूर्ण सीमाच पेटेल... हे हवंय का तुम्हाला?' चीनला तशा प्रकारच्या कोंडीत कोणी कसे पकडू शकत नाही – आपण तर नाहीच नाही? चीनच्या दोन सैनिकांची मुंडकी कापायचे धाडस कोणालाच कसे होत नाही?

याचे उत्तर शोधण्यासाठी फार दूर बघायची आवश्यकता नाही – जॅकस मार्टिनने सहज बोलताना उल्लेख केलेल्या तीन/चार उदाहरणांवरून उत्तर मिळेल. मोठी फ्रेंच व्यापारी कंपनी कॅर्फू (Carrefour) ने दलाई लामा आणि देशाबाहेर असलेल्या तिबेट सरकारला आर्थिक मदत दिली होती, अशी नुसती अफवा इंटरनेटवर प्रसृत झाली आणि चीनभर निषेधाचे इतके तीव्र पडसाद उमटले की कॅर्फूला स्पष्टीकरण द्यावे लागले, त्यांनी माफी मागितली, आणि काय काय झाले. बीजिंगमध्ये ऑलिम्पिक खेळ भरवले जात आहेत याच्या निषेधासाठी पॅरिसमध्ये आयोजित केलेल्या एका मशाल रॅलीमध्ये व्हीलचेअरवर बसलेल्या एक चिनी क्रीडापटूशी उद्धट वर्तन केले गेले. राष्ट्राध्यक्ष सार्कोझींनी मोघमपणे असे सूचित

केले की, चीनची मानवी हक्कांच्या क्षेत्रातील स्थिती बघता फ्रान्स कदाचित बीजिंग ऑलिम्पिकमध्ये भाग घेणार नाही. चीनची प्रतिक्रिया इतकी तीव्र होती की सार्कोझींनी त्या क्रीडापटूला व्यक्तिगत पत्र लिहिले, आपल्या सर्वांत वरिष्ठ राजनैतिक सल्लागाराला बीजिंगला पाठवले आणि फ्रान्सने बीजिंग ऑलिम्पिकमध्ये भाग घेतला. त्यापूर्वी 'प्यूजो-सिट्रन'ने एका स्पॅनिश वर्तमानपत्रात एक जाहिरात प्रसिद्ध केली होती. तिच्यात कपाळाला आठ्या घातलेला माओ एका जाहिरातीमधून सिट्रन कारकडे नाराजीने बघत आहे, असे दाखवले होते. त्या जाहिरातीमुळे आमच्या भावना दुखावतात, अशी चीनने तक्रार केली. ती जाहिरात घाईघाईने मागे घेतली गेली आणि तिच्याबद्दल कंपनीने खेद व्यक्त केला. अमेरिकन अभिनेत्री शॅरन स्टोन हिने सिचुआन प्रांतातील भूकंप हा चीनने तिबेटच्या जनतेला जी वागणूक दिली त्या कर्माची शिक्षा आहे, असे म्हणाल्याचे दिसले. ख्रिस्टीन डायोर तिची छबी त्यांच्या जाहिरातीमध्ये वापरत असे. त्यांच्या उत्पादनांवर बहिष्कार घातला जाईल असे त्यांना धमकावण्यात आले. त्यांनी ताबडतोब चीनमधील जाहिरातींमध्ये तिची छबी वापरणे बंद केले.[५] चीनच्या दोन सैनिकांचा शिरच्छेद करायचा? तो विचार तरी कोणी मनात आणेल?

आणि ही केवळ प्रतिष्ठेची, दिखाव्याची बाब नाही. वस्तुस्थिती ही आहे की दरवेळेस – संसदेवरील हल्ला, २६/११, आपल्या दोन जवानांची डोकी कापणे, आपल्या 'पवित्र मातृभूमी'चा आणखी एक मोठा भाग गिळंकृत केला जाणे – असे होत राहिले तरी आपण काहीही *करू शकत नाही – कारण गेल्या वीस-तीस वर्षांत आपण ती क्षमताच निर्माण केलेली नाही.*

बल छुटक्यो बंधन पडे कछु न होत उपाय...

शक्तीचा ऱ्हास होतो, बंधने आणखी घट्ट होतात, कोणताही उपाय, विनवणी यांचा उपयोग होत नाही...

आणि आणखी एका तपशिलाकडे दुर्लक्ष करू नका.

अस्त्विात न आलेले दोन रस्ते :

मेजर जनरल शेरू थपलियाल काय म्हणाले होते ते आठवा – चीनने जिथे घुसखोरी केली ती जागा काळजीपूर्वक निवडलेली होती; आपल्याला तिथे फक्त विमानाने,

---

५. मार्टिन जॅक, 'व्हेन चायना रुल्स द वर्ल्ड,' पेंग्विन, लंडन, २०१२, पृ. ४०६-०८

पायी चालत किंवा खेचरावरून पोहोचता येते; यालउट चीन त्यांनी बांधलेल्या उत्तम दर्जाच्या महामार्गावरून मोठ्या संख्येने फौज थोड्या अवधीत आणू शकतो. घडलेल्या घटनांचा अभ्यास केल्यावर अजय शुक्लांना असे दिसले की, त्याच जागी पोहोचण्यासाठी आपण एकच नाही तर दोन रस्ते बांधायची योजना आखली होती. पण प्रत्यक्षात काय झाले हे आजच्या स्थितीचे द्योतक आहे.

सीमेवर रस्ते बांधणे ही बॉर्डर रोड्स ऑर्गनायझेशन (बीआरओ)ची जबाबदारी असते. या संघटनेच्या दोन शाखा आहेत. लष्करी शाखेत कोअर ऑफ इंजिनिअर्सचे कर्मचारी असतात, तर नागरी शाखेत जनरल रिझर्व्ह इंजिनिअरिंग फोर्स (जीआरईएफ) चे कर्मचारी असतात. या दोन शाखांचे एकमेकात वितुष्ट आहे. जीआरईएफचे अधिकारी कोअर ऑफ इंजिनिअर्सच्या अधिपत्याखालील कृती गटांनी बांधलेल्या रस्त्यांवर टीका करतात. या दोन शाखांमधले संबंध इतके बिघडलेले आहेत की जेव्हा लष्करी शाखा, संस्थेच्या वर्धापनदिनानिमित्त किंवा एखादा मोठा प्रकल्प पूर्ण झाला म्हणून, भोजन समारंभ आयोजित करते तेव्हा नागरी शाखेतील लोक त्याच्यावर बहिष्कार घालतात. एवढेच नव्हे, नुकतेच संघटनेचे प्रमुख म्हणून नव्याने नेमणूक झालेले लेफ्ट. जनरल ए. टी. पारनाईक पदाची सूत्रे हाती घ्यायला आले तेव्हा ते कार्यालयात प्रवेशही करू शकले नाहीत. कारण नागरी शाखेतील कर्मचाऱ्यांच्या बायका संघटनेचे नियंत्रण नागरी अधिकाऱ्यांच्या हातात द्यावे, या मागणीवरून धरणे धरून बसल्या होत्या. जनरलसाहेबांना मागच्या दाराने कार्यालयात न्यावे लागले.

असो. आपण २०१३ मध्ये चिन्यांनी घुसखोरी केली त्या भागाकडे जाऊ या. २००७-०८च्या सुमारास बॉर्डर रोड्स ऑर्गनायझेशनने दौलत बेग ओल्डीला पोहोचण्यासाठी एक उन्हाळी रस्ता व एक हिवाळी रस्ता बांधण्याची योजना पक्की केली. दोन रस्ते करण्याचे कारण हे होते की रस्त्यांचे काही मोठे भाग उन्हाळ्यात तर काही भाग हिवाळ्यात वापरता येत नाहीत. वाटेतील एक सरोवर हिवाळ्यात गोठते आणि त्याच्यावरून वाहनेही नेता येतात, पण ते उन्हाळ्यात वितळते आणि मग ते ओलांडता येत नाही.

मूळ योजनेत दोन्ही रस्ते २०१२ मध्ये पूर्ण होतील, असा अंदाज व्यक्त केला होता.

बांधकाम सुरू झाले. लवकरच मूळच्या योजनेत अपेक्षित नसलेल्या नव्या अडचणी पुढे करण्यात येऊ लागल्या : प्रदेशाची उंची, भौगोलिक अस्थिरता, मार्गात येणारे अनपेक्षित अडथळे, रस्त्यांची नव्याने आखणी करण्याची गरज...

२०१० मध्ये जीआरईएफचा एक अधिकारी, घासी राम, आर्मी कोअर ऑफ इंजिनिअर्सच्या अधिपत्याखालील कार्यगट (टास्क फोर्सेस) बांधत असलेल्या रस्त्यांच्या

भागांची तपासणी करायला गेला. त्याने अपेक्षेप्रमाणे दोष काढले – रस्त्याचा मार्ग 'क्ष' पासून 'य' च्याऐवजी 'झ' पासून 'य' असा असायला हवा होता, वगैरे. तक्रार नोंदवण्यात आली आणि चौकशी सुरू झाली.

आणि यामुळे पूर्ण बांधकाम ठप्प झाले.

आणि त्यानंतर तीन वर्षे होऊन गेल्यावरसुद्धा संघटनेत निर्णय घेणे बंद पडल्यामुळे आणि पैशाचा पुरवठा थांबल्यामुळे अजून काम पुन्हा सुरू करणे शक्य झालेले नाही.

आणि घासी राम? त्याची राजस्थानातील एका प्रकल्पावर चीफ इंजिनिअर म्हणून बदली झाली. तिथे क्षमतेच्या अभावाच्या कारणावरून त्याला दूर करावे लागले. आता तो त्रिपुरात आहे... पण त्याने मारलेले शेरे अजून 'जिवंत' आहेत. ते दोन रस्ते पूर्ण करण्याची तारीख आता २०१२ वरून २०१६-१७ करण्यात आली आहे, असे बॉर्डर रोड्स ऑर्गनायझेशनचे वरिष्ठ लोक दिल्लीत म्हणतात. अधिकारी म्हणतात की प्रत्यक्षात ते रस्ते वापरात यायला – श्वास रोखून धरा – २०२२ उजाडेल.

म्हणायला खेद याचा वाटतो की हे प्रकरण एवढ्यावरच संपत नाही. भारताच्या लवकरच ध्यानात आले की प्रत्यक्ष नियंत्रणरेषेच्या पलीकडील रस्त्यांमुळे युद्धात चीनची स्थिती खूपच वरचढ होईल. त्यामुळे २००५ च्या सुमारास श्याम सरन, जे पूर्वी परराष्ट्र सचिव व पंतप्रधानांचे खास दूत होते, सध्या राष्ट्रीय सुरक्षा सल्लागार बोर्डाचे अध्यक्ष आहेत आणि उत्साही गिरिपर्यटक आहेत, यांना भारत-चीन सीमेवरील वेगवेगळ्या भागांना भेटी देऊन रस्त्यांच्या बांधकामाची स्थिती तपासून कोणत्या त्रुटी आहेत आणि निश्चितपणे आणखी काय कृती करावी यावर अहवाल द्यायला सांगण्यात आले. त्यांनी अजून बांधायचे व पूर्ण करायचे आहेत असे ७३ रस्ते शोधून काढले. २०१३ च्या सुरुवातीच्या घटना आणि त्यामुळे झालेला जनमताचा प्रक्षोभ लक्षात आल्यावर आता श्याम सरन यांच्या अहवालावर पुढे काय झाले, हे शोधून काढण्याची गरज भासली.

अहवालावर काय कृती करण्यात आली याचे मूल्यमापन करण्याचे काम ज्यांना देण्यात आले त्यांना मूळ अहवालच मिळू शकला नाही. 'आपल्या व्यवस्थेत कागद मिळवणे किती कठीण आहे हे तुम्हाला माहीत आहेच.' असे मला समर्थन म्हणून सांगण्यात आले.[६]

चिन्यांना हे दिसत नाही असं तुम्हाला वाटतं? आणि त्यातील संधी त्यांच्या लक्षात येत नसेल?

---

६. अजय शुक्ला आणि संबंधित व्यक्ती यांचे कामकाजासंबंधी व्यक्तिगत पत्र.

चीन स्क्रू घट्ट करतो

एका अर्थी चीनची १९ किलोमीटरची घुसखोरी ही सुज्ञपणाची कल्पना नव्हती आणि तिची वेळ तर निश्चितच योग्य नव्हती. एकामागून एक बाहेर येणारे घोटाळे; सर्वोच्च न्यायालयाचे एकामागून एक ताशेरे; मित्रपक्षांनी सोडून जाणे; पंतप्रधानांना राजीनामा द्यावा लागू नये म्हणून मंत्र्यांनी दिलेले राजीनामे; बाहेरून पाठिंबा देणाऱ्या मित्रपक्षाच्या सरकारची (मुलायमसिंह यादव यांच्या) 'चिन्यांना आपला प्रदेश सोडायला लावलेच पाहिजे, त्यांच्यावर विश्वास ठेवता कामा नये,' अशी निरुत्साहजनक प्रतिक्रिया, अशा घटनांमुळे मनमोहन सिंग सरकार दुबळे झाले होते. एका अर्थी आणखी एक मुसंडी मारण्यास *ही* वेळ अगदी योग्य होती – एक-एक दिवसाने जिवंत राहणारे अनौरस सरकार काहीच प्रतिकार करू शकले नसते. पण सरकार इतके अनौरस झाले होते *याच कारणामुळे*, पंतप्रधान डगमगणारे आणि कमजोर दिसत होते. *याच कारणामुळे*, चीनच्या कृतीमुळे जनतेत जो प्रक्षोभ निर्माण झाला होता, तो लक्षात घेता काहीच कृती न करणे सरकारला परवडणारे नव्हते.

त्यामुळे, चीनचे पंतप्रधान ली केकियांग यांच्या १९ ते २१ मे २०१३ च्या भारतभेटीत मनमोहन सिंग यांनी चीनच्या घुसखोरीचा विषय उपस्थित केला. वार्ताहरांना सांगण्यात आले की त्यांनी घुसखोरीचा विषय हा बोलण्याचा केंद्रबिंदू केला आणि सीमेवर शांतता व स्थैर्य राखणे हाच दोन्ही देशांच्या संबंधांचा पाया होऊ शकतो, असे ली यांनी सांगितले. संयुक्त पत्रकार परिषदेत मनमोहन सिंग म्हणाले की, दोघांनी देपसांग प्रकरणावर चर्चा केली आणि अशा घटना हाताळण्याच्या बाबतीत सध्याच्या यंत्रणने 'तिची उपयुक्तता सिद्ध केली आहे' याची दोघांनी नोंद घेतली.

ली म्हणाले की, मतभेद आहेत; सीमेवर दोघांनीही संयुक्तपणे शांतता राखावी आणि सध्याची यंत्रणा आणखी मजबूत बनवण्यासाठी पावले उचलावीत. दोघांनीही त्यांच्या विशेष प्रतिनिधींना तीन टप्प्यांतील सीमासंबंधीच्या वाटाघाटींचा दुसरा टप्पा पूर्ण करण्याची आणि सीमेची निश्चिती व आखणी करण्याचे काम वेगाने करण्याची सूचना द्यावी, हे मान्य केले.

एका बाबीच्या अनुल्लेखावरून भारत सरकार ठाम राहिले असे दिसत होते. आणि एका उल्लेखावरून भारताने निदान एक महत्त्वाची समस्या उपस्थित केली; पण चीन आपल्या भूमिकेवर ठाम राहिले असे दिसत होते. संयुक्त पत्रकात नेहमी असणारा 'एकसंध चीन' हा उल्लेख नव्हता. मनमोहन सिंग आणि वेन जियाबाओ यांच्या २०१० सालच्या संयुक्त पत्रकातसुद्धा ते नेहमीचे शब्द नव्हते. म्हणजे एक पाऊल पुढे पडले होते : भारतीय माध्यमांना सांगण्यात आले की, काश्मीरच्या रहिवाशांना स्टेपल केलेला व्हिसाच देण्याचा हट्ट धरून पाकिस्तानच्या काश्मीरवरील

धोरणाला चीन पाठिंबा देत आहे. त्यामुळे भारतसुद्धा तिबेट हा चीनचा भाग आहे, या चीनच्या दाव्याला पाठिंबा देत राहणार नाही.[७]

दुसरा मुद्दा होता तो म्हणजे तिबेटमधून भारतात वाहणाऱ्या नद्यांचे पाणी वळवणे. मनमोहन सिंग यांनी हा मुद्दा उपस्थित केला. त्यांनी असे सुचवले की, सध्याच्या जलविषयक माहितीचे परस्परांना हस्तांतरण करण्याच्या प्रथेचा विस्तार करून तिच्यात नद्यांवर धरणे बांधण्याचे जे प्रकल्प हातात घेण्यात येत आहेत, त्यांच्याविषयीच्या माहितीचाही समावेश करावा. चीनने भारतीय जलतज्ज्ञांना पाण्याची पातळी आणि नदीतील प्रवाह यांच्याबद्दलची माहिती वरचेवर देण्यास मान्यता दिली. नद्यांवर किंवा नद्यांभोवती बांधली जात असलेली धरणे आणि मूलभूत सुविधा यांच्याविषयीच्या माहितीची देवाणघेवाण करण्यासाठी कोणतीही यंत्रणा प्रस्थापित करायला त्यांनी मान्यता दिली नाही. भारताच्या चीनमधील राजदूताने 'चीनचा प्रतिसाद सहानुभूतीपूर्ण आहे' असे त्याचे वर्णन केले असे 'हिंदू'ने वृत्त दिले – किती हृदयस्पर्शी त्यांची आपल्याबद्दलची सहानुभूती! राजदूत माध्यमांना म्हणाले, 'मला वाटतं, आपल्याला काही बाबींविषयी चिंता वाटते याची त्यांनी दखल घेतली. आपल्या हिताला बाधा पोहोचेल असे काही ते करणार नाहीत इकडे त्यांनी लक्ष वेधले आणि महत्त्वाचे म्हणजे सध्याच्या यंत्रणेचा अवलंब करून आपण आपले सहकार्य दृढ करू, हे आम्ही मान्य केले.'[८] त्या सहानुभूतीचा काय अर्थ निघेल, आपल्या हितसंबंधांची त्यांची व्याख्या काय, हे भविष्यकाळातच समजेल. पण मनमोहन सिंग यांनी ती समस्या निदान उपस्थित तरी केली.

थोडक्यात म्हणजे, आपली माध्यमे जशी आहेत तशी *असूनसुद्धा*, आपले सरकार आणि राजकारणी वर्ग जसे आहेत तसे *असूनसुद्धा*, जनतेच्या भावना बदलल्या आहेत याची आणि या वेळी घुसखोरीविषयीची चिंता आणि संताप यांची या नाममात्र सरकारलासुद्धा दखल घ्यावी लागली. हा चीनने स्क्रू घट्ट केल्याचा परिणाम.

---

७. अर्थात, संयुक्त पत्रक जारी केल्यावर काही मिनिटांतच आपले अधिकारी सर्व संबंधितांना आश्वस्त करण्याची पराकाष्ठा करीत होते की, या अनुल्लेखाचा अर्थ भारताचा पवित्रा कोणत्याही प्रकारे बदलला आहे असा नाही – एवढेच की तिबेट हा चीनचा एकसंध व अविभाज्य भाग आहे, ही भारताची भूमिका इतकी परिचित आहे की तिची पुनरुक्ती करण्याची आवश्यकता भासली नाही, असे त्यांनी वार्ताहरांना सांगितले.
बघा : 'संयुक्त पत्रकातून 'तिबेट' गाळल्याला भारत महत्त्व देत नाही.' द हिंदू, २१ मे २०१३

८. 'सीमा हा केंद्रबिंदू होता,' द हिंदू, २१ मे २०१३

आपल्या देशाला प्रमुख धोका चीनचा आहे, याची लोकांना जाणीव झाली आहे. तसेच गेल्या वीस वर्षांमध्ये चीन आणि भारत यांच्यातील तफावत इतकी प्रचंड वाढली आहे की या क्षणी आपल्या हितसंबंधांचे रक्षण स्वत:च्या बळावर करणे आपल्याला शक्य नाही हे लोकांच्या लक्षात आले आहे. चीनची धास्ती वाटणाऱ्या इतर देशांबरोबर आपण करार करणे, हातमिळवणी करणे गरजेचे आहे, याची जाणीव झाली आहे. थोड्याच वर्षांपूर्वीपर्यंत अमेरिकेला दोष देणे चालू होते ते आता थांबले आहे. उलट अमेरिका आता 'पॅसिफिक'वर लक्ष केंद्रित करणार आहे, हे जाहीर केल्यामुळे लोकांना हायसे वाटत आहे.

त्यामुळे चीनच्या वागण्यापासून आपण जो धडा तोपर्यंत शिकायला हवा होता त्याची; एका महान व्यक्तीने आणि राष्ट्रवादी पुरुषाने (पंडित नेहरू यांनी) स्वत:ची जी भाम्रक समजूत करून घेतली आणि त्यामुळे देशावर जी दु:खद स्थिती ओढवून घेतली होती त्याची आठवण करण्याची ही योग्य वेळ आहे. चीनचे 'एकत्रित राष्ट्रीय बल' आणि आपले बल यांच्यात जी प्रचंड तफावत निर्माण झाली आहे तिचा आणि तिच्यामुळे भविष्यात होणाऱ्या परिणामांचा विचार करण्याचीसुद्धा ही योग्य वेळ आहे. चीनच्या प्रचंड प्रगतीवर होणाऱ्या प्रतिक्रियांकडे बघण्याची आणि चीनच्या बदलत्या प्रतिमेपासून आपल्याला काय लाभ उठवता येईल, याचा विचार करण्याची हीच योग्य वेळ आहे.

हा ग्रंथ

या छोट्या पुस्तकात मी जी धोरणे, गृहीतके, आणि मला असे म्हणायला खेद होतो की, ज्या *भ्रमामुळे* एक महान पुरुष आणि आमच्या पिढीचे त्यावेळचे दैवतच अशा पंडित नेहरूंनी स्वत:ची कशी दिशाभूल करून घेतली आणि ज्याच्यावर त्यांचे प्रचंड प्रेम होते, ज्याची त्यांनी इतक्या उत्साहाने सेवा केली त्या देशाला प्रचंड मानसिक धक्का कसा बसला, त्याचा मागोवा घेणार आहे.

१९६२च्या पराभवावर आता प्रचंड साहित्य उपलब्ध आहे. या चिंतनात मी पडिंतजींचे चीनविषयक धोरण कसे तयार झाले, हे पंडितजींचेच लिखाण व भाषणे यांचाच आधार घेऊन लिहिणार आहे. पंडितजीं प्रचंड लिखाण करायचे. ते एक प्रकारे एकच कलाकार असलेल्या वाद्यवृंदासारखे होते. अत्यंत वेगवेगळ्या प्रकारच्या गोष्टी ते हाताळायचे आणि त्यामुळे त्यांच्या लिखाणात विविध विषय दिसतात. त्याहीपेक्षा महत्त्वाचे म्हणजे केंद्र आणि राज्य सरकारातील आपल्या सहकाऱ्यांना आणि अर्थात, जनतेला शिक्षण देणे हे आपल्या प्राथमिक कर्तव्यांपैकी एक आहे असे ते मानायचे. त्यामुळे त्यांचे 'सिलेक्टेड वर्क्स', ज्यामध्ये कामकाजाशी संबंधित

टिपणे व पत्रव्यवहार आणि क्वचित एखादे भाषण आहे, त्याचे आधीच ४९ खंड झाले आहेत. त्यातसुद्धा फक्त १९५९ सालच्या मध्यापर्यंतचाच काळ आलेला आहे. काय घडत आहे याची माहिती देण्यासाठी आणि काही पावले उचलली जात असतील तर त्यांच्यामागे कोणती कारणे आहेत हे विशद करण्यासाठी ते दर पंधरा दिवसांनी राज्यांच्या मुख्यमंत्र्यांना पत्र लिहीत. या पत्रांचे ५ खंड आहेत. त्या व्यतिरिक्त त्यांच्या निवडक भाषणांचे ५ खंड आहेत. हे ५ खंड म्हणजे फार लहान भाग आहेत. कारण पंडितजी सतत दौरे करत आणि सतत लोकांशी बोलत. संसदेतसुद्धा ते वरचेवर बोलायचे.

मी फक्त ही टिपणे, पत्रव्यवहार आणि भाषणे एवढ्यापुरताच माझा अभ्यास मर्यादित ठेवला आहे. त्यामुळे हा ग्रंथ म्हणजे पंडितजी चीनबद्दल, आपल्या तिबेट व चीनबरोबरच्या सीमांबद्दल, तिबेटमधील घटनांबद्दल काय बोलले आणि त्यांनी काय लिहिले त्याचा सटीप प्रवास आहे. अनेक लेखकांनी हे ग्रंथ वाचले आहेत आणि त्यांचा इतर कागदपत्रांसह अभ्यास केलेला आहे. तिबेट व भारताचे चाहते क्लॉड आरपी यांची *'द फेट ऑफ तिबेट'*[९] आणि *'बॉर्न इन सिन : द पंचशील ॲग्रीमेंट'*[१०] ही, तसेच अजय बी. अग्रवाल यांचे *'इंडिया, तिबेट ॲन्ड चायना'*[११] ही पुस्तके प्रातिनिधिक आहेत. इतर अभ्यासकांप्रमाणेच आरपी आणि अग्रवाल, दोघांनीही पंडितजींचे लेख आणि भाषणे यांचा विस्तृत अभ्यास केला आहे. त्यांनी इतर स्त्रोतांपासूनही महत्त्वाची माहिती मिळवली आहे.

माझे उद्दिष्ट मर्यादित आहे. ते म्हणजे पंडितजींची स्वत:ची गृहीतके त्यांचा जगाबद्दलचा दृष्टिकोन यांच्यातून बोध काढणे; त्यामुळे मी हा अभ्यास फक्त पंडितजींचे लिखाण आणि भाषणे एवढ्यावरच बेतला आहे. त्यामुळे वाचकाने वरील लेखकांचे साहित्यही वाचणे इष्ट होईल. एकाच उदाहरणावरून याचे कारण स्पष्ट होईल.

फक्त पंडितजींचेच टिपण आणि पत्रव्यवहार वगैरेंचाच उपयोग केल्यामुळे माझे, त्या काळापैकी बरीच वर्षे राष्ट्राध्यक्ष असणारे डॉ. राजेंद्र प्रसाद यांचे टिपण आणि पत्रव्यवहार बघणे राहून गेले असते. अग्रवालांच्या पुस्तकांमुळे मी तो बघितला. त्याचे १९ खंड आहेत. त्यात आपले चीनमधील तत्कालीन राजदूत के.

---

९. क्लॉड आरपी, 'द फेट ऑफ तिबेट', हर-आनंद, नवी दिल्ली, १९९९

१०. क्लॉड आरपी, 'बॉर्न इन सिन : द पंचशील ॲग्रीमेंट', मित्तल, नवी दिल्ली २००४

११. अजय बी. अग्रवाल, 'इंडिया, तिबेट ॲन्ड चायना', एन ए बुक्स इंटरनॅशनल, मुंबई

एम. पणिक्कर, ज्यांच्या मूल्यमापनाविषयी आपण पुढे बरेच वाचणार आहोत, यांनी त्याच प्रकारचा मूल्यमापन अहवाल राष्ट्रपतींना दिल्याचे दिसून येते. अर्थात, चीनचे सरकार चीनमध्ये करत असलेल्या काही गोष्टींचाही डॉ. राजेंद्र प्रसाद यांनी त्यांना समावेश करायला लावला, पण त्याच्याशी आपल्याला कर्तव्य नाही. आपल्या विषयाशी संबंधित असणारा उल्लेख म्हणजे : 'ते आपल्या देशाशी मित्रत्वाने वागत आहेत आणि ही मैत्री आणखी दृढ करण्याची त्यांची इच्छा आहे. ते त्यांच्याही हिताचे आहे, कारण ते हे जाणून आहेत की जर त्यांचे भारताबरोबर संबंध चांगले नसतील, तर भारत आणि ब्रह्मदेश एकत्र येऊन त्यांच्यासाठी अडचणी निर्माण करतील. ते भारताचे काहीही नुकसान करू शकणार नाहीत.' 'ते (म्हणजे चीन) तिबेटविषयी असंबद्धपणे (असभ्यपणे) बोलतात,' असे पणिक्करांनी सांगितल्याची राष्ट्रपतींनी नोंद केली आहे. 'भारतावर तिबेटमधून हल्ला करणे त्यांना शक्य नाही. त्यांच्या सेनादलाचे काही लोक तिबेटमध्ये आहेत,' (*'काही लोक'?* त्यावेळेपर्यंत, म्हणजे जुलै १९५२ मध्ये, चीनच्या विजयी सेनेने पूर्ण तिबेट व्यापून टाकला होता.) 'त्या सैनिकांना चीनमधून तांदूळ पुरवणे कठीण जात आहे. भारतामधून पुरवठा करणे जास्त सोपे आहे आणि ते आता तसे करत आहेत'– चिनी सैन्याला कलकत्त्यामधून रसद पुरवण्याचे हे ओढूनताणून केलेले समर्थन – ते आपण लवकरच बघणार आहोत. त्यानंतर पणिक्करांचे राष्ट्रपतींशी संभाषण ल्हासामधील वकिलात आणि मानसरोवर यात्रा या विषयांकडे वळते. ते म्हणतात, 'म्हणून चीनपासून भीती नाहीये पण आपण त्यांच्याशी मित्रत्वाचे संबंध ठेवण्याची आशा करत आहोत.'

थोडक्यात म्हणजे अशा प्रकारचे मूल्यमापन पंडितजींनी स्वत:पुरतेच ठेवले, याची त्यांना स्वत:ला आणि देशाला गंभीर किंमत मोजावी लागली. राष्ट्रपती आणि पणिक्कर उत्तर-पूर्वेकडील वन्य जमातीमध्ये जास्त काम करण्याच्या आवश्यकतेबद्दल बोलतात : 'उत्तर-पूर्व सीमांकडे बरेच लक्ष द्यावे लागेल, कारण त्या आपल्या दृष्टीने फार महत्त्वाच्या आहेत, यावर मी त्यांच्याशी सहमत झालो,' डॉ. राजेंद्र प्रसाद नमूद करतात.[१२]

नंतर त्याचवर्षी, २० नोव्हेंबर १९५२ रोजी, एच. व्ही. आर. अय्यंगार, ज्यांनी नंतरच्या काळात अनेक महत्त्वाच्या जबाबदाऱ्या पार पाडल्या. ते राष्ट्रपतींना भेटले. राष्ट्रपतींनी त्यांना देशातील शासकीय स्थितीबद्दल माहिती करून घेण्यासाठी बोलावले होते. त्यांच्या संभाषणाचा ओघ चीन आणि तिबेटकडे वळतो. अय्यंगार राष्ट्रपतींना

---

१२. 'डॉ. राजेन्द्र प्रसाद, कॉरसपाँडन्स ॲन्ड सिलेक्टेड डॉक्युमेंट्स', खंड १५, वाल्मीकी चौधरी, अलाइड, नवी दिल्ली, १९९१, पृष्ठ २३५-३६

सांगतात, 'चीन तिबेटमध्ये बरेच रस्ते वगैरे बांधत आहे. पण भारताबद्दल त्यांच्या मनात काही गुप्त हेतू आहे असे आज म्हणणे बरोबर होणार नाही. अर्थात राजकारणात पुढे काय होईल याबद्दल काहीही बोलणे चुकीचे होईल; कारण देशांमधले संबंध केव्हाही शत्रुत्वाचे होऊ शकतात. तरी पण या क्षणी काही किंतू बाळगण्याचे कारण नाही...'[१३]

सात वर्षांनंतरचे मूल्यमापन, किंबहुना अगदी भाषासुद्धा खूप वेगळी आहे आणि त्याच काळातील एक महत्त्वाचा दस्तऐवज मला अग्रवालांच्या पुस्तकात मिळाला. आपल्याला दिसेल की तोपर्यंत चीनने अक्साई चीनमधून रस्ता बांधून आपल्या भूमीचा एक मोठा तुकडा तोडला होता. सरकारकडून आणि स्वत: पंडितजींकडून माहिती मोठ्या प्रयासाने मिळवावी लागत होती. किंबहुना त्यांना ती जास्त काळ लपवून ठेवणे शक्य होत नाही; कारण त्या रस्त्याचे उद्घाटन अमुक तारखेला होत आहे, अशी चीननेच अधिकृत घोषणा केली! पंडितजी या रस्त्याचे आणि त्याच्या संभाव्य परिणामांचे गांभीर्य कमी करत असतानाच चीनने आणखी एक रस्ता बांधला आहे, असे दुसऱ्या काही सूत्रांकडून समजते. हा रस्ता पहिल्या रस्त्याच्या दक्षिणेला आणि पूर्वेला असून, त्यामुळे आपल्या भूमीचा आणखी एक तुकडा जातो. राष्ट्रपती ५ डिसेंबर १९५९ रोजी पंडित नेहरूंना लिहितात. २३ सप्टेंबरला त्यांनी (राष्ट्रपतींनी) एक बरेच दीर्घ असे अतिगोपनीय पत्र लिहिले होते. त्यात चीनबरोबरच्या लांब सीमेविषयी अनेक सूचना केल्या होत्या याकडे लक्ष वेधून ते या पत्राची सुरुवात करतात. ते लिहितात : 'आता आपल्या दृष्टीने तिबेटचे अस्तित्व व्यावहारिकदृष्ट्या नाहीसेच झाल्यासारखे असल्यामुळे २५०० मैलांच्या सीमेवर आपण व चीन समोरासमोर आहोत. शासकीय काम आणि त्या भागातील जनतेचे जीवन सुधारण्याचे काम याव्यतिरिक्त सुरक्षा व संरक्षण यांची व्यवस्था करण्याच्या दृष्टीनेसुद्धा योजना आखावी, असे मला वाटते.'

'ईशान्येकडील सीमेचे रेखांकन करण्यासाठी निदान मॅकमहोन रेषेचा आधार तरी आहे,' राष्ट्रपती म्हणतात. त्याउलट लडाख विभागात सीमा अनिश्चित आहे. त्यानंतरची वाक्ये मूळ पत्रातूनच वाचणे इष्ट होईल :

> आपल्याला माहीत आहे की अक्साई चीन भागात एक रस्ता बांधण्यात आला आहे. तो आपल्या भूभागातून जातो आणि तो वापरला जात आहे. या रस्त्याच्या उत्तरेला असणारा सर्व प्रदेश आणि कदाचित दक्षिणेला काही अंतरापर्यंतचा प्रदेशसुद्धा चीनच्या ताब्यात असणार. *मला असे*

---

१३. वरील १२चाच संदर्भ, पृष्ठ ३६३

समजले की या रस्त्याच्या दक्षिणेला काही अंतरावर, त्याला जवळ-जवळ समांतर असा आपल्या भूभागातून जाणारा आणखी एक रस्ता आहे. हा रस्ता जर बांधण्यात आला असेल किंवा बांधण्यात येत असेल तर तो प्रदेश सतत चीनच्या ताब्यात असणार आणि तो त्यांनी व्यापला असणार. या दोन रस्त्यांच्या मधला प्रदेशच नाही, तर लडाखचा तो पूर्ण भाग, त्या भूप्रदेशात शक्य असेल तर त्यांनी व्यापलाच असणार. त्या भागात चिनी लोक आपल्या भूमीत आधीच किती शिरले आहेत ते मला माहीत नाही. त्यांच्या आणखी घुसखोरीला आपण भले विरोध करू, पण जेव्हा त्या प्रदेशात पाहणी करण्याचा प्रश्न उद्भवेल आणि आपले पोलीस किंवा लष्करी लोक तिथे जातील तेव्हा चीन त्यांनाच घुसखोर म्हणणार. काही दिवसांपूर्वी आपल्या काही लोकांच्या बाबतीत घडले तसे ते त्यांच्यावर गोळीबार करतील किंवा त्यांना ताब्यात घेतील. हा तंटा आपण चीनशी वाटाघाटी करून शांततेने सोडवण्याचा जास्तीत जास्त प्रयत्न करावा, हे योग्यच आहे. पण अशा वाटाघाटी झाल्याच नाहीत किंवा असफल झाल्या तर काय होईल हे मला माहीत नाही. आपला हजारो चौरस मैलांचा प्रदेश आधीच त्यांच्या ताब्यात आहे. जर वाटाघाटी झाल्या नाहीत किंवा यशस्वी झाल्या नाहीत तर ते नुसते गप्प राहतील आणि आहेत तिथे आपल्या भूमीवर राहतील. त्यामुळे जेव्हा कधी आपला भूभाग परत मिळवण्याची वेळ येईल तेव्हा कोणती पावले उचलावी लागतील, त्याचा आपण विचार करायला हवा. तयारी असल्याशिवाय ते काम करता येणार नाही. आधीच चीनला तिथल्या भूरचनेचा फायदा आहे. आपल्या भूमीला जोडणारे रस्ते बांधण्यात त्यांनी दहा वर्षांची आघाडी घेतली आहे. शिवाय आपल्या भूमीतून पूर्व-पश्चिम जाणारा मोठा रस्ता किंवा रस्ते त्यांनी बांधले आहेतच.

राष्ट्रपतींनी असे आग्रहाने सुचवले की घुसखोरी थांबवण्यासाठी जे उपाय करायला हवेत त्याव्यतिक्ति 'संरक्षणासाठी दीर्घकालीन योजना बनवावी.' रस्ते, दळणवळण यंत्रणा वगैरेंकडे अर्थातच लक्ष दिले पाहिजे. पण त्याशिवाय, राज्यपालांच्या परिषदेत सेनाप्रमुख जे म्हणाले ते मानायला हवे, असे राष्ट्रपतींनी लिहिले. सेनाप्रमुख त्यावेळेस म्हणाले होते की, 'चीनची सीमा ही जागृत समस्या होण्यापूर्वीच्या इतर जबाबदाऱ्या पेलण्यासाठी सेनाबल पुरेसे नाही आणि राखीव दलातून नेफा (नॉर्थ ईस्ट फ्रन्टियर एजन्सी) ला सेना पाठवणे सोपे नाही...'

पत्राचा समारोप करताना डॉ. राजेंद्र प्रसाद लिहितात :

आपल्याला आता आपल्या लांब सीमेबद्दल जागरूक होण्यास भाग पडले आहे. तिचे शक्य तितके चांगल्या प्रकारे संरक्षण करायला हवे. मुख्य म्हणजे वाटाघाटी अयशस्वी झाल्या तर आधीच अतिक्रमण झालेला आपला हजारो चौरस मैलांचा प्रदेश त्याच्यावर पाणी सोडण्याची आपली तयारी नसेल, तर परत मिळवण्याची तयारी करायला हवी. हा तंटा शांततामय रीतीने सुटेल अशी आपण आशा बाळगू. त्यासाठी प्रयत्नांची पराकाष्ठा करू, पण आपल्याला त्याच आशेवर आणि प्रयत्नांवर विसंबून राहता येणार नाही. त्यासाठी जी परिणामकारक पावले उचलावी लागतील त्यांना बराच काळ लागेल तेव्हा ती तयारी जितकी लवकर सुरू करता येईल तितके बरे.[१४]

राष्ट्रपती जे म्हणत आहेत ते साधे दिसते आणि मागे वळून बघता अगदी साहजिक वाटेल. तरीही, पुढे स्पष्ट होईल की ते सुचवत असलेली स्थिती स्वीकारायला पंडितजी तयार नाहीत. कोणती पावले उचलावीत हे सुचवण्याच्या रूपात, चीनच्या बाबतीत जे धोरण ठेवण्याचा आग्रह पंडितजींनी इतकी वर्षे धरला होता, त्यावर राष्ट्रपतींनी केलेली ती टीका होती.

पंडितजी दोन दिवसांनी उत्तर देतात. काय करावे असा राष्ट्रपतींना प्रश्न पडतो. ते बराच काळ त्या गोष्टीवर विचार करतात. ते १८ डिसेंबर १९५९ ला पंडितजींना लिहितात. त्या पत्रात राजेंद्रबाबू भ्रष्टाचाराच्या मुद्द्याकडेसुद्धा पंतप्रधानांचे लक्ष वेधतात. पण पंडितजी त्यांना सांगतात की ते (पंडितजी) सरकारच्या कामाविषयी समाधानी आहेत. राष्ट्रपतींचे पत्र मोठे नाही आणि पूर्णपणे वाचण्यासारखे आहे, कारण त्यातून एक घातक पायंडा दिसतो : पंडितजींनी राष्ट्रपतींना सांगितले की त्यांना (राष्ट्रपतींना) जेव्हा काही माहिती मिळते तेव्हा त्यांनी ती कागदावर उतरवू नये. त्याऐवजी ज्यांनी पंडितजींना बोलावून घ्यावे आणि तिच्यावर तोंडी चर्चा करावी.

राष्ट्रपती भवन,
नवी दिल्ली.
१८ डिसेंबर १९५९

---

१४. 'डॉ. राजेंद्र प्रसाद, कॉरसपाँडन्स ॲन्ड सिलेक्टेड डॉक्युमेंट्स', खंड १९, वाल्मीकी चौधरी, अलाइड, नवी दिल्ली, १९९३, पृष्ठ १६९-७१

प्रिय जवाहरलालजी,

मला आपले क्र. २५८५-PMH/५९ चे ७ डिसेंबर १९५९ चे पत्र वेळेवर मिळाले, पण त्यावर काय म्हणावे याबद्दल माझ्या मनाचा निश्चय होत नव्हता, म्हणून अजून त्याची पोच दिली नव्हती. माझी जरा निराशा झाली आहे हे मला कबूल केले पाहिजे. भ्रष्टाचाराची समस्या दीर्घ काळापासून आणि इतक्या ठळकपणे लोकांच्या डोळ्यांपुढे आहे की तिची चौकशी करण्यात आणखी विलंब लावणे योग्य होणार नाही. मला वाटते, ज्या प्रकरणांची चौकशी करावी त्यांची पुरेशी माहिती देशमुखांनी दिली आहे. एकदा सरकारने निश्चय केला आणि माहिती पुरवणाऱ्यांना त्यांच्यावर सूडबुद्धीने कृती केली जाणार नाही असे अभय दिले, की पुरावे पुढे येतील. त्यामुळे अशी प्रकरणे शोधून काढण्याचा विचार करावा असे मी सुचवतो. लोकांचे समाधान होईल असे करणे हेसुद्धा लोकनियुक्त सरकारचे कर्तव्य आहे.

मी जे काही म्हटले असेल त्याव्यतिरिक्त, *मला जर आपल्याला काही कळवायचे असेल तर पत्र लिहिण्याऐवजी आपल्याला बोलावून घेऊन ते सांगावे,* या आपल्या सूचनेमुळे मी जरा चिंतित आहे. मला वाटते की तसे केले तर कोणतीही गोष्ट मला सरकारच्या नजरेला आणायची असेल तर मी ती मला सर्वांत उत्तम वाटणाऱ्या मार्गाने कळवावी, हे माझे घटनात्मक कर्तव्य बजावण्यात मी अयशस्वी होईन. त्यामुळे कळवण्याच्या मार्गाबद्दल अशी प्रथा सुरू होईल की जी मला आणि माझ्यानंतर या पदावर येणाऱ्यांना अडचणीत टाकेल. माझ्या मनात घोळत असलेली ही भीती मोकळेपणे व्यक्त करणाऱ्याला आपली हरकत नसेल, अशी मला आशा आहे– त्यामुळेच पत्राचे उत्तर देण्यास विलंब झाला आहे.

आपला,
राजेंद्र प्रसाद

कोणतीही गोष्ट लेखी असण्याबद्दल चिंता का वाटावी? ती माहिती 'चुकीच्या व्यक्तींच्या हातात पडू नये' ही? इतिहासात चांगला उल्लेख व्हावा म्हणून? आपण पुढे जाऊ तशा क्रमाक्रमाने लक्षात येईल. आणि तितकेच महत्त्वाचे म्हणजे ती पद्धत आजही कशी चालू आहे, हेही आपण बघणार आहोत.

असो. माझा मुद्दा हा होता की वाचकाना आर. पी. अग्रवाल आणि इतरांची पुस्तके वाचून आणखी बरेच समजेल.

परंतु तसे करूनसुद्धा जे धडे आपल्या सामूहिक मनावर बिंबवायला हवेत ते ठसणार नाहीत. असे धडे की जे संरक्षण आणि परराष्ट्र धोरण यांच्यासाठी जबाबदार असणारे मंत्री आणि शासकीय अधिकारी यांच्या मनावर निश्चितच ठसायला हवेत. पंडितजींची मूळ टिपणे व पत्रव्यवहार वाचूनच हे धडे वाचकाच्या मनात हळूहळू झिरपू लागतील. हे पुस्तक वाचकांना तसे करायला प्रवृत्त करेल, अशी मला आशा आहे.

दरम्यान, धोरण आणि संशोधन यात रस असणाऱ्या सर्व लोकांप्रमाणेच मी, पंडितजींचे 'सिलेक्टिव्ह वर्क्स', त्यांचे 'लेटर्स टु चीफ मिनिस्टर्स' आणि त्यांची भाषणे यांच्या संपादकांचा हे प्रचंड साहित्य ज्या पद्धतशीरपणे त्यांनी संकलित केले आहे त्याबद्दल आणि ते खंड प्रकाशित केल्याबद्दल 'जवाहरलाल नेहरू मेमोरियल फंड'चा ऋणी आहे. पंडितजी स्वर्गवासी झाल्याला आता जवळ-जवळ पन्नास वर्षे झाली आहेत. ती मालिका पुढील तीन वर्षांत पूर्ण केली जाईल आणि ते ग्रंथ डिजिटाइझ करण्यात येत आहेत, ही समाधानाची गोष्ट आहे.

संसदेत होणाऱ्या चर्चेचे टिपण अर्थातच अद्ययावत असते. पण ते इतके प्रचंड आहे आणि त्याची सूची इतकी मोघम असते – अगदी एकाच दिवशी एखादा विषय प्रश्नांच्या तासात उभा केला जातो किंवा त्रोटक चर्चेच्या (शॉर्ट ड्युरेशन डिस्कशन) वेळी असतो. तहकुबीच्या ठरावामध्ये चर्चेला येतो आणि केवळ आधी ठरलेल्या चर्चेतच नाही. त्यामुळे अगदी खंबीर मनाच्या माणसालासुद्धा दडपण यावे आणि खूप चिकाटी असणाऱ्या माणसाच्या नजरेतूनसुद्धा एखादा महत्त्वाचा उल्लेख सुटावा. आपण खरोखरीच हे सर्व कागदपत्र डिजिटाइझ करायला हवेत आणि सध्या आहेत त्यापेक्षा जास्त विस्तारात सूचीबद्ध करायला हवेत.

पण, आतापुरते, पंडितजी आणि चीन, तिबेट आणि आपल्या सीमा एवढेच; चीन व भारत यांच्यात आपण जी दरी निर्माण होऊ दिली आहे आणि ती कशाची सूचक आहे; शिकायला हवे पण न शिकलेले धडे, एवढेच.

इच्छा हेच धोरण

संयुक्त राष्ट्रांच्या सुरक्षा परिषदेच्या सुधारणांच्या मुद्द्यावर, राष्ट्राध्यक्ष हु जिंताओ यांनी चीनच्या पंतप्रधानांनी (भारताच्या) पंतप्रधानांना दिलेल्या आश्वासनाचा पुनरुच्चार केला : *'सुरक्षा परिषदेसह संयुक्त राष्ट्रसंघात जास्त मोठी भूमिका करण्याची भारताची आकांक्षा चीन समजतो आणि भारत संयुक्त राष्ट्रसंघाच्या सुरक्षा परिषदेचा स्थायी सभासद झाला तर चीनला आनंदच होईल.'* – परराष्ट्र व्यवहारमंत्री प्रणव मुखर्जी २८ नोव्हेंबर २००६ रोजी राज्यसभेत भारतीय पंतप्रधानांच्या चीनच्या राष्ट्राध्यक्षांशी झालेल्या चर्चेसंबंधी निवेदन करताना म्हणाले.

वरील निवेदनाबरोबरच प्रणव मुखर्जी यांनी मनमोहन सिंग आणि हु जिंताओ यांनी त्यांच्या चर्चेविषयी प्रसृत केलेले संयुक्त पत्रकही संसदेच्या पटलावर ठेवले. सुरक्षा परिषदेच्या बाबतीतल्या या पत्रकात असे म्हटले होते :

> संयुक्त राष्ट्रसंघातील सुधारणा सर्वंकष असाव्यात, त्यात संयुक्त राष्ट्र सुरक्षा परिषदेत विकसित आणि विकसनशील देशांचे समतोल प्रतिनिधित्व असावे आणि त्यामुळे संयुक्त राष्ट्रसंघ आणि त्यांची सुरक्षा परिषद यांची कार्यक्षमता व परिणामकारकता यांच्यात वाढ व्हावी. संयुक्त राष्ट्रसंघाच्या तसेच संयुक्त राष्ट्र सुरक्षा परिषदेतील सुधारणांच्या बाबतीत दोन्ही बाजू परस्परांशी *सल्लामसलत करतील.*

'सल्लामसलत करतील'चे 'भारत त्याच्या प्रयत्नात यशस्वी झालेला बघण्यात आनंद होईल' कसे झाले? संयुक्त पत्रकात पुढे असे म्हटले आहे –

> *भारतीय बाजूने त्यांच्या* सं. रा. सुरक्षा परिषदेचा स्थायी सभासद होण्याच्या *आकांक्षेचा पुनरुच्चार केला.*

यापेक्षा जास्त खेदकारक काय असू शकेल? आणि चीनने उत्तरादाखल काय

सांगितले?

> आंतरराष्ट्रीय व्यवहारात भारताच्या स्थानाला चीन अतिशय महत्त्व देतो. संयुक्त राष्ट्रसंघात जास्त मोठी भूमिका बजावण्याची भारताची आकांक्षा चीन समजू शकतो व त्याला चीनचा पाठिंबा आहे.

याहून जास्त मेहरबानी करणारे काय असू शकेल? आणि शेवटच्या वाक्याचा अर्थ प्रणव मुखर्जींनी केलेल्या दाव्याप्रमाणे *'भारत संयुक्त राष्ट्रसंघाच्या सुरक्षा परिषदेचा स्थायी सदस्य झाला तर चीनला आनंदच होईल'* कसा होतो?

'संयुक्त राष्ट्रसंघात जास्त मोठी भूमिका' याचा अर्थ युनेस्को किंवा युनिसेफमध्ये मोठी भूमिका असा नाही होऊ शकत? किंवा भारताने आफ्रिकेतील शांतता कार्यासाठी आणखी सैनिक दिले तर चीनला आनंद होईल, असा अर्थ नाही होऊ शकत? त्याचप्रमाणे, संयुक्त पत्रकातील 'संयुक्त राष्ट्रसंघातील सुधारणा सर्वंकष असाव्यात...' हे वाक्य पुन्हा वाचा. इतर गोष्टींबरोबर त्यात म्हटले आहे की सुरक्षा परिषदेसह संयुक्त राष्ट्रसंघातील सुधारणांमुळे 'संयुक्त राष्ट्रसंघ आणि त्यांची सुरक्षा परिषद यांची कार्यक्षमता व परिणामकारकता यांच्यात वाढ व्हावी.' सुरक्षा परिषदेच्या अधिक सभासदांना नकाराधिकार (व्हेटो) देण्याने सुरक्षा परिषदेची कार्यक्षमता व परिणामकारकता *कमी होईल,* अशी चीनची भूमिका राहिलेली आहे, नाही का?

अशी स्पष्टीकरणे आवश्यक होती हे तीन गोष्टींवरून दिसून येते : अशा प्रकारची संयुक्त पत्रके ही गैरसोयीच्या मुद्द्यांना बगल दिली जाईल, अशा प्रकारे लिहिली जातात. पत्रकांमध्येच नव्हे तर गंभीर अशा करारांमध्येसुद्धा चीन अतिशय मर्यादित अर्थ काढतो, असा त्याचा इतिहास आहे – आण्विक आणि क्षेपणास्त्र तंत्रज्ञान आणि सुटे भाग यांच्या हस्तांतरणाला बंदी घालणाऱ्या करारात केलेल्या वायद्यांच्या बाबतीत त्यांची कृती कशी राहिली आहे ते बघा. त्याउलट, 'व्हेअर विल ऑल धिस टेक अस?'[१] मध्ये सप्रमाण दाखवल्याप्रमाणे भारत सरकारचा इतिहास अशा पत्रकांमधील विधानांचा प्रत्यक्षापेक्षा वाढीव अर्थ लावून भारतीय जनतेची व संसदेची दिशाभूल करण्याचा आहे. अमेरिकेच्या आण्विक करारासंबंधीच्या कायद्याचा मनमोहन सिंग सरकार कसे वेगवेगळे अर्थ – अनावश्यक अर्थच नव्हे तर निखालस खोटे अर्थ – लावत होते ते बघावे.

लवकरच सरकारने स्वत:च काही कागदपत्र प्रसिद्ध केले ज्यात इस्लामाबाद येथील परराष्ट्र व्यवहार खात्याचे अवर सचिव आणि पाकिस्तानचे नायजेरियातील राजदूत

---

१. रूपा, द इंडियन एक्स्प्रेस, नवी दिल्ली, २००८

यांच्यातील पत्रव्यवहार होता. या कागदपत्रांवरून असे दिसले की, जून २००७ मध्ये भारताची संयुक्त राष्ट्रसंघात जास्त मोठी भूमिका करण्याची आकांक्षा समजण्यासारखे असल्याची ग्वाही दिल्यानंतर काही महिन्यातच चीनने पाकिस्तानशी संधान बांधून भारत, जपान, ब्राझील आणि जर्मनी यांना सुरक्षा परिषदेत जास्त मोठी भूमिका देणे शक्य होणार नाही अशा पवित्र्याला आफ्रिकेतील राष्ट्रे चिकटून राहतील असे केले.[२]

पण गोपनीय कागदपत्रांची गरजच नव्हती. चीन जी विधाने जाहीररीत्या करत होता, जी 'तत्त्वे' तो वेळोवेळी उद्धृत करत होता ती भारत व जपान दोघांच्याही अपेक्षांना सुरुंग लागेल अशाप्रकारे काळजीपूर्वक तयार केलेली असत. केवळ २००४ पर्यंत उघडपणे उपलब्ध असलेल्या माहितीवरून मोहन मलिक यांनी दाखवून दिले की चिनी 'विश्लेषक' पुरस्कार करत असलेल्या पाच 'तत्त्वां'नी भारताची बाजू मुद्देसूद रीतीने उधळून लावली.[३] मलिक यांनी चीनच्या परराष्ट्र मंत्रालयाचे विश्लेषक असे म्हणताना उद्धृत केले आहे : सुरक्षा परिषदेत समान भौगोलिक प्रतिनिधित्व असण्याला सर्वोच्च प्राधान्य देण्यात यावे. चीन आधीच आशियाचे प्रतिनिधित्व करत असल्यामुळे वरील तत्त्वानुसार भारत व जपान हे वगळले जातात! चीनने असेही सुचवले की प्रत्येक विभागातील प्रतिनिधित्व संतुलित असेल, असे खातरीपूर्वक होण्यासाठी विभागीय गटात गुप्त मतदानातून अंतिम मतैक्य होईपर्यंत इच्छुकांनी सल्लामसलत करावी (भारताच्या बाजूने मतैक्य होत असल्यास पाकिस्तान ते स्वीकारेल?) त्यानंतर, 'नव्याने निवडल्या गेलेल्या स्थायी सदस्यांना नकाराधिकार (व्हेटो) द्यावा की नाही, हे सध्याच्या स्थायी सदस्यांनी चर्चा करून मतैक्याने ठरवावे. (भारत व जपानला आपल्या बरोबरीत आणेल असे मतैक्य चीन स्वीकारेल?)[४] हे सर्व आणि इतरही कागदपत्र 'पब्लिक डोमेन'मध्ये होते. पण इथे आपले परराष्ट्र व्यवहारमंत्री संयुक्त पत्रकात जे स्पष्टपणे नव्हतेच ते असल्याचा अर्थ लावत होते.

मुखर्जी म्हणाले की, 'हु जिंताओ यांनी यावर भर दिला की दोघांचा सहभाग असलेले आणि समान हितसंबंधांच्या पायावर आधारित असे घनिष्ठ आणि सहकार्यपूर्ण

---

२. 'द इंडियन एक्स्प्रेस', १५ जून २००८

३. 'तत्त्वां'च्या पुढील माहितीसाठी, जे. मोहन मलिक, 'सिक्युरिटी काउन्सिल रिफॉर्म: चायना सिग्नल्स इट्स व्हेटो'; वर्ल्ड पॉलिसी जर्नल, खंड XIII, क्र. १, २००५.

४. मलिक यांनी चिनी विश्लेषक आणि राजनीतीज्ज्ञ यांच्या अनेक विधानांचा निर्देश केला ज्यांच्यात चीन भारताला सुरक्षा परिषदेचा स्थायी सदस्य कधीच होऊ देणार नाही, असे म्हटले होते. त्यांनी पाकिस्तानचे तत्कालीन पंतप्रधान शौकत अझीझ यांचे विधान उद्धृत केले ज्यानुसार त्यांच्या २००४ च्या बीजिंग भेटीत त्यांनी हु जिंताओंकडून चीन भारताला सुरक्षा परिषदेत स्थायी जागा कधीही मिळू देणार नाही, असे पक्के वचन मिळवले.

संबंध भारताबरोबर प्रस्थापित करण्याची चीनची इच्छा असून चीनने भारताबरोबरच्या संबंधांबाबत दीर्घकालीन व धोरणात्मक दृष्टिकोन ठेवला आहे.' खरंच? म्हणूनच त्यांनी आपल्याला घेरले आहे का? अण्वस्त्रयुक्त आणि सशस्त्र पाकिस्तान; पूर्ण लष्करीकरण केलेला तिबेट; बांगलादेशाबरोबर लष्करी करार; म्यानमार हे राष्ट्र अंकित; म्यानमार, बांगलादेश, पाकिस्तान आणि श्रीलंकेत नौदलाला सोयी, हे काय दर्शवते? भारताबद्दल 'दीर्घकालीन आणि धोरणात्मक दृष्टिकोन' यात शंकाच नाही! त्याच 'दीर्घकालीन आणि धोरणात्मक दृष्टिकोना'मुळेच चीन पाकिस्तानच्या क्षेपणास्त्र व आण्विक कार्यक्रमासाठी इतक्या प्रमाणावर तंत्रज्ञान, कच्चा माल, सुटे भाग, तंत्रज्ञ आणि इतर गोष्टी पुरवत आहे का? त्याचे प्रमाण आणि सातत्य लक्षात येऊन अण्वस्त्र नियंत्रणावरील विस्कॉन्सिन प्रकल्पाचे डायरेक्टर यांनी साक्षीत असे नमूद केले : 'पाकिस्तानच्या आण्विक कार्यक्रमातून आण्विक मदत वगळली तर पाकिस्तानी आण्विक कार्यक्रमच नाही,[५] असे होईल' ते त्यामुळेच का? 'या भेटीत औद्योगिक सहकार्य हे प्रगतीसाठी एक प्रमुख क्षेत्र असल्याचे दिसून आले...', मुखर्जींनी संसदेला सांगितले – जसे तेल असणाऱ्या प्रदेशांच्या बाबतीत एकामागून एका बोलीत चीनने भारताला हरवले – इक्वेडोरपासून कझाकस्तानपर्यंत – तसे? जसे भारताचे AS EAN बरोबर संबंध प्रस्थापित करण्याचे प्रयत्न त्यांनी हाणून पाडले तसे?

'पंतप्रधान आणि चीनचे राष्ट्राध्यक्ष यांनी सीमाप्रश्नावरील दृष्टिकोनांची देवाणघेवाण केली आणि विशेष प्रतिनिधींनी केलेल्या प्रगतीबद्दल समाधान व्यक्त केले.' मुखर्जी पुढे म्हणाले, दोन्ही नेत्यांनी मान्य केले की सीमाप्रश्न लवकर सुटला तर त्यामुळे दोन्ही देशांच्या मूलभूत हितसंबंधांना चालना मिळेलच पण त्यामुळे आपल्या सामरिक भागीदारीला आणखी बळ व चैतन्य मिळेल आणि म्हणूनच त्याचा सामरिक उद्दिष्ट म्हणून पाठपुरावा करावा. गतवर्षी एप्रिलमध्ये स्वाक्षऱ्या केलेल्या 'राजकीय परिमाणे आणि मार्गदर्शक तत्त्वां'च्या आधारे सीमाप्रश्नावरील तोडग्याचा आराखडा बनवण्याच्या कामाला गती आणावी, असा त्यांनी विशेष प्रतिनिधींना आदेश दिला.'[६] त्यानंतर काही महिनेच गेले आणि स्वत: मुखर्जींना चीनची या 'तत्त्वांशी' बांधिलकी किती आहे याचा अनुभव आला : मान्य केलेल्या मार्गदर्शक

---

५. जे. मोहन मलिक यांच्या 'द प्रॉलिफरेशन ॲक्सिस : बीजिंग-इस्लामाबाद-प्योंगयँग,' द कोरियन जर्नल ऑफ डिफेन्स ॲनॅलिसिस खंड १५, क्र. १, वसंत, २००३. या व इतर अनेक स्रोतातून.

६. 'भारत-चीन सीमाप्रश्न सोडवण्यासाठी राजकीय मापके आणि मार्गदर्शक तत्त्वे,' हा करार. यावर चिनी पंतप्रधान वेन जियाबाओ यांच्या एप्रिल २००५ च्या भारत भेटीत सह्या झाल्या.

तत्त्वांपैकी एक हे होते की सीमेच्या दोन्ही बाजूला वसलेल्या जनतेच्या वाजवी हितसंबंधांचे रक्षण व्हावे; आमची अशी समजूत करून देण्यात आली होती की अरुणाचल आणि विशेषत: तवांग, आहेत तसेच, म्हणजे भारतातच राहतील याला चीनची मान्यता असल्याचेच हे द्योतक आहे; जून २००७ मध्ये चीनच्या परराष्ट्र मंत्र्यांनी मुखर्जींना सांगितले की, स्थायिक झालेली जनता केवळ तिथे आहे याचा चीनच्या सीमेपलीकडील प्रदेशावर केलेल्या दाव्यावर परिणाम होत नाही! त्यावेळेस किंवा त्यानंतरही मुखर्जी असे म्हणालेले नाहीत की, खरे म्हणजे, चीनने केवळ याच 'तत्त्वा'चा नाही तर 'मार्गदर्शक तत्त्वां'पैकी प्रत्येक तत्त्वाचा *पद्धतशीरपणे* भंग केला आहे.[७]

हु जिंताओ भारतात येणार होते त्याच्या काही दिवस आधीच चीनचे दिल्लीतील

---

७. प्रत्येक तत्त्वाच्या बाबतीतील स्थितीचा सारांश अजय शुक्ला असा मांडतात : *कलम १ :* 'सीमाप्रश्नावरील मतभेदांचा दोन्ही राष्ट्रांच्या एकंदरीत विकासावर परिणाम होऊ देऊ नये. सीमाप्रश्न दोन्ही राष्ट्रे शांतता आणि मैत्रीपूर्ण चर्चा करून सोडवतील. कोणतीही बाजू दुसऱ्यावर बळाचा वापर करणार नाही आणि तसे करण्याची धमकी देणार नाही. सीमाप्रश्नाचा अंतिम तोडगा भारत व चीनमधील चांगले शेजारी अशा आणि मैत्रीपूर्ण संबंधांना चालना देतील. *वस्तुस्थिती :* सीमाप्रश्नावरील मतभेद हेतुपूर्वक नाट्यमय आणि मोठे करण्यात आले असून, त्याचा द्विपक्षीय सर्वांगीण संबंधांच्या विकासावर परिणाम होत आहे. हे आठवा : नोव्हेंबर २००६ मध्ये चीनचे भारतातील राजदूत सन यक्सी जाहीरपणे म्हणाले : 'आमच्या मते अरुणाचल प्रदेश हे पूर्ण राज्य चीनची भूमी आहे आणि तवांग हा त्यातला केवळ एक भाग आहे. आमचा त्या सगळ्यावर दावा आहे.' 'द्विपक्षीय सर्वांगीण संबंधाच्या विकासाला' चालना देण्याची चांगली पद्धत आहे ही! त्याचप्रमाणे उत्तर सिक्कीमच्या 'बोट भागात' तंटा हेतुपूर्वक भांडणाच्या पद्धतीने अचानक निर्माण करण्यात आला आहे. या एका तंट्याचासुद्धा स्फोट होऊन हिंसा होऊ शकते. हा प्रदेश निर्विवाद असल्याचे समजले जात होते, पण आता तिबेटच्या पठारावर असणाऱ्या या महत्त्वाच्या टापूच्या २०१ चौरस किलोमीटर भागावर चीनने दावा केला आहे. चीनची पथके आता मध्यबिंदूपर्यंत घुसत आहेत. हा तंटा उकरून काढून चीन असा संदेश देत आहे की, त्यांच्या मते महत्त्वाच्या असलेल्या या भागावर कब्जा करण्यासाठी दंडेली करायला चीन मागेपुढे पाहणार नाही किंवा त्याचा वाटाघाटीत देवाणघेवाण करण्यासाठी उपयोग करेल...
कलम २ : 'दोन्ही बाजूंनी शांततामय सहजीवनाच्या पाच तत्त्वांनुसार सीमाप्रश्नावर समान पातळीवरून द्विपक्षीय सर्वांगीण संबंधांचा राजकीय दृष्टीतून, चर्चा करून न्याय्य, वाजवी व परस्परांना मान्य होईल असा तोडगा काढावा.' *वस्तुस्थिती :*

राजदूत सन युक्सी यांनी 'अरुणाचल हा चीनचा भाग आहे' असे जाहीर केले. थोड्याच दिवसांनी त्यांनी त्या दाव्याचा चंडीगड येथे पुनरुच्चार केला. नोव्हेंबरमध्येच चीनच्या 'थिंक टँक्स'नी (चायनीज ॲकॅडमी ऑफ सायन्सेसचे इन्स्टिट्यूट ऑफ एशिया पॅसिफिक स्टडीज आणि द चायना इंटरनॅशनल इन्स्टिट्यूट फॉर स्ट्रॅटेजिक स्टडीज) – हे सूत्र उचलले होते. 'अरुणाचल हा भारताने बळजबरीने ताब्यात

तळटीप ७ पुढे चालू

चर्चा द्विपक्षीय संबंधांच्या सर्वांगीण राजकीय दृष्टिकोनातून चाललेली नाही. जणू काही आपलेच आताचे म्हणणे खरे आहे, असे धरून चीन वागत आहे. सिक्कीम हा भारताचा भाग आहे हे मान्य करण्याच्या बदल्यात तिबेट हा चीनचा भाग आहे याला भारताची मान्यता मिळवल्यावर चीनने सिक्कीममधील सीमेबाबत पुन्हा तंटा उपस्थित करणे हे द्विपक्षीय संबंध बिघडवण्यासाठी मुद्दाम टाकलेले पाऊल आहे.
कलम ३ : 'सीमाप्रश्नावर पॅकेज तोडगा काढण्याच्या दृष्टीने दोन्ही बाजूंनी परस्पर आदर व समजूतदारपणाची भूमिका ठेवून सीमाप्रश्नावरील आपापल्या पवित्र्यात परस्परांना मान्य होईल, असा बदल करावा. सीमेवरील तोडग्यात भारत-चीन सीमेच्या सर्व भागांचा समावेश असावा आणि तो अंतिम असावा.' वस्तुस्थिती : आंतरराष्ट्रीय वातावरण आपल्याला अनुकूल झाले आहे या भावनेमुळे चीन हळूहळू पॅकेज तोडगा काढण्याच्या उद्दिष्टापासून दूर गेला आहे. सीमाप्रश्नावरून त्यांच्या पवित्र्यात 'परस्परांना मान्य होईल असा बदल करणे' तर राहिलेच, चीनने त्याचा सीमेवरील दावा आणखी वाढवला आहे. पश्चिम विभागात त्याने जास्तीत जास्त प्रदेशावर ताबा सांगावा असे धोरण ठेवले आहे; तर पूर्व विभागात त्यांनी तवांग मागितला आहे जो भारत देऊ शकत नाही, हे त्यांना माहीत आहे.
कलम ४ : 'परस्परांच्या सामरिक आणि वाजवी हितसंबंधांचा विचार आणि परस्परांची समान सुरक्षा या तत्त्वाचा विचार केला जाईल.' *वस्तुस्थिती :* पाकिस्तानला शस्त्रपुरवठा चालू ठेवणे, भारताला घेरा घालणे, भारत-एसीआन (ASEAN) सहकार्यात अडथळे आणणे, शांघाय सहकार्य संघटनेत त्याला दुय्यम भूमिका राहील असे करणे, सुरक्षा परिषदेवर जागा मिळवण्याचे भारताचे प्रयत्न जाणीवपूर्वक हाणून पाडणे, हे निश्चितच वरील तत्त्वात बसत नाही.
कलम ५ : 'दोन्ही बाजू, इतर बाबींबरोबरच ऐतिहासिक पुरावा, राष्ट्रीय भावना, व्यवहारातील अडचणी, दोन्ही बाजूंच्या वाजवी चिंता, नाजूक भावना आणि सीमेची प्रत्यक्षातील स्थिती यांचा विचार करतील.' *वस्तुस्थिती :* चीन ऐतिहासिक पुराव्याचा अर्थ पूर्णपणे त्याला हवा तसा लावत आहे – जसे तिबेटच्या बाबतीत त्यांनी हट्टाने केले. ते सीमा भागाच्या प्रत्यक्ष स्थिती लक्षात घेत नाहीयेत – जसे अरुणाचलवर दावा सांगताना त्यांनी केले तसे.

(तळटीप पुढील पानावर चालू...)

ठेवलेला चिनी प्रदेश आहे' असे विश्लेषकांनी जाहीर केले. त्यांनी 'चीनचा तवांग प्रदेश', अरुणाचलचा 'दक्षिण तिबेट' असा उल्लेख करून तो ताबडतोब 'तिबेट स्वयंशासित प्रदेशा'च्या नियंत्रणाखाली आणलाच पाहिजे, अशी विधाने केली. हे सर्व रेकॉर्डवर होते. माझ्यासकट अनेक टिप्पणीकारांनी या दाव्यांकडे पुन:पुन्हा लक्ष वेधले होते.

मुखर्जींनी आम्हाला राज्यसभेत सांगितले :

तळटीप ७ मागील पानावरून चालू

कलम ६ : 'सीमा ही स्पष्ट वर्णन करता येईल अशा व सहजपणे ओळखता येईल अशा, दोन्ही बाजूंनी मान्य केलेल्या नैसर्गिक, भौगोलिक वैशिष्ट्यांवर/खुणांवर असावी.' *वस्तुस्थिती :* तवांगवरील दावा 'सहजपणे ओळखता येईल अशा, नैसर्गिक भौगोलिक वैशिष्ट्यांवर' या तत्त्वाचा पूर्णपणे भंग करतो. तो जर आधार असता तर मॅकमहोन रेषा – साधारणपणे जलविभाजक क्षेत्राला (watershed) लागून असलेली – जी चीनने मान्यमारशी केलेल्या करारात स्वीकारली आहे, तीच अरुणाचलची सीमा व्हावी.

कलम ७ : 'सीमा तोडगा काढताना दोन्ही बाजूंनी सीमा भागात वसलेल्या लोकांच्या हितसंबंधांचे रक्षण करावे.' *वस्तुस्थिती :* आपण वर बघितले त्याप्रमाणे चीनने तवांगवर दावा करून या तत्त्वाला फाटा दिला आहे.

कलम ८ : 'अंतिम सीमा समझोत्याच्या चौकटीत सीमेची आखणी करण्याचे काम नकाशा बनवण्याच्या व सर्वेक्षण करण्याच्या आधुनिक पद्धती वापरून आणि संयुक्तपणे सर्वेक्षण करून केले जाईल.' *वस्तुस्थिती :* आखणी करण्याच्या मूलभूत तत्त्वांवर दोन्ही बाजूंमधे एकमत झाल्यानंतरच हे कलम वापरात येते.

कलम ९ : 'सीमाप्रश्नावर अंतिम तोडगा निघेपर्यंतच्या काळात दोन्ही बाजूंनी प्रत्यक्ष नियंत्रणरेषेचे पालन करावे आणि सीमा प्रदेशात शांतता राखण्यासाठी संयुक्तपणे काम करावे. भारत-चीन संयुक्त कार्यकारी गट आणि भारत-चीन राजनैतिक व लष्करी तज्ज्ञ गट हे ७ सप्टेंबर १९९३ व २९ नोव्हेंबर १९९६ च्या कराराखाली – प्रत्यक्ष नियंत्रणरेषा व विश्वासवर्धक उपायांची अंमलबजावणी यांच्यासह – त्यांचे काम करत राहतील.' *वस्तुस्थिती :* चीनची वारंवार होणारी आणि आताही अस्तित्वात असणारी घुसखोरी लक्षात घेता ते 'दोन्ही बाजूंनी प्रत्यक्ष नियंत्रणरेषेचे पालन करावे आणि सीमा प्रदेशात शांतता राखण्यासाठी संयुक्तपणे काम करावे...' या शब्दांचा काय अर्थ करतात ते दिसून येते. बैठकींच्या बाबतीत बोलायचे तर चीन प्रत्यक्ष नियंत्रणरेषेच्या नकाशांचे हस्तांतरण करण्याला सतत नकार देत असल्यामुळे त्या कोणतीही प्रगती न होता होत आहेत.

कलम १० : 'सीमाप्रश्नावरील विशेष दूत हे सीमा तोडग्याची दोघांना मान्य होईल

> चीनच्या राष्ट्राध्यक्षांची भेट तोंडावर आली असताना अरुणाचल प्रदेशाच्या स्थितीबद्दल चीनच्या राजदूतांनी काढलेल्या उद्‌गारांमुळे माननीय सभासदांना वाटत असलेल्या चिंतेची मला जाणीव आहे. आपल्याला हे माहीत आहे की 'अरुणाचल प्रदेश हा भारताचा अविभाज्य भाग आहे' असे म्हणून मी चीनचा दावा स्पष्टपणे फेटाळून लावला. मला हेही नमूद करावेसे वाटते की, आपल्या बीजिंगमधील राजदूताकरवी ही बाब चीन सरकारकडे ताबडतोब उपस्थित करण्यात आली आणि चीनच्या विधानावर आम्हाला वाटणारा खेद व चिंता त्यांना कळवण्यात आली.

पण प्रश्न हा होता : त्याला चीनने काय उत्तर दिले? मी सरकारमध्ये अनेक ठिकाणी विचारत राहिलो. त्यांनी उत्तर दिले नाही!

चीनने लवकरच उत्तर दिले – कृतीने! १०७ सदस्य असलेले आयएएस अधिकाऱ्यांचे एक शिष्टमंडळ अभ्यास दौऱ्यासाठी मे २००७ मध्ये चीनच्या दौऱ्यावर जाणार होते. त्यातील एक अधिकारी अरुणाचलचा होता. चीनने त्याला व्हिसा द्यायला नकार दिला. 'तो चीनच्याच प्रदेशातील असल्यामुळे त्याला व्हिसा का द्यावा?' तो पूर्ण दौरा रद्द करावा लागला. त्यानंतरच्या महिन्यात, आपण नुकतेच बघितले तसे, त्यांनी प्रणव मुखर्जींना सांगितले की तिथे लोकांची वस्ती आहे हे त्यांच्या दाव्याच्या आड येणार नाही – त्यांनी अरुणाचलचा, विशेषत: तवांगचा, विशेष उल्लेख कला. जानेवारी २००८ मध्ये पंतप्रधान मनमोहन सिंग अरुणाचलमधील इतर काही ठिकाणांबरोबर तवांगलासुद्धा भेट देणार होते. चीनने निषेध केला : अरुणाचल हा विवाद्य प्रदेश असल्यामुळे त्यांनी तिथे जाऊ नये, असे त्यांचे म्हणणे होते.

सिक्कीमबाबत घडलेल्या घडलेल्या घटनांच्या बाबतीतसुद्धा तीच कथा आहे. प्रथमपासून असे गृहीत धरण्यात येत होते की, २००३ मधील वाजपेयींच्या चीन भेटीतील चर्चेचा परिणाम म्हणून सिक्कीम हा भारताचा भाग असल्याचे चीनने अंतिमत: मान्य केले होते. त्या बदल्यात भारताने 'तिबेट स्वयंशासित प्रदेश हा

तळटीप ७ पुढे चालू

अशी चौकट ठरवण्याचे उद्दिष्ट डोळ्यांसमोर ठेवून त्यांच्या प्रामाणिक सल्लामसलती चालू ठेवतील. नंतर दोन्ही बाजूंच्या नागरी आणि लष्करी अधिकारी व सर्वेक्षक सीमेच्या आखणीचे काम ही चौकट आधारभूत धरून करतील.' *वस्तुस्थिती :* विशेष प्रतिनिधींची 'सल्लामसलत' ठप्प झाली आहे. 'दोघांना मान्य होईल अशी चौकट ठरवणे' आता अनिश्चित भविष्यकाळात गेले आहे; चीन तर आधीचा 'राजकीय परिणामां'चा टप्पासुद्धा परिणामकारकपणे नाकारत आहे.

चीनच्या भूमीचा भाग आहे' असे म्हणून किंमत चुकती केली होती. त्याबद्दलच्या शंका फेटाळून लावण्यात आल्या होत्या. गेली कित्येक वर्षे आपण जे बोलत आलो आहोत त्याचाच आम्ही पुनरुच्चार केला इतकेच, असे सांगण्यात आले; त्या बदल्यात चीनच्या नकाशांवरून दिसणारा चीनचा सिक्कीमवरील हक्क – नकाशांमध्ये सिक्कीम हा चीनचा भाग दाखवण्यात आला होता – आपण त्यांना सोडायला लावला होता.

चाणाक्ष निरीक्षकांनी त्या वेळीसुद्धा हे निदर्शनाला आणले होते की, खरे म्हणजे, चीनने त्यांच्या नकाशातील स्थितीत बदल केला नव्हता आणि सिक्कीम हा चीन व भारत यांच्यातला ऐतिहासिक प्रश्न असून दोन्ही देशांच्या परस्परसंबंधात जशी सुधारणा होईल तसा तो सुटेल अशी चीनला आशा आहे – स्वत: चीनने भारताच्या निष्कर्षाशी कोणत्याही प्रकारे सहमती दाखवली नव्हती.[८] नोव्हेंबर २००७ मध्ये चिनी सैनिक तुकड्यांनी सिक्कीम-भूतान-तिबेटच्या सीमा जिथे एकत्र येतात तेथील डोका ला येथील भारतीय सेनेच्या दोन चौक्या नष्ट केल्या. नंतर, दोन आठवडेसुद्धा झाले नसतील आणि चीनने उत्तर सिक्कीमच्या बोटाच्या आकाराच्या भागात रस्ता बांधण्यासाठी सामान आणून टाकले. जानेवारी २००८ मध्ये चीन सरकारने भारतीय लष्कराच्या सिक्कीमधील हालचालींबद्दल – नित्याच्या हालचाली – पत्रक प्रसृत करून औपचारिक निषेध नोंदवला. मार्च २००८ मध्ये त्यांनी

---

८. पी. स्टोब्डन, 'इंडियन एक्स्प्रेस'मध्ये ६ ऑक्टोबर २००४. निरीक्षकांनी हे नंतर निदर्शनाला आणले की, या तोडग्याला मान्यता देऊन, खरे म्हणजे, भारत सरकारने आपलाच पवित्रा दुप्पट धोक्यात आणला : इन्स्टिट्यूट ऑफ डिफेन्स स्टडीज ॲन्ड ॲनॅलिसिसच्या अवंती भट्टाचार्य यांनी निदर्शनाला आणले की, '२००३ मध्ये चीनच्या 'तिबेटचा स्वयंशासित प्रदेश हा चिनी भूमीचा भाग आहे' असे म्हणून वाजपेयी सरकार पूर्वीच्या कोणत्याही सरकारच्या पुढे गेले. याचे भारताच्या सुरक्षेच्या दृष्टीने दोन अतिमहत्त्वाचे परिणाम आहेत. एक म्हणजे त्यात तिबेटचा अंतर्भाग (सध्याचे सिचुआन, युन्नान आणि क्विंगहाय प्रांत) तिबेटच्या भौगोलिक प्रदेशातून वगळला गेला आणि तसे करून तिबेटचा अंतर्भाग हा चीनची भूमी असण्याला मान्यता दिल्याप्रमाणे झाले. दुसरे म्हणजे त्यामुळे अरुणाचलवर दावा करण्यासाठी चीनला जास्त रुंद सलग प्रदेश मिळाला. कारण, चीनच्या व्याख्येनुसार अरुणाचल प्रदेश हा बाह्य तिबेटचा, म्हणजेच तिबेटच्या स्वयंशासित प्रदेशाचा भाग आहे, ज्याला ते 'दक्षिणेकडील राज्य' म्हणतात.' – अवंती भट्टाचार्य, 'इंडिया शुड रिव्हिजिट इट्स तिबेट पॉलिसी! आयसीएसए स्ट्रॅटेजिक कॉमेंट्स,' ४ एप्रिल २००८.

बोटाच्या आकाराच्या भागावर मालकीचा औपचारिक दावा केला. जून २००८ मध्ये प्रणव मुखर्जींच्या बीजिंग भेटीत सिक्कीमचा प्रश्न औपचारिकरीत्या चर्चेत आणला – याच भेटीत चीनच्या पंतप्रधानांनी मुखर्जींशी आधी ठरवलेली भेट रद्द केली होती. आणि मुखर्जी चीनमधून निघाल्यावर काही दिवसांतच चीनने त्यांचे सैनिक 'बोट भागात' पुन्हा पाठवले.

गेली तीन वर्षे चीन भारताच्या अंगात टाचण्या टोचत होते त्याचाच हा पुढचा भाग असतो. इंडो-तिबेटन सीमा दलाच्या डायरेक्टर जनरलनी कळवले की, फक्त २००७ मध्ये घुसखोरीच्या १७० घटना घडल्या – त्याही अगदी पश्चिमेला लडाखपासून पूर्वेला अरुणाचलपर्यंत आणि त्यापैकी अनेकदा आपल्या प्रदेशात अगदी खोलवर अशा.

ही घुसखोरी होत असतानाच चीनने भारताला धक्के देण्याचे तंत्रही अवलंबले होते – परराष्ट्र व्यवहार खाते, राष्ट्रीय माहिती केंद्र, राष्ट्रीय सुरक्षा परिषदेचे सचिवालय यांचे नेटवर्क 'हॅक' करणे, बीजिंगमधील भारतीय राजदूताला मध्यरात्रीनंतर बोलावून घेऊन दिल्लीतील तिबेटींना आवरा अशी मागणी करणे.

वरीलपैकी कोणतीही गोष्ट निश्चितच चुकून घडलेली नव्हती. हे सर्व *चीन* करत होता जो कोणतीही गोष्ट गणित केल्याशिवाय करत नाही. गेल्या तीन वर्षांत घुसखोरीचे एक नाही तर ३०० पेक्षा जास्त प्रकार घडले आणि ते सतत तीन वर्षे चालू राहिले. घुसखोरीबरोबरच चीन सतत राजनैतिक धक्केही मारत राहिला, यावरून हे सर्व हेतुपुरस्सर करण्यात येते हे स्पष्ट होते.

भारतात न्यूनगंड निर्माण करणे.

भारत दुर्बल आहे असे *दिसावे* – विशेषत: आशियाई देशांना.

हिमालयातील राष्ट्रांनी आणि आपल्या तिबेटच्या सीमेवर राहणाऱ्या भारतीयांची अशी खातरी पटवण्यासाठी की शक्य असले तरी भारत चीनच्यापुढे काहीही करणार नाही म्हणून आपल्या भविष्याच्या दृष्टीने चीनकडेच बघणे इष्ट होईल.

भारताला असंतुलित ठेवणे.

भारताने सीमातंटा चीनच्या अटींवर सोडवावा यासाठी भारतावर दबाव आणणे.

चीन ज्या आक्रमक मुसंड्या मारत आहे त्यांनी वरील सर्व उद्दिष्टे साध्य होणार आहेत.

आणि आपल्या सरकारची प्रतिक्रिया काय राहिली आहे?

एक म्हणजे, शक्यतो, माहिती लोकांपर्यंत पोहोचू नये असा आटोकाट प्रयत्न करणे, कोणी अधिकारी त्याबद्दल बोलू लागला तर त्याला गप्प बसवणे.

दुसरे म्हणजे जर माहिती फुटलीच तर घडलेली घटना गंभीर नव्हतीच असे दाखवणे, घुसखोरी घडली म्हणून 'घाबरून जाण्याचे कारण नाही' असे सरकार

म्हणणार; 'अशा घटना होत असतात. तो भूप्रदेशच असा आहे की वाट चुकणे साहजिक आहे.' मग *आपले* जवान कसे कधीच वाट चुकून चिनी प्रदेशात जात नाहीत? 'नाही, नाही आपल्या राजदूताला मध्यरात्री बोलावून घेतले याचा इतका बाऊ करू नका' : एक वरिष्ठ अधिकारी मला म्हणाले. तसेच खास कारण होते म्हणून त्यांना तातडीने बोलावून घेतले; इतरांनासुद्धा अशावेळी असे बोलावतात.

तिसरे म्हणजे खलिते पाठवत राहायचे. 'चीनच्या अरुणाचलमधील घुसखोरीबद्दल सरकार काय करत आहे?' भारताच्या संरक्षणमंत्र्यांना नुकतेच विचारण्यात आले. 'जेव्हा कधी एखादी समस्या निर्माण होते तेव्हा ती योग्य मार्गाने उपस्थित केली जाते आणि ती पद्धत चालू आहे,' ते म्हणाले. या उत्तराचा आणखी एक प्रकारही आहे आपली 'निराशा आणि चिंता' व्यक्त करत राहणे – उदाहरणार्थ 'अरुणाचल हा चीनचा भाग आहे' या चीनच्या दाव्यावर प्रतिक्रिया म्हणून सरकारने काय केले ते प्रणव मुखर्जींनी, राज्यसभेच्या सदस्यांना दिलेल्या निवेदनात म्हटले तसे : 'ती गोष्ट बीजिंग येथील आपल्या राजदूतामार्फत चीन सरकारपुढे ताबडतोब उपस्थित करण्यात आली आणि त्या विधानाबद्दलची आपली निराशा व चिंता स्पष्टपणे व्यक्त करण्यात आली' जसे आपण पुढे जाऊ तसे हे 'उपाय', हे 'प्रतिक्रिये'चे मार्ग; समस्या 'योग्य चॅनेल'मधून उपस्थित करणे, आपली 'निराशा आणि चिंता' कळवणे हे शब्द लक्षात ठेवा.

सरकारच्या प्रतिक्रियेचा चौथा प्रकार हा या समजुतीवर आधारित असावा की त्या अजगरापुढे आपण नम्रपणा दाखवला तर तो आपल्याला गिळणार नाही. संरक्षण मंत्रालयाच्या वार्षिक अहवालांमध्ये चीनच्या लष्करी शक्तीत कशी वृद्धी होत आहे आणि भारतावर त्याचा कसा व कोणता परिणाम होऊ शकतो याचे, सारांशरूपाने का होईना, पण थोडेसे वर्णन असे. २००७ च्या अहवालात हा विषय पूर्णपणे गाळूनच टाकण्यात आला आणि चीन हा सर्वांसाठी चांगला आणि मैत्रीपूर्ण शेजारी कसा आहे याचे वर्णन केले गेले! दलाई लामा जिथे हजर असतील अशा समारंभांना सरकारी अधिकाऱ्यांना उपस्थित राहायला बंदी करण्यात आली. भारत सरकारच्या भेकडपणामुळे बांगलादेशी लेखिका तस्लिमा नसरीन कशी भारताबाहेर गेली, या अनुभवावरून परराष्ट्र व्यवहारमंत्र्यांनी दलाई लामांना, जणू काही ते दुसरी तस्लिमा नसरीन असल्याप्रमाणे 'राजकीय' म्हणता येईल असे काहीही करू नका, असे सांगितले. या धोरणाचा नीचतम बिंदू म्हणजे सरकारने ज्या भित्रेपणे ऑलिम्पिक टॉर्चच्या मिरवणुकीची बाब हाताळली तो होय. जेमतेम एक किलोमीटर लांबीचा असणारा मिरवणुकीचा मार्ग जवळ-जवळ *वीस हजार जवान* तैनात करून सील करण्यात आला; संसदसुद्धा रस्त्यापासून सील करण्यात आली; मेट्रो बंद करण्यात आली... पण अशी विशिष्ट उदाहरणे कशाला बघा? या पुस्तकाच्या मुख्य पृष्ठाकडे

जरा नजर टाका. त्यावर दिसणारी मुद्रा हीच सरकारची कोणत्याही चिनी गोष्टीला प्रतिक्रिया असते.

हे चीनच्या लक्षात येत नाही, असं तुम्हाला वाटतं? त्यांचे कारवाईचे निर्णय घेताना ते हा भित्रेपणा विचारात घेत नसतील? ऑलिम्पिक मशाल प्रकरण हाताळण्यात आपल्या सरकारने निर्लज्जपणे दाखवलेल्या लाचारी आणि भित्रेपणाच्या प्रसंगांनंतर थोड्याच दिवसांनी मी इथेच दिल्लीला इंटरनॅशनल इन्स्टिटयूट फॉर स्ट्रॅटेजिक स्टडीज यांनी आयोजलेल्या एका परिषदेत भाषण देण्यासाठी गेलो होतो. अमेरिकेचा एक प्रमुख सुरक्षातज्ज्ञ आणि भारत-अमेरिका आण्विक कराराच्या प्रमुख शिल्पकारांपैकी एक असा उपस्थित होता. तो नुकताच बीजिंगहून आला होता. 'तुम्ही अमेरिकनांनी भारतीयांकडून शिकलं पाहिजे,' त्याची थट्टा करत त्याला चिनी म्हणाले – कारण तो आता अमेरिकन असला तरी मूळचा भारतीय होता; 'भारतीयांकडून शिकायचे? काय शिकायचे?' असे त्याने त्यांना विचारल्याचे तो म्हणाला. 'ते किती योग्य प्रकारे अदबशीर असतात. तुम्ही अमेरिकनांनी त्यांच्यापासून शिकायला हवे.'

आणि तरीही या सगळ्यामागे एक सूत्र आहे. किंबहुना, आपल्या चीनविषयीच्या धोरणाचे सातत्य हे एक वैशिष्ट्य राहिले आहे! १९६२ मध्ये आपल्याला जी थप्पड बसली तिच्या कारणांचा आपण जेव्हा विचार करतो, तेव्हा चीनच्या धारिष्ट्याला आपली प्रतिक्रिया म्हणजे टाळाटाळ करण्याची वृत्ती, 'आशा हेच धोरण', आपली 'निराशा आणि चिंता योग्य चॅनेलमधून' कळवणे हे दिसून येते.

आपण स्वतःची फसवणूक केली असण्याची शक्यता आहे

तिबेटी जनतेला उद्देशून लिहिलेल्या पत्रांमध्ये आणि अधिकाऱ्यांना लिहिलेल्या टिपणांमध्ये, अगदी १९४९ पर्यंत पंडित नेहरू 'तिबेट सरकार', 'आपले दोन्ही देश' असा उल्लेख करतात. भारत स्वतंत्र झाल्यावर थोड्याच काळात त्यांनी बोलावलेल्या आशियाई संबंध परिषदेला तिबेटच्या सरकारला त्यांचे प्रतिनिधी पाठवण्याचे आमंत्रण देण्यात आले आणि त्याप्रमाणे त्यांनी प्रतिनिधी पाठवले. जानेवारी १९४९ मध्ये तिबेटमधून एक शिष्टमंडळ आहे. पंडितजी त्या शिष्टमंडळाला भेटले. त्यांनी त्यांना तिबेटच्या विकासात मदत करण्याचे आश्वासन दिले. ग्रामीण आणि कुटिरोद्योगांतील तसेच खनिज विकासातील तज्ज्ञ पाठवण्याचे आश्वासन दिले. ते तज्ज्ञ 'तिबेट सरकारच्या निर्देशाखाली काम करतील' असेही त्यांनी शिष्टमंडळाला सांगितले.[१]

के. एम. पणिक्कर हे नानकिंग येथील राष्ट्रवादी सरकारकडे भारताचे राजदूत होते. भारतासाठी तिबेटचे सामरिक महत्त्व आणि तिबटचे स्वयंशासन चालू राहणे भारताच्या दृष्टीने किती महत्त्वाचे आहे याबद्दल ते दिल्लीला इशारे देत राहिले.

कम्युनिस्टांनी सत्ता हस्तगत केली. नव्या सरकारला मान्यता देण्याची खातरी करण्यात पंडितजी पाहिले होते. त्यांनी ब्रिटनसारख्या इतर राष्ट्रांनीसुद्धा त्वरेने मान्यता द्यावी, असे सुचवले. खरे म्हणजे भारताच्या स्वातंत्र्यलढ्याला पाठिंबा दिला चँग कै-शेक यांनी. त्यांच्याबरोबर आणि त्यांच्या सहकाऱ्यांबरोबरच भारतीय नेत्यांचे

---

१. 'सिलेक्टेड वर्क्स ऑफ जवाहरलाल नेहरू', (SWJN) दुसरी मालिका, खंड ८, जवाहरलाल मेमोरिअल फंड, नवी दिल्ली, पृ. ४७०-७२, पृ. ४७१ वर. या विषयावर आता विपुल साहित्य उपलब्ध आहे. आपल्या कॉलेजांमध्ये आणि अशा संस्थांमधे जिथे आपल्या धोरण ठरवणारांना, विशेषत: परदेश सेवा व संरक्षण सेवा यांतील लोकांना, त्याचे वाचन सक्तीचे केले पाहिजे.

मैत्रीपूर्ण संबंध होते. पण कम्युनिस्टांनी सत्ता हातात घेतल्याबरोबर त्यांचे आपल्याबद्दल आणि म्हणून भारताबद्दल अनुकूल मत असेल, असा पंडितजींना विश्वास वाटला. '...तिसरे म्हणजे, त्यांनी आपल्याशी शत्रुत्व करू नये यासाठी त्यांचे मन वळवता येऊ शकेल,' असे ते ५ डिसेंबर १९४४ ला परराष्ट्र सचिवांना लिहिलेल्या एका नोटमध्ये लिहितात. 'आपण जे वैद्यकीय शिष्टमंडळ पाठवले होते त्यामुळे कम्युनिस्ट चीनच्या नेत्यांकडे माझे थोडे वजन आहे. मी पूर्वी माओ त्से-तुंग आणि इतर नेत्यांशी पत्रव्यवहार केलेला आहे. त्या सगळ्याचासुद्धा कदाचित उपयोग होईल...'[२] पणिक्करांना आता कम्युनिस्ट सरकारकडे राजदूत म्हणून नेमण्यात आले.

सत्ता काबीज केल्याच्या दिवसापासूनच चिनी कम्युनिस्टांनी आम्ही तिबेट 'मुक्त' करणार असे जाहीर केले. इतिहास घडताना बघण्यात पणिक्कर व्यस्त होते. वरील घोषणांना, आणि त्या अमलात आणल्या तर त्याचा भारतावर काय परिणाम होईल, याला ते महत्त्व देत नाहीत. पंडितजी नव्या सरकारची भलामण करण्याचे काम ताबडतोब सुरू करतात. त्यांनी ब्रिटिश, अमेरिकन आणि इतरही ज्या कोणाशी संपर्क साधणे शक्य आहे अशा सर्व सरकारांना राष्ट्रवादी चीनने संयुक्त राष्ट्रसंघातील जागा सोडायला भाग पाडावे – याचाच अर्थ हा की संयुक्त राष्ट्रसंघ आणि सुरक्षा परिषद या दोन्हींमधील जागा कम्युनिस्ट सरकारला द्याव्यात, अशी शिफारस केली.

आपण तिबेट 'मुक्त' करणार, अशी चीनने घोषणा करून सहा महिने होऊन गेल्यावरसुद्धा तिबेटवर आक्रमण होण्याची शक्यता नाही, असेच पंडितजींचे मत होते. ९ जुलै १९४९ ला पंडितजी परराष्ट्र व्यवहार मंत्रालयाच्या प्रधान सचिवांना लिहितात :

> चीनच्या संदर्भात तिबेटचे अंतिम भवितव्य काहीही असो, तिबेटमधील कोणत्याही संभाव्य बदलापासून भारताला कोणताही लष्करी धोका पोहोचण्याची शक्यता नाही असे मला वाटते. हे भौगोलिकदृष्ट्या फार कठीण आहे आणि प्रत्यक्षात ते साहस मूर्खपणाचे ठरेल. जर भारतावर प्रभाव पाडायचा असेल किंवा दबाव आणायचा असेल तर त्यासाठी तिबेट हा मार्ग नाही.

म्हणून त्यांनी खालील कार्यवाहीचा आदेश दिला.

> आपल्या संरक्षण मंत्रालयाला किंवा त्याच्या कोणत्याही विभागाला सध्या भारत-तिबेट सीमेवरील संभाव्य लष्करी परिणामांचा विचार करण्याची गरज आहे, असे मला वाटत नाही. तसे घडणे नजीकच्या काळात शक्य

---

[२] SWJN, खंड ८, पृष्ठ ४१६

नाही आणि कदाचित ते कधीच घडणार नाही. त्याच्यावर आताच विचार करण्याने आपण भारतात जो समतोल प्रस्थापित करण्याचा प्रयत्न करत आहोत, त्यात व्यत्यय येईल. ते गुप्तही राहणार नाही आणि ते दुर्दैवी ठरेल.[३]

लवकरच, तिबेटवर आक्रमण करण्यासाठी चीन सैन्य एकवटत आहे, अशा बातम्या येऊ लागतात. १० सप्टेंबर १९४९ ला पंडितजी अर्थमंत्री जॉन मथाई यांना लिहितात : चीन तिबेटवर कदाचित वर्षभरात हल्ला करेल. तिबेटची जनता त्याचा प्रतिकार करू शकणार नाही. बरेच लोक आक्रमण करणाऱ्या चिन्यांनाच जाऊन मिळतील. त्यामुळे चीन भारताच्या सीमेवर येऊन पोहोचेल. त्यामुळे आपण सीमेवर रस्ते बांधणे आवश्यक आहे. खर्च कमी करण्यासाठी या कार्यक्रमाला कात्री लावू नका. पुढे ते म्हणतात, '*आपल्याकडे थोडा वेळ आहे, त्यामुळे आपण सावकाश कारवाई केली तरी चालेल.*'[४]

पण ल्हासामध्ये धार्मिक विधी, शिष्टाचार व इतर गोष्टींमध्ये व्यस्त असूनसुद्धा बाल दलाई लामाच्या भोवतीचे कारभारी चिंतित होतात. सत्ता घेतल्या क्षणापासून कम्युनिस्ट 'आम्ही तिबेट मुक्त करणार' असे जाहीर करणे सुरू करतात. हल्ला करण्यासाठी चिनी सैन्याची जमवाजमव चालू असल्याच्या बातम्या येतात. तिबेट सरकारचे शिष्टमंडळ पंडितजींना भेटण्यासाठी येऊन वाट पाहते. पण पंडितजी, ज्याला ते 'जास्त मोठ्या समस्या' म्हणतात, त्या हाताळण्यात व्यग्र असतात; येऊ घातलेल्या संकटांपासून जगाला वाचवण्यात ते गुंतलेले असतात. आता ते आणि पणिक्कर भारतात आणि नव्या चीनमध्ये घडणाऱ्या घटनांच्या प्रवाहात वाहत जातात. कम्युनिस्ट चीनला संयुक्त राष्ट्रसंघात प्रवेश देण्याचा प्रश्न पंडितजी आणखी जोमाने लावून धरतात. त्याचा ते संयुक्त राष्ट्रसंघात, कॉमनवेल्थमध्ये, सर्वत्र पाठपुरावा करतात.

ऑगस्टच्या पहिल्या आठवड्यापासून चिनी सेनेच्या तुकड्या तिबेटच्या दिशेने जात असल्याच्या बातम्या हाँगकाँगहून येऊ लागतात. २ सप्टेंबर १९५० ला पंडितजी पणिक्करांना लिहितात, 'परराष्ट्र धोरणाविषयी मी संसदेत करत असलेल्या भाषणांच्या प्रती तुम्हाला मिळाल्या असतीलच. एकंदरीतपणे बघता मी बहुतेक सर्वांवर प्रभाव पाडला. अर्थात, ज्यांना काहीही समजत नाही असेही काही जण असतात. आणि ते या ना त्या बड्या राष्ट्राची बाजू घेतात.'

---

३. SWJN, खंड १२, पृष्ठ ४१०-११
४. SWJN, खंड १३, पृष्ठ २६०

'तिबेट आणि फोर्मोसाबद्दलच्या चीनच्या भावना आपण समजू शकतो' असे ते म्हणतात, 'पण मला असे निश्चित वाटते की *त्यांनी थोडा धीर धरावा आणि चीनचा आक्रमक आणि विस्तारवादी हेतू आहे, असे म्हणायची शत्रूला संधी देऊ नये,* हेच चीनच्या व जगाच्या दृष्टीने भल्याचे होईल. एकंदरीत बघता, मतप्रवाह चीनच्या बाजूने वळत आहे आणि त्याला संयुक्त राष्ट्रसंघात प्रवेश मिळण्याची शक्यता वाढली आहे. अशावेळी आक्रमणासारखी कृती केली – मग ती 'कितीही न्याय्य' असो – तर अडचण येईल. *काळ खूपच चीनच्या बाजूने आहे आणि या वस्तुस्थितीचा त्यांनी फायदा का घेऊ नये?'*[५]

अनेक महिने थांबल्यानंतरच तिबेटच्या शिष्टमंडळाला ८ सप्टेंबर १९५० ला त्यांची भेट मिळाली. त्यांनी पेकिंगला जाऊन त्यांचे स्वयंशासन अबाधित राहील, याबद्दल चीनकडून ग्वाही मिळवण्याचा प्रयत्न करावा, असा सल्ला पंडितजींनी त्यांना दिला. भारत चीनला 'मैत्रीपूर्ण सल्ला' देणे एवढेच काम करू शकेल आणि 'तिबेटची समस्या शांततापूर्ण मार्गाने सोडवावी, असे चीनला आधीच सांगितलेले आहे.' आता, हेच विधान त्यांनी पणिक्करांना चीनला जो सल्ला कळवायला सांगितला ('आणखी थोडा काळ दम धरा') त्याच्याबरोबर ठेवा!

तिबेट शिष्टमंडळाने त्यांना अशी विनंती केली की, चर्चा भारतात व्हावी असे तरी चीनला सांगा, कारण ती चीनमध्ये झाली तर ते चिनी कम्युनिस्टांपुढे दबून जातील. पंडितजी म्हणाले : 'नाही, तसे आम्ही करू शकत नाही. त्याचा अर्थ चीन आणि तिबेटपेक्षाही भारताची भूमिका जास्त मोठी आहे असा होईल.' 'शांततामय तोडग्यासाठी आम्ही तिबेटला राजनैतिक आधार देऊ शकू,' ते म्हणाले – कोणत्या प्रकारचा 'राजनैतिक आधार' ते प्रत्यक्षात द्यायला तयार आहेत ते लवकरच स्पष्ट होते – 'पण आक्रमण झाले तर आम्ही कोणतीही मदत देऊ शकणार नाही. दुसरा कोणता देशही देऊ शकणार नाही,' 'युद्ध आणि शांतीपूर्ण तोडगा यातील काय हवे ते तिबेटींनी ठरवायचे आहे, पण तसे करताना त्या गोष्टीचे काय परिणाम होतील हे स्पष्ट असायला हवे.' तिबेटी प्रतिनिधी निराश झाले.[६]

तिबेटवर आक्रमण अतिशय असंभव आहे, असे पेकिंगहून पणिक्कर आणि दिल्लीला पंडितजी म्हणत राहतात. त्यांच्या मते चीनला संयुक्त राष्ट्रसंघात देण्यास विरोध करणाऱ्यांना आयतेच कारण मिळेल, असे काहीही चीन करणार नाही. युद्धाचा बागुलबुवा उभा करून नव्या चीनची प्रतिमा डागाळण्यासाठी आटोकाट प्रयत्न करणाऱ्यांच्या हाती कोलीत द्यायला त्यांना आवडणार नाही.

---

५. SWJN, खंड १४ (१), पृष्ठ ४३२-३३
६. SWJN, खंड १५ (१), पृष्ठ ४३४-३६

सल्ला – कोणाच्या हिताचा

७ ऑक्टोबर १९५० च्या सुमारास ४०,००० चिनी सैनिक पूर्व तिबेटवर हल्ला करतात. ते राजधानी चामडो घेतात. हजारो तिबेटींची कत्तल केली जाते – तिबेटी सूत्रे मृतांची संख्या ४००० पेक्षा जास्त देतात. १९ ऑक्टोबर १९५० ला पंडितजी पणिक्करना केबल पाठवून चिनी राज्यकर्त्यांना आपला सल्ला कळवतात. ते म्हणतात : तिबेटच्या चीनबरोबरच्या नात्याबद्दल चिनी आणि तिबेटच्या दाव्यांच्या योग्य-अयोग्यतेबद्दल आम्हाला काहीही म्हणायचे नाही; पण 'तिबेटवर आक्रमण केले तर त्याचा चीनच्या संयुक्त राष्ट्रासंबंधीच्या स्थितीवर गंभीर परिणाम होईल हे आम्हाला स्पष्ट दिसते. त्यामुळे चीनच्या शत्रूंचे हात बळकट होतील आणि चीनला त्या बाबतीत पाठिंबा देणाऱ्यांचे हात कमजोर होतील.'

जगाच्या मताला चीन त्यांच्याइतकेच महत्त्व देते असे गृहीत धरणे ही त्यांची केवढी मोठी चूक होती!

आणि चीनला तिबेट हवे तेव्हा घेता आले असते. आणि जे तुम्ही केव्हाही घेऊ शकता त्यासाठी तुमची जगातील प्रतिष्ठा का मलिन करा?

> तिबेटमध्ये सहज मिळणारे यश, *जे नंतर कधीही मिळवता आले असते,* ते आंतरराष्ट्रीय क्षेत्रात होणाऱ्या नुकसानीच्या तोलाचे नाही.

आणि त्यांचा बचावात्मक पवित्रा बघा :

> आम्ही पूर्वी स्पष्ट केल्याप्रमाणे याबाबतीत आमचा कोणताही अंतस्थ हेतू नाही. आमचा मुख्य उद्देश जागतिक शांतता राखणे आणि तणाव नाहीसा करणे, जेणेकरून सर्व समस्यांवर जास्त सामान्य वातावरणात विचार करता येईल, हा आहे. कोरियातील नुकत्याच घडलेल्या घटनांमुळे चीनची बाजू मजबूत झालेली नाही आणि तिबेटमध्ये आक्रमक कृती केल्याने ती आणखी कमकुवत होईल.

त्यांनी आमचा संयम बघावा : 'गोवा आणि पाँडिचेरी आमच्याकडे आले पाहिजेत आणि लष्कराचा वापर करून ते आम्हाला सहज ताब्यात घेता येतील,' ते पणिक्करना सांगतात. 'पण आम्ही विशाल दृष्टिकोन ठेवून तसे करणे जाणीवपूर्वक टाळले आहे.' आणि त्यामुळे त्यांचा संभ्रम :

> आंतरराष्ट्रीय स्थिती इतकी नाजूक असताना आणि वाटाघाटींच्या माध्यमातून प्रश्नाची सोडवणूक करण्याच्या प्रयत्नामुळे थोडा विलंब झाला तरी काही

> बिघडणार नाही. असे असताना, तिबेटमध्ये तातडीने लष्करी कृती करण्याचे कारण आम्ही समजू शकत नाही.

आलेले वृत्तान्त निश्चित नाहीत असे ते (पंडितजी) म्हणतात. पण 'चिनी फौजांनी आमच्या नकाशानुसार जी तिबेटची भूमी आहे, तिच्यात प्रवेश केला आहे असे वृत्त असले तरी, ल्हासातून आलेल्या वृत्तानुसार चामडो अजून चीनच्या हाता पडलेले नाही.' आपले विचार चीनला स्पष्ट करावेत, असे ते म्हणतात. आणि त्याच्यामागची त्यांच्या मनातली कारणे बघा :

> आमच्या मते काय बरोबर आहे आणि काय चूक आहे हे चीन सरकारला मैत्रीपूर्ण प्रकारे सांगण्याचा कसोशीने प्रयत्न केल्याशिवाय आमच्या जागतिक धोरणाला धक्का लागू देणे आपल्याला परवडणारे नाही. हे जागतिक धोरण, शांततेचे रक्षण करणे, चीन-भारत तसेच चीन आणि इतर देश व संयुक्त राष्ट्रसंघ यांच्यात मित्रत्वाचे संबंध असण्यावर आधारित आहे.[७]

चीनचे राज्यकर्ते 'आपल्या जागतिक धोरणा'ची पर्वा करतील? जगात शांतता ठेवण्याची जबाबदारी फक्त आपल्याच डोक्यावर आहे का? चीन व इतर राष्ट्रे आणि संयुक्त राष्ट्रसंघ यांच्यात चांगले संबंध असावेत, याची इतकी चिंता आपल्याला वाटायला हवी होती का? आणि हे लक्षात घ्या की ज्यांना त्यांनी 'राजनैतिक पाठिंबा' देऊ असे आश्वासन दिले होते, त्यांचा या सगळ्या चर्चेत उल्लेखही नाही.

एक आठवडासुद्धा झाला नाही तोच २५ ऑक्टोबर १९५० रोजी पंडितजी पणिक्करना आणखी एक लांबचलक खलिता पाठवतात. ते पणिक्करना सांगतात की, चीन व भारत यांच्यात मैत्री आणि सहकार्यपूर्ण संबंध निर्माण करणे ही अतिशय महत्त्वाची गरज आहे. यावर आशियाचे 'आणि काही प्रमाणात जगाच्या इतर भागांचे' भविष्य अवलंबून आहे... 'तुमचे अहवाल आणि पत्रे यांचा आम्हाला खूप उपयोग झाला आहे आणि *मला वाटते की, आपण जे केले त्याने काही प्रमाणात जागतिक धोरणावरही परिणाम झाला आहे असे म्हणता येईल. भारताने प्रयत्न केले नसते तर जागतिक युद्ध जवळ आले असते, असे म्हणायला हरकत नसावी.'*

पणिक्कर असे संदेश पाठवत होते की, अमेरिकन सेनेने ३८वे अक्षांश ओलांडले तर चीनबरोबर युद्धाला तोंड लागेल. हे अंदाज आपण ब्रिटन व अमेरिकेच्या सरकारला कळवले, असे पंडितजी पणिक्करना सांगतात. ते (ब्रिटन व अमेरिका) म्हणाले

---

७. SWJN, खंड १५ (१), पृष्ठ ४३६-३७

की, चीन थापा मारत आहे. आपण सांगितले की ते (चीन) खूप गंभीर असल्याचे दिसते. अमेरिकन सेनेने ३८ अक्षांश ओलांडले. चीनने त्यांच्या धमकीप्रमाणे काहीही केले नाही. पंडितजी म्हणतात, 'आणि आम्ही म्हणत होतो त्याप्रमाणे चीन नुसतेच थापा मारत आहे हे खरे निघाले हे कळवण्यात इंग्लंड व अमेरिकेला आनंद झाला.'

'त्या वेळी चीनने हस्तक्षेप केला नाही हे बरे झाले. नाही तर कोरियन युद्धाने मोठे स्वरूप धारण केले असते,' असे पंडितजी म्हणतात. पण ते पुढे म्हणतात :

> तरी मला हे मान्य करायला हवे की, या प्रकरणामुळे चीनची प्रतिष्ठा काही प्रमाणात कमी झाली आहे आणि चीन पोकळ धमक्या देतो असे लोकांना वाटू लागले आहे. ही चांगली गोष्ट नाही; पुन्हा असा प्रसंग निर्माण झाला तर त्यांच्या इशाऱ्याला लोक महत्त्व देणार नाहीत.

याहून आणखी काळजी करणारा कोणी असू शकेल? चीनच्या नव्या सत्ताधाऱ्यांची उद्दिष्टे काय असावीत याबद्दल पंडितजींनी जे गृहीत धरले होते ते बघता आणि ती कशी साध्य करावीत याबद्दल त्यांनी दिलेला मैत्रीपूर्ण व निरपेक्ष सल्ला लक्षात घेता पंडितजींच्या मनातील गोंधळ वाढत अनाकलनाच्या स्थितीला येतो.

> चीनचे तिबेटबद्दलचे धोरण पुन्हा मला अनाकलनीय होत आहे. तिबेटच्या प्रश्नावरील चीनच्या भावना मला माहीत आहेत... तरीही नजीकच्या काळात लष्करी कारवाई सुरू केली तर *त्यामुळे चीनच्या हितसंबंधांना बराच धोका पोहोचेल हे मला स्पष्ट दिसते. तिबेट पादाक्रांत करणे चीनला सोपे आहे. तिबेट त्यांना केव्हाही घेता येईल. अशा बलवान स्थितीत असताना लष्करी कारवाई करण्याची फार गरज नसावी.* आजच्या जगाच्या पार्श्वभूमीवर अशी कोणत्याही प्रकारची कृती चीनविरुद्ध *दूषित मत* निर्माण करेल. त्यामुळे त्यांना संयुक्त राष्ट्रसंघात आणण्याच्या आमच्या प्रयत्नाला खीळ बसेल. त्यांच्या शत्रूंच्या हातात कोलीत दिल्यासारखे होईल आणि कोरिया व फोर्मोसावर परिणाम होईल. मोठा संघर्ष करण्याचे जर चीनचे उद्दिष्ट असेल तर अर्थात काही फरक पडणार नाही; पण सन्मानपूर्वक शांतता जतन करणे हे त्यांचे उद्दिष्ट असेल तर त्याला महत्त्व आहे. चीन आंतरराष्ट्रीय मताला फार महत्त्व देत नाही, अशा म्हणण्याला अर्थ नाही. कोणत्याही देशाला, तो कितीही महान किंवा मोठा असो, असे करणे परवडणार नाही.

चीनने, परदेशी व्यक्ती तिबेटमध्ये कारस्थान करत असल्याबद्दल त्यांची नेहमीची पत्रके काढणे चालू ठेवले. खरे म्हणजे त्या काळात, एखादा वायरलेस ऑपरेटर आणि दोन-तीन सामान्य लोक सोडले तर तिबेटमध्ये परदेशी लोकच नव्हते. चीनने असाही आरोप केला की नेपाळ – जिथे तेव्हा भयंकर अंतर्गत उलथापालथ चालू होती – तिबेटमध्ये लष्करी हस्तक्षेप करण्याची योजना आखत आहे. ब्रिटन व अमेरिका नेपाळमध्ये कारस्थान रचत आहेत, या आरोपाला 'प्रत्यक्षात काहीच आधार नाही' असे पंडितजी पणिक्करना सांगतात. नेपाळबद्दलचा आरोप तर 'त्याहून हास्यास्पद आहे' – नेपाळ सरकार अंतर्गत बंडाळीमध्ये गुंतलेले आहे.

चीनच्या बाजूने पंडितजी इतका खटाटोप करत असूनसुद्धा त्यांनी चीनच्या तिबेटबद्दलच्या योजनेविषयी जरा शंका व्यक्त केल्याबरोबर, ते देत असलेला 'मैत्रीपूर्ण आणि निरपेक्ष' सल्ला ते ब्रिटिश व अमेरिकन साम्राज्यवाद्यांच्या चिथावणीमुळे देत आहेत, अशी चीनने त्यांची निर्भर्त्सना केली!

पंडितजींना ही गोष्ट फार लागली :

> चीन सरकारचा भारतावर विश्वास नसेल आणि आम्ही पाश्चिमात्य शक्तींबरोबर त्यांच्याविरुद्ध कारस्थान करत आहोत, असे त्यांना वाटत असेल तर मला वाटले होते तितके ते हुशार नाहीत, असे मी म्हणेन.

पण ते उलटे नसू शकेल? पंडितजींना कसे हाताळावे हे त्यांनी बरोबर ओळखले होते असे नसेल? उदारमतवादी पंडितजींवर, दुसऱ्यांचे आपल्याबद्दल काय मत आहे याला महत्त्व देणाऱ्या पंडितजींवर एखादा आरोप केला की पंडितजी त्यांची शाबासकी मिळवण्यासाठी आणखी जोरात प्रयत्न करतील. 'गेल्या काही महिन्यांतील आमच्या चीनविषयक धोरणाचा पाया चीनबरोबर मैत्रीचे संबंध ठेवणे हा आहे,' पंडितजी सांगतात, 'आणि त्या धोरणावरून आमचे इतर देशांशी वादही झाले.' पण त्यांच्या डोळ्यांपुढे जागतिक शांततेसारखे त्याहून मोठे प्रश्न असतात. आणि अर्थात चीनच्या हिताबद्दल ते म्हणतात : 'चीनला आपण एकटे पडलो आहोत असे वाटून युद्ध करणे हाच एक मार्ग असल्याबद्दल खातरी वाटून त्यांनी युद्धसदृश कृत्ये करण्याचा धोका आहे. कोणत्याही महान राष्ट्रासाठी ही फार मोठी जोखीम असते.' 'उत्तर कोरिया नष्ट झाला आहे,' चीनच्या हिताच्या आणि प्रतिष्ठेच्या दृष्टीने सर्वांत इष्ट काय आहे, या दृष्टिकोनातून पंडितजी पुढे लिहितात, 'आणि अशा स्थितीत त्यांना (उ. कोरियाला) थेट मदत करणे किंवा फोर्मोसावर आक्रमण करणे हे लष्करी किंवा राजकीयदृष्ट्या अतिशय वेडेपणाचे ठरेल...'

त्यांचे हे सामरिक मूल्यमापन किती बरोबर होते ते त्याच महिन्यात दिसते : ऑक्टोबरच्या दुसऱ्या पंधरवड्यात चिनी सैनिक कोरियात प्रवेश करू लागतात.

‘असे करणे अतिशय वेडेपणाचे ठरेल...’ असे पंडितजींनी म्हटल्यानंतर बरोबर एक महिन्याने – २६ नोव्हेंबरला – चिनी सैन्याच्या प्रचंड लोंढ्यांनी कोरियात प्रवेश केला. १६ डिसेंबरपर्यंत अमेरिकन सैन्य ३८ व्या अक्षांशापर्यंत परतले. गोठलेल्या डोंगरातून खुरडत जात ते अखेरीस हंगनानला पोहोचले आणि तिथे त्यांची अमेरिकन बोटींनी सुटका केली. पण आपण पुन्हा पंडितजींच्या पत्रव्यवहाराकडे वळू या.

अखेरीस पंडितजी त्यांचे विचार तिबेटकडे वळवतात : ‘तिबेटच्या बाबतीत आमचे धोरण हे आहे की पहिली गोष्ट म्हणजे आमची तिबेटबरोबरची सीमा, म्हणजे मॅकमहोन रेषा, ही आहे तशी राहिली पाहिजे. या मुद्द्यावर वाद निर्माण होऊ नये.’ भविष्यातील तिबेटविषयी, ‘जसा काळ जाईल तसा तिबेट नक्कीच चीनच्या जवळ जाणार’ – त्यांनी वापरलेले शब्द लक्षात घ्या. ‘लष्करी आक्रमण केले तर असे एकीकरण होणार नाही आणि इतर राष्ट्रांच्या प्रतिक्रिया अतिशय प्रतिकूल असतील.’

ते पणिक्करांना चीनला असे आश्वासन द्यायला सांगतात की, ‘तिबेट असो नाही तर इतर कुठे असो, आमची कृती फक्त राजनैतिकच राहील.’ ‘आपल्या धोरणाविषयी आपल्याला अपराधी वाटण्याचे काहीच कारण नाही,’ ते म्हणतात. ‘आपण चीनसाठी जे काही केले आहे त्यामुळे आपल्याला चीनशी निर्भीडपणे बोलण्याचा हक्क प्राप्त झाला आहे. त्यामुळे संधी मिळेल तेव्हा आपला दृष्टिकोन पूर्णपणे चिनी सरकारपुढे मांडावा. त्यांचे मत वेगळे झाले तर होऊ दे, पण आपण आपले धोरण स्पष्ट केले नाही, असे कोणी म्हणू नये.’

अमेरिका त्यांचा (पंडितजींचा) ‘आशियाचा महान नेता’ असा गौरव करत आहेत, असे ते पणिक्करना सांगतात. पण चीन आणि कोरियाच्या बाबतीत त्यांनी जे स्वतंत्र धोरण अनुसरले आहे, त्यामुळे अमेरिकेला त्यांची नालस्ती करायची आहे. अर्थात, त्यांच्या मूल्यमापनाप्रमाणे, अशा फालतू गोष्टींचा त्यांच्यावर परिणाम होत नाही :

> या सगळ्याचा अर्थातच आपल्या धोरणावर थोडासुद्धा परिणाम होत नाही. त्याने त्याला (धोरणाला) पुष्टीच मिळते आणि अमेरिकेच्या आडाख्यांची अपरिपक्वता आणि त्यातील स्थैर्याचा अभाव हेच दिसून येते. उरलेल्या जगात आपल्या धोरणांवर प्रतिक्रिया काय आहेत याची तुम्हाला कल्पना यावी, म्हणून मी हे तुम्हाला लिहीत आहे. तुमच्या अनिष्ट प्रभावामुळे मी माओला ‘वश’ झालो आहे असा समज आहे. पणिक्कर घाबरट आहे असे म्हणतात. महान देशांचा कारभार लहान माणसांच्या हातात कसा असतो, याचे मला आश्चर्य वाटते.[८]

---

८. SWJN, खंड १५ (१), पृष्ठ ४३८-४४३

हे पत्र २५ ऑक्टोबर १९५० ला पाठवले. त्या बाजूने पणिक्कर यांनी एक केबल पाठवली : चीनला मोठ्या युद्धाची शक्यता दिसते आणि त्यासाठी त्यांची तयारी चालू आहे. पंडितजी नाराज होतात : चीन यात का पडत आहे? पंडितजींनी पुन:पुन्हा सल्ला देऊनसुद्धा, इतक्या साध्या गोष्टी त्यांच्या लक्षात कशा येत नाही आहेत? 'काहीही झाले – अगदी जागतिक युद्धसुद्धा – तरी तिबेटच्या सीमेवरून चीनच्या सुरक्षेला धोका होईल असे कोणीही हुशार माणूस कसे समजू शकतो, हे आम्हाला समजायला कठीण जात आहे,' पंडितजी राजदूताला सांगतात. नेपाळच्या कारस्थानांचा उल्लेखसुद्धा 'तितकाच विचित्र आहे.' 'आम्ही त्यांच्यासाठी एवढे बोललो, एवढे केले तरीसुद्धा जर चीन सरकार आमच्यावर विश्वास ठेवत नसेल तर पुढे आम्हाला काही बोलायचे नाही. आमच्या मते आम्हाला लागून असलेल्या तिबेटच्या सीमेवरून चीनच्या सुरक्षेला धोका असण्याची भीती पूर्णपणे निराधार आहे. आणि ती, आमच्या मते, लष्करी कारवाईचे कारण होऊ शकत नाही. तसेच, अगदी जागतिक युद्ध जरी झाले तरी तिबेटविरुद्ध अशी लष्करी कारवाई करण्यापासून चीनला कसा लाभ होईल, ते आम्ही समजू शकत नाही.'[९]

ती केबल २५ ऑक्टोबर १९५० ला पाठवली. दुसऱ्या दिवशी सकाळी, २६ ऑक्टोबर १९५० ला वर्तमानपत्रांमध्ये चीनचे अधिकृत पत्रक प्रसिद्ध झाले : चीनच्या सेनेला तिबेटमध्ये जाऊन तिबेट 'मुक्त' करण्याची आज्ञा देण्यात आली आहे! पंडितजी पणिक्करना केबल पाठवतात, 'या घटनेमुळे आम्हाला तीव्र खेद झाला असून आम्ही तिची कठोर निर्भर्त्सना करतो...' ते पुढे पणिक्करना सुनावतात, 'या अधिकृत घोषणेबद्दलसुद्धा तुमच्याकडून काहीच समजलेले नाही!'

आणि ते त्यांना चाऊ एन-लाय यांच्या हातात एक पत्र द्यायला सांगतात. 'भारत सरकार या निर्णयावर तीव्र खेद व्यक्त करीत आहे,' ते चाऊला सांगतात. 'हे अतिशय आश्चर्यकारक व खेदजनक आहे.' 'तिबेटचे शिष्टमंडळ आदल्या दिवशीच पेकिंगला रवाना झाले आहे. त्यांच्या निघण्याला झालेला विलंब कोणत्याही परकीय राष्ट्राच्या प्रभावामुळे नव्हता...' 'निर्भर्त्सनीय... तीव्र खेद...' हा निर्णय चीनच्या हिताचा नाही असे ते चीनच्या पंतप्रधानांना कळवतात. *'पुन:पुन्हा मैत्रीपूर्ण व निरपेक्षपणे सल्ला देऊनसुद्धा* चीन सरकारने तिबेटबरोबरच्या संबंधांच्या प्रश्नाची उकल धिम्या परंतु टिकाऊ अशा शांततापूर्ण मार्गाने करण्याऐवजी बळाचा वापर करून करायचे ठरवले ही दुर्दैवी गोष्ट आहे.'[१०] पंडितजींच्या 'मैत्रीपूर्ण आणि निरपेक्ष सल्ला' देण्याबाबत चाऊ आणि त्यांच्या सहकाऱ्यांना काय वाटते ते लवकरच पुढे

---

९. SWJN, खंड १५ (१), पृष्ठ ४४४

१०. SWJN, खंड १५ (२), पृष्ठ ३३१-३२

दिसेल. आणि बळाचा वापर करून चीनची सत्ता मिळवल्यावर अतिशय तीव्र अशा हिंसेवर विश्वास असलेल्या त्यांना 'शांततामय मार्ग' वापरल्यास जास्त टिकाऊ तोडगे निघतात असे वाटेल?

धबक्याचे गांभीर्य कमी करणे

दुसऱ्या दिवशी पंडितजी पणिक्करांची कानउघडणी करतात. चीनचे सैन्य तिबेटमध्ये पुढे जात असल्याबद्दल तुमच्याकडून काहीच कळले नाही. चीन सरकारची अधिकृत घोषणा आम्हाला ब्रिटिश सरकारकडून मिळावी हे लाजिरवाणे झाले. 'तुम्ही चीनला दिलेले निवेदन सपक आणि अपराधी असल्याप्रमाणे होते.' असे पंडितजी पणिक्करना सांगतात. 'आमचा दृष्टिकोन कळवला नाही असे दिसते.' 'चीन सरकारच्या कृतीमुळे आपल्या तिबेटमधील हितसंबंधांना आणि आपल्या तिबेटला दिलेल्या वचनांना बाधा पोहोचली आहे...' असे ते म्हणतात – येणाऱ्या काही महिन्यांतच या हितसंबंध आणि वचनांचे महत्त्व पंडितजी कसे कमी करतात ते वाचाल तेव्हा हे शब्द आठवा. शिवाय या कृतीमुळे 'जागतिक शांततेसाठी चीनला मान्यता मिळवण्याच्या आमच्या सतत चाललेल्या प्रयत्नांना गंभीर धक्का बसला आहे.'[११]

पण उघडपणे 'चीनच्या निर्णयाबद्दल भारताला तीव्र खेद होत आहे,' असे म्हणतानाच पंडितजी चीनच्या आक्रमणाचे गांभीर्य कमी करतात. चीनने केले ते पूर्ण आणि खरेखुरे आक्रमण होते, पण ते रॉयटर्सला २९ ऑक्टोबर १९५० ला जे सांगतात त्यावरून असे वाटावे की चीनला पूर्व तिबेटमध्ये दिल्या गेलेल्या काही भागावरील हक्क ते बजावीत आहेत एवढेच. त्या आक्रमणाचे होणारे संभाव्य परिणाम – तिबेटवरीलसुद्धा – कमी दाखवण्याचा ते प्रयत्न करतात. ते म्हणतात, तिबेटचा भूप्रदेशच असा आहे की, त्यानेच तिबेटचे स्वयंशासन सुरक्षित राहील :

> ल्हासा तिबेटमध्ये खूप पूर्वेला आहे आणि चीनने तिबेटची ही राजधानी जरी व्यापली तरी देशाच्या पश्चिम भागातील परिस्थितीवर त्याचा किती गंभीर परिणाम होईल, याबद्दल मला शंका आहे.

अगदी सौम्य भाषेत म्हणजे हा निष्कर्ष विचित्र म्हणावा लागेल. आम्ही संपूर्ण तिबेट 'मुक्त' करणार असे चीनने जाहीर केले आहे : ते ल्हासाला का थांबतील? आणि 'किती गंभीर परिणाम होईल' याचा अर्थ काय?

पण पंडितजी आणखी पुढे जातात. चीनला दोषमुक्त करण्यासाठी ते कारणे

---

११. SWJN, खंड १५ (२), पृष्ठ ३३२-३३

देतात. अमेरिका त्यांच्या सरकारच्या वाइटावर आहे, ही चीनची भीती योग्य असो वा अयोग्य असेल, पण ती खरी आहे. शिवाय चीनला जगाबद्दलची माहिती स्वतंत्रपणे मिळत नाही. त्यांना मिळणारी बहुतेक माहिती रशियामार्फत येते. त्यामुळे इंग्लंड-अमेरिकेच्या तिबेटमधील 'कारस्थानां'च्या सोव्हिएतने लावलेल्या अर्थावरून ते कारवाई करायला प्रवृत्त झाले असतील.[१२]

त्यानंतर दोन दिवसांनी ते आय. एफ. स्टोन यांना मुलाखत देतात. 'तिबेटला सशस्त्र मदत पाठवण्याची भारताची क्षमताही नाही आणि इच्छाही नाही...' असे ते सांगतात. पण ते दुखावले गेले आहेत. आणि का? *'भारताने पेकिंगबरोबर दाखवलेल्या राजनैतिक मैत्रीची परतफेड योग्य प्रकारे झाली नाही.'* चीनच्या तिबेटवरील स्वामित्व (Suzerainty) बद्दल आम्ही वाद उपस्थित करत नाही आहोत, पण चीनच्या तिबेटवरील हक्काइतकेच तिबेटचे स्वयंशासनही बंधनकारक आहे, असे ते म्हणतात. 'लष्कर पाठवणे हा स्वयंशासन राखण्याचा आणि समझोता करण्याचा अनिष्ट मार्ग आहे.' 'इतर कोणत्याही गोष्टीपेक्षा मन जास्त विचलित करणारी गोष्ट' म्हणजे पेकिंगने तिबेटबरोबरील मतभेद वाटाघाटी करून शांततेने सोडवण्याचे कबूल केले होते.[१३]

एखादा वाद वाटाघाटी करून शांततेने सोडवण्याचे वचन दिल्यावरसुद्धा तसे करण्याऐवजी लष्कर पाठवणे ही चाल आपल्या स्वत:च्या सीमांच्या बाबतीत जेव्हा वाद उभा राहिला तेव्हा पंडितजींच्या मनात राहायला नको होती?

'चीनने जाणूनबुजून आपल्याला फसवले असे म्हणणे कठीण आहे... आपणच स्वत:ची फसवणूक केली असेल...'

भारतात सर्वत्र सर्व जनता व नेते चीनच्या अतिक्रमणामुळे प्रक्षुब्ध होते. याचा येणाऱ्या काळात भारताच्या दृष्टीने काय परिणाम होईल याबद्दल सर्वांच्या मनात गंभीर चिंता निर्माण होते.

---

१२. प्रत्यक्षात असे दिसते की, खरे म्हणजे, पणिक्करांनी त्यांना सांगितले होते की चीनला जरी सोव्हिएत पाठिंब्याची खातरी होती तरी त्यांनी 'अमेरिकेबाबतचे धोरण जास्त प्रतिकूल करण्याला सोव्हिएतने उत्तेजन दिले याला पुरावा नाही... चीनचे आशियाविषयीचे परराष्ट्र धोरण हे रशियाच्या इच्छेच्या जवळपास असू शकेल पण ते त्यांच्या स्वत:च्या राष्ट्रीय हितसंबंधावरच आधारित होते.'
SWJN, खंड १५ (२), पृष्ठ ३३३-३४ आणि संपादकाची टीप SWJN, खंड १५ (१), पृष्ठ ४४०

१३. SWJN, खंड १५ (२), पृष्ठ ३३५-३६

राजाजी पंडितजींना पत्र लिहून तिबेटवरील आक्रमणाबद्दल चिंता व्यक्त करतात. चीनने दिलेला शब्द मोडला आहे, याकडे ते लक्ष वेधतात. ल्हासामधील भारताचे हक्क आणि भारताचे धोरण काय राहिले आहे याबद्दल लिहून या घटनेच्या भारतावर होणाऱ्या परिणामांबद्दल चिंता व्यक्त करतात. पंडितजींचा प्रतिसाद त्यांच्या नेहमीच्या पद्धतीचा आहे. त्यात त्यांचे अनेक स्वभावविशेष दिसून येतात, ज्याची त्यांना आणि देशाला भविष्यात फार मोठी किंमत मोजावी लागणार आहे.

ते राजाजींना सांगतात की, त्यांनी जुनी कागदपत्रे पाहिली आहेत – तिबेटबद्दलच्या तारा आणि इतर कागद. 'कायद्याच्या दृष्टिकोनातून तिबेटविषयीचे आपले धोरण कमजोर वाटते. *चीन सरकारने कोणत्याही वेळी आपल्याला जाणुनबुजून फसवले असे म्हणणे मला नैतिकदृष्ट्या कठीण वाटते. आपणच आपल्याला फसवले असण्याची शक्यता आहे आणि त्यांनी जी कृती केली ती चूक होती, असे मला वाटते.*' आक्रमणाला थोपवण्यासाठी काही करता न आल्यावर किंवा तशी इच्छा नसल्यावर उदारमतवादी (पंडितजी) आक्रमकाच्या बाजूने बोलू लागतात. हे 'नैतिकदृष्ट्या' आणि 'कायद्याच्या दृष्टिकोनातून' त्यांनी शेवटच्या काही दिवसांत पणिक्करांना ज्या तारा पाठवल्या त्यांच्याशी सुसंगत वाटते?

'गेले वर्षभर ते तिबेटला, *चिनी मातृभूमीचा भाग म्हणून मुक्त करण्याची* भाषा बोलत आहेत,' पंडितजी राजाजींना आठवण करून देतात. पण निश्चितच मुद्दा तोच आहे, 'ते वर्षभर आम्ही तिबेटवर आक्रमण करणारच' असे जाहीरपणे सांगत असताना पंडितजी काय करत होते? 'या वर्षीच्या १५ जुलैपासून याबद्दल बरेच बोलले जात आहे आणि चीनच्या तिबेटसीमेवर सैन्याच्या हालचालीबद्दलसुद्धा आम्हाला कळवण्यात आले होते. ऑगस्टच्या सुरुवातीला *तिबेट मुक्त करण्याची जबाबदारी दिलेल्या* सदर्न कमांडच्या प्रमुखाने काढलेल्या जाहीरनाम्याचा तपशील चीन सरकारने जाहीर केला. पीपल्स लिबरेशन आर्मी लवकरच तिबेटकडे कूच करेल, असे या जाहीरनाम्यात म्हटले होते.'

साहजिकच असा प्रश्न उपस्थित होतो की, 'ही सगळी माहिती तुमच्याकडे येत होती तर तुम्ही काय केले?' पंडितजी त्यांनी पेकिंगला पाठवलेल्या केबल आणि त्यांनी दिलेल्या सल्ल्याबद्दल सांगतात! 'आम्ही लष्करी उपाय योजणार नाही, असे चीनचे सरकार आम्हाला कधीही म्हणाले नव्हते,' असे चीनने आपला शब्द मोडला या आरोपाला उत्तर देताना पंडितजी म्हणतात. 'चीन सरकारने फार चुकीचे पाऊल उचलले आहे, पण त्यांनी फसवले असा आरोप कसा करता येईल ते मला समजत नाही. त्यांचा पवित्रा अगदी सुरुवातीपासूनच स्पष्ट होता.'

पंडितजी चीनला जितका दोषमुक्त करण्याचा प्रयत्न करतात तितकाच चीन जे

वारंवार इशारे देत होते ते त्यांनी गंभीरपणे का घेतले नाहीत, असा प्रश्न उपस्थित करतात.

पण पंडितजींचे अजून संपलेले नाही. चीनच्या कारवाईची कारणे ते देऊ लागतात. 'आपल्याला हेही लक्षात ठेवले पाहिजे की चीनचे सरकार व जनता सतत अमेरिकेच्या हल्ल्याच्या भीतीखाली होती. ती भीती समर्थनीय नसेल पण ती पूर्णपणे निराधार नाही.' आपण आपल्याला चीनच्या जागी समजलो आणि अमेरिकेतील प्रमुख व्यक्ती चीनवर हल्ला करा असे म्हणताना बघितले; चँग के शेक त्याच्या 'बलाढ्य सेनेबरोबर जवळच तळ ठोकून बसला आहे' हे बघितले; तर कदाचित आपल्याला 'चिनी सरकार आणि जनतेच्या भावना आणि काळजी यांची कल्पना येईल.'

'अर्थात, या सगळ्यामुळे तिबेटविरुद्धच्या लष्करी कारवाईचे समर्थन होऊ शकत नाही,' ते त्यांच्या पद्धतीनुसार पुढे म्हणतात, 'पण त्यांनी अनेक गोष्टींचा उलगडा होतो.' ते राजाजींना सांगतात : 'चीनचे सरकार पुढे काय होणार आहे या भीतीच्या सीमेवर का पोहोचले आहे त्याची कारणे लक्षात घेतली पाहिजेत आणि भीतीमुळे चुकीच्या कृती घडतात' – वेड लागले असे म्हणायचे? अगदी स्वत: चीनलासुद्धा हे सुचले नसते.१४

घटना भराभर घडू लागतात. पंडितजी भोके बुजवण्याचा प्रयत्न करतात. तिबेटी लोक त्यांना विनंती करतात की, जे घडले आहे त्याबद्दल भारताने संयुक्त राष्ट्रसंघात ठराव आणावा. ते 'नाही' म्हणतात. आम्ही असे करणारच नाही. जर दुसऱ्या कोणी ठराव आणलाच तर ही समस्या वाटाघाटीच्या माध्यमातून शांततेने सोडवावी, या भूमिकेतून आम्ही त्याला पाठिंबा देऊ.

पश्चिम बंगालचे मुख्यमंत्री बी. सी. रॉय सीमेवरील घडामोडींबाबत वृत्तपत्रात आलेल्या बातम्या पाठवतात. या बातम्या अतिरंजित आहेत, असे पंडितजी त्यांना १५ नोव्हेंबर १९५० ला लिहितात. 'पण हे खरे की चीनसारख्या महाशक्तीने आपल्या सीमेकडे येण्याने मोठा फरक पडतो आणि आपल्याला त्यानुसार व्यवस्था करायला हवी. खरे म्हणजे आम्ही या गोष्टीवर आपल्या सुरक्षा संबंधित लोकांबरोबर काळजीपूर्वक विचार करत आहोत.' बी. सी. रॉय हेरखात्याचा एक अहवाल पाठवीत पुन्हा लिहितात. 'मी यापूर्वी तुम्हाला कळवल्याप्रमाणे आम्ही या गोष्टीवर पूर्ण विचार करत आहोत. त्यासंदर्भात तुमचा अहवाल विचारात घेतला जाईल,' असे पंडितजी म्हणतात. ते मुद्दा मान्य करून त्याचे खंडन करतात. 'आपण आपल्या सीमेवर बारीक लक्ष ठेवणे आवश्यक आहे आणि संभाव्य घटनांपासून ती

---

१४. SWJN, खंड १५ (२), पृष्ठ ३३६-३८

सुरक्षित ठेवली पाहिजे,' आणि पुढे : 'पण मला असे दिसते की आपल्या अधिकाऱ्यांमध्ये खूप उत्तेजित होण्याची वृत्ती आहे आणि त्यांना सर्व प्रकारचे धोके, काही खरे तर काही काल्पनिक, दिसू लागतात.'[१५]

यानंतर आपण या दुःखद मालिकेतील सर्वांत महत्त्वाच्या कागदपत्रांपैकी एक बघणार आहोत. के. एम. मुन्शी तिबेटमधील घटनांवर झालेली एक मंत्रिमंडळ बैठक आठवतात. 'जवाहरलाल नेहरूंनी आतापर्यंत जे काही केले होते त्याला आम्ही सर्वांनी नाइलाजाने मान्यता दिली,' ते लिहितात, 'फक्त एक-दोन जणांनी थोडी टीका करण्याचा क्षीण प्रयत्न केला. त्यापैकी न. वि. गाडगीळ हे एक होते; त्यांना हे उत्तर दिले गेले : 'मध्ये हिमालय आहे हे तुमच्या लक्षात नाही का?' मी घाबरत बोलण्याचे धाडस केले की 'सातव्या शतकात तिबेटी लोकांनी हिमालय ओलांडला आणि कनौजवर आक्रमण केले होते.'[१६] मुन्शी नमूद करतात की त्या मंत्रिमंडळ बैठकीनंतर काही दिवसांनी सरदार पटेल यांनी पंडितजींना एक सविस्तर पत्र लिहिले.

ते भारताच्या आधुनिक इतिहासातले एक सर्वांत महत्त्वाचे आणि भविष्यवाणी वदणारे असे पत्र आहे. पुढील काही वर्षांत काय घडणार आहे याचे अगदी अचूक आणि विस्तृत वर्णन सरदार करतात. आता कोणती पावले उचलणे गरजेचे आहे, ते लिहून ते सुचवतात की, पुढील कार्यवाही ठरवण्यासाठी एक विशेष बैठक बोलवावी. ते पत्र उद्धृत केल्यावर मुन्शी लिहितात : 'माझ्या माहितीप्रमाणे सरदारांनी सुचवलेली बैठक झाली नाही... टिप्पणी करण्याची गरज नसावी,'[१७] ती बैठक कधीच झाली नाही. एवढेच नव्हे, तर पंडितजींनी सरदारांच्या पत्राला उत्तरच दिले नाही.

सरदारांचा इशारा

सरदार पटेल लिहितात की, त्यांनी परराष्ट्र व्यवहार खाते व आपले राजदूत आणि त्यांच्यामार्फत चीन सरकार यांच्यातील पत्रव्यवहार काळजीपूर्वक वाचला.'तो मी शक्य तेवढा आपले राजदूत आणि चीन सरकार यांच्या बाजूने वाचण्याचा प्रयत्न केला. पण मला म्हणायला खेद होतो की या अभ्यासातून दोघेही असमाधानकारक

---

१५. SWJN, खंड १५ (२), पृष्ठ ३४१-४२

१६. के. एम. मुन्शी, पिलग्रिमेज टु फ्रीडम; भारतीय विद्या भवन, मुंबई, १९६७, खंड १ पृ. १७५

१७. १६ प्रमाणेच. पृष्ठ १८१

वाटतात. एका बाजूला हल्ल्यासाठी सैन्याची जमवाजमव करत असतानाच 'चीनने आपल्या राजदूतांच्या मनात तिबेटचा प्रश्न शांततापूर्ण मार्गाने सोडवला जाईल असा खोटा विश्वास निर्माण केला.' 'चीनची अखेरची कृती हा माझ्या मते जवळ-जवळ विश्वासघातच आहे.' सरदार पटेल म्हणतात, 'यातील दुःखाचा भाग हा की तिबेटींनी आपल्यावर विश्वास टाकला. त्यांनी आपल्या मार्गदर्शनाप्रमाणे जायचे ठरवले आणि आपण त्यांना चिनी राजनीती किंवा चिनी दुष्टपणा यांच्या जाळ्यातून सोडवू शकलो नाही.'

'आपल्या राजदूतांनी चीनचे धोरण व कृती यांचे स्पष्टीकरण आणि समर्थन करण्याचा प्रयत्न केला,' सरदार लिहितात, 'आपल्यातर्फे चीन सरकारला दिलेल्या एक किंवा दोन निवेदनांमध्ये ठामपणाचा अभाव होता आणि अनावश्यक दिलगिरी होती.'

चीनच्या आक्रमणाच्या आपल्या राजदूताने दिलेल्या कारणांचा उल्लेख करून – जी कारणे, आपण बघितल्याप्रमाणे, पंडितजी स्वतःच पुनःपुन्हा पुढे करत होते – सरदार पटेल म्हणतात, 'तिबेटविषयी इंग्लंड-अमेरिकेचे तथाकथित कारस्थान असण्यावर कोणीही सुबुद्ध माणूस विश्वास ठेवणार नाही.' आणि यावरून ते एक विदारक निष्कर्ष काढतात : 'म्हणून, चीनने जर यावर विश्वास ठेवला असेल तर *आपण अँग्लो-अमेरिकन कूटनीती किंवा सामरिक नीतीमधील एक प्यादे आहेत, असे त्यांना वाटून त्यांचा आपल्यावरील विश्वास पूर्णपणे उडाला असणार.'* आणि त्यावरून पुढचा निष्कर्ष : 'तुमचा चीनबरोबर थेट संपर्क असूनसुद्धा त्यांना खरोखरीच असे वाटले असेल तर त्याचा अर्थ *आपण आपल्याला चीनचे मित्र समजत असलो तरी चीन आपल्याला मित्र मानत नसणार.'* 'जे आपल्याबरोबर नाहीत ते आपले शत्रू' अशी कम्युनिस्टांची विचारसरणी असल्यामुळे हा महत्त्वाचा निष्कर्ष असून त्याची आपण दखल घेतली पाहिजे.

सरदार म्हणतात की, आधीच्या काही महिन्यांमध्ये 'रशियन गटाच्या बाहेरील असे आपणच एकटे चीनला संयुक्त राष्ट्रसंघात प्रवेश देण्याच्या मुद्द्यावर आणि फोर्मोसाच्या बाबतीत अमेरिकेने आश्वासन देण्याच्या मुद्द्यावर, आटापिटा करीत आहोत. आणि असे असूनसुद्धा चीनला आपल्या निरपेक्षपणाबद्दल खातरी पटलेली नाही, त्यांच्या मनात आपल्याविषयी संशयच आहे...' आणि हे, 'आपला मैत्रीपूर्ण सल्ला कळवण्यासाठी अगदी योग्य असे' आपले राजदूत पेकिंगमध्ये असून. त्यांची शेवटची केबल तर असभ्यच होती आणि आता 'आपला रोख परकीय प्रभावावरून ठरतो असा बेताल आरोप?' *असे वाटते की हे कोणी मित्र बोलत नसून ही संभाव्य शत्रूची भाषा आहे.*

या आक्रमणामुळे चीन 'जवळ-जवळ आपल्या दारात आला आहे,' असे

सरदार म्हणतात. आणि याचे अनेक परिणाम होऊ शकतात. एक म्हणजे चीन लावत असलेला 'स्वामित्वा'चा अर्थ आपल्या मनातील अर्थापेक्षा वेगळा आहे. 'त्यामुळे तिबेटने आपल्याबरोबर पूर्वी केलेल्या समझोत्यांच्या अटी *अमान्य असल्याचे ते लवकरच म्हणू लागतील, असे आपण गृहीत धरायला हरकत नाही. त्यामुळे गेल्या अर्धशतकात आपण तिबेटबरोबर झालेल्या सीमाविषयक आणि व्यापारी विविध समझोत्यांप्रमाणे जे वागत आहोत ते समझोतेच मोडीत निघतील.'* चीन आता बलवान आणि एकसंध झाला असल्यामुळे हे विशेष धोक्याचे आहे.

दुसरे म्हणजे, सीमेजवळील आपल्या प्रदेशातील लोक हे वांशिक आणि सांस्कृतिकदृष्ट्या तिबेटी आणि मंगोलियातील लोकांसारखेच आहेत. तिसरी गोष्ट ही की (आपल्या सीमा प्रदेशात) रस्ते व संपर्कव्यवस्था निष्कृष्ट आहे आणि अनेक भागात शासनाची उपस्थिती नावालाच आहे. शिवाय, 'सलग संरक्षणरेषा अस्तित्वात नसल्यामुळे माणसे व शस्त्रास्त्रे चोरून येण्याला अमर्याद वाव आहे.'

> शेवटी, आणि हेही पंडितजींना लागले असणार, अलीकडचा कटू इतिहास आपल्याला सांगतो की, कम्युनिझम ही साम्राज्यवादाच्या विरुद्ध ढाल नाही. आणि कम्युनिस्ट हे साम्राज्यवाद्यांइतकेच चांगले किंवा वाईट आहेत. याबाबतीतील चीनच्या आकांक्षा केवळ हिमालयाच्या आपल्या बाजूच्या उतारापुरत्याच मर्यादित नसून त्यात आसाममधील महत्त्वाच्या भागांचाही समावेश आहे.[१८] ब्रह्मदेशाच्या बाबतीतसुद्धा त्यांच्या आकांक्षा आहेत...

खरे म्हणजे सरदार दाखवून देतात की -

> चीनने इतिहासाच्या आधारे भूमीवर हक्क सांगणे आणि कम्युनिस्ट साम्राज्यवाद हे पाश्चिमात्य राष्ट्रांच्या विस्तारवाद किंवा साम्राज्यवादापेक्षा वेगळे आहेत. *पहिल्या प्रकाराला तत्त्वज्ञानाचा बुरखा असतो, त्यामुळे तो दसपट धोकादायक असतो. तात्त्विक विस्तारवादाच्या मुखवट्यामागे वांशिक, राष्ट्रीय आणि ऐतिहासिक दावे (claims) असतात.* उत्तरेकडील आणि उत्तर-पूर्वेकडून असणारा धोका कम्युनिस्ट व साम्राज्यवादी असा दुहेरी झाला आहे.

आणि अशा प्रकारे अनेक शतकांनंतर प्रथमच भारताचे संरक्षण दोन आघाड्यांवर करावे लागत आहे. पश्चिमेला आणि उत्तरेला पाकिस्तान, उत्तर-पूर्वेला '*कम्युनिस्ट*

---

१८. त्या वेळी उत्तर-पूर्वेत आसाम आणि NEFA (नॉर्थ ईस्ट फ्रन्टियर एजन्सी) हे दोनच विभाग होते.

चीन, ज्याच्या निश्चित आकांक्षा व उद्दिष्टे आहेत आणि ज्याच्या मनात आपल्याबद्दल कोणत्याही प्रकारची मित्रत्वाची भावना दिसत नाही असा.'

सरदार पटेल पुढे बंगाल, सिक्कीम, भूतान, नेपाळ, नागा टेकड्या, आसामचे विस्तीर्ण भाग यांच्याबद्दल लिहितात आणि म्हणतात, 'मला खातरी आहे की चीन आणि त्यांच्या स्फूर्तीचा स्रोत असलेला सोव्हिएत रशिया, काहीअंशी त्यांच्या ध्येयवादाला बळकटी आणण्यासाठी आणि काही अंशी त्यांच्या महत्त्वाकांक्षांची पूर्तता करण्यासाठी, या कमजोर भागांचा फायदा उठवण्याची संधी सोडणार नाहीत.'

थोडक्यात म्हणजे, 'अशा परिस्थितीत, लोकांना या नव्या धोक्याची जाणीव करून देणे किंवा त्यांना संरक्षणाच्या दृष्टीने बलवान करणे हे खरोखर फार कठीण काम आहे. ती अडचण केवळ सावध खंबीरपणा, बळ आणि स्पष्ट धोरण यांच्याच साहाय्याने दूर होऊ शकेल... म्हणून, माझ्या मते परिस्थिती अशी आहे की, आपल्याला संतुष्ट किंवा डळमळीत राहणे परवडणारे नाही. आपल्याला काय साध्य करायचे आहे आणि ते साध्य करण्यासाठी आपण कोणत्या मार्गाचा अवलंब करावा याबद्दलचे आपले विचार स्पष्ट असायला हवेत. कोणत्याही प्रकारे डगमगणे किंवा आपली उद्दिष्टे ठरवण्यात व ती साध्य करण्याच्या धोरणात जर अनिश्चितता असेल तर त्याचा परिणाम आपण कमजोर होण्यात आणि उघड दिसत असलेले धोके वाढवण्यात होईल.'

पुढे सरदार पटेल कोणती पावले उचलणे गरजेचे आहे, त्याची यादीच देतात : चीनच्या धोक्याचे लष्करी आणि हेरखात्याने केलेले विश्लेषण; आपली लष्करी क्षमता आणि सेनादले कशी तैनात केली आहेत त्याचे चित्र; आपल्या संरक्षणासंबंधीच्या गरजांचे दीर्घकालीन मूल्यमापन; संयुक्त राष्ट्रसंघात चीनची बाजू मांडत बसण्याच्या आपल्या धोरणाचे पुनर्मूल्यमापन; हिमालयातील संपूर्ण सीमेवर प्रशासन, पहारा, रस्ते आणि संपर्क सुधारण्याचे उपाय; ब्रह्मदेशाशी जास्त जवळचे संबंध प्रस्थापित करणे... या सर्व गोष्टींवर विचार करण्यासाठी लवकरच बैठक बोलवावी, असेही ते सुचवतात.

ती बैठक होतच नाही. पंडितजी सरदारांच्या पत्राला साधे उत्तरसुद्धा पाठवत नाहीत. त्यानंतर जेमतेम एक महिना गेला असेल एवढ्यात सरदार पटेलांचे निधन होते.

धोरण निश्चित होते

सरदारांच्या विस्तृत पत्राला पंडितजी उत्तर देत नाहीत. त्याऐवजी ते १८ नोव्हेंबर १९५० ला परराष्ट्र व्यवहार मंत्रालयाच्या अधिकाऱ्यांना एक दीर्घ नोट पाठवतात. त्यात ते तिबेट व चीनबाबत सरकार कोणते धोरण ठेवणार आहे ते विषद करतात.

या नोटच्या आधी चीनबरोबर दोन संदेशांची देवाणघेवाण झालेली असते. 'सिलेक्टेड वर्क्स'च्या संपादकाने नमूद केल्याप्रमाणे भारत सरकारने १ नोव्हेंबर १९५० ला एक नोट पाठवली होती. तिच्यात म्हटले होते की, ल्हासामधील भारतीय प्रतिनिधी, ग्यान्त्से व यातुंग येथील व्यापारी एजन्सी तसेच पी अ‍ॅन्ड टी अधिकारी आणि व्यापारी मार्गावरील लष्करी एस्कॉर्ट हे (पूर्वीप्रमाणे) काम चालू ठेवतील. चीनने १६ नोव्हेंबरला उत्तर दिले. चीनने म्हटले की भारताला चीनचे तिबेटवरील सार्वभौमत्व मान्य आहे, असे भारत नेहमी म्हणत आला आहे.

> परंतु तिबेटी जनता आक्रमणापासून मुक्त व्हावी, त्यांना प्रादेशिक स्वयंशासन आणि धार्मिक स्वातंत्र्य उपभोगता यावे, यासाठी जेव्हा चीन सरकारने प्रत्यक्षात आपला सार्वभौम अधिकार वापरून परकीय शक्तीना हाकलून देण्याचे व त्यांचा प्रभाव नष्ट करण्याचे काम सुरू केले तेव्हा भारत सरकारने त्यात हस्तक्षेप करण्याचा प्रयत्न करून अडथळे आणले.

पंडितजींच्या चीनच्या स्वामित्वाबद्दल एकतर्फी घोषणांचा काय परिणाम झाला हे त्यांना समजले असावे. पण ते सार्वभौमत्व (Sovereignty) हा शब्द न वापरता स्वामित्व (Suzerainty) हा शब्द वापरण्याची काळजी घेत. काय झाले होते? असे दिसते की दिल्लीहून २६ ऑगस्ट १९५० ला पाठवलेली एक नोट पुढे (चीन सरकारला) पाठवताना त्यांनी 'स्वामित्व'च्या जागी 'सार्वभौमत्व' हा शब्द वापरला होता. १७ नोव्हेंबरला जेव्हा व्यग्र असलेल्या पंतप्रधानांना आणि त्यांच्या खात्याला याची जाणीव झाली तेव्हा पणिक्करना चीनच्या परराष्ट्र खात्याचे इकडे लक्ष

वेधायला सांगण्यात आले की 'सार्वभौमत्व (Sovereignty)' हा शब्द चुकीने वापरला गेला होता आणि १ नोव्हेंबरच्या संदेशात 'स्वामित्व (Suzerainty)' हा योग्य शब्द वापरण्यात आला आहे.[१] चीनला कशाकडे दुर्लक्ष करावे आणि कशाचा फायदा घ्यावा हे माहीत झाले.

याच्या खेदजनक परिणामापासून पंडितजी सुरू करतात : 'चीनच्या नोटमध्ये चीनच्या तिबेटवरील सार्वभौमत्वावर भर दिला आहे. ते आम्हाला आठवण करून देतात की तिबेट हा चीनच्या भूमीचा एकसंध भाग आहे आणि त्यामुळे ती चीनची अंतर्गत समस्या आहे असे आपण मान्य केले आहे.' तिबेटच्या जनतेला मुक्त करण्याचे चीनचे कर्तव्य पुरे करण्यात बाह्य शक्ती अडथळा आणत आहे, या आरोपाचा चीन सरकारने पुनरुच्चार करून म्हटले, 'परकीय हस्तक्षेप होऊ दिला जाणार नाही आणि चीनची सेनादले पुढे जातील.'

ते चीनला दोष देऊ शकत नाहीत, कारण ते कबूल करतात की 'चीन सरकारला पाठवलेल्या एका संदेशात तिबेटच्या संदर्भात आपण चीनचे 'सार्वभौमत्व' असा उल्लेख केला होता हे खरे आहे. आमच्या शेवटच्या संदेशात आम्ही 'स्वामित्व' हा शब्द वापरला. चीनची शेवटची नोट मिळाल्यावर आम्ही आपल्या राजदूतांच्या निदर्शनाला आणले की 'स्वामित्व' हा शब्द योग्य होता आणि 'सार्वभौमत्व' हा शब्द चुकून वापरला गेला होता – आपण पुढे जाऊ तसा हा सूक्ष्म फरक लक्षात असू द्या. आपल्याला लवकरच बघायला मिळेल की पंडितजी स्वत:च या दोन संकल्पनांची गल्लत करतात आणि दोन्ही शब्दांचा अर्थ जवळ-जवळ एकच आहे, असा दावा करतात.

ते म्हणतात की, चीनच्या नोटला उत्तर देणे सोपे आहे पण आपण हे लक्षात ठेवले पाहिजे की, चीन आपला शेजारी होणार आहे, आपल्यामध्ये 'प्रचंड लांबीची सामाईक सीमा' आहे आणि कम्युनिस्ट सरकार काही कोलमडणार नाहीये. 'म्हणून, या दीर्घकालीन दृष्टिकोनाशी सुसंगत असेच धोरण ठेवणे महत्त्वाचे आहे.'

आता, हा पंडितजींचा आवडता शब्दप्रयोग आहे – 'दीर्घकालीन दृष्टिकोन' – जसा 'सर्वंकष विचार करता'. जेव्हा यातील पहिला शब्दप्रयोग वापरतात तेव्हा (चीनचे) म्हणणे मान्य करण्याची ते तयारी करत आहेत असे पक्के समजून चालावे. आणि जेव्हा ते दुसरा शब्दप्रयोग वापरतात तेव्हा ते देशाचे हित सोडण्यासाठी पार्श्वभूमी तयार करत आहेत असे निश्चितपणे समजावे.

आधीचा, ल्हासा व्यापले जाईल, पण पश्चिम तिबेटच्या स्थितीत काही फरक होणार नाही, हा पूर्वी केला जाणारा फरक आता गेला. आता याच्या उलट जे आहे

१. SWJN, खंड १५ (२), पृष्ठ ३४३, संपादकाच्या टिपा ४ व ५.

त्याबद्दल त्यांना (पंडितजींना) खातरी वाटते : 'मला वाटतं आता असे गृहीत धरून चालायला हरकत नाही की चीन संपूर्ण तिबेटवर निदान राजकीय अर्थाने तरी कब्जा करणार आहे. तिबेटने त्याला प्रतिकार करण्याची किंवा ते थोपवण्याची शक्यता नाही. तसेच कोणतीही परकीय शक्तीसुद्धा ते थांबवू शकेल, हेसुद्धा तेवढेच असंभव आहे. आपण ते करू शकत नाही.'

'चीनच्या नोटमध्ये असे पुन्हा म्हटले आहे की, तिबेटी जनतेला, ज्याला ते *प्रादेशिक स्वायत्तता व धार्मिक स्वातंत्र्य* म्हणतात ते मिळावे अशी त्यांची इच्छा आहे,' असे पंडितजी नमूद करतात. काही आठवड्यांपूर्वी ते म्हणायचे तितकी आता चीनच्या आश्वासनांपासून ते अपेक्षा ठेवत नाहीत. 'ही स्वायत्तता म्हणजे गेली चाळीस वर्षे तिबेट जी जवळ-जवळ पूर्ण स्वातंत्र्यासारखीच असणारी स्वायत्तता उपभोगत आहे तशी अर्थातच असणार.' आणि तरीही ते एक वेडी आशा बाळगतात :

> 'पण, तिबेटचा भूगोल, भूप्रदेश आणि हवामान यांचे स्वरूपच असे आहे की त्यांना मोठ्या प्रमाणात स्वायत्तता मिळणे जवळ-जवळ अपरिहार्य आहे, असे गृहीत धरणे वाजवी होईल.'

म्हणून, तिबेटचे स्वयंशासन अबाधित ठेवणे हे भारताच्या धोरणाचे उद्दिष्ट आहे. आता आपण त्यासंबंधी काहीही करायची गरज नाही, कारण ते (स्वयंशासन) भूगोल, भूप्रदेश आणि हवामान यांच्यामुळे कायमचे राहणे हे 'जवळ-जवळ अटळ' आहे. आणि चीन तिबेटवर थेट नियंत्रण ठेवण्याचा प्रयत्न करेलच असे नाही : 'अर्थात, असे शक्य आहे की स्वयंशासित तिबेटवर तिबेटमधील कम्युनिस्टांच्या माध्यमातून ते करता येईल. पण माझी अशी कल्पना आहे की, एकदंरीत पाहता, तिबेटमध्ये कम्युनिस्ट प्रशासनाऐवजी कम्युनिस्ट धार्जिणे प्रशासन आणण्याचा प्रयत्न केला जाईल.'

तिबेट गेला; आता प्रश्न असा : चीनने तिबेटवर नियंत्रण मिळवण्याचा भारताच्या सुरक्षिततेवर काय परिणाम होईल? याबाबतीत नेमकेपणे काहीही न सांगण्यासाठी, किंबहुना खास काही कृती न करण्यासाठी पंडितजी जुनेच कारण देतात – जागतिक युद्धाची शक्यता :

> जर जागतिक युद्ध झाले तर सर्व प्रकारच्या कठीण व गुंतागुंतीच्या समस्या निर्माण होतात आणि या समस्यांपैकी प्रत्येक समस्येचा दुसऱ्या समस्यांशी संबंध असेल. अगदी भारताच्या संरक्षणाच्या मुद्द्यालासुद्धा वेगळेच रूप येते आणि ते इतर जागतिक गोष्टींपासून वेगळे करता येत नाही.

पण (चीनच्या) आक्रमणामुळे जागतिक युद्धाची ठिणगी पडेल असे कोणीही

म्हटलेले नाही. भारताच्या किंवा भारताने इतर देशांसह दिलेल्या प्रतिक्रियेमुळे जागतिक युद्ध सुरू होईल असेही वाटत नाही. पण बागुलबुवा उभा केला आणि तो उडवून लावल्यावर पंडितजी अतिशय महत्त्वाच्या अशा कार्यकारी निष्कर्षाला येतात :

> मला असे वाटते की दृष्टिपथात असलेल्या भविष्यकाळात : शांततामय असो किंवा युद्धमय असो, चीनच्या बाजूने खरे लष्करी आक्रमण होणे अतिशय असंभवनीय आहे.

प्रथम हे लक्षात घ्या की जे शक्य नाही असे पंडितजी म्हणतात, ते पूर्ण स्वरूपातील अतिक्रमण. पण निश्चितच, चीनपुढे काही तोच एक पर्याय नाही – तेव्हा किंवा 'दृष्टिपथात असलेल्या भविष्यकळात'. दुसरे, भारतावर हल्ला 'अतिशय असंभवनीय' कशामुळे? तेच, नेहमीचे अमूर्त असे 'जागतिक घटक' ज्यांच्याबद्दल पंडितजींना विशेष ज्ञान आहे.

> माझा हा निष्कर्ष वेगवेगळ्या जागतिक घटकांच्या विचारावर आधारित आहे. ते कसे?
>
> शांततेच्या काळात अशा आक्रमणामुळे निःसंशय जागतिक युद्ध सुरू होईल. चीन आतून मोठा असला तरी एक प्रकारे विस्कळीत असून, त्याच्यावर, त्याच्या समुद्रकिनाऱ्यावर, हवाई मार्गाने हल्ला होऊ शकतो. अशा कोणत्याही युद्धात चीनची मुख्य आघाडी दक्षिणेला आणि पूर्वेला असेल आणि त्याला त्याच्या अगदी अस्तित्वासाठीच सामर्थ्यवान शत्रूंशी लढावे लागेल. अशा परिस्थितीत ते आपले लष्करी दल आणि ताकद तिबेटच्या खडतर भूप्रदेशातून पलीकडे वापरून हिमालयाच्या पलीकडे दुःसाहस करतील हे कल्पनातीत वाटते. असा कोणताही प्रयत्न केला तर त्यामुळे इतर आघाड्यांवरील त्यांच्या खऱ्या शत्रूंचा सामना करण्याची त्यांची क्षमता खूप कमी होईल. म्हणून भारतावर चीनने कोणताही मोठा हल्ला करण्याची शक्यता मी फेटाळतो.

नेत्यांनी, (जे नेते इतके मोठे असतात की त्यांनी केलेल्या मूल्यमापनाबद्दल कोणीही प्रश्न उपस्थित करू शकत नाही अशा नेत्यांनी) सामरिक डावपेच खेळणे किती महाग पडते! कारण, या सामरिक मूल्यमापनातून ताबडतोब एक व्यवहारी निष्कर्ष निघतो, जो येणाऱ्या वर्षांमध्ये प्राणघातक ठरतो :

> मला वाटते की या गोष्टी लक्षात ठेवल्या पाहिजेत; कारण चीनने भारतावर

> हल्ला करून देश पादाक्रांत करण्याबद्दल बरेच बेजबाबदार बोलणे चालले आहे. आपण जर आपली शक्याशक्यतेबद्दलची विचारशक्ती घालवून बसलो, जागतिक धोरण नजरेआड केले आणि अवास्तव भीतीच्या आहारी गेलो, तर आपले कोणतेही धोरण अयशस्वीच होईल.

आपल्याला दिसेल की पंडितजींच्या स्वभावाप्रमाणे ते फक्त लहान धोकाच नजरेपुढे ठेवतात आणि त्यांच्या स्वत:च्या चिंतेबद्दल ते फार काही करत नाहीत :

> माझ्या मते चीनने भारतावर मोठा हल्ला करण्याची शक्यता जवळ-जवळ अजिबात नाही, पण आपण जर विरोध केला नाही तर सीमेवरून हळूहळू घुसखोरी होऊन कदाचित विवाद्य प्रदेशात प्रवेश करून त्याचा ताबा घेण्याची शक्यता निश्चित आहे. त्यामुळे असे घडू नये यासाठी आणि खऱ्या हल्ल्याचा सामना करण्यासाठी आवश्यक ती सर्व काळजी घेतली पाहिजे.

मर्यादित तयारी ठेवण्याच्या त्यांच्या पवित्र्याचे समर्थन करण्यासाठी ते लिहितात :

> आपण जर खरोखरीच हल्ल्याची भीती घेतली आणि त्यासाठी पूर्ण तरतूद केली, तर त्यामुळे आपल्यावर असह्य असा भार पडेल – आर्थिक आणि इतरही – आणि त्यामुळे आपली सर्वसाधारण संरक्षणाची स्थिती कमकुवत होईल. निदान काही वर्षे तरी आपण एका मर्यादेच्या पलीकडे जाऊ शकत नाही आणि दूरवरच्या सीमेवर आपली सेवा पसरणे कोणत्याही लष्करी किंवा रणनीतीच्या दृष्टीने अनिष्ट होईल.

पाकिस्तान हाच आपला संभाव्य असा मोठा शत्रू आहे, असे पंडितजी नमूद करतात. आपण जर दोन्ही आघाड्यांचे रक्षण करण्याचा प्रयत्न केला तर तो भार आपण पेलू शकणार नाही. शिवाय आपण चीनबरोबर भांडण केले, तर पाकिस्तान निश्चितच त्याचा फायदा घेतल्याशिवाय राहणार नाही.

त्यानंतर ते सरदार पटेल 'कम्युनिस्टसुद्धा इतरांइतकेच चांगले किंवा वाईट साम्राज्यवादी आहेत,' असे जे म्हणाले होते त्याच्याकडे वळतात. सुरुवातीला ते सरदारांच्या मुद्द्याचे, तो 'भाबडा' आहे असे म्हणून सहज खंडन करता यावे यासाठी तो जरा भडक करतात :

> कम्युनिझम म्हणजे हमखास विस्तारवाद आणि युद्ध ही कल्पना किंवा जास्त स्पष्टपणे म्हणायचे म्हणजे चीनचा कम्युनिझम म्हणजे हमखास भारताकडे विस्तार करणे ही कल्पना भाबडी आहे.

सरदार पटेलांनी 'हमखास' म्हटले होते? पण त्यांच्याच हाताखालच्या अधिकाऱ्यांना ती गोपनीय नोट लिहीत असल्यामुळे ते चूक ठरवण्यासाठी भडक करून सांगू शकतात :

> काही प्रकारच्या परिस्थितीत त्याचा तसा अर्थ होऊ शकेल. ती परिस्थिती अनेक बाबींवर अवलंबून असेल ज्याबद्दल इथे लिहिण्याची आवश्यकता नाही. खरा धोका लष्करी आक्रमणाचा नसून माणसे आणि तत्त्वज्ञानाच्या घुसखोरीचा आहे. तत्त्वज्ञान आधीच आहे आणि त्याचा सामना दुसऱ्या तत्त्वज्ञानानेच करणे शक्य आहे. या परिस्थितीत कम्युनिझम हा एक महत्त्वाचा घटक आहे. पण या संदर्भात आपण त्याला अवास्तव महत्त्व दिले तर आपण परिस्थितीचे दुसऱ्या आणि जास्त महत्त्वाच्या दृष्टिकोनातून योग्य ते मूल्यमापन करू शकणार नाही.

त्याच्या पुढील वाक्य श्वासरोधक आहे :

> दीर्घकालीन दृष्टिकोनातून, भारत आणि चीन ही एकमेकांच्या सीमेवर असलेली आशियातील सर्वांत मोठ्या राष्ट्रांपैकी दोन आहेत आणि त्यांच्यातील ऊर्जेमुळे दोघांमध्येही विस्तारवादी प्रवृत्ती आहेत.

तिबेटवर आक्रमण केले आणि त्याला ताब्यात घेतले ते चीनने. भारताने तशा प्रकारचे काहीच केलेले नाही. पण चीनच्या आक्रमणाबद्दल काहीच न करण्याच्या समर्थनासाठी आपणही तसेच आहोत असे पंडितजी सुचवतात; त्यामुळे चीनने जे काही केले त्याबद्दल एवढे चिडण्याचे काय कारण?

काहीही न करण्याबद्दल ते त्यांचे ठराविक कारण देतात : चीन आणि भारताची मैत्री दोन्ही राष्ट्रांसाठी, आशियासाठी आणि जागतिक शांततेच्या दृष्टीने महत्त्वाची आहे. म्हणूनच महासत्तांना आमची मैत्री नको आहे :

> इंग्लंड व अमेरिका दोघेही चीन आणि भारतामधील बेबनावाला खतपाणी घालायला उत्सुक असल्याचे दिसते हे लक्षात घ्यावे. रशियालासुद्धा भारत व चीन यांच्यात मैत्रीचे संबंध असणे रुचत नाही, असे दिसते.

थोडक्यात म्हणजे, चीनशी मैत्री असणे आणि त्यामुळेच चीनच्या मैत्रीसाठी आवश्यक ते करणे या धोरणाला महासत्तांचा विरोध असणे हा आपल्या धोरणाचा आणखी एक गुण म्हणायला हवा – त्यावरून आपले धोरण योग्य आहे हे निश्चितपणे सिद्ध होते!

आता व्यवहारातील निष्कर्ष काढावा :

> वरील युक्तिवादांवरून असा निष्कर्ष निघतो की कोणत्याही संभाव्य

> संकटासाठी आपली जास्तीत जास्त तयारी असायला हवी. पण चीनला योग्य प्रकारे समजून घेण्याचा प्रयत्न करण्यात खरी सुरक्षा आहे. ते जर आपल्याकडे नसेल तर आपले वर्तमान व आपला भविष्यकाळ धोक्यात आहेत आणि मग दूरची कुठलीही सत्ता आपल्याला वाचवू शकणार नाही.

याला ते, ज्याला काही आधार नाही – अशा दुसऱ्या एका अनुमानाने बळकटी आणतात – जे आता घडलेल्या घटनेने (तिबेटवरील आक्रमण आणि तेथील जनतेचे दमन) खोटे ठरावे.

> मला एकंदरीत असे वाटते की चीनलासुद्धा उघड दिसणाऱ्या कारणांमुळे हेच हवे आहे. तसे असेल तर आपण आपले सध्याचे धोरण त्याप्रमाणे बनवायला हवे.

त्यामुळे तिबेटचे आक्रमण आपद्धर्म म्हणून स्वीकारणे हे धोरण धूर्तपणाचे *आणि तिबेटवर चीनने मिळवलेल्या विजयाचा आपण नाइलाजाने स्वीकार करणे, हे तिबेटच्याच हिताचे आहे :*

> तिबेटला वाचवणे आम्हाला आवडले असते पण ते आम्ही करू शकत नाही आणि *त्याला वाचवण्याचा प्रयत्न केलाच तर तिबेटला आणखी त्रास सहन करावा लागेल.* परिणामकारक मदत करण्याची क्षमता नसताना तिबेटला अशा प्रकारे त्रासात टाकणे योग्य होणार नाही. परंतु तिबेटला शक्य तितकी जास्तीत जास्त स्वायत्तता राखण्यात मदत करणे कदाचित आपल्याला शक्य होईल. तेच तिबेटच्या भल्याचे होईल व भारताच्याही भल्याचे होईल. माझ्या मते असे करणे फक्त राजनैतिक पातळीवरच आणि भारत व चीनमधील सध्याचा तणाव वाढू न देता करणेच शक्य आहे.

आणि सुदैवाने 'राजनैतिक पातळीवर' तसे करण्याची संधी ताबडतोब उपलब्ध आहे... ही समस्या संयुक्त राष्ट्रसंघात उपस्थित केली जाणारच. एका आवाहनाचा मसुदा प्रसृतही करण्यात आला आहे. ही शक्यतासुद्धा पंडितजी हाणून पाडतात – तीन टप्प्यांत.

> आपण असे म्हटले आहे की आम्ही या आवाहनाला पाठिंबा देणार नाही, पण चर्चेला आले तर आम्ही आमचा दृष्टिकोन मांडू. हा दृष्टिकोन तिबेटच्या आवाहनाला पूर्ण पाठिंबा देणारा असणार नाही, कारण त्यात बरेच काही आहे, पूर्ण स्वातंत्र्याची मागणी आहे. आम्ही कदाचित असे म्हणू की

चीनचे सार्वभौमत्व किंवा स्वामित्व याविषयी आम्ही पूर्वी काहीही म्हटले असेल, पण नुकत्याच घडलेल्या घटनांमुळे चीनने त्याच्यावर दावा करण्याचा हक्क गमावला आहे.

पण प्रत्यक्षात हेसुद्धा करू *नये* आणि तेसुद्धा तिबेटच्याच भल्यासाठी!

या म्हणण्याला काही नैतिक आधार असू शकेल; पण त्याचा आम्हाला किंवा तिबेटला फार उपयोग होणार नाही. त्याने तिबेटचा पाडाव आणखी जवळ येईल. बाहेरचे कोणीही मदत करू शकणार नाही आणि या डावपेचांमुळे संशयग्रस्त व चिंताग्रस्त होऊन चीन तिबेटवर पूर्ण ताबा मिळवण्याची क्रिया, एरवी केली असती त्यापेक्षा आणखी त्वरेने पुरी करेल. अशाप्रकारे आपल्या प्रयत्नांना यश तर नाहीच येणार, पण शत्रुवत् झालेला चीन आपल्या दारात येईल.

तिसरी पायरी अपेक्षेनुसार आहे : आपण आवाहनाला पाठिंबा द्यायचा नाही; दुसरे आवाहन विचारासाठी ठेवण्यात आले तर आपण त्याबद्दल आपले धोरण जाहीर करायचे नाही; तिसरे म्हणजे ते आवाहन चर्चेला घेतलेच जाणार नाही, असा आपण प्रयत्न करावा– आणि तेसुद्धा तिबेटच्या हितासाठीच!

मला वाटते आपण कोणत्याही परिस्थितीत तिबेटच्या आवाहनाला पाठिंबा देऊ नये. मला स्वतःला असे वाटते की त्या आवाहनावर सुरक्षा परिषदेत किंवा आमसभेत चर्चा झाली नाही तर बरे होईल. त्यावर तिथे चर्चा झाली तर बरीच कडवट भाषणे आणि आरोप-प्रत्यारोप होतील ज्यामुळे तिबेटविषयीची स्थिती आणखीनच खराब होईल आणि त्याने तिबेटला मदत न होता मोठ्या युद्धाचीच शक्यता वाढेल. हे लक्षात ठेवले पाहिजे की इंग्लंड, अमेरिका किंवा इतर कोणत्याही सत्तेला तिबेटमध्ये किंवा तिबेटच्या भविष्यात काहीही खास रस नाही. त्यांना फक्त चीनची फजिती करण्यात रस आहे. त्याउलट आपल्याला तिबेटमध्ये रस आहे आणि त्याला जर मदत होणार नसेल तर आपण अयशस्वी झालो असे होईल.

त्यामुळे तिबेटच्या आवाहनावर संयुक्त राष्ट्रसंघात चर्चा न होणेच चांगले. पण समजा आपली इच्छा नसतानाही ते चर्चेला आलेच तर काय? मी असे सुचवतो की आपल्या प्रतिनिधीने आपली बाजू शक्य तितक्या सौम्यपणे मांडावी आणि सुरक्षा परिषद किंवा आमसभेला 'चीन-तिबेट प्रश्न शांततेने सोडवावा आणि तिबेटच्या स्वयंशासनाचा मान राखला

जावा व ते अबाधित राहावे' अशी त्यांची इच्छा असल्याचे प्रतिपादन करायला सांगावे.[२]

सर्वांना त्याप्रमाणे सूचना केबलने पाठवण्यात आल्या – भारताचे संयुक्त राष्ट्रांमधील प्रतिनिधी सर बी. एन. राव, पणिक्कर व इतरांना. इतर राष्ट्रांचे म्हणणे होते की या तंट्याचा परिणाम होणाऱ्यांमध्ये भारत हा मोठा देश आहे त्यामुळे ते भारताच्या म्हणण्याप्रमाणे करतील. कागदपत्रांवरून असे दिसते की त्या ठरावावर चर्चा होऊ नये, असा भारताचा दृष्टिकोन असल्याचे कळवल्यामुळे तो विषयपत्रिकेत घातलाच गेला नाही.[३]

त्यांनी (पंडितजींनी) तिबेटच्या शिष्टमंडळाला काय सांगितले ते आठवा – की भारत राजनैतिक पद्धतीने मदत करेल. त्या मदतीचा अर्थ असा झाला की चीन तिबेटला चिरडत असतानासुद्धा भारत त्याला खूश ठेवेल – त्यांनी तिबेटला आणखी लवकर चिरडू नये म्हणून.

नमुनेदार चर्चा

जसे दिवस व आठवडे जातात तशी चिंता वाढते. विरोधी पक्षांचे एकामागून एक नेते पंडितजींनी ज्याप्रकारे आपल्या तिबेटमधील हितसंबंधांवर पाणी सोडले त्याबद्दल शंका व्यक्त करतात; ज्याप्रकारे जगाला युद्धापासून वाचवण्यासाठी बिचाऱ्या तिबेटी जनतेचा कसा बळी दिला गेला याबद्दल; ज्याप्रकारे जागतिक शांततेसाठीच्या 'बृहत्तर उद्दिष्टां' साठी आपली स्वतःची सुरक्षासुद्धा धोक्यात आणली याबद्दल.

पंडितजी ६ डिसेंबर १९५० रोजी लोकसभेत 'आंतरराष्ट्रीय परिस्थिती'वर चर्चा सुरू करतात.

जागतिक परिस्थिती नाजूक असल्यामुळे आणि घटना वेगाने घडत असल्यामुळे 'सरकार व सभागृह यांच्यात पूर्ण समजूतदारपणा असावा' अशी त्यांची इच्छा आहे, म्हणून ही चर्चा. परंतु 'या विषयावर बोलणे मला जरा कठीण वाटत आहे,' ते सभागृहाला सांगतात, 'कारण कोणत्याही देशाला किंवा लोकांना दुखावेल असा एकही शब्द बोलणे मला टाळायचे आहे.' ही समस्या एका वाक्यात किंवा दोन किंवा तीन शब्दात मांडता येईल, ते म्हणतात : *'समस्या ही आहे : शांतता की युद्ध. आणि युद्ध म्हणजे जगाच्या एखाद्या कोपऱ्यातील नाही तर सर्वांना ओढणारे मोठे युद्ध, जे या जगात मोठा संहार घडवू शकेल, आणि जे आपल्या सध्याच्या*

---

२. SWJN, खंड १७, पृष्ठ ३४२-४७

३. SWJN, खंड १७, पृष्ठ ३४७-५२

संस्कृतीचा अभिमान वाटावी अशी रचना उद्ध्वस्त करू शकेल.'

पंडितजी त्यांच्या नमुनेदार पद्धतीने पर्याय सांगतात : जागतिक युद्ध किंवा शांतता; शांतता ही आपली निवड असल्यामुळे आपण शांततेसाठी सर्व काही केले पाहिजे; विशेषत: आपण चीनला कोणत्याही प्रकारे डिवचता कामा नये आणि तेही तो भीतीच्या छायेत वावरत असताना, ज्यामुळे तो एखादे अविचारी कृत्य करायला उद्युक्त होईल अशा वेळी. पंडितजी त्यांच्या भाषणात मुख्यत: दूरपूर्वेकडील परिस्थितीचा आणि तिथे शांतता पुन्हा प्रस्थापित व्हावी यासाठी ते करत असलेल्या प्रयत्नांचा आढावा घेतात. ते नेपाळकडे वळतात – त्या देशातील उलथापालथ; आपले त्यांच्याबरोबरचे संबंध; नेपाळ ही पलीकडील प्रदेशापासून आपले संरक्षण करणारी भिंत – आणि म्हणून 'ती भिंत ओलांडून जर कोणी आला तर ते आम्ही सहन करणार नाही.' 'त्यामुळे नेपाळच्या स्वातंत्र्याचा जरी आम्ही सन्मान करत असलो तरी नेपाळमध्ये काही अनिष्ट घडल्यामुळे ती भिंत ओलांडून येणे जर कोणाला शक्य होणार असेल किंवा आमची सीमा असमर्थ होणार असेल, तर आम्ही आमच्या स्वत:च्या सुरक्षेला धोका पोहोचू देणार नाही.'

तिबेटबाबत त्यांचा सूर अगदी वेगळा आहे. 'आमची अशी उत्कट आशा आहे की ही बाब चीन आणि तिबेट शांततेत सोडवतील' असे सरकार चीनला कसे सांगत आले आहे ते ते सांगतात. 'आम्ही त्यांना सांगितले की तिबेटच्या संबंधात आमच्या कोणत्याही प्रादेशिक किंवा राजकीय आकांक्षा नाहीत. एवढेच की आमचे दीर्घ व्यापारी आणि सांस्कृतिक संबंध लक्षात घेता तिबेटची स्वायत्तता (Autonomy) जी गेली चाळीस-पन्नास वर्षे अस्तित्वात आहे ती तशीच चालू राहील, अशी आम्हाला आशा आहे. चीनच्या तिबेटवरील स्वामित्वाबद्दल आम्ही कोणतीही हरकत घेतली नाही किंवा ती अमान्यही केली नाही.'

पंडितजी सभागृहाला सांगतात की, आम्हालाही ही समस्या शांततेने सोडवायची आहे असे चीन म्हणत राहिले. 'पण कोणत्याही परिस्थितीत ते तिबेट मुक्त करणार होते.' 'ते (तिबेटला) कोणापासून मुक्त करणार होते ते काही स्पष्ट नाही,' पंडितजी म्हणाले – त्या महान माणसाच्या विनोदावर त्यांच्या 'चमच्यां'नी एकमेकांना कोपरखळ्या मारल्या असतील. 'त्यांच्या उत्तरांवरून आम्ही असे समजलो की शांततापूर्ण तोडगा काढण्यात येईल...'

एक क्षण थांबा. अशा निवेदनांमध्ये एक गोष्ट स्पष्ट होते की, त्या सर्व काळात चीनच्या म्हणण्याचा पंडितजी त्यांना हवा असाच अर्थ लावत होते. दुसरी गोष्ट ही की 'शांततापूर्ण तोडगा काढला जावा असे जेव्हा पंडितजी म्हणतात, तेव्हा त्यांच्या मनात काय असते, ते त्यांच्या हाताखालील अधिकाऱ्यांना जे लिहितात त्यावरून असे दिसेल की, त्यांनी जो तोडगा सुरुवातीपासून स्वीकारला आहे तो म्हणजे चीन

तिबेटला गिळंकृत करेल; पण टप्प्याटप्प्यात, हे स्वीकारणे.'

पंडितजी पुढे म्हणतात, 'पण मला हे नमूद केले पाहिजे की त्याबद्दल त्यांनी आपल्याला कोणतेही आश्वासन किंवा हमी दिली नव्हती.' ते नेहमी दोन्ही गोष्टी एकत्र करतात : 'शांततामय तोडगा काढायला आम्ही तयार आहोत; पण काहीही झाले तरी आम्ही मुक्त करणार.' 'त्यामुळे, त्यांचे सैन्य तिबेटमध्ये शिरले आहे असे जेव्हा आम्ही ऐकले,' जणू काही त्यांनी काढलेला निष्कर्ष म्हणजे प्राथमिक तर्कशास्त्र आहे अशा प्रकारे पंडितजी सभागृहाला सांगतात, 'आम्हाला आश्चर्य वाटले आणि धक्का बसला.' याबद्दलची माहिती कित्येक महिन्यांपासून येत होती हे लक्षात घेता त्यांना 'आश्चर्य' वाटायला हवे होते? – 'धक्का' बसायला हवा होता? जर त्यांना खरोखरीच आश्चर्य वाटले असेल तर ते त्यांनीच त्यांना (चीनला) दिलेल्या सल्ल्यावरील अतिविश्वासामुळे नसेल? चीनचे नवे राज्यकर्ते जगापासून अलग पडल्यामुळे ते आंतरराष्ट्रीय घडामोडींबद्दल अनभिज्ञ आहेत त्यामुळे ते आपल्या 'वारंवार दिलेल्या मैत्रीपूर्ण व निरपेक्ष सल्ल्या'नुसार वागतील, अशी जी त्यांनी स्वत:ची समजून करून घेतली होती, त्यामुळे नाही?

आणि हा प्रश्न ते शांततापूर्ण मार्गाने सोडवतील असे वाटण्याला आणखी एक कारण आहे : '...किंबहुना चीन आणि तिबेटसुद्धा युद्ध होईल अशी कल्पनाच करवत नव्हती,' ते लोकसभेला सांगतात. 'तिबेट युद्ध करण्याच्या स्थितीत नाही. त्यामुळे तिबेटपासून चीनला कोणताही धोका नाही. ते म्हणतात परकीय कारस्थाने असतील; मला माहीत नाही.'

पुन्हा जरा थांबा. तिबेट चीनशी लढू शकणार नाही हे चीनने त्याच्यावर *आक्रमण न करण्याचे* कारण होऊ शकते? की *आक्रमण करण्याचे* कारण होऊ शकेल? दुसरे, ते (पंडितजी) परकीय कारस्थानांबद्दलचा चीनचा दावा कसा मांडतात बघा : 'मला माहीत नाही.' पणिक्करांना एकामागून एक केबलमध्ये ते जे म्हणतात त्याच्याशी हे सुसंगत आहे? 'ज्याला वास्तवात काही आधार नाही असे...' 'आणखीनच विचित्र', 'तिबेटच्या सीमेवरून चीनच्या सुरक्षेला धोका आहे असे कोणताही बुद्धिवान माणूस कसा मान्य करेल हे समजणे कठीण आहे...', 'अगदी बिनबुडाचे...', आणि तरीही, 'मला माहीत नाही.' हा स्वभावविशेष आपल्याला पुन:पुन्हा दिसणार आहे : आधी ते हवे ते बोलायचे आणि मग असे म्हणून समोरच्याला गप्प बसवायचे.

'ते काहीही असले तरी ताबडतोब धोका नव्हता,' पंडितजी पुढे म्हणतात. 'आजच्या जगात कदाचित हिंसाचार समर्थनीय असू शकेल, पण अर्थात दुसरा कोणताही मार्गच नाही असे असल्याशिवाय कोणीही तो करू नये.' त्यानंतरची दोन वाक्ये काळजीपूर्वक वाचा : 'तिबेटच्या बाबतीत एक मार्ग होता जो आम्ही सांगितला होता. त्यामुळे हे आश्चर्यकारक होते.' त्यावरून एखाद्याच्या मनात त्याच्या

सल्ल्याविषयी अनाठायी विश्वास निश्चितपणे दिसून येतो – असा की आम्ही चीनला दुसरा मार्ग सांगितला होता, त्याप्रमाणे करणे ही चीनची जबाबदारी होती!

आतासुद्धा, ते म्हणतात, ते आगेकूच थांबवतील अशी आम्हाला आशा आहे. आणि मग तसे अक्षरश: न म्हणता असे सूचित करतात की त्यांची आगेकूच खरोखरीच थांबली आहे – काहीही न करण्यासाठी आणखी एक कारण.

खरं म्हणजे, गेल्या कित्येक आठवड्यांत त्यांची मुख्य आगेकूच थांबली आहे याबद्दल शंका नाही. पण काय करायचा त्यांचा हेतू आहे किंवा काही *लहान* पथके वेगवेगळ्या दिशांनी गेली आहेत की काय, ते मी निश्चितपणे सांगू शकत नाही. आमच्या माहितीप्रमाणे ल्हासाच्या दिशेने सैन्य पुढे गेलेले नाही आणि ल्हासातील परिस्थिती सध्या सामान्य आहे. अर्थात, त्याने प्रश्न सुटत नाही. मी फक्त एवढेच म्हणू शकतो की अजून चीन सरकार हा प्रश्न शांततेने सोडवेल, अशी मला मनापासून आशा आहे.

अशा युक्तिवादातून तयार होणाऱ्या प्रशासकीय निष्कर्षाची आपण कल्पना करू शकतो. मुख्य आगेकूच थांबली आहे, त्यामुळे आपण काहीही करण्याची गरज नाही. मुख्य आगेकूच पुन्हा सुरू होईल तेव्हा पूर्ण चित्र स्पष्ट नसेल. जेव्हा ती संपून प्रदेशावर कब्जा झालेला असेल तेव्हा प्रदेशावर कब्जा आधीच झालेला असल्यामुळे आपल्याला करता येण्याजोगे काहीच उरले नसणार. आपण काहीही केले किंवा बोललो तर आक्रमण करणारे संतापतील आणि बिचाऱ्या तिबेटींना आणखी छळ सहन करावा लागेल!

विरोधी पक्षाचे नेते एकामागून एक उठले आणि त्यांनी पंडितजींनी केलेल्या निवेदनाबद्दल तीव्र असमाधान व्यक्त केले. प्रो. एन. जी. रंगा विचारतात, चीनचे नवे सत्ताधारी कोण आहेत ते सरकारला दिसत नाही? तिबेटमध्ये ढवळाढवळ करणारी परकीय शक्ती भारत आहे असे त्यांनीच नाही का परवा सूचित केले? आपण चीनचे तिबेटवरील सार्वभौमत्व मान्य करतो असे म्हणत राहतो. पण चीनच्या नव्या सत्ताधाऱ्यांच्या मनात 'सार्वभौमत्वाचा दुसरा कोणताही अर्थ नसून इतर लोकांवरील त्यांचे राजकीय, आर्थिक आणि सामाजिक नियंत्रण वाढवणे' हाच आहे. आम्ही चीनचे तिबेटवरील सार्वभौमत्व मान्य करतो असे म्हणून 'आपण दुसऱ्या कोणाला, त्यांच्या साम्राज्यवादाची भुजा पसरण्यासाठी आपली सही कोणीही करू शकेल असा कोरा चेक देत नाही आहोत? असे सत्ताधारी उद्या भारतालाच लक्ष्य बनवणार नाहीत कशावरून? प्रोफेसर रंगा सभागृहाला सांगतात की मला आश्चर्य वाटते की हे सरकार, आमची केवळ चीनच्या जनतेशी मैत्री आहे किंवा त्यांच्या सरकारशी मैत्री आहे असे नाही तर चीनच्या तिबेटवरील सार्वभौमत्वावरसुद्धा

प्रेम आहे! असा जप करते हे बघून कोणीही थक्क होईल!'

डॉ. श्यामा प्रसाद मुखर्जी ज्या चिकाटीने पंतप्रधान चीनची बाजू संयुक्त राष्ट्रसंघात मांडत आले आहेत त्याचा उल्लेख करून विचारतात, 'चीनने कसा प्रतिसाद दिला?' पंतप्रधान चीनला तिबेटबद्दल पाठवत असलेल्या संदेशांचा उल्लेख करून विचारतात, 'चीनने काय उत्तर दिले?' 'चीनच्या उत्तराने भारत सरकारला धक्का बसला, आश्चर्य वाटले व दु:ख झाले.' त्या धक्क्याचा, आश्चर्याचा, दु:खाचा चीन अनुसरत असलेल्या धोरणावर काही परिणाम झाला? तिबेटविषयी आपले निश्चित धोरण काय आहे? – ते विचारतात. पंतप्रधानांनी त्याचा नुसता ओझरता उल्लेख केला. ते म्हणाले की, शांतता राखा अशी आणखी एक विनंती आम्ही त्यांना पाठवली आहे, पण त्याने काही फरक पडला आहे का?... हिंसा करू नका असे आम्ही त्यांना कळकळीचे आवाहन केले पण चीनने ते ऐकले? तिबेट आणि भारत यांच्यामधील सीमा अनिश्चित आहेत. पंतप्रधान म्हणतात आम्ही मॅकमहोन रेषा मानतो, 'पण चीनचे नकाशे, जे अजूनही चलनात आहेत, त्यांच्यात आसामाचे काही भाग, लडाख व लेह आणि भारताचे हितसंबंध असलेले प्रदेश (चीनमध्ये) दाखवले आहेत. चीनने तिबेटबद्दल पाठवलेल्या उत्तरावरून हे 'निश्चितपणे स्पष्ट आहे की चीन जी स्वत:ची सीमा मानतो – त्यात तिबेट आला आणि भारताला लागून असलेली तिबेटची अजून अनिश्चित असलेली सीमा आली – ती सुरक्षित ठेवण्यासाठी जे काही आवश्यक असेल ते तो करणार.' पंडितजी तिबेटच्या बाबतीत शरणागतीचे धोरण ठेवत आहेत असा आरोप डॉ. मुखर्जी करतात आणि एके दिवशी भारतात घुसखोर पाठवण्यासाठी हिमालयच एक मार्ग म्हणून वापरला जाईल, असा इशारा देतात.[४]

प्रथम चीन सरकारला मान्यता देणे, नंतर इतर देशांनी मान्यता द्यावी आणि

---

४. दक्षिण आफ्रिकेतील कृष्णवर्णीयांविषयी केल्या जाणाऱ्या भेदभावाबद्दल पंतप्रधान मोठ्याने बोलले; पण पूर्व पाकिस्तानात हिंदूंवर होत असलेल्या क्रूरपणाबद्दल ते गप्प राहिले – एक विरोधाभास जो अजून चालू आहे – इकडेही श्यामा प्रसाद मुखर्जींनी लक्ष वेधले. पंडितजींचा उल्लेख करून मुखर्जी म्हणाले, 'पूर्व बंगालमधील लाखो हिंदूंना कसे हाल, लज्जा आणि अपमानाचे जिणे जगावे लागत आहे, ते माझ्याहीपेक्षा ते जास्त चांगले जाणतात.' त्यांच्या भाषणात ते म्हणाले की, 'काहीही झाले तरी दक्षिण आफ्रिकेत वंश किंवा धर्मावर आधारित कोणत्याही भेदभावाला भारत मानणार नाही. ज्या लोकांनी अखंड भारतावर निष्ठा ठेवली, ज्यांच्यामुळे भारताचे स्वातंत्र्य शक्य झाले आणि जे आज आपत्काळात मदतीसाठी आणि संरक्षणासाठी भारताकडे बघत आहेत, त्यांच्याबद्दल भारताचे धोरण काय आहे? फक्त पाहत राहणे आणि आवाहन करणे एवढेच करण्याइतके आपण कमकुवत आहोत?'

संयुक्त राष्ट्रसंघातली जागा त्यांना द्यावी म्हणून सुचवणे हे ज्या तत्परतेने व उत्साहाने भारत सरकारने केले त्याकडे आचार्य कृपलानी यांनी लक्ष वेधले. आणि त्याची चीनने परतफेड कशी केली? त्यांना संयुक्त राष्ट्रांचे सभासदत्व मिळावे यासाठी आपण त्यांची बाजू मांडली त्यावेळेस ते आपण दुसऱ्या कोणत्या देशाच्या सांगण्यावरून केले याची चीनला आठवण झाली नाही. पण तिबेटचा प्रश्न निघाल्यावर मात्र तुम्हाला दुसऱ्या देशाची फूस आहे असे ते आपल्याला सांगतात.

एम. आर. मसानी हे सर्वांत कडवट आणि आता दिसते त्यावरून भविष्यवेत्ते ठरले. जागतिक युद्धाच्या शक्यतेबद्दल जी चिंता पंतप्रधान दाखवतात तिला, मसानी म्हणतात, दुसऱ्या 'अतिपूर्वेकडील म्युनिक'च्या शक्यतेची जोड दिली पाहिजे. पंतप्रधान म्हणाले की मुद्दा 'शांतता की युद्ध' हा आहे. मला असे सुचवावेसे वाटते की 'शांतता की अनुनयातून निर्माण होणारे युद्ध' हाही एक मुद्दा आहे.

आपण वर्षभर चीनशी मैत्रीने वागत आहोत. आतापर्यंत चीनच्या नव्या सत्ताधाऱ्यांचे चारित्र्य कसे आहे याची आपण कल्पना करू शकतो : चीनच्या कम्युनिस्ट सत्तेने तीन वेगवेगळ्या दिशांना आपला आक्रमक स्वभाव दाखवला आहे : कोरियात मुक्त आणि संयुक्त कोरिया स्थापन करण्याचा प्रयत्न करणाऱ्या संयुक्त राष्ट्रांच्या सेनेशी ते लढत आहेत; इंडो-चायनामध्ये, ग्रीसमध्ये काही वर्षांपूवी झाले होते त्याप्रमाणे त्यांनी कम्युनिस्ट गनिमांना शस्त्रे देऊन घुसवले आहे आणि आता आपल्या शेजारच्या तिबेटवर आक्रमण करत आहेत.

माओने भारतीय कम्युनिस्ट पार्टीच्या जनरल सेक्रेटरीला पाठवलेल्या संदेशाची ते आठवण करतात : 'भारत मुक्त होण्यासाठी' शुभेच्छा आणि भारतसुद्धा लवकरच चीनच्याच मार्गाने जाईल अशी आशा व्यक्त करणारा संदेश. न्यू चायना न्यूज एजन्सीने नुकत्याच प्रसिद्ध केलेल्या एका निवेदनाचा मसानी उल्लेख करतात; त्यात म्हटले होते की 'अँग्लो-अमेरिकन साम्राज्यवादी आणि त्यांचा कुत्रा पंडित नेहरू हे ल्हासामध्ये उठाव करून तिबेट (भारताला) जोडण्याचे कारस्थान रचत आहेत.' 'एका वर्षाची मैत्री आणि वकिली करण्याच्या प्रयत्नाचे हेच फळ जर या देशाला मिळत असेल तर एक गोष्ट तरी आपण निश्चित करू शकतो, ती म्हणजे चिनी कम्युनिस्ट राजवटीबद्दलचे पुनर्मूल्यांकन करणे... चीन सरकारबरोबर आपण परस्परत्वाच्या (reciprocity) तत्त्वावर राजनैतिक संबंध कदाचित ठेवू, पण यापुढे आशियात मैत्रीबद्दल, स्नेहाबद्दल आणि बंधुत्वाबद्दल खोटे चित्र मनात बाळगू नये.' मसानी पुढे म्हणतात :

> तिबेटवर हल्ला करणे आणि पुन:पुन्हा आश्वासने देऊन भारत सरकारला फसवणे या एका कृत्याने, मुक्त आणि संघटित आशियाची जी कल्पना

आपण उराशी बाळगून होतो तिच्याबद्दल त्यांना किती तिरस्कार आहे, हे त्यांनी दाखवून दिले आहे. त्यांनी आशियाचे दोन तुकडे केले आहेत – कम्युनिस्ट आशिया आणि बिगरकम्युनिस्ट आशिया – आपल्यापैकी ज्यांना पूर्णपणे त्यांच्याबरोबर जायचे नसेल ते कुंपणाच्या बाहेर असतील. अशा पार्श्वभूमीवर आणि न्यू चायना न्यूज एजन्सीचे गेल्या काही आठवड्यांतील 'चायनीज पीपल्स लिबरेशन आर्मी हिमालयावर लाल झेंडा फडकवणार' हे विधान लक्षात घेता त्यांच्याकडून कोणत्या मैत्रीची अपेक्षा आपण करावी?

हिमालय म्हणजे अभेद्य भिंत आहे असे समजून चालू नका, मसानी इशारा देतात. फ्रान्ससाठी मॅगिनॉट रेषा जेवढी संरक्षक ठरली तेवढाच हिमालय आपल्या बाबतीत होईल.[५]

पंडितजी दुसऱ्या दिवशी सविस्तर उत्तर देतात – म्हणजे ते बराच वेळ बोलतात. सागरी घटकांचा इतिहासावर काय परिणाम झाला हे ते सांगतात. देशाच्या सुरक्षेचा केवळ सैन्य आणि शस्त्रास्त्रे यांच्याशीच संबंध नसतो तर मुळात देशाची आर्थिक ताकद, त्याची जनतेचे पोट भरण्याची क्षमता, थोड्या हालअपेष्टा सहन करण्याची जनतेची तयारी आणि क्षमता यावरही अवलंबून असतो. आपला अंतर्गत धागा कमकुवत होत चालला आहे असे ते म्हणतात. सदस्यांच्या मनात तसेच देशातही कोणती गोष्ट त्वरेने व्हावी ही भावना नाही त्याबद्दल ते बोलतात. आपल्याला उपलब्ध असलेल्या साधनसंपत्तीचा किती भाग संरक्षणासाठी वापरावा आणि किती आपली आर्थिक चौकट, जिच्यावरच संरक्षणाचा भार असतो, ती मजबूत करण्यासाठी वापरावा यात समतोल साधण्याच्या आवश्यकतेबाबत ते बोलतात. जग किती वेगाने बदलत आहे आणि आपली धोरणे त्या बदलांशी सुसंगत कशी असायला हवीत याबद्दल ते बोलतात. वास्तववाद म्हणजे काय आणि धोरण ठरवण्यात त्याचे स्थान काय याबद्दल ते बोलतात. आदर्शवाद आणि आजचा आदर्शवाद हाच उद्याचा वास्तववाद कसा असतो याबद्दल ते बोलतात. ते लोकशाहीबद्दल आणि ती न टिकण्याच्या धोक्याबद्दल बोलतात. काही प्रणाली – कम्युनिझम आणि इतर – तसेच महासत्ता आणि त्यांची धोरणे आपल्याल आवडणे किंवा न आवडणे कसे निरर्थक आहे; जगाशी ते आहे तसे स्वीकारून व्यवहार कसा करावा लागतो; केवळ आपल्याला पसंत नाहीत म्हणून किंवा केवळ आपण त्यांचा निषेध करतो म्हणून महान देश त्यांची धोरणे बदलणार नाहीत याविषयी बोलतात. ते युद्ध आणि

५. लोकसभा डिबेट्स, ६ डिसेंबर १९५०, कॉलम १२५७-३१२

शांतता याविषयी बोलतात. ते सत्तागटांबद्दल आणि त्यांच्या विचारानुसार चालणे कसे निरर्थक आहे त्याविषयी बोलतात. आपले धोरण कसे स्वतंत्र आहे याबद्दल बोलतात. आशियातील खदखदत असलेल्या बदलाबद्दल बोलतात. संस्कृती कशा खरखरीत होत आहेत याविषयी बोलतात. आणि अर्थात, सभासद काळाबरोबर कसे नाहीत, ते विशाल दृष्टी कशी ठेवत नाहीत, ते पारंपरिक विचारसरणीतच कसे अडकलेले आहेत यावर बोलतात. 'वास्तववाद आणि व्यवहारी असणे याविषयी बोलणाऱ्या सभासदांविषयी ते बोलतात – 'असे बोलणाऱ्या लोकांना वास्तववादाविषयी माहिती नसते, कोणत्या परिस्थितीला तोंड द्यावे लागते, कोणत्या प्रश्नांना उत्तरे द्यावी लागतात याची कल्पना नसते.' सदस्य कसे 'अवास्तव पद्धतीने' बोलले यावर ते बोलतात. त्यांचे मुद्दे पूर्णपणे कालबाह्य असल्याचे ते म्हणतात. ज्याने असे मुद्दे 'कालचे आहेत' असे म्हटले त्या व्यक्तीची विचारसरणी एक वर्ष जुनी असल्याचे सांगतात.

ते अशा प्रकारे सविस्तर बोलतात पण सभासदांनी जे ठोस मुद्दे उपस्थित केले होते त्यांना फारसा स्पर्श न करताच. चीनचा उल्लेख अप्रत्यक्षपणे होतो – महान देश (त्यात चीन आला) त्यांची धोरणे आपल्याला आवडत नाहीत म्हणून बदलणार नाहीत. त्यांच्या भाषणाच्या अगदी शेवटी पंडितजी जे नेहमी चीनची तिबेटवर suzerainty असणे मान्य असल्याचे बोलत असतात; त्याबद्दल सभासद त्यांच्यावर जी टीका करतात त्याकडे वळतात. ते म्हणतात की भारताने ते नेहमीच मान्य केले आहे. त्याला ते दोन वाक्यांची जोड देतात. पहिल्या वाक्यात ते एक महत्त्वाचा फरक मान्य करतात, जो ते नेहमी काळजीपूर्वक करत आले आहेत असा – पणिक्करना या दोन शब्दांत गल्लत केल्याबद्दल दिलेल्या कानपिचक्या आठवा. दुसऱ्या वाक्यात ते आपल्याला उतारावर आणखी पुढे ढकलतात. ते म्हणतात,

> चीनच्या बाबतीत, विशेषत: तिबेटच्या बाबतीत, मी मधून मधून चीनच्या तिबेटवरील स्वामित्वाबद्दल बोललो त्याबद्दल जरा नाराजी होते. *कृपया हे लक्षात घ्या की मी 'स्वामित्व' (suzerainty) हा शब्द वापरला, 'सार्वभौमत्व' (sovereigncy) नव्हे'.*

इथपर्यंत ठीक आहे. पण मग पुढचेच वाक्य :

त्यात थोडासाच फरक आहे, जास्त नाही.

ते पुनरुक्ती करतात आणि म्हणतात की मला चीनला हे सांगण्यात काहीही संकोच वाटत नाही की 'कोणत्याही देशाने त्याला लागून असलेल्या प्रदेशाच्या पलीकडील प्रदेशावर त्याचे सार्वभौमत्व किंवा स्वामित्व आहे असे म्हणणे योग्य नाही. याचा अर्थ असा की जर तिबेट चीनपेक्षा वेगळा असेल तर अखेरीस तिबेटच्या जनतेच्या

इच्छेप्रमाणे झाले पाहिजे, कोणत्याही कायद्याच्या किंवा घटनेच्या मुद्द्यावरून नव्हे.'

संयुक्त राष्ट्रसंघात चीनच्या तिबेटवरील आक्रमणावरील ठरावाची चर्चा न होऊ देण्याच्या त्यांच्या निर्णयावरून आणखी एक अनुमान काढता येईल. एकदा आपण अशा ठरावाची बाजू घेतली की एका पक्षाचा दृष्टिकोन दुसऱ्या पक्षाला कळवण्याची आपली क्षमता कमी होते. ही उपयुक्त भूमिका करण्याच्या उद्दिष्टाखेरीज 'आमचा त्या प्रश्नाबद्दल सर्वसाधारण दृष्टिकोन असा होता : तुम्ही एकतर संघर्षाचे नाहीतर शांती आणि समझोत्याचे उद्दिष्ट ठेवू शकता. जर शांतता हे उद्दिष्ट असेल तर शांतता राहील असा मार्ग अनुसरावा, युद्ध होईल असा नव्हे.'६

---

६. लोकसभा डिबेट्स, ७ डिसेंबर १९५०, कॉलम्स १३७०-८५

चिंता उडवून लावल्या जातात

मार्च १३, १९५१ : पंडितजी दिल्लीत एका पत्रकार परिषदेत बोलत आहेत. चीनने आतापर्यंत मोठे सैन्य पाठवून तिबेटला चिरडून टाकले आहे. हजारो लोक मारले गेले आहेत. पंडितजी खलिते पाठवून त्यांचा 'मैत्रीपूर्ण आणि निरपेक्ष' सल्ला देत राहतात. चीनने त्याला अजिबात किंमत दिलेली नसते. 'तिबेटच्या बाबतीत चीनच्या सरकारच्या प्रवृत्तीमध्ये गेल्या काही काळात बदल झालेला दिसतो का?' एक वार्ताहर विचारतो. 'बदल कशात?' पंडितजी फटकारतात. वार्ताहर खुलासा करतो : 'त्यांच्या भारताला येणाऱ्या खलित्यातील मानसिकतेमध्ये.' पंडितजी बरेच गोल गोल बोलतात आणि शेवटी म्हणतात, 'तेव्हा एकंदरीत बोलायचे झाल्यास मानसिकता तीच राहिली आहे. पण मला वाटते ती वेळोवेळी बदलली आहे...'

वार्ताहर पुन्हा खुलासा करतो : मला असे म्हणायचे होते की जेव्हा दलाई लामा बोलणी करायला तयार होते तेव्हा त्यांनी सैन्य पाठवले. ती मानसिकता बदलली आहे का? आता पंडितजींचे उत्तर वाचा आणि ते कोणता समज निर्माण करायचा प्रयत्न करत आहेत त्यावर विचार करा :

> एखाद्या विशिष्ट दृष्टिकोनातील बदलाची मला कल्पना नाही; पण चिनी सेना सुरुवातीला पूर्व तिबेटमध्ये अगदी थोडेसे अंतर आत आली. त्यातले एक-दोन सैनिक भरकटून पुढे आले असतील तर मला माहीत नाही. मी काल संसदेत काही चिनी सैनिक भारतात आल्याबद्दलच्या प्रश्नाला उत्तर दिले. खरे म्हणजे, एक दुर्दैवी चिनी सैनिक रस्ता चुकला आणि चुकून भारतीय प्रदेशात आला. त्याला वाढवून चीनचे सैन्य आत आले असे रूप दिले गेले. पण, खरं म्हणजे, गेल्या सहा महिन्यात; मला निश्चित काळ लक्षात नाही; आमच्या माहितीप्रमाणे चीनच्या सैन्याची अजिबात हालचाल झालेली नाही – सुरुवातीची सोडून, आणि ते तिथेच आहेत. आणि त्यांनी

दुसरे मार्ग अनुसरले असतील पण ते लष्करी मार्ग नव्हते.[१]

ते कसा गोंधळ निर्माण करतात पाहा. जणू काही चीनचे सैन्य तिबेटमध्ये पुढे जाण्याची एखादा शिपाई चुकून भारतात येण्याशी तुलना करता येईल.

'तिबेटमध्ये चीनचे किती सैन्य आहे?' त्यांना विचारले जाते. 'तिबेटमध्ये आलेल्या चीनच्या सैन्याची संख्या फार नव्हती.' ते म्हणतात.

११ जून १९५१ : पंडितजी दुसऱ्या एका पत्रकार परिषदेत बोलत आहेत. 'चीनची सेना तिबेटमध्ये असण्यामुळे भारताच्या हितसंबंधांचे रक्षण करण्यात अडथळा येईल का?' 'सैन्याच्या असण्याबद्दलची माहिती निश्चित नाही, त्यामुळे ते किती प्रमाणात अडथळा आणतील की आणणार नाहीत याचीसुद्धा मला कल्पना नाही...'[२]

दलाई लामांना ल्हासातून पळावे लागते. ते भारतीय सीमेजवळच्या चुंबी खोऱ्यात आश्रय घेतात. ते ल्हासाला परत जायचे ठरवतात – भारताच्या भूमिकेमुळे जे स्पष्ट दिसत होते त्यामुळे यात आश्चर्य नव्हते. पंडितजींना सुटल्यासारखे वाटते. ते म्हणतात, तिबेटी शिष्टमंडळाला आम्ही सल्ला दिला होता की त्यांनी तिबेटची स्वायत्तता अबाधित ठेवून शांततामय तोडगा काढण्याचा प्रयत्न करावा. 'हा सल्ला अशा विचारांवर आधारित होता की, परिणामकारक विरोध करणे तिबेटला शक्य नव्हते आणि परिणामकारक नसताना विरोध केला तर त्याची परिणती चीनने तिबेटवर जास्त कडक नियंत्रण ठेवण्यात होईल. आम्हाला कोणतीही मदत करणे शक्य नव्हते आणि म्हणून त्या दिशेने मोठ्या आशा निर्माण करणे योग्य झाले नसते.' पण आम्ही अजूनही मदत करू शकतो आणि ती आम्ही करूही. 'योग्य वेळ आली की आम्ही राजनैतिक पातळीवर चीनकडे रदबदली करू. इतर बाबतीत, आपण फक्त एकच धोरण ठेवू शकतो ते म्हणजे शांतपणे निरीक्षण करत राहणे.'[३]

३ नोव्हेंबर १९५१ : पंडितजी पुन्हा पत्रकारांपुढे बोलत असतात. एक वार्ताहर चीनबरोबरच्या सीमेवरील व्यापारासंबंधातील मतभेद आणि ल्हासामधील भारतीय वकिलातीबद्दल विचारतो. पंडितजी पुन्हा त्या प्रश्नाना फारसे महत्त्व देत नाहीत. पण आता तिबेटवरील आक्रमणाच्या आपल्या सीमेवर होणाऱ्या परिणामाबद्दल लोकांना चिंता वाटू लागलेली असते आणि त्याचे प्रतिबिंब पंडितजींच्या उत्तरातही दिसते :

ते (मतभेद) अजून आहेत म्हणून आहेत असे म्हणायचे. आपल्या सीमा

---

१. SWJN, खंड ५५ (१), पृष्ठ ४४३-४४

२. SWJN, खंड १६ (१), पृष्ठ ४४६

३. SWJN, खंड १६ (२), पृष्ठ ६४७

आहेत आणि आपल्या सीमेवर काहीही त्रास नाही. आपल्या वकिलातीच्या बाबतीत बोलायचे तर वकिलात अजून आहे आणि आपला व्यापार चालू आहे. काही शंका असेल तर ती दूर केलली बरी हे खरे आहे. येणाऱ्या काळात चीनच्या सरकारबरोबर मैत्रीपूर्ण चर्चा करून ते केले जाईल. त्यांचा कशातही अडथळा येत नाहीये.

'नकाशांबद्दल', भारताचे मोठे भूखंड चीनचे भाग असल्याचे दाखवणाऱ्या नकाशांचा – ज्यांच्याकडे सरदार पटेलांनी त्यांचे लक्ष वेधण्याचा प्रयत्न केला होता आणि इतर लोक आता करत आहेत, त्यांचा उल्लेख करून ते म्हणतात, –

मी तुम्हाला काहीतरी सांगणार आहे जे मी तुम्हाला यापूर्वी सांगितलेले नाही आणि ते असे आहे : चीनमध्ये सध्या वापरात असलेले नकाशे फार जुने आहेत आणि खरे म्हणजे त्या नकाशांकडे जरासुद्धा लक्ष देऊ नका, असे आम्हाला चीन सरकारने सांगितले होते. ते त्यांचे जुने नकाशे आहेत आणि नवे छापायला त्यांना वेळ नाही. ते तेच वापरत आहेत कारण ते इतर गोष्टींमध्ये गुंतलेले आहेत.[४]

'पूर्वेकडे ओरडा आणि पश्चिमेला हाणा' हे तत्त्व असलेल्या माओचे इतक्या भोळसट प्रतिस्पर्ध्याबद्दल काय मत झाले असेल?

पंडितजींना त्यांच्या चीनबद्दलच्या मूल्यमापनाबद्दल आणि त्यांचे डोळे व कान असलेल्या पणिक्करांबद्दल इतका विश्वास आहे की ते पणिक्करांना पश्चिमेकडे पाठवतात. 'पणिक्करांच्या पश्चिमेकडील दौऱ्यामुळे तिकडच्या लोकांना चीनमध्ये जे काही घडत आहे त्याची थोडी कल्पना येईल,' असे ते संयुक्त राष्ट्रसंघातील भारताचे कायम प्रतिनिधी बी. एन. राव यांना सांगतात. 'संयुक्त राष्ट्रसंघातील प्रतिनिधींच्या एकत्रित विद्वत्तेबद्दल माझे फार चांगले मत नाही हे मी कबूल करतो. ते त्यांच्या छोट्याशा जगात काम करतात आणि आपल्याभोवती काय घडत आहे ते समजून घेण्याचा प्रयत्नसुद्धा न करता तीच पोपटपंची करत राहतात. तरी त्यांना थोडेसे समजण्याची शक्यता आहे...' एक नमुनेदार शेरा.[५] आपण नंतर जेव्हा पंडितजींच्या चाऊ एन-लाय यांच्याबरोबरच्या आणि नंतरच्या माओबरोबरच्या संभाषणांकडे वळू तेव्हा त्यांच्या अपेक्षांमध्ये बसेल असा अगदी एखादाच माणूस होता असे दिसेल. ज्यांना लेनिन व माओ यांनी बुद्धिजीवी आणि तशा प्रकारच्या लोकांबद्दल जे लिहिले

---

४. SWJN, खंड १७, पृष्ठ ५०७
५. SWJN, खंड १७, पृष्ठ ५१०

ते आठवत असेल त्यांना, अशा अहंकारी शेऱ्यांवरून माओ व चाऊ एन-लाय यांनी कोणता निष्कर्ष काढला असता त्याची कल्पना करणे कठीण जाऊ नये.

चीनला संयुक्त राष्ट्रसंघात घेण्याबद्दल पंडितजींचे प्रयत्न सतत चालू आहेत. कम्युनिस्ट चीनला प्रवेश देण्याचा ठराव सोव्हिएत राशिया मांडतो. बी. एन. राव पंडितजींना केबल पाठवून ठराव नामंजूर होणार असे कळवून काय करायचे असे विचारतात. पंडितजी ठाम आहेत. ठराव नामंजूर होणार असला तरी आपण ठरावाच्या बाजूनेच मत द्यायचे.[६]

चीनने तिबेटवर आक्रमण करून दोन वर्षे होऊन गेलेली असतात. त्यांनी लोकांना निर्दयपणे चिरडून टाकले आहे. मठ लुटण्यात आले आहेत. लामांना मारहाण करून त्यांचे हाल करण्यात आले आहेत.

फेब्रुवारी २८, १९५२ : पंडितजींना एका पत्रकार परिषदेत विचारण्यात येते, 'चिनी सेनेची तिबेटमध्ये छुपी घुसखोरी झाली आहे का?' 'माझ्या माहितीप्रमाणे तरी, नाही' पंडितजी उत्तरतात.[७]

पंडितजी चीन आणि अमेरिकेमधील संबंध सुधारण्यांच्या मागे लागतात. ते अमेरिकेच्या दिल्लीतील राजदूताशी त्याबद्दल बोलतात. ते श्रीमती एलीनॉर रुझवेल्ट यांच्याशी बोलतात. चीन आरोप करतो की जंतुयुद्धाचा भाग म्हणून अमेरिकेची विमाने मांचूरियावरून उड्डाण करत आहेत. ते (पंडितजी) दोन्ही पक्षांना त्यांनी ही समस्या कशी हाताळावी ते सांगतात. त्यांचे याबाबतीतील मत काय आहे ते चीन सरकारला समजावे, असे ते पणिक्करना पुन्हा सांगतात : 'माझी या प्रश्नाबद्दल असलेली तीव्र कळकळ तुम्ही त्यांना (चाऊ एन-लायना) कळवणे इष्ट होईल असे मला वाटते...' आणि ती केबल पुरी करण्यापूर्वी ते म्हणतात, 'तुम्ही चाऊ एन-लायना अनौपचारिकपणे भेटा आणि मला या बाबतीत काय वाटते ते त्यांना कळवा.'[८] आपल्याला या बाबतीत मार्गदर्शन करायला कोणी इतके उत्सुक आहे हे बघून चाऊ एन-लाय यांच्या मनात काय विचार आले असतील?

पणिक्कर महिनाभरात चाऊ एन-लायना भेटतात आणि काय होणार आहे याची त्यांना प्रचिती येते. ते पंडितजींना कळवतात, 'तिबेटमधील आपल्या हितसंबंधांच्या सामान्य प्रश्नावर चर्चा करायला चाऊ एन-लाय अनुत्सुक दिसले हे पाहून आम्हाला आश्चर्य वाटले.' पंडितजी पणिक्करना केबलने कळवतात. चाऊ एन-लायनी स्वत:च सुचवले होते की, आपल्या तिबेटमधील हितसंबंधांचा प्रश्न किंवा आपल्या सीमेचा

---

६. SWJN, खंड १७, पृष्ठ ५१०

७. SWJN, खंड १७, पृष्ठ ५१०

८. SWJN, खंड १७, पृष्ठ ५१३-१४

प्रश्न हा 'चर्चा करून तोडगा काढण्याचा विषय आहे.' आम्ही म्हणालो आम्ही त्याला तयार आहोत. 'चाऊ एन-लाय यांनी मला दिलेले कारण – की चीनला तिबेटमध्ये जाऊन थोडेच दिवस झाले आहेत आणि अजून प्रश्नाचा नीट अभ्यास केलेला नाही – हे पटण्यासारखे नाही.'९

यावरून पंडितजींना चीनच्या चालीची कल्पना यायला नको होती? जमिनीवर त्यांची स्थिती भक्कम होईपर्यंत ते चर्चा पुढे ढकलत जातात आणि एकदा त्यांचे काम झाले की नव्या परिस्थितीशी समोरच्याने कसे जमवून घ्यायचे यावर चर्चा करायची. ज्याला पंडितजी 'आताचे कारण' म्हणतात त्याने पंडितजी सावध व्हायला हवे होते. इतकेच नाही; निदान, आताचे राज्यकर्ते तरी चीनची एखादा प्रश्न हाताळण्याची ही पद्धत – त्यांनी प्रश्नाचा 'निकाल' लावेपर्यंत चर्चा टाळणे – लक्षात घेऊन सावध झाले आहेत की नाहीत?

शत्रूला पोसणे

पणिक्करांना पाठवलेल्या केबलवरून आपल्याला आणखी एक गोष्ट दिसते. ५ एप्रिल १९५२ च्या भेटीत चाऊ एन-लाय पणिक्करांना म्हणाले की काही वर्षे तिबेटच्या रोजच्या गरजांसाठी, विशेषत: धान्यासाठी, चीनला भारतावर अवलंबून राहावे लागेल. भारताला तिबेटमध्ये तांदूळ पाठवण्यात मदत करायला आवडणार नाही का? पणिक्कर पूर्णपणे या प्रस्तावाच्या बाजूने आहेत – ज्यांच्यात इतिहास घडवला जात आहे अशा दोन राष्ट्रांचे नाते घट्ट होईल! पंडितजी त्याला हरकत घेतात : या प्रस्तावात 'वाहतुकीची फार मोठी अडचण येणार आहे,' ते पणिक्करना सांगतात. 'आम्ही या गोष्टीचा विचार करायला तयार आहोत,' ते पुढे म्हणतात, 'पण आपणही त्यांना एक सवलत देत आहोत आणि तिचा चीन व आपल्यातील सर्वसमावेशक करार करताना आपल्या बाजूने उपयोग व्हायला हवा. असे प्रस्ताव फुटकळ रीतीने स्वीकारायचे आणि सर्वसमावेशक करार करायचा नाही हे आपल्या दृष्टीने फायद्याचे नाही.' एवढेच नाही तर विनंतीचा खरा अर्थ काय हे पंडितजींच्या लक्षात येते. ते पणिक्करना सांगतात : 'हा अन्नधान्य पुरवठा तिबेटमधील चीनच्या सैन्यासाठी असावा. येणाऱ्या बातम्यांवरून त्यांना त्यांची गरज आहे असे दिसते. चीनच्या मोठ्या संख्येने तिबेटमध्ये असणाऱ्या सैन्याची हालचाल आणि मुक्काम यात मदत करायला आपण उत्सुक नाही.'१०

१२ एप्रिल १९५२ च्या केबलमध्ये पंडितजी असे म्हणतात :

त्या महिन्यात नंतर ते कॅलिम्पाँगला भेट देतात. तिथे चीनच्या सैन्यामुळे पळून

---

९. SWJN, खंड १८, पृष्ठ ४७१
१०. SWJN, खंड १८, पृष्ठ ४७२

आलेले तिबेटी मोठ्या संख्येत आहेत. ते एका जाहीर सभेत बोलतात. 'तिबेटमधील नुकत्याच झालेल्या घटनांमुळे कोणीही बिथरून जायचे कारण नाही.' ते सभेत म्हणतात, 'मी पुन्हा एकदा सांगतो की शेजारी राष्ट्रांबरोबर, विशेषत: चीन आणि तिबेटबरोबर मैत्रीपूर्ण संबंध वाढवणे हे भारताचे सर्वोच्च उद्दिष्ट आहे.' अर्थात एकाच वेळी तिबेट व चीन दोघांशीही मित्रत्व कसे करायचे हे सांगण्याची जाहीर सभा ही काही योग्य जागा नाही, त्यामुळे ते त्याचा उलगडा करत नाहीत![११]

पण २४ मे उजाडेपर्यंत त्यांचे मत बदलते. पणिक्कर तिबेटला पाठवायच्या धान्याबद्दल चौकशी करत आहेत. पंडितजी ५०० टन धान्य पाठवायचे कबूल करतात आणि एकूण ३५०० टनांचे उद्दिष्ट ठेवतात. ते त्यांचा सर्वसमावेशक दृष्टिकोन पुन्हा नमूद करतात : 'आम्ही आपल्याला सांगितले आहे की कोणत्याही स्थायी किंवा अर्धस्थायी व्यवस्थेबद्दल तिबेटमधील आमच्या एकंदर हितसंबंधांच्या बाबतीतील कराराचा भाग म्हणूनच चर्चा करता येईल.' आणि मग ते कंसात पुढे म्हणतात :

> (तुम्हाला माहीत आहेच की हे हितसंबंध व्यापारी संबंधांपुरतेच मर्यादित नसून त्यात राजकीय हितसंबंधांचाही – जसे सीमेला मान्यता देणे – समावेश आहे.)

आता संदेशांमध्ये सीमेचा मुद्दा हळूहळू येऊ लागला आहे आणि नमुनेदारपणे, पंडितजी आणखी एका अटीची भर घालतात :

> तुमच्या प्रस्तावित नोटमध्ये याचा उल्लेख न केलेला बरा. हे खरोखरी फक्त तुमच्या माहितीसाठी होते.[१२]

२१ जूनला एका पत्रकार परिषदेत पंडितजींना तिबेटला पाठवलेल्या तांदळाबद्दल विचारले जाते. 'मोठ्या प्रमाणात नाही.' पंडितजी उत्तरतात, 'एक अपवादात्मक बाब म्हणून थोडा तांदूळ पाठवायला आम्ही परवानगी दिली आहे. तो रस्ता फार कठीण आहे. तुम्हाला माहीत आहे ना? खेचरांची वाट, कठीण डोंगराळ प्रदेश, वगैरे. ती सोपी गोष्ट नव्हती पण त्यांची गरज निकडीची असल्यामुळे आम्ही थोडा तांदूळ जाऊ दिला.' आणि चीननेसुद्धा 'उदार प्रतिसाद' दिला आहे – त्यांची स्वत:ची धान्याची स्थिती कठीण असूनसुद्धा त्यांनी एक लाख टन तांदूळ आपल्याला निर्यात केला. त्यांच्या सैन्याला 'निकडीची गरज' आहे आणि जे आपल्याला तिबेटमधून बाहेर जायला हवे आहेत त्यांनाच आपण तिथे राहायला मदत करतोय!

---

११. SWJN, खंड १८, पृष्ठ ४७२-७३
१२. SWJN, खंड १८, पृष्ठ ४७३

ही व्यवस्था एकदाचीच आहे? 'होय. निश्चित,' पंडितजी उत्तर देतात.[१३]

आता आपण एप्रिल १९५३ मध्ये आहोत. पणिक्करांच्या जागी एन. राघवन हे राजदूत झाले आहेत. ते कळवतात की चीन आपल्याला शिव्या देत नसला तरी आपल्याबाबतीत 'त्यांचे धोरण थंडपणाचे आहे' पंडितजींना त्याच्या उलट असल्याची खातरी आहे : नाही, 'ते मित्रत्वाचे झाले आहे.' राघवनना पाठवलेल्या नोटमध्ये पंडितजी पुन्हा चीनला तिबेटमध्ये तांदूळ पुरवण्याच्या प्रश्नाकडे वळतात. त्या बाबतीत ते ठाम आहेत किंवा त्या विषयावरील पुढच्या नोटपर्यंत तरी तसे असल्याचे दिसते :

> तुम्हाला सांगितल्याप्रमाणे, चीनचा जो १००० टन तांदूळ आधीच भारतात आहे तो, वाहतुकीची व्यवस्था झाली तर आम्ही तिबेटला पाठवायला तयार आहोत. पण ही नेहमीची पद्धत राहील असे गृहीत धरू नये. या वाहतुकीच्या व्यवस्थेमुळे बराच त्रास होतो. इतर वस्तूंच्या बाबतीत, तिबेटला काय पुरवता येईल त्याचा विचार करायला आम्ही तयार आहोत, पण मर्यादित प्रमाणात.[१४]

अर्थात, पुढल्या वर्षीपर्यंत ते 'हिंदी चिनी भाई भाई' चे प्रतीक होण्याच्या मार्गावर असतात आणि म्हणून, त्यांनी स्वत:च वाहतुकीच्या समस्येबद्दल प्रश्न उपस्थित केला असल्यामुळे १ जुलै १९५४ ला परराष्ट्र व्यवहार मंत्रालयाच्या मुख्य सचिवांना लिहिलेल्या नोटमध्ये पंडितजी नवे धोरण नमूद करतात :

> वाहतुकीच्या समस्येमुळे फार व्यापार करू देता येणार नाही, असे आम्ही पूर्वी म्हटलेले आहे. तशा पद्धतीने सांगणे चुकीचे होईल असे मला वाटते. आपण शक्य तेवढ्या व्यापाराला परवानगी दिली पाहिजे. वाहतुकीची अडचण आली तर व्यापारावर मर्यादा येईल. वाहतुकीची समस्या आहे म्हणून आपण व्यापाराला परवानगी देत नाही असे होऊ नये...

ते आता पेट्रोल, डिझेल वगैरेसुद्धा मंजूर करतात – जे फक्त चिनी सैन्यच वापरणार आहे : काही झाले तरी प्रमाण फार मोठे नसणार असे ते म्हणतात.[१५]

तीन आठवड्यानंतर त्यांचे मत आणखी स्पष्ट असते ते परराष्ट्र सचिवांना सांगतात :

---

१३. SWJN, खंड १८, पृष्ठ ४७६-७७

१४. SWJN, खंड २२, पृष्ठ ३५४-५५

१५. SWJN, खंड २६, पृष्ठ ४८३

> मी स्पष्टपणे या मतांचा आहे की आपण चीनला कितीही तांदूळ लागला तरी विकावा. आपल्याकडे भरपूर साठा आहे... जर चीनला तांदूळ तिबेटला पाठवायचा असेल तर आपण त्याला हरकत घेऊ नये... आपण चीनला तांदूळ विकण्याने आपली धान्याच्या बाबतीतील चांगली स्थिती दिसेल आणि या बाबतीत चीनची...[१६]

हे लक्षात येण्यासारखे आहे आणि त्याचा आपल्याला पुन:पुन्हा अनुभव येणार आहे – पंडितजींना जे करायचे असेल किंवा करायचे नसेल त्यासाठी योग्य अशी पंडितजींची पद्धत. पण आपण आपल्या विषयात जरा पुढे आलो आहोत.

चिंता वाटू लागते

सीमेबाबत चीनच्या बदलणाऱ्या भूमिकेमुळे पंडितजींच्या मनात जरा चलबिचल सुरू झाली होती हे आपण बघितले – 'तिबेटमधील आपल्या एकंदरीत हितसंबंधांबद्दलच्या प्रश्नाविषयी चाऊ एन-लाय फार उत्सुक नाहीत हे समजून आश्चर्य वाटले...' असे त्यांनी पणिक्करांना १२ एप्रिल १९५२ च्या केबलमध्ये म्हटले होते. पण त्याचवेळी हा विषय चीनकडे आपण काढू नये याबद्दल पंडितजी उत्सुक होते : त्यांची २४ मे १९५२ ची केबल आठवा. त्यात त्यांनी म्हटले होते की, आपले उद्दिष्ट सामान्य समझोता करणे हे असावे आणि त्यात 'सीमेला मान्यता देणे ही एक बाब असावी.' पण पुढे म्हटले की 'याचा तुम्ही जी नोट पाठवणार आहात तिच्यात उल्लेख न केलेला बरा.'

पणिक्कर चाऊ एन-लायना १४ जून १९५२ ला भेटतात. 'सीमेच्या प्रश्नाला स्पर्श केला गेला नाही आणि कोणत्याही राजकीय प्रश्नाचाही उल्लेख केला गेला नाही,' असे ते पंडितजींना केबलने कळवतात. किंबहुना तो संदेश वाचणाऱ्या कोणाच्याही चाऊ एन-लाय यांचा सूर लक्षात आला असता : ते पणिक्करना म्हणाले की, भारताला तिबेटमध्ये काही 'खास हक्क' चालू ठेवायला आवडणार नाही अशी त्यांना खातरी वाटते, कारण ते हक्क ब्रिटिश साम्राज्यवाद्यांनी केलेल्या असमान करारांमुळे निर्माण झाले होते. त्यामुळे सरकारच्या अनेक आशा-आकांक्षा संपुष्टात आल्या, पण त्याबद्दल कोणीही ब्र काढणार नव्हते; कारण अखेरीस ही बाब पंडितजी स्वत: हाताळत होते.

पण आता स्वत: पंडितजीसुद्धा जरा गोंधळात पडतात. 'आम्हाला हे जरा विचित्र वाटतं,' ते पणिक्करना केबलने कळवतात की, 'तुमच्या बरोबर तिबेटबद्दल

---

१६. SWJN, खंड २६, पृष्ठ ४८८, संपादकाची टीप

चर्चा करताना चाऊ एन-लाय यांनी आपल्या सीमेचा काहीही उल्लेख केला नाही. आपल्या बाजूने इतर कोणत्याही गोष्टीपेक्षा आपण या प्रश्नाला सर्वांत जास्त महत्त्व देतो.' 'तुम्हाला माहीत आहेच की आपल्याला आपल्या स्वत:च्या सीमेबद्दल नव्हे तर नेपाळ, भूतान, सिक्कीम यांच्याबरोबरच्या सीमांबद्दलही स्वारस्य आहे. आपण संसदेत स्पष्ट केले आहे की या सीमा आहे तशाच राहिल्या पाहिजेत,' असे ते म्हणतात, पण ते घातक आदेश पुन्हा देतात :

> कदाचित हा प्रश्न आपण स्वत: उपस्थित न करण्यात आपली सोयच आहे.

'दुसऱ्या बाजूला', पंडितजी पणिक्करना लिहितात, 'इतर बारीकसारीक बाबींवर चर्चा करताना या प्रश्नावर चाऊ एन-लायनी मौन पाळणे मला फारसे आवडले नाही.' आता चाऊ एन-लायनीसुद्धा 'कदाचित हा प्रश्न आपण स्वत: उपस्थित न करण्यात आपली सोयच आहे' असाच विचार कशावरून केला नसेल? विशेषत: त्याच्याबाबतीत त्यांनी त्या वाक्याला अशीही पुस्ती जोडली असती, 'आपल्याला हव्या असलेल्या प्रदेशावर आपली नीट पकड बसेपर्यंत तरी...'

पंडितजी पणिक्करना पुन्हा सांगतात की त्यांना 'सीमेसह सर्वंकष' करार हवा आहे. त्यांनी एक अगदी न समजण्यासारखी आणि घातक गोष्ट गृहीत धरून त्यांचा प्रशासकीय आदेश आणखी बळकट केला. ते पणिक्करना सांगतात :

> तुम्हाला २५ जानेवारीला पाठवलेल्या सूचनांमध्ये सीमेसह आपल्या हितसंबंधांचा उल्लेख करायला सांगितला होता. तसे तुम्ही केले असेल असे आम्ही गृहीत धरतो. तसे असेल तर *चाऊ एन-लाय यांचे मौन म्हणजे कोणत्या तरी प्रकारची संमती आहे, असे गृहीत धरायला हरकत नसावी.* त्यावर पुनर्विचार करायला आपण सुचवण्याची गरज नाही. पण त्याचबरोबर या मुद्द्यावर मला खातरी दिलेली आवडेल.

चीनने त्या प्रश्नाला वेगळेच वळण दिले. भारताच्या अपेक्षा व दावे यांचा ते ब्रिटिश साम्राज्यशाहीशी संबंध लावतात आणि म्हणून अमान्य करतात. चाऊ एन-लाय यांनी पणिक्करांना काय सांगितले याचे 'स्पष्टीकरण' करत चीनचे परराष्ट्र खाते म्हणते की चाऊ एन-लाय जे म्हणाले ते असे :

> चीन सरकारला एक तत्त्व मांडायला व त्याच वेळी प्रश्न सोडवायला आणि नंतर इतर समस्यांवर तोडगे काढायला आवडेल... 'तिबेटी चीन'मधील सध्याचे चीन-भारत संबंध हा ब्रिटिशांनी पूर्वी चीनवर केलेल्या आक्रमणाचा व्रण

होता. त्यासाठी भारत सरकार जबाबदार नाही... नवा चीन व भारत सरकार यांच्यातील संबंध वाटाघाटींच्या माध्यमातून नव्याने विकसित करावेत.[१७]

त्यामुळे आता सगळे काही पुन्हा 'कढईत' टाकले जाणार होते. सीमेसकट सर्व प्रश्नांवर नव्याने वाटाघाटी कराव्या लागणार होत्या. जर ब्रिटिशांच्या काळात जे मान्य झाले होते त्यालाच भारत चिकटून राहणार असेल तर त्याचा अर्थ साम्राज्यवाद्यांनी चीनकडून जे हिरावून घेतले होते त्याचा भारत फायदा घेत आहे असा होईल आणि तसे करून चीन-भारत संबंध नव्याने विकसित होण्यात अडथळा निर्माण होईल! एक नमुनेदार कम्युनिस्ट डावपेच.

हे होणारच होते आणि ते पंडितजींना आणि त्यांच्या सहकाऱ्यांना दिसले असणार. पण तो बहाणा त्यांनी गिळून टाकणे पसंत केले. एवढेच नाही, पुढे आपल्याला दिसणार आहे की हा युक्तिवाद त्यांनी आत्मसात केला आणि तो आपलाच युक्तिवाद असल्याचे ते सांगू लागले.

१९५२ सप्टेंबरच्या सुरुवातीला पंडितजी परराष्ट्र सचिवांना सूचना देतात, 'पुन्हा विचार केल्यावर आपण सीमेबद्दल खास असा उल्लेख करू नये, हा पणिक्करांचा सल्ला मला पटला आहे.'[१८]

'विशाल जग हा दृष्टिकोन'

सप्टेंबर १९५२च्या सुरुवातीला ल्हासा येथील भारतीय वकिलात कळवते की अशांतता माजली आहे, तिबेटी लोकांचे अनेक गट निर्माण झाले आहेत, त्यापैकी एका गटाने मदत मागितली आहे– फक्त दोन लाख रुपयांची. पंडितजी कडाडतात. 'तिबेटच्या अंतर्गत कारभारात आम्हाला हस्तक्षेप करण्याची इच्छा नाही,' ते केबल पाठवतात, 'आणि चीनविरुद्धच्या कोणत्याही गुप्त किंवा इतर कारवायांमध्ये भाग घ्यायचा नाही. ते राजकीय आणि नैतिकदृष्ट्या चुकीचे होईल. तिबेटी आणि चिनी लोकांनी त्यांचा तंटा आपापसात सोडवावा...' आपले उद्दिष्ट म्हणजे 'आपली सीमारेषा व्यवस्थित ठेवणे.' असे ते म्हणतात आणि पुढे : 'हे आम्ही चीन सरकारला स्पष्ट केले आहे'– खरंच केलं आहे? आपण चीनबरोबर सीमाप्रश्न सारखा उपस्थित करायचा नाही, असे त्यांनीच अनेकदा सांगितले नव्हते? 'आणि या बाबतीत थोडीही तडजोड शक्य नाही'– फाइलमध्ये आणि केबलमध्ये कडक शब्द वापरून आपली सीमा सुरक्षित राहणार असती तर!

---

१७. SWJN, खंड १८, पृष्ठ ४७४-७५
१८. SWJN, खंड १९, पृष्ठ ६५१

आणि मग अपेक्षेप्रमाणे तो नेहमीचा 'विशाल जग हा दृष्टिकोन' आणि त्यात भूगोलावर भिस्त ठेवण्याची भर – ज्यामुळे आपण कोणतीही कृती न करण्याला कारण मिळते.

अशा गोष्टी (दोन लाख रुपयांची विनंती) विशाल जगाच्या दृष्टिकोनातून पाहाव्या लागतात ज्याचे महत्त्व आपल्या तिबेटी मित्रांना समजण्याचे साधन नाही...

आमचे असे मत आहे की भूगोल, हवामान आणि इतर गोष्टींमुळे चीन सरकारला तिबेटवर पूर्ण नियंत्रण ठेवणे कठीण आहे. पण त्यांच्या अधिकाराला कोणी आव्हान दिले तर ते सहज निर्दयपणे चिरडून टाकतील आणि त्याचे पर्यवसान म्हणजे तिबेटला जी काही स्वायत्तता आहे तीसुद्धा संपुष्टात येईल.[१९]

त्यामुळे आपण काहीही करता कामा नये हे तर आलेच – आपल्या 'विशाल जगाच्या दृष्टिकोना'मुळे, ज्याचे महत्त्व फक्त आपल्यालाच समजते; आपण काहीही करण्याची गरज नाही, कारण भौगोलिक स्थितीच तिबेटच्या स्वायत्ततेचे चीनपासून रक्षण करेल. तिबेटच्या लोकांनीही काही करता कामा नये; कारण त्यांचे आहे तेही स्वातंत्र्य ते घालवून बसतील.

१० डिसेंबर १९५२ ला पंडितजी एन. राघवन - जे पणिक्करांच्या जागी भारताचे पेकिंगमध्ये राजदूत म्हणून आले आहेत - यांना केबल पाठवतात. 'आपले चीन सरकारबद्दलचे धोरण मैत्री आणि ठामपणा यांचे मिश्रण असायला हवे.' असे पंडितजी त्यांना सांगतात. 'आपण कमकुवतपणा दाखवला तर ताबडतोब त्याचा फायदा घेतला जाईल.' त्यांच्या मनात काय आहे ते ताबडतोब दिसून येते. 'हे कोणतीही घटना घडेल तिला लागू राहील तसेच तिबेट व नेपाळ, भूतान, सिक्कीम, लडाख आणि इतर भारत यांच्यामधील सीमा यांना लागू राहील.' असे ते राघवनना सांगतात. 'या संपूर्ण सीमेच्या बाबतीत आपले धोरण ठाम असले पाहिजे. किंबहुना त्याबाबतीत चर्चा करण्यासारखे काही नाही हे आपण चिनी सरकारला स्पष्ट केले आहे... पूर्वीची मॅकमहोन रेषा ही आपली सीमा मानली जाते आणि तिलाच आपण चिकटून राहू.'[२०]

पुढे जाणारा इतिहास कुरकुर करणाऱ्यांना बाजूला सारतो

यानंतर आपण एका पत्राकडे वळणार आहोत ज्यातून अनेक धडे मिळतात. एस. सिन्हा हे अधिकारी १९५० मध्ये तिबेटमधील आपल्या वकिलातीचे प्रमुख होते.

---

१९. SWJN, खंड १९, पृष्ठ ६५१-५२
२०. SWJN, खंड २०, पृष्ठ ४८८-८९

चीन तिथे काय करत आहे हे प्रत्यक्ष बघून ते परत आले आहेत. आता ते पंडितजींच्या हाताखालील परराष्ट्र व्यवहार खात्यात विशेष कार्य अधिकारी (Officer on special duty) आहेत. तिबेटमधील चीनचे अस्तित्व आणि त्याच्या भारतावरील परिणामांबद्दल ते एक नोट तयार करतात. त्या नोटला उत्तर म्हणून पंडितजींनी काय लिहिले या व्यतिरिक्त ते ज्याप्रकारे ती नोट व तो असाहाय्य अधिकारी यांच्यावर कठोरपणे बरसतात ते त्यांच्या पदावर असणाऱ्या आणि त्यांच्याइतक्या मोठ्या माणसाने कधीही करू नये असे आहे. अशी वागणूक मिळणार असेल तर कोणता अधिकारी त्याचे प्रामाणिक म्हणणे मांडेल?

'लडाखपासून अगदी भूतान आणि आसामपर्यंतच्या आपल्या उत्तर-पूर्व सीमेबद्दल आपण पूर्णपणे जागरूक राहायला हवे हे स्पष्ट आहे,' पंडितजी सुरुवात करतात, 'श्री. सिन्हा यांची नोट सध्याच्या व संभवनीय धोक्यांकडे आपले लक्ष वेधण्यात मदत करणारी आहे.' पंडितजींच्या बाबतीत अशा प्रकारची शाबासकी प्रस्तावनेतच मिळणे हे नेहमी धोक्याचे असते.

आणि त्या अंदाजाप्रमाणेच दिवसामागून रात्र यावी तसेच वरील वाक्यानंतरचे वाक्य आहे. 'परंतु श्री. सिन्हा यांचा दृष्टिकोन काही विशिष्ट कल्पना आणि समजुतींमुळे फारच कलुषित झालेला वाटतो, ज्यामुळे त्यांना परिस्थितीचे वस्तुनिष्ठ अवलोकन करता येत नसावे,' असे पंडितजी फाइलमध्ये लिहितात. 'त्यांच्या नोटची सुरुवात चीनच्या जिंकण्याच्या ईर्षेचा उल्लेख करून होते आणि ती पूर्णपणे त्यावरच आधारित आहे. ब्रिटिशांचे तिबेटवर बरेच नियंत्रण होते त्या काळाकडे श्री. सिन्हा विशिष्ट भूतकाळ म्हणून बघतात. भारताने त्याकाळच्या ब्रिटिशांची जागा घेतलेली त्यांना आवडले असते.' भूतकाळाविषयीच्या रम्य स्मृतींऐवजी भविष्यकाळाचा वेध घेण्यामुळे सिन्हा भारावून गेले नसतील का?

पंडितजी सिन्हांचे म्हणणे उलटे करतात आणि त्यात स्वतःचे शब्द घालून नंतरच्या काळात आपल्या कृतिशून्यतेचे समर्थन करण्यासाठी ते त्याचा वारंवार वापर करणार आहेत : तिबेटमध्ये आपले जे स्थान होते, प्रवेश हक्क आणि प्रभाव होता त्यांचे समर्थन करता आले नसते असे नाही, पण त्यांचे समर्थन करणे उचित झाले नसते. 'खरे म्हणजे, आपल्या तिबेटवरील पवित्र्याचा कमकुवत भाग हा आहे की तिबेटमध्ये जबरदस्तीने घुसलेल्या साम्राज्यवादी सत्तेचे आपण वारसदार आहोत. आता त्या साम्राज्यवादी सत्तेला पूर्वीच्या पद्धतीने काम करण्याची क्षमता राहिलेली नाही. त्यामुळे आपणही कितीही इच्छा असली तरी, तसे करू शकत नाही. खरे म्हणजे आपल्याला तशा पद्धतीने काही करायची इच्छाही नाही. आपल्याला स्वारस्य आहे ते आपली स्वतःची सुरक्षा आणि आपली सीमा अभेद्य ठेवणे यात.'

'गेलेल्या काळाबद्दल आणि पद्धतींबद्दल दुःख करत बसण्याने काहीही साध्य

होणार नाही.' पंडितजी म्हणतात. एखाद्या मुद्द्याचा धिक्कार करण्यासाठी ते त्याला कसा रंग देतात ते पाहा : 'इतिहासाच्या धडकेमुळे जे लोक बाजूला ढकलले जातात आणि जे इतिहासात कधीतरी बजावलेल्या महत्त्वाच्या भूमिकेच्या आठवणीतच रमतात तेच असे करतात.' त्याविरुद्ध पंडितजी भविष्याशी सूर जुळलेले नेते आहेत. इतिहासाची भरती-ओहोटी जाणणारे फक्त तेच आहेत : 'गेल्या युद्धानंतरची सर्वांत मोठी घटना म्हणजे कम्युनिस्ट चीनचा उदय. ती आपल्याला आवडो वा न आवडो त्याचा काहीही संबंध नाही. ती वस्तुस्थिती आहे.'

तिबेटमध्ये जे घडले आहे ते नैसर्गिक आहे : 'त्यामुळे बलवान चिनी सरकारने तिबेटवर आपला हक्क सांगणे हे साहजिकच होते. पूर्वीच्या प्रत्येक चिनी राजवटीने ते कमी-अधिक यशस्वीपणे तेच केले होते.' आणि त्यावरून आणखी एक अटळ गोष्ट निघते, 'हेही साहजिक आहे की कोणतीही सत्ता मग ती कितीही मोठी असो, तिबेटवरील (चीनच्या) दाव्याला विरोध करू शकली नसती. आपण तर निश्चितच करू शकलो नसतो. विरोध करण्याची शक्ती नसताना विरोध करणे ही मोठी राजकीय चूक झाली असती. त्यामुळे जो बदल झाला तो आपल्याला स्वीकारावाच लागला.' आणि इथेच ती अटळ गोष्टींची साखळी संपते असे नाही : 'तिबेटमध्ये जे काही अंतर्गत बदल होतील तेही आपल्याला स्वीकारावेच लागतील.' तरीही हा अटळपणा आपल्या सीमेवर तरी थांबवायला हवा : 'पण आपण एक गोष्ट मान्य करायला तयार नाही, ती म्हणजे आपल्या सीमेत बदल करणे किंवा त्या ओलांडणे. त्यामुळे आपण आपले लक्ष त्यावरच केंद्रित करायला हवे, इतर गोष्टींवर विचार करू नये.'

हा त्यांचा सल्ला विश्वसनीय तेव्हाच झाला असता जर ज्या एका गोष्टीवर लक्ष केंद्रित करायला हवे असे ते म्हणतात तिच्यावर ते स्वत: अस्पष्टपेक्षाही कमी लक्ष देत नसते तर.

'श्री. सिन्हा यांच्या अहवालात सत्यावर आधारित अशा बऱ्याच गोष्टी असल्या तरी त्या इतक्या अतिरंजित करून आणि भावुकपणे मांडल्या आहेत की त्यामुळे त्यांचा प्रभाव कमी होतो. आपल्या एका प्रतिनिधीने त्याच्या वास्तविक विश्लेषणावर असा परिणाम होऊ दिला याचा मला खेद वाटतो. परिस्थितीचे आकलन होण्यास त्याचा उपयोग होत नाही.' एखाद्या अधिकाऱ्याला फायलीत अशाप्रकारे 'झाडल्यावर,' तेसुद्धा तुम्ही पंडितजींच्या त्या काळातील उच्चस्थानावर असलेल्या व्यक्तीने, प्रामाणिक सल्ला कोण देईल?

'आपण क्रांतिकारी काळात राहत आहोत आणि पूर्ण आशिया ढवळून निघत आहे, बदलत आहे,' पंडितजी लिहितात. 'आपल्याला त्या बदलाबरोबर जायला हवे आणि फक्त पूर्वीच्या दिवसांबद्दल दु:ख करत बसून चालणार नाही.' अगदी

बरोबर : 'गेल्या जागतिक युद्धानंतरच्या सर्वांत मोठ्या घटनेचा – कम्युनिस्ट चीनच्या उदयाचा – आपल्यावर काय परिणाम होऊ शकतो, याबद्दल आपण जागरूक राहायला हवे.' प्रत्यक्षात काय करायला हवे, इकडे पंडितजी वळतात : 'अंतिम विश्लेषणावरून आपण आपली ताकद वाढवली पाहिजे. ही ताकद म्हणजे सीमेवरील चौक्याच नव्हे तर आंतरिक ताकद – राजकीय आणि आर्थिक ताकद. आशियातील आजची आणि भविष्यातील सर्वांत मोठी गोष्ट म्हणजे भारत व चीनच्या प्रगतीचा दर. जर भारताने पुढील पाच ते दहा वर्षांत चांगली प्रगती केली, विशेषत: आर्थिक आघाडीवर, तर भारताचे भविष्य सुरक्षित राहील. एवढेच नाही तर आशादायक राहील. आपण जर अंतर्गत आघाडीवर अयशस्वी झालो तर आपल्या सीमांवर किंवा कुठेही काहीही होऊ शकेल.' प्रत्यक्षात काय करायला हवे हा मुद्दा बाजूलाच राहिला.

पण पूर्णपणे नाही. 'अर्थात, आपल्याला आपल्या सीमांवर सावध आणि जागरूक राहायलाच हवे,' पंडितजी मान्य करतात आणि तसेच अव्यक्तात जातात. 'मोठ्या घुसखोरीचा प्रतिकार करण्याच्या दृष्टिकोनातून नाही, पण आम्ही आमच्या सीमांबद्दल ठाम राहणार आहोत, हे चीनला आणि जगाला स्पष्ट करण्यासाठी जागरूक राहू. आमच्या सीमांना दिलेल्या कोणत्याही आव्हानाला उत्तर द्यावेच लागेल. ते फक्त सीमेलाच नाही तर पूर्ण भारतालाच आव्हान आहे असा त्याचा अर्थ होईल.' पण त्याचा फक्त फायलीत कडक शब्द लिहून सामना करणार?

'श्री कपूर[२१] म्हणतात त्याप्रमाणे, आणि इतरही अनेक कारणे देता येतील, *या सीमांना नजीकच्या भविष्यात मोठा धोका नाही.* आपण सावध राहिलो तर वाजवी काळात आणि नंतरसुद्धा, कोणतेही आव्हान येणार नाही.'

काहीही न करण्याबद्दल ते त्यांचे नेहमीचे कारण देतात : 'हे नेहमी लक्षात ठेवावे की आपले बळ काही विशिष्ट भौगोलिक घटकांमध्ये आहे जे सहजासहजी बदलता येणार नाहीत किंवा ज्यांच्यावर मात करता येईल असे नाहीत – हिमालयाच्या पर्वतराजीच नाही, पण त्याचबरोबर त्याच्या पलीकडे असलेला तिबेटचा कठीण प्रदेश असा आहे की त्याची मोठ्या सैन्याला किंवा पुरवठा यंत्रणेला काहीच मदत होणार नाही.' त्यानंतर सरदार पटेलांनी उपस्थित केला होता तो मुद्दा – ज्याला त्यांनी उत्तर दिले नव्हते – तो ते मांडतात : 'त्या सीमांच्या बाबतीत आपली एक कमकुवत बाजू ही की भूतानचे इतर लोक सांस्कृतिक व सामाजिकदृष्ट्या तिबेटच्या लोकांना जवळ आहेत आणि त्यामुळे साहजिकपणे तिबेटकडे त्या दृष्टिकोनातून बघतात.'

---

२१. बी. के. कपूर, भारताचे गंगटोक, सिक्कीमधील राजकीय अधिकारी. त्यांनाही लवकरच नेहमीच्या 'ट्रीटमेंट'ला सामोरे जावे लागणार आहे.

'आपल्या सीमेचे सगळ्यात कमकुवत भाग भूतान आणि सिक्कीम यांच्या मधल्या टप्प्यात आहेत,' ते पुढे म्हणतात, 'एका परीने जास्त गंभीर धोका नेपाळमध्ये आहे – जर त्या देशाचे तुकडे झाले तर... आपले साम्राज्य धोरण असे असावे : १) सीमाभागाशी आपली संपर्क यंत्रणा मजबूत करणे आणि तिथे सुसज्ज अशा चौक्या स्थापन करणे, २) आपली हेरयंत्रणा मजबूत करणे, ३) सीमेवरील त्या प्रदेशांचा आर्थिक आणि इतर बाबतीत विकास करणे आणि आपण भारताचा एकसंध भाग असून त्यामुळे आपल्याला लाभ होत आहे अशी भावना त्यांच्यात निर्माण होईल अशाप्रकारे त्यांना भारताच्या आर्थिक व राष्ट्रीय जीवनात समाविष्ट करून घेणे' – सरदार पटेलांनी जे अडीच वर्षांपूर्वी सुचवले होते आणि ज्याबद्दल कोणतीही कारवाई केली गेली नाही – त्यापेक्षा हे फार वेगळे नाही.

आणि फक्त सरदार पटेलच नाहीत. पंडितजींच्या नोटमधील पुढचा परिच्छेद दाखवतो की इतर लोकांनीसुद्धा आपल्या सीमा ताबडतोब बलवान करण्याकडे त्यांचे लक्ष वेधले होते आणि त्यांनाही तितकेच यश आले होते :

गेले वर्षभर किंवा दोन वर्षे उ. प्र. सरकार आम्हाला त्यांच्या तिबेटबरोबरच्या सीमेबद्दल आणि संपर्क किंवा राहण्याची जागा यांच्या अभावामुळे तिथे चौक्या ठेवण्यात येणाऱ्या अडचणींबद्दल लिहीत आहे. उ. प्र. सरकारच्या तातडीच्या स्मरणपत्रानंतरसुद्धा ही बाब इथे गृहमंत्रालयात किंवा अर्थमंत्रालयात अडकलेली आहे. तिच्याकडे लक्ष द्यावे कारण ती महत्त्वाची आहे.

९ वर्षांनंतर, १९६२ मध्ये स्थिती काय दाखवते? की या महत्त्वाच्या बाबीकडे तिच्या योग्यतेप्रमाणे लक्ष देण्यात आले? यावरून घ्यावयाच्या महत्त्वाच्या धड्यांपैकी एक हा : जेव्हा पंतप्रधान जगाला वाचवण्यात गर्क असतात, जेव्हा त्यांनी पंडितजींप्रमाणे इतक्या गोष्टी आपल्या डोक्यावर घेतलेल्या असतात तेव्हा खरोखर महत्त्वाच्या गोष्टींकडे दुर्लक्ष होते... ते अर्थात, फायलींमध्ये आणि बैठकींमध्ये 'अमुक-अमुक गोष्ट ताबडतोब झाली पाहिजे' असे लिहीत जातील, पण पुढच्याच क्षणी त्यांचे लक्ष दुसरीकडे वळले की प्रशासन यंत्रणाही तेच करते.'

पंडितजी तिबेट आणि चीनबरोबरच्या सीमेबद्दलच्या अनिश्चिततेकडे वळतात. चाऊ एन-लाय यांच्या अनिष्टसूचक मौनामुळे ते स्वत:सुद्धा जरा अस्वस्थ होऊ लागलेले आहेत हे आठवा. पण पंडितजी 'वाईट ऐकू नये, वाईट बोलू नये' या मंत्राला चिकटून राहतात. ते लिहितात –

जेव्हा सरदार पणिक्कर पेकिंगला होते तेव्हा चीन सरकारबरोबर आपल्या तिबेटबरोबरच्या सीमेचा, म्हणजे मॅकमहोन रेषेचा मुद्दा निकालात काढण्याचा

प्रश्न उपस्थित झाला. श्री. पणिक्करांचे मत असे होते की आपण आपली बाजू चीन सरकारला कळवलेली आहे, त्यामुळे तो प्रश्न उपस्थित करण्याचा काहीही उपयोग होणार नाही. पण जर संधी मिळाली आणि विशेषत: त्या सीमेला आव्हान दिले गेले तर आपल्याला हे अगदी स्पष्ट करायलाच हवे.[२२]

पण चीन ही बाब आपल्याला सोयीच्या स्वरूपात आणि आपल्याला सोयीचे होईल अशावेळी का उपस्थित करेल? ते जमिनीवरील स्थिती बदलून हा प्रश्न 'सोडवत' होते – रस्ते आणि विमानतळ बांधून तिबेटवरील त्यांची पकड आणखी घट्ट करत राहून.

आणि नंतर जे घडले त्यासाठी कोणाला जबाबदार धरायचे? पंडितजी केवळ पंतप्रधान होते असे नाही. ते केवळ परराष्ट्रमंत्री होते एवढेच नाही. सिन्हांच्या प्रस्तावावरील नोटच्या शेवटच्या परिच्छेदात पंडितजी लिहितात : 'आपल्या मंत्रालयाला नॉर्थ ईस्ट फ्रन्टियर एजन्सीबरोबर थेट व्यवहार करावा लागतो. ती आपली जबाबदारी आहे आणि त्या प्रदेशांचा विकास आपण सतत डोळ्यांपुढे ठेवला पाहिजे.' – म्हणजे ज्या प्रदेशात थोड्याच वर्षांनी चीन घुसणार होते तो प्रदेश त्यांच्या मंत्रालयाच्या थेट प्रशासकीय नियंत्रणाखाली होता.[२३]

...नाही तर ते नाराज होतील

दुसरे एक वैशिष्ट्य आपण लक्षात घ्यायला हवे. पंडितजी फायलींमध्ये वेळोवेळी कडक नोट लिहीत असताना चीन नाराज होईल असे आपण काहीही बोलायचे किंवा करायचे नाही, याची काटेकोर काळजी घेतात. लक्षात घ्या की हे सर्व घडत असतानाच्या काळात संयुक्त राष्ट्रांबद्दलची चीनची बाजू मांडण्याचा – संयुक्त राष्ट्रांमध्ये, कोलंबोच्या पंतप्रधान परिषदेत, राष्ट्रकुल पंतप्रधान परिषदेमध्ये, जगभरात पत्रकार परिषदांमध्ये – ते आटोकाट प्रयत्न करत असतात :

चीनचे प्रतिनिधित्व फोर्मोसाने करणे हे वस्तुत: विचित्र आहे असे ते कोलंबोला जमलेल्या पंतप्रधानांना सांगतात. हे चीनसाठीच नव्हे तर आशियासाठीही 'नामुष्की'चे आहे...[२४]

कम्युनिस्ट चीनला संयुक्त राष्ट्रांमध्ये प्रवेश देणे यापेक्षा महत्त्वाचा

---

२२. SWJN, खंड २१, पृष्ठ ५५५-५८
२३. SWJN, खंड २०, पृष्ठ ५५८
२४. SWJN, खंड २५, पृष्ठ ४२३-२६

आणि तातडीचा असा दुसरा प्रश्न नाही, असे ते जुलै १९५६ मधील राष्ट्रकुल पंतप्रधानांच्या परिषदेत म्हणतात. चीन तर काही वर्षांपूर्वीपासून (संयुक्त राष्ट्रांचा) सभासद असता तर इतिहासाचा प्रवाह बदलता आला असता; उदाहरणार्थ कोरियन युद्ध कदाचित झालेच नसते.[२५]

ते स्वत:च म्हणतात की, एकामागून एक परिषदांमध्ये ते फोर्मोसा आणि कोरियावरील चीनची बाजू मांडत आहेत. 'मी चीनचा पवित्रा बऱ्यापैकी विस्तृतपणे स्पष्ट केला आहे,' ते भारताचे पेकिंगमधील राजदूत राघवन यांना फेब्रुवारी १९५५ मधील राष्ट्रकुल पंतप्रधान परिषदेनंतर ताबडतोब कळवतात, 'आणि त्याचा बऱ्यापैकी परिणाम झाला असावा असे वाटते...' दुसऱ्या दिवशी ते पुन्हा राघवनना केबल पाठवून लिहितात, 'पंतप्रधान परिषदेत चीनच्या प्रश्नावर कोणताही निर्णय घेतला गेला नाही, पण विचारांची सविस्तर देवाणघेवाण झाली आणि संभाव्य घटनांवर विचार झाला. मी चीनची बाजू पूर्णपणे मांडली.'[२६]

आणि आपण चीनची बाजू मांडत आहोत हे चाऊ एन-लायना कळेल, याची ते खातरी करतात :

कृपया आमची गाढ काळजी आणि तोडगा काढण्याची उत्सुकता याबद्दल चाऊ एन-लायना खातरी द्या; जेणेकरून युद्ध टळेल व चीनला त्याचे कायदेशीर हक्क मिळतील. मी तुम्हाला सांगितल्याप्रमाणे, आम्हाला चीनची कायद्याची आणि घटनात्मक बाजू मान्य आहे, पण फक्त त्यावरच भर देऊन आणि दुसरे काही न करून चालणार नाही. आम्हाला चीनने त्यांच्या न्याय्य दाव्यांपैकी कोणताही किंवा महत्त्वाचे तत्त्व सोडून द्यायला नको आहे. पण जर आपल्याला युद्ध टाळायचे असेल तर काळजीपूर्वक एक-एक पाऊल टाकले पाहिजे. आम्ही आमचे शांततामय प्रयत्न चालूच ठेवू आणि त्यात चीन मदत करेल अशी आमची अपेक्षा आहे.[२७]

चाऊ एन-लाय यांना सांगा की त्यांनी जे लिहिले होते त्याचा मी आदर करतो. आमच्या लंडनमधल्या आणि येथील अमेरिकन राजदूतांबरोबरच्या बोलण्यात आम्ही चीनची बाजू स्पष्ट केली आहे. आम्ही अजून अंतिम फेरीला आलेलो नाही. हे प्रयत्न चालू राहतील.[२८]

---

२५. SWJN, खंड ३४, पृष्ठ २५९
२६. SWJN, खंड २८, पृष्ठ १६७-६८
२७. SWJN, खंड २८, पृष्ठ १७०
२८. SWJN, खंड २९, पृष्ठ ३६४

त्या उलट, जेव्हा जेव्हा पंडितजींची बाजू चीनच्या इच्छेपासून जराही वेगळी असेल तेव्हा चीन सरकार त्यांची जोरदार निंदा करते :

> जेव्हा पंडितजी चीनच्या तिबेटवरील आक्रमणामुळे आपण किती व्यथित झालो असे म्हणतात तेव्हा भारत – आणि या विशिष्ट बाबतीत पंडितजी स्वत: – परकीय प्रभावाखाली असे म्हणत आहेत, असा ते आरोप करतात. 'अँग्लो-अमेरिकन साम्राज्यवादी आणि त्यांचा पाळीव कुत्रा पंडित नेहरू हे तिबेट खालसा करण्यासाठी ल्हासामध्ये कट रचत होते,' असे तिबेटवरील आक्रमणाच्या समर्थनार्थ न्यू चायना न्यूज एजन्सी म्हणते.

काही काळानंतर पंडितजी भारताच्या संयुक्त राष्ट्रसंघातील प्रतिनिधीला कोरियावर एक ठराव मांडायला सांगतात आणि हे आपण 'चीन सरकारशी पूर्णपणे विचार विनिमय करून करत आहोत' असे ते त्यांचे मित्र ब्रह्मदेशचे पंतप्रधान उ नू यांना सांगतात. ठराव मांडल्यावर तो अमान्य असल्याचे ते (चीन) म्हणतात आणि सोव्हिएत रशियाबरोबर त्याचा निषेध करतात : 'सौम्य भाषेत सांगायचे तर तुम्ही स्वप्नाळू आणि आदर्शवादी आहात आणि खरे तर तुम्ही अमेरिकेच्या भयंकर धोरणाचे साधन आहात,' असे सोव्हिएत प्रतिनिधी म्हणतो; चाऊ एन-लाय त्या ठरावाची 'बेकायदा, अन्याय्य, गैरवाजवी' अशा शब्दात निंदा करतात. पंडितजी दुखावले जातात : 'यामुळे मला अतिशय क्लेश झाला आहे,' ते उ नू यांना सांगतात, 'कारण आम्ही आमच्या परीने चीनशी मैत्रीचे संबंध प्रस्थापित करण्याचा प्रयत्न करत आहोत आणि त्यांच्या इच्छेविरुद्ध काहीही करण्याचा आमचा हेतू नव्हता.' त्यांना ते स्थितप्रज्ञ वृत्तीने घेण्याशिवाय गत्यंतर नसते : 'पण आहे हे असे आहे,' ते म्हणतात, 'कम्युनिस्टांच्या वागणुकीमागचे हेतू समजणे नेहमी सोपे नसते.'२९

या तंत्राचा – त्यांना सतत अस्थिर ठेवण्याचा – परिणाम काय? त्यांच्या कसोटीला उतरण्यासाठी त्यांना आणखी प्रयत्न करायला उद्युक्त करावे हा? त्या काळातील उदारमतवाद्यांकडून ज्याची अपेक्षा करावी तेच म्हणजे ते आणखी कसोशीने प्रयत्न करतात. त्यांच्याशी आणि भारताशी अगदी पुसटपणेसुद्धा निगडित असणाऱ्या कोणत्याही बाबतीत चीनला थोडेही आवडणार नाही असे काहीही करू नये, असा प्रयत्न ते करतात.

---

२९. SWJN, खंड २१, पृष्ठ ४४६-४८, संपादकाची टीप, पृ. ४४७

- चीनची सेना तिबेटमध्ये पुढे जात आहे अशी बातमी आहे. त्यांचे सहकारी आणि चेले कृष्ण मेनन, रॉयटर्सला मुलाखत देताना सूचित करतात की, या प्रश्नावर भारत चीनच्या संपर्कात राहिला आहे आणि आम्ही चीनला 'कायदेशीर हक्क असले तरी सबुरीने घ्या' असा सल्ला दिला आहे. 'तिबेट ही फार नाजूक समस्या आहे,' पंडितजी मेननना सांगतात, 'त्याबाबतीत आपल्याला सावधपणे वागले पाहिजे आणि या प्रश्नावर आपण चीनशी बोलत आहोत असे कोणी म्हणता कामा नये. ते (चिनी) अतिशय संवेदनशील आहेत आणि यामुळे त्यांच्यात अनिष्ट प्रतिक्रिया निर्माण होईल...' ते स्वत:चचे उदाहरण देतात : 'गेल्या काही दिवसात पत्रकार परिषदांमध्ये मला तिबेटविषयी प्रश्न विचारण्यात येतात. मी त्यांना मोघम उत्तरे दिली. कोणतेही थेट आणि ठाम असे उत्तर दिले नाही... आपल्याला कोणतेही स्पष्ट असे विधान करायचे नाही, कारण आपण जे काही बोलू ते चीनच्या किंवा तिबेटच्या दृष्टिकोनातून अडचणीत आणणारे असू शकते. आपण चीनला काही सांगितले आणि ते जाहीर झाले तर त्याची परिणामकारकता कमी होते.'[३०]
- चीनच्या आक्रमणाविरुद्धचा रोष वाढून नेते आणि नागरिक ऑगस्ट १९५३ मध्ये 'तिबेट दिन' पाळायचे ठरवतात. पंडितजी अखिल भारतीय काँग्रेस कमिटीच्या महासचिवांना एक पत्र पाठवतात. 'साहजिकच, कोणाही काँग्रेसपक्षीयाने अशा समितीत जाऊ नये किंवा *तिबेट दिवस* पाळण्यात भाग घेऊ नये,' ते आज्ञा देतात. 'हे कृत्य चीनशी अमित्रत्वाचे होईल आणि आपण अनुसरत असलेल्या धोरणाशी विसंगत होईल. या घडीला असा कोणताही दिवस पाळण्याची गरज नाही. प्रोफेसर रंगा किंवा इतरांनी अचानक हा दिन पाळायचे का ठरवले ते खरोखरीच मला समजत नाही.'

  'आपल्या पक्षाच्या सदस्यांनी त्यापासून दूर राहावे, असे आपण त्यांना सांगावे असे मला वाटते. तुम्ही मला आठवण केली तर पक्षाच्या उद्याच्या बैठकीत मी याचा उल्लेख करीन.' काही दिवसांनी ते फाइलमध्ये लिहितात की, संबंधित संयुक्त सचिवांनी 'तिबेट दिना'बद्दल चिनी विकलातीतील काउन्सेलरला जे उत्तर दिले ते योग्य होते. त्यांनी आणखी पुढे असे म्हणायला हवे होते की, ही वृत्तपत्रांमधील नोट... संसदेतील विरोधकांच्या फुटकळ गटांनी बनवली असून त्यांना काहीही महत्त्व नाही. काही थोड्या लोकांनी केलेले हे आवाहन आम्ही असंमत करतो आणि आम्ही त्याला काहीही महत्त्व देत नाही.[३१]

---

३०. SWJN, खंड १५ (१), पृष्ठ ४२९

३१. SWJN, खंड २३, पृष्ठ ४८२-८३, आणि संपादकाची टीप, पृ. ४८३

सीमाप्रश्न

तिबेट देऊन टाकण्यात आला आहे. सीमेच्या बाबतीत पंडितजी 'मिकॉबर'प्रमाणे करीत आहेत. चीनपुढे हा प्रश्न उपस्थित केला नाही तर त्यावर तंटाच होणार नाही अशी त्यांनी स्वत:ची ठाम समजूत करून घेतलेली आहे. पण सप्टेंबर १९५३ मध्ये चाऊ एन-लाय यांना पाठवलेल्या एका संदेशात ते या प्रश्नाचा ओझरता उल्लेख करतात. 'आपल्या दोन्ही महान राष्ट्रांचे आंतरराष्ट्रीय घडामोडींमधील वाढते सहकार्य ही माझ्यासाठी मोठ्या समाधानाची बाब राहिली आहे;' ते म्हणतात. 'हे सहकार्य आणि मैत्री यांचा लाभ फक्त आपल्यालाच मिळणार नाही तर आशिया आणि जगातील शांतीचा तो मजबूत आधारस्तंभ होईल. परस्परांसाठी महत्त्वाचे प्रश्न हाताळण्यातही आपली दोन राष्ट्रे संपर्क ठेवतील आणि परस्परांशी सहकार्य करतील. तशी आपली इच्छा होती आणि मी तिला पूर्णपणे प्रतिसाद देत आहे...' 'गेल्या वर्षी आपण आमच्या राजदूतांना सांगितले की, भारत व चीन यांच्या तिबेटबद्दलच्या दृष्टिकोनात फरक नाही आणि भारताच्या तिबेटमधील हितसंबंधांचे रक्षण करण्यास आपले सरकार आतुर आहे,' ते पुढे म्हणतात, 'आपण असेही म्हणालात की, या बाबतीत भारत व चीन यांच्यात प्रादेशिक वाद किंवा तंटा नाही. सध्याच्या संस्था आणि व्यवस्था अचानक बंद करण्याची आमची इच्छा नाही, कारण तसे केल्यास पोकळी निर्माण होईल.' ते चाऊ एन-लायना सांगतात की, केव्हाही गैरसमज व संघर्ष होऊ नये यासाठी प्रलंबित बाबींवर अंतिम तोडगा काढण्यास भारत सरकार उत्सुक आहे... नंतर ते दुय्यम महत्त्वाच्या गोष्टींकडे वळतात.[३२] याचे दोन्ही अर्थ काढता येतील – एक हा की सीमेबाबत मतभेद नाहीत असे चाऊ स्वत:च म्हणाले असल्याने त्या प्रश्नावर आणखी चर्चा करावी असे पंडितजींनी सुचवण्याला कारणच उरत नाही : असे असेल तर धडा हा आहे की चीनची तिबेटवरील पकड घट्ट व्हावी आणि सीमेलगतच्या त्यांच्या पायाभूत सुविधा आपल्यापेक्षा खूप उच्च दर्जाच्या व्हाव्यात यासाठी चाऊ त्यांना फसवत होते; किंवा पंडितजींनी चाऊ एन-लाय यांचे विधान खोटे आहे असे गृहीत न धरता ते त्यांच्या केबलमध्ये म्हणत होते त्याप्रमाणे सीमेबाबत औपचारिक कराराचा आग्रह धरायला हवा होता : उदाहरणार्थ, हे आठवा : तिबेटमधील चिनी सैन्याला तांदूळ पुरवण्याच्या विनंतीला त्यांची प्रथम प्रतिक्रिया आणि त्यांची अशी ताकीद की आपण फुटकळ प्रकारे गोष्टी हाताळू नयेत, त्याऐवजी सीमेसह सर्वंकष कराराचा आग्रह धरावा. ते कसेही असले तरी चाऊ लवकरच त्यांचा भ्रमनिरास करणार आहेत.

---

३२. SWJN, खंड २३, पृष्ठ ४८५-८६

१६ ऑक्टोबर १९५३ ला चाऊ एन-लाय पंडितजींच्या पत्राला उत्तर देतात. चीन आणि भारत यांच्यात तिबेट किंवा सीमेवरून मतभेद नाहीत याला चाऊ एन-लायने पुष्टी दिल्याची पंडितजींनी आठवण करून दिली होती. त्यावर परिस्थिती कशी होती आणि आहे हे सांगत चाऊ गालबोट लावतात. ते म्हणतात : *'चीनच्या तिबेट विभागातील चीन-भारत संबंधांची स्थिती हा पूर्वी ब्रिटिशांनी चीनवर केलेल्या आक्रमणाच्या प्रक्रियेचा अवशेष आहे.'* 'या सगळ्याला भारत सरकार जबाबदार नव्हते' – याचा अर्थ एकच होता : पूर्वी घडलेल्या गोष्टींसाठी आम्ही आजच्या भारताला दोष देत नाही आहोत आणि त्याचप्रमाणे पूर्वी जी स्थिती होती त्यातून भारताला कोणतेही हक्क किंवा दावा करता येणार नाही. 'ब्रिटिश सरकार व जुने चीन सरकार यांच्यातील असमान करारातून मिळालेले विशेष हक्क आता अस्तित्वात नाहीत,' चाऊ म्हणतात. सरदार पटेलांनी चीन कसा वागेल याचे जे भविष्य वर्तवले होते *अगदी त्याचप्रमाणे* चाऊ वागत होते. सरदारांनी पंडितजींना लिहिलेल्या त्यांच्या पत्रात असे लिहिले नव्हते का की, 'स्वामित्वा'चा चीन लावत असलेला अर्थ आपण लावत असलेल्या अर्थापेक्षा वेगळा आहे? आणि याचा परिणाम काय होईल हेही त्यांनी सांगितले नव्हते? *'त्यामुळे आपण असे निश्चित गृहीत धरू शकतो की लवकरच ते तिबेटने आपल्याबरोबर पूर्वी केलेल्या करारातील सर्व अटी अमान्य असल्याचे सांगतील. त्याचा परिणाम म्हणजे ज्यांच्या आधारे आपण गेली पन्नास वर्षे काम करीत आहोत ते तिबेटबरोबरचे पूर्वीचे सीमाविषयक आणि व्यापारी असे सर्व समझोते पुन्हा 'कढईत' टाकले जातील.'*

'म्हणून,' चाऊ एन-लाय पुढे म्हणतात, 'नव-चीन आणि भारत सरकार यांच्यातील चीनच्या तिबेट प्रदेशातील संबंधांची वाटाघाटी करून नव्याने बांधणी करावी लागेल.' या 'संबंधां'मध्ये सीमेचा समावेश नसेल?

पंडितजींना निश्चितच धक्का बसतो, पण नेहमीप्रमाणेच ते त्या गोष्टीवर विचार करणे पुढे ढकलतात. ते जे उत्तर पाठवतात त्यात चाऊ एन-लाय यांच्या पत्रातून निघणाऱ्या वेगवेगळ्या मुद्द्यांच्या अर्थाला पूर्णपणे बगल दिली जाते. त्यांच्या मनातील काळजी ते राघवनना पाठवलेल्या संदेशाच्या 'ता.क.'मध्ये व्यक्त करतात. ते राघवनना सांगतात : 'चाऊ एन-लाय यांनी मला पाठवलेल्या पत्रातून काही वादाचे मुद्दे निर्माण होतात आणि त्यात अनेक चुकाही आहेत. पण मी त्यांच्यावर माझ्या पत्रात चर्चा केलेली नाही *कारण तो तपशिलाचा भाग आहे.'*[३३]

'तपशिलाचा भाग?' चाऊ एन-लाय अगदी स्पष्टपणे म्हणताहेत की 'संबंध'– म्हणजे सर्व प्रकारचे संबंध – नव्याने वाटाघाटी करून ठरवावे लागतील आणि

---

३३. SWJN, खंड २४, पृष्ठ ५९५-९६, शिवाय संपादकाची टीप, पृ. ५९६

आपण 'तपशिलाचा भाग' आणि 'चुका' यावर समाधान मानून बसतो?

'संतुलित दृष्टिकोनातून'

एस. सिन्हा आणखी एक नोट सादर करतात. 'भारताच्या उत्तर-पूर्व सीमेवरील चीनचे मनसुबे' असा मथळा असलेल्या या नोटमध्ये तिबेटमध्ये आणि अगदी आपल्या सीमेवर चीन जी पावले उचलत आहे त्याचे आपल्यावर होणाऱ्या अटळ परिणामांचे विवेचन केले होते. अपेक्षेप्रमाणेच टाळाटाळ होते. ती नोट आपल्या पणिक्करांच्या टिप्पणीसाठी त्यांच्याकडे पाठवली जाते. पणिक्कर म्हणतात, 'समस्या भारताच्या सीमांवर चीनने किंवा चीनच्या प्रेरणेने दुसऱ्या कोणी साहस करण्याची नाहीये.' 'मुद्दा आहे तो सीमेच्या आपल्या भागाचा विकास करणे, प्रशासनाला बळकटी आणणे, त्या भागातील लोकांमध्ये आपण भारतीय आहोत, आपल्याला भारतात महत्त्वाचे स्थान आहे अशी भावना निर्माण करणे, हा आहे.' चीन तिबेटच्या लोकांचे काय करत आहे हे त्यांच्या नजरेला आणण्याचा उपयोग होणार नाही? एका प्रकारचे उपाय हे दुसऱ्या प्रकारच्या उपायांच्या जागी येऊ शकतात, जोडीने नाही, असे का? आपण दोन्ही उपाय करायला हवेत असे का नाही? चीनच्या हालचालींचा आपल्या सुरक्षेवर काय परिणाम होईल हे बघून ते अमलात आणावेत आणि त्याचबरोबर आपल्या सीमा प्रदेशाचा विकास करावा असे का नको?

पणिक्करांच्या टिप्पणीमुळे बळ येऊन पंडितजी सिन्हांवर बरसतात. 'सिन्हांच्या चीनच्या हेतूविषयी बोलण्यावरूनच त्यांनी स्थितीचा वस्तुनिष्ठ दृष्टिकोन ठेवलेला नसून ते काही गोष्टी गृहीत धरून बोलत आहेत असे दिसते,' अशी ते सुरुवात करतात. 'अशा घटना तिबेटमध्ये, आपल्या सीमांवर किंवा इतर ठिकाणी घडण्याची शक्यता मी नाकारत नाही, पण आपण संतुलित दृष्टिकोन ठेवायला हवा.' त्यांना पसंत न पडणारा दृष्टिकोन हा नेहमी असंतुलितच असतो, किंवा इतिहासात हरवलेला असतो, किंवा शीतयुद्धाच्या मानसिकतेत अडकलेला असतो किंवा विषयनिष्ठ आणि भावुक असतो...

आतापर्यंत पंडितजी तिबेटमधील व्यवस्थेच्या *विरुद्ध* ठामपणे मत मांडत आहेत. त्यांचा पवित्रा आता 'आपण तिबेटला समर्थन देऊ शकत नाही, एवढेच नाही तर आपण तिबेटला समर्थन देताच कामा नये,' असा आहे. कारण आहे त्यांचा इतिहासाबद्दलचा प्रागतिक दृष्टिकोन! तिबेटी समाजव्यवस्था सरंजामशाही आहे आणि आपण सरंजामशाहीला कसा पाठिंबा देऊ शकतो? 'आम्ही तिबेटमधील सरंजामशाही तत्त्वांना पाठिंबा देऊ शकत नाही,' आणि हा पाया धरल्यावर आपण नुसते तर्कशुद्ध असावे : 'त्या निर्णयाप्रत आल्यावर आपण ते स्वीकारला पाहिजे

आणि वेगळ्या धोरणासाठी हट्ट धरू नये– तसेसुद्धा ते आपल्या आवाक्याबाहेरचे आहे.'

होय, आपण आपल्या सीमेलगतचा प्रदेश विकसित करायला हवा, पण ते करताना लोकांच्या जीवनशैलीत हस्तक्षेप करू नये. आपण उदारमतवादी शक्तींना हळुवारपणे उत्तेजन द्यावे आणि संपर्क वाढवावा.

त्यानंतर, त्यांचा अनेकदा सांगितलेला विचार : आपण सीमेविषयी बोलता कामा नये, कारण त्याचा अर्थ असा होईल की त्यात काही तरी बोलण्यासारखे आहे. 'आपल्या सीमेविषयी,' ते लिहितात, 'आपले हे चांगल्या प्रकारे जाहीर केलेले धोरण आहे की ती रेषा संमत केलेली आहे आणि तिच्याबद्दल वादविवाद किंवा चर्चेला वाव नाही– काही ठिकाणचे, शंका असलेले लहान भाग सोडून. आणि मग त्यांचे व्यूहात्मक मूल्यमापन : मला लोकांचे मन वाचता येणार नाही, चिनी मन तर नाहीच नाही, पण सभोवतालच्या परिस्थितीवरून अंदाज करू शकतो. भारतावर आक्रमण करण्यासारख्या गोष्टीचा चीन सरकारने विचार करणे हे पूर्णपणे अव्यवहार्य आहे.' या विधानात अनेकांपैकी एक दोष दिसतो : *पंडितजी चीनपुढे नेहमी दोन पर्याय ठेवतात* – वाटाघाटी करून प्रश्न सोडवणे किंवा चीनने भारतावर पूर्ण आक्रमण करणे. ती शक्यता ते सहज फेटाळून लावतात आणि ती फेटाळल्यावर ते प्रशासकीय निष्कर्षाला येतात की पूर्ण आक्रमण शक्य नसल्यामुळे आपण काय करायचे त्यासाठी हवा तितका वेळ घेऊ शकतो.

'परिस्थिती'च्या त्यांनी काढलेल्या निष्कर्षावरून पूर्ण आक्रमण 'पूर्णपणे अव्यवहार्य' आहे. 'म्हणून मी ती शक्यता नाकारतो,' असा ते निर्णय घेतात. पण ते आणखी एक शक्यता मानतात, 'घुसखोरीमुळे काही ठिकाणी स्थानिक समस्या निर्माण होऊ शकते;' पण त्यावर ते एक सामान्य उपाय सुचवतात, 'त्याबद्दल आपण जागरूक राहिले पाहिजे.'

'नेपाळमध्येसुद्धा धोका आहे पण तोसुद्धा अंतर्गत गोंधळाच्या स्थितीमुळे आहे, बाहेरील हस्तक्षेपामुळे नाही,' असे ते लिहितात. आणि तिथेसुद्धा आपण ज्याच्यापासून सावध राहायला हवे ते चीनपासून नाही – 'खरे म्हणजे ज्या बाहेरच्या हस्तक्षेपाची आम्हाला काळजी वाटते तो चीनच्या नाही, तर अमेरिकेच्या.'

सर्वसाधारण निष्कर्ष काढणे – आणि तेही प्रत्येक निरपवाद असे – सुरू होते. 'आपण हे लक्षात घेतले पाहिजे की आपले चीनबद्दलचे धोरण हे मित्रत्वाचे आणि सहअस्तित्वाचे आणि आमच्या मूलभूत हक्कांच्या बाबतीत ठामपणाचे आहे' – अडचण एवढीच आहे की ठामपणा कुठे सुरू व्हावा ते बदलत राहते आणि 'मूलभूत'ची व्याख्यासुद्धा जास्त नरम होत जाते. 'अखेरीस सीमेचे रक्षण हा मूलभूत हक्क आहे' – पण १९६२ वरून जे दिसणार आहे त्यावरून फाइलमध्ये मारलेले

जोरदार शेरे पुरत नाहीत; सीमेचे रक्षण करण्यासाठी प्रत्यक्षात बळ असावे लागते आणि ते प्राप्त करण्यासाठी पुढील ९ वर्षांत काय प्रयत्न केले गेले त्याचे फलित प्रत्यक्षात दिसते. नेहमीप्रमाणे, ते सौम्य करणे सुरू होते : 'इतरही काही हक्क आणि प्रथा आहेत पण त्या फार विवाद्य नाहीत. आम्ही कोणताही मूलभूत हक्क सोडणार नाही. इतर (हक्कांसाठी) आम्ही चीनशी मैत्रीपूर्ण व्यवहार करू.' हा आणि संभाव्य धोक्यांबद्दल उगीच कुरकुर न करणे हाच योग्य व संतुलित दृष्टिकोन : 'हे आज महत्त्वाचे आहे. दूरच्या भविष्यासाठी तर आणखीनच महत्त्वाचे आहे की भारत व चीन यांच्यात मैत्रीचे संबंध असावेत आणि सीमेवर धोका असू नये. हे आपल्या बाजूने साध्य करण्याचा उत्तम मार्ग म्हणजे सीमेवरील आपले प्रदेश विकसित करणे – फक्त रस्ते वगैरे अशा गोष्टींनीच नाही तर भारत या संकल्पनेसाठी तेथील लोकांचे हृदय जिंकणे.' सामान्यच पण खूपच उदात्त.

पण विस्तृत दृष्टिकोनाचा उल्लेख केल्याशिवाय पंडितजी नोट पुरी कशी करतील? आणि संबंधित अधिकाऱ्याला खडसावल्याशिवाय? त्यामुळे, शेवट करण्यापूर्वी पंडितजी म्हणतात :

> सिक्कीममधील राजकीय अधिकाऱ्याचे पद महत्त्वाचे आहे हे अगदी खरे आहे. त्या अधिकाऱ्याला आपले धोरण स्पष्ट समजलेले असावे– फक्त सीमेवरील भागाबद्दलचे किंवा तिबेटबद्दलचेच नाही तर पूर्ण जगाबद्दलच्या विशाल दृष्टिकोनाचेही.
>
> श्री. सिन्हांना आपले धोरण नीट समजलेले नाही असे दिसते. त्यांना मार्गदर्शन करायला हवे.३४

अनेक आठवडे जातात. बोलणी पेकिंगमध्ये होणार आहेत. बोलण्यांच्या दरम्यान जे मुख्य मुद्दे उपस्थित होण्याची शक्यता आहे त्यांची यादी पंडितजींना पाठवली जाते. त्यात 'भारताची तिबेटबरोबरची सीमा' हा मुख्य मुद्दा असतो. पंडितजी परराष्ट्र मंत्रालयाच्या प्रमुख सचिवांना सूचना देतात :

> सीमेबद्दल आपण घ्यायच्या पवित्र्याशी मी सहमत आहे, तो हा की : हा प्रश्न आपण उपस्थित करूच नये. चीनने तो उपस्थित केला तर आपण आश्चर्य दाखवायचे आणि हा निर्णय झालेला विषय आहे हे त्यांच्या निदर्शनाला आणावे. गेल्या दोन-तीन वर्षांत भारत-चीन किंवा भारत-तिबेट प्रश्नांचा अनेकदा उल्लेख केला गेला, मग या सीमाप्रश्नाचा

---

३४. SWJN, खंड २४, पृष्ठ ५९६-९८,आणि संपादकाची टीप, पृ. ५९७

> उल्लेख कधीही केला गेला नव्हता आणि आता तो उपस्थित केला जावा, हे आश्चर्य आहे. आमच्या शिष्टमंडळाला त्यावर चर्चा करता येणार नाही.

मुद्दा उपस्थित करण्याबाबतीतल्या या ठामपणाबरोबरच आपली जमिनीवरची स्थिती मजबूत केली असती तर! या वेळी पणिक्करसुद्धा जरा कणखरपणा दाखवतात. ते सुचवतात की चीनने हा मुद्दा घेण्याचा आग्रहच धरला तर आपल्या शिष्टमंडळाने उठून जावे आणि चर्चा संपवावी. पंडितजी निर्णय देतात : 'चीनने हा प्रश्न उभा करायचा हट्ट धरला तरच, नाही तर आपण उठून जाण्याचे टाळावे.' पण ते ती शक्यता खुली ठेवतात आणि निर्णय पुढे ढकलतात. 'असे काही झालेच तर ही गोष्ट निश्चितच आमच्या पातळी वर पाठवली जाईल.'[३५]

केवळ कागदावरच्या 'तत्त्वां'नी देशाचे रक्षण झाले असते तर

पुढील काही महिन्यांनी पंडितजी जगाला वाचवण्यात गुंतलेले असतात. इंडो-चायना, फोर्मोसा, अमेरिकेचे परराष्ट्रमंत्री डलस यांच्या बेजबाबदार घोषणा, हायड्रोजन बॉम्ब, वंशभेद, वसाहतवाद, कोलंबो परिषद... त्यामध्ये आपण चीनबरोबर तिबेटशी व्यापाराच्या करारावर सह्या करतो. त्याचा मसुदा राष्ट्रकुल देशांच्या सरकारांना पाठवा असे पंडितजी सांगतात. आपण सर्व सोयी आणि हक्क सोडून दिले आहेत. पण प्रस्तावनेतील 'काव्या'तून नंतरच्या काळात बरेच समाधान मिळते – तिच्यात म्हटले आहे की, 'हा करार परस्परांच्या प्रदेशांची अखंडता आणि सार्वभौमत्व; परस्परांवर आक्रमण न करणे, परस्परांच्या अंतर्गत व्यवहारात हस्तक्षेप न करणे; समता आणि परस्परांना लाभ आणि शांततामय सहजीवन या तत्त्वांवर आधारित आहे' – ही तत्त्वे भविष्यकाळात मंत्र बनून राहणार आहेत. लवकरच पंडितजी चाऊ एन-लाय यांना ब्रह्मदेशाबरोबरसुद्धा याच मंत्रावर आधारित निवेदन काढायला सुचवणार आहेत. तसेच लवकरच ही तत्त्वे बांडुंग जाहीरनाम्याचा आधार बनणार आहेत. सध्या या कराराचा मसुदा राष्ट्रकुल पंतप्रधानांना ज्या पत्राबरोबर पाठवायचा आहे त्या पत्रात कोणते मुद्दे असावेत हे पंडितजी सांगतात : 'तिबेटमध्ये नुकत्याच झालेल्या बदलांमुळे' नव्या कराराची गरज; उभ्या राहिलेल्या लहान-मोठ्या अडचणी; दीर्घकाळ चाललेल्या चर्चा... आणि अर्थात जास्त विशाल दृष्टिकोन : 'हा करार केवळ तिबेटशी संबंधित अनेक मुद्द्यांचे – ज्याचा आम्हाला गेले दोन-तीन वर्षे त्रास होत होता – निराकरण करतो' – निराकरण या अर्थाने की भारत तिबेटला 'चीनचा तिबेट प्रदेश' म्हणून मान्यता देतो – 'एवढेच नाही तर आम्हाला आशा आहे की, त्याचा

---

३५. SWJN, खंड २४, पृष्ठ ५९८

या भागात आणि आमच्या मते, काही प्रमाणात आशियातील व्यवहारातसुद्धा स्थैर्य आणण्यात उपयोग होईल...'३६

ते भविष्याबद्दलसुद्धा काही सूचना देतात. त्यात सीमेविषयी अशा सूचनांची यादी देतात :

सर्व वादग्रस्त जागांवर, मग त्या कुठेही असोत, आपण आपल्या चौक्या स्थापन कराव्यात आणि त्या सीमांपर्यंत आपले प्रशासन पोहोचवावे याच्याशी मी सहमत आहे. या गोष्टीला उशीर झाला आहे. ती त्वरेने करण्याचा प्रयत्न करावा. अशा प्रकारे, उत्तर प्रदेश सरकारने तिबेट सीमेबद्दल, विशेषत: त्या सीमेपर्यंत संपर्क व्यवस्था विकसित करण्याबद्दल, अनेकदा लिहिले होते. स्थिती कशी आहे ते शोधून काढावे आणि निर्णय व कृती त्वरेने करण्याबद्दल काहीतरी करण्याचा प्रयत्न करावा.३७

जाता जाता दोन मुद्दे लक्षात घ्यावेत. एक म्हणजे पंडितजी ज्या सूचना गेली दोन वर्षे देत होते त्याच पुन्हा देत आहेत. स्थिती अशी आहे की त्यांना त्यांच्या मंत्रालयाला आदेश द्यावा लागत आहे : 'स्थिती कशी आहे ते शोधून काढावे आणि निर्णय व कृती त्वरेने करण्याबद्दल काहीतरी करण्याचा प्रयत्न करावा.' लक्षात घ्यावा असा दुसरा मुद्दा म्हणजे सेनेने त्या वेळी दिलेला सल्ला. नुसत्या 'चौक्या' उभ्या करणे हे त्या नसण्यापेक्षा अनिष्ट होईल, असे वरिष्ठ अधिकारी म्हणाले होते. त्यांचे (चौक्यांचे) रक्षण करण्यासाठी सक्षम असे पाठबळही दिले पाहिजे. नाही तर त्या चौक्या एकाच फटक्यात पाडल्या जातील... ज्या अधिकाऱ्यांनी हा सल्ला दिला त्यांचा शेवट दु:खद होणार.

घटनाक्रम आता पूर्ण वळण घेतो. त्याला सुरुवात होते. जिनिव्हामध्ये इंडो-चायनामधील लढाईबद्दल एक परिषद चाललेली असते. पंडितजी तिच्यात व्यग्र असतात. त्यांचे व भारताचे प्रतिनिधित्व कृष्ण मेनन करत आहेत. एक उदयोन्मुख सहसचिव सुचवतो की चाऊ एन-लाय यांना अनौपचारिकपणे सुचवावे की, त्यांनी जिनिव्हाहून चीनला परतताना भारताला भेट द्यावी. पंडितजींना ही कल्पना आवडते. 'चाऊ एन-लाय यांना जिनिव्हाहून चीनला परत जाताना भारतमार्गे जाण्याचे आमंत्रण द्यावे ही कल्पना मला आवडली.' ते सुचवतात की कृष्ण मेनन जिनिव्हातच आहेत. त्यांनी चाऊना ही कल्पना अनौपचारिकरीत्या सुचवावी.३८

---

३६. SWJN, खंड २५, पृष्ठ ४६८-६९
३७. SWJN, खंड २५, पृष्ठ ४६९-७०
३८. SWJN, खंड २५, पृष्ठ ४६९-७०

समाधानकारक शिकवणी

जिनिव्हा परिषद चालू असताना कृष्ण मेनन चाऊ एन-लायना अधूनमधून भेटत असतात. चाऊ एन-लाय यांनी भारताला भेट द्यावी असे पंडितजींचे आमंत्रण ते त्यांना कळवतात. चाऊ ते स्वीकारतात. कृष्ण मेनन पंडितजींना केबल पाठवतात. 'ते एक उत्तम आणि माझ्या मते, महान आणि कर्तबगार व्यक्ती आहेत,' असे मेनन म्हणतात, 'चीनच्या विस्तारवादी आकांक्षा आहेत यावर माझा विश्वास नाही... त्यांच्या जवळ जाण्यात मला काहीच अडचण आली नाही. दुसऱ्या दिवसानंतर अगदी कठीण गोष्टींबाबतसुद्धा त्यांनी माझ्याकडे कधीही टाळाटाळ केली नाही. ते अतिशय धूर्त आणि चाणाक्ष आहेत. अगदी अस्सल चिनी, पण आधुनिक.'१

चाऊ एन-लाय भारताला भेट देतात. पंडितजींच्या त्यांच्याबरोबर २५, २६ व २७ जूनला चर्चेच्या ५ फेऱ्या होतात. त्यांच्यातील संभाषणाचा शब्दश: वृत्तान्त 'सिलेक्टेड वर्क्स' मध्ये ४६ पानात आहे. ज्यात तिबेटचा उल्लेख अजिबात नाही. आपल्या सीमेबद्दलची अनिश्चितता, जिच्याबद्दल पंडितजींना वाढती काळजी वाटत आहे, तिचा कुठेही उल्लेख नाही. पहिली फेरी जिनिव्हात काय झाले त्यावर झाली. पंडितजी प्रश्न करतात. चाऊ त्यांना माहिती देतात. या फेरीनंतर चाऊ फारच थोडे बोलतात – एका वेळी एक किंवा दोन वाक्ये. बहुतेक वेळ पंडितजी बोलत असतात. खरेतर, चाऊ आणखी एक गोष्ट करतात, जे येणाऱ्या काळात त्यांचे खास कौशल्य म्हणून ओळखले जाणार असते; ते पंडितजींची भरमसाट स्तुती करतात.

पंडितजींची स्वत:बद्दलची प्रतिमा काय आहे – अजाण लोकांच्या मूर्खपणापासून जगाला वाचवणारे, जग आणि जागतिक व्यवहाराबद्दल सखोल ज्ञान असलेले असे – हे माहीत असल्यामुळे चाऊ उत्सुक विद्यार्थ्याची भूमिका वठवतात.

'या दक्षिण-पूर्व आशियातील शांतता आणि आशियातील शांततेच्या बाबतीत

---

१. SWJN, खंड २६, पृष्ठ ३६५, संपादकाची टीप

मला एकमेकांच्या दृष्टिकोनांची माहिती करून घ्यायला आवडेल; तेव्हा आपला दृष्टिकोन काय आहे,' ते पंडितजींना विचारतात '...जर या मुद्द्यावर आम्ही आणखी काही करावे असे आपल्याला वाटत असेल तर आम्ही ते आनंदाने करू.' पंडितजी त्यांना दक्षिण-पूर्व आशियाचे 'शांतता क्षेत्रात' रूपांतर करण्याची कल्पना उलगडून सांगतात, पंडितजी पाकिस्तानकडे वळतात आणि त्याबद्दलही तितकेच सविस्तर निरूपण करतात.

पंडितजींचे बोलणे संपल्यावर चाऊ विचारतात, 'सीलोनबद्दल काय?' पंडितजी बोलू लागतात, 'श्रीलंकेबद्दल बोलण्यासारखे फार काही नाही. ते छोटे बेट आहे. त्यांचा आंतरराष्ट्रीय घडामोडींशी फार संबंध नसतो. त्यांचे स्वातंत्र्य हा एक अपघात होता, भारताच्या स्वातंत्र्यलढ्यातून निर्माण झालेला... त्यांची जमीन सुपीक आहे, फार श्रम न करता बरेच उत्पन्न येते...'

दुसऱ्या दिवशीची चर्चा इंडो-चायना, त्या संबंधात नेमले जाणारे कमिशन आणि कमिशनचा अध्यक्ष म्हणून भारताची नेमणूक झाली तर भारतावर येणाऱ्या जबाबदाऱ्या यावर झाली.

चीन आणि भारतामधील व्यापारी करारात तरतूद केलेल्या तत्त्वांबद्दल पंडितजींचे प्रेम माहीत असल्यामुळे चाऊ संभाषण तिकडे वळवतात. पुढे *'पंचशील'* म्हणून प्रसिद्ध झालेल्या तत्त्वांचा मसुदा. 'चीन आणि भारतामध्ये असलेली मैत्री कशी वाढवावी आणि तिच्यात इतर देशांना कसे समाविष्ट करून घ्यावे' याबद्दल चाऊ म्हणतात, 'हे देश आणि त्यांची सरकारे याबद्दल आपल्यालाच जास्त चांगली माहिती आहे त्यामुळे त्याबद्दलचे आपले विचार ऐकायला मला आवडेल.' पंडितजी चाऊना 'ब्रह्मदेशापासून सुरुवात करू' आणि त्यांनी उ नू यांना काय सुचवावे ते सांगतात. 'आपल्या सल्ल्याबद्दल मी आपला आभारी आहे,' चाऊ म्हणातात, 'आम्ही त्यावर विचार करू...' उ नू यांच्याशी कशाप्रकारे संपर्क साधण्यासाठी कोणता क्रम अनुसरावा ते नेहरू सांगतात. 'होय,' चाऊ म्हणतात, 'आपण सुचवली ती कल्पना फार चांगली आहे. मी आपल्या सूचनेचा अभ्यास करीन.'

चाऊ सीटो (SEATO), अँथनी ईडन यांच्या लोकार्नो कराराच्या धर्तीवर पूर्वेसाठी कराराचा प्रस्ताव, याबद्दल विचारतात. पंडितजी आणखी एसक निरुपण सुरू करतात.

'आपल्याला आपली चर्चा उद्या पुढे चालू ठेवता येईल अशी मला आशा आहे,' त्या दिवशीच्या फेरीच्या शेवटी चाऊ म्हणतात, 'आपल्याबरोबर अतिशय मोकळेपणे आणि पूर्णपणे विचारांची देवाणघेवाण करण्याची अलभ्य संधी मला मिळाली याचा मला आनंद होतो.'

'मला आज मॉस्कोहून एक संदेश आला आहे,' पुढच्या दिवशी चर्चेची

सुरुवात करताना पंडितजी म्हणतात. त्यांच्या या चर्चेतील किती आणि काय कोलंबो परिषदेतील देशांना सांगायचे या प्रश्नाकडे ते वळतात... 'होय,' चाऊ एन-लाय म्हणतात, 'त्या देशांना काय पाठवायचे ते तुम्ही ठरवायला हवे,' 'तारतम्य वापरावे लागेल,' प्रश्नावर विचार करत पंडितजी म्हणतात.

'आशियातील सध्याच्या स्थितीबद्दल आपले विचार जाणून घ्यायची मला फार उत्सुकता आहे,' चाऊ सुरुवात करतात आणि पंडितजींच्या पुढे बोलण्यासाठी विस्तृत क्षेत्र उघडे करतात.

'सुमारे तीन आठवड्यांपूर्वी ऑस्ट्रेलियाचे परराष्ट्रमंत्री श्री. कॅसे माझ्याबरोबर होते,' पंडितजी सुरुवात करतात, 'आपण त्यांना भेटलात का?' आणि मग खुलासा करतात : 'ऑस्ट्रेलिया आणि न्यूझीलंड यांचे, एका बाजूला, इंग्लंडशी घनिष्ट संबंध आहेत...'

ते त्यांची दृष्टी पश्चिमेकडे वळवतात जिकडे अजून चाऊ वळलेले नाहीत : 'पश्चिम आशियातील देश अतिशय मागासलेले आहे– अगदी प्रत्येक देश,' ते चाऊ एन-लायना सांगतात. 'ते लहान आहेत आणि त्यांना पैसे आणि शस्त्रे पुरवणाऱ्यांच्या प्रभावाखाली आहेत...'

'आपण जेव्हा म्हणालात की इस्त्राईल सर्व अरब राष्ट्रांशी मिळून सामना करायला समर्थ आहे ते लष्करी दृष्टीने समर्थ आहेत असे आपल्याला म्हणायचे होते का?' जिज्ञासू विद्यार्थ्याची भूमिका चालू ठेवत चाऊ विचारतात.

पंडितजी शांतपणे समजावून सांगतात. 'मी गेल्या वर्षी इजिप्तमध्ये गेलो होतो,' ते सुरुवात करतात. 'इजिप्तमधील नवे सरकार आता बऱ्यापैकी स्थिरस्थावर झाले आहे का?' चाऊ विचारतात. 'ते सध्या मजबूत आहे,' पंडितजी सांगतात, 'पण त्याच्या प्रमुखपदी तरुण लष्करी अधिकारी आहेत. ते उत्साही आहेत पण त्यांना अनुभव किंवा राजकारणाचे ज्ञान नाही. ते राष्ट्रवादी आहेत पण त्यांची मुळे जनतेत नाहीत. पण त्यांनी राजाला हाकलून लावले म्हणून लोकप्रिय आहेत.' ते त्यांचे मूल्यमापन समजावून देतात.

'आपण म्हणालात की पश्चिम आशियातील राष्ट्रीय आणि लोकप्रिय चळवळी परिपक्व नाहीत,' चाऊ म्हणतात, 'याचा अर्थ त्या राष्ट्रांमध्ये परिपक्व नेते नाहीत का?'...

'सध्याची परिस्थिती अशी आहे का की अमेरिका हळूहळू ब्रिटनची जागा घेत आहे आणि अमेरिकेचा प्रभाव वाढतोय?'...

'त्या भागातील लोकांचे राहणीमान अजून खूप वाईट आहे?'...

'अफगाणिस्तानचे भारताबरोबर फार चांगले संबंध आहेत. तो (देश) पश्चिम आशियातील इतर देशांपेक्षा वेगळा आहे का?'...

'या भागात लोकसंख्या फार नाही का?...' 'तो वाळवंटी प्रदेश आहे. सर्व अरब देशांची मिळून लोकसंख्या तीन कोटींपेक्षा कमी आहे त्यापैकी अर्ध्यापेक्षा जास्त इजिप्तमध्ये आहे,' पंडितजी सांगतात.

'त्यात अफगाणिस्तानही आला का?'

'नाही, अफगाणिस्तान अरब नाही.'

'इराण आणि अफगाणिस्तान हे इस्लामिक देश आहेत?' पंडितजी इस्लामचे पुनरुज्जीवन आणि इराणचे लोक वेगळ्या वंशाचे कसे आहेत ते समजावून सांगतात...

'थायलंडला दक्षिण-पूर्व देशांच्या करारात (सीटोमध्ये) सामील करून घेणे भारताला अशक्य आहे का...?'

पंडितजी थायलंडवर सुरू करतात : '...एक मूठभर लोकांचा गट वर आहे, बाकीचे लोक आळशी आहेत. कारण त्यांना काम करण्याची गरज पडत नाही.'

'ते बराच तांदूळ निर्यात करतात का? ते खूप मोठ्या प्रमाणात तांदूळ निर्यात करतात?' चाऊ निरागसपणे विचारतात.

'इंग्लंड आणि अमेरिकेचे थायलंडविषयी काय धोरण आहे?'

चाऊ एन-लाय जे विचारायला विसरले असावेत त्यावर आता पंडितजी बोलू लागतात : 'आफ्रिकेतील एक मोठी रंजक घटना म्हणजे सुदान या नव्या देशाचा उदय,' ते त्यांच्या 'विद्यार्थ्या'ला सांगतात, 'तिथे निवडणुका घेण्यासाठी आम्ही आमचा एक तज्ज्ञ पाठवला होता.'

चाऊ तो धागा पकडतात : 'निवडणुकीनंतर काय होईल? ते स्वतंत्र राहतील की इजिप्तशी संलग्न होतील?'

'भारताचे जपानबरोबर कसे संबंध आहेत?'... ते तुमच्या कापड उद्योगाला कसा मार देतात?

'आज सकाळी मी आपल्याला खूप प्रश्न विचारले आणि मला आपल्याकडून खूप शिकायला मिळाले,' भोजनासाठी जाताना चाऊ म्हणतात.

नंतर त्यांची बोलणी पुढे चालू होतात. पंडितजी : 'सकाळी निरोप घेताना आपण म्हणालात की आपल्याला मला एक-दोन प्रश्न विचारायचे आहेत. मलाही आपल्याला अनेक प्रश्न विचारायचे आहेत. अर्थात प्रश्नांना अंतच नाही.'

'ठीक आहे. मी सुरू करतो,' चाऊ, त्यांनी निवडलेल्या विद्यार्थ्याच्या भूमिकेत जात म्हणतात. आपल्या दोन देशांमध्ये आर्थिक, सांस्कृतिक आणि राजकीय क्षेत्रात सहकार्य वाढण्यासाठी काय करावे?...

पंडितजी बरेच विस्तृतपणे बोलतात – लहान राष्ट्रांना मोठ्या राष्ट्रांची वाटणारी भीती; त्या परिस्थितीचा शत्रू कसा फायदा घेतात; भीतीमुळे दृष्टी कशी विकृत होते;

त्यांना स्वत:ला संघर्ष आणि दु:खाचा अनुभव असल्यामुळे 'मला चीनची पार्श्वभूमी, गेल्या दहा-वीस वर्षांतील घटना समजण्यात आणि उमजण्यात कोणतीच अडचण येत नाही.' पुढे ते म्हणतात, 'दुर्दैवाने मी अजून तिथे आलेलो नाही आणि माझी यायची इच्छा आहे...' गांधीजींचा प्रभाव; भारताची राष्ट्रकुलातील भूमिका – 'राष्ट्रकुलात भारताचा प्रभाव वाढला आहे आणि राष्ट्रकुलाच्या धोरणावरही आम्ही प्रभाव टाकला आहे;' अमेरिका – 'ते बलवान राष्ट्र आहे पण तरीही ते भितात, आणि ते युरोपातल्या कोणत्याही देशापेक्षा जास्त भित्रे आहेत...' 'मला अमेरिकेतून, सामान्य लोकांची, अमेरिकेच्या सध्याच्या धोरणाविरुद्ध मतदर्शन करणारी आणि भारताच्या धोरणाचे कौतुक करणारी अनेक पत्रे येतात, पण अमेरिकेच्या विचारांवर मी फार प्रभाव टाकू शकत नाही...'; राज्यक्रांती कशी निर्यात करता येत नाही; भारतातील कम्युनिस्ट... आणि मग ज्यांच्याबद्दल विचारायला चाऊ विसरले असावेत, अशा आणखी एका देशाबद्दल : 'आपल्याला ब्रह्मदेशाच्या लोकांची माहिती आहे का?' पंडितजी चाऊना विचारतात. 'मला त्यांची ओळख होण्याची संधी मिळाली नाही,' असे उत्तर देऊन चाऊ मदत करतात. 'ते मैत्रीपूर्ण लोक आहेत, जरा बालकांप्रमाणे. ते शांत आणि गंभीर आहेत. ते फार अभिमानी आहेत आणि त्यामुळे कधी-कधी सहजपणे दुखावले जातात. पण ते फार चांगले लोक आहेत. आदरातिथ्य करणारे आणि मैत्रीपूर्ण...'

पंडितजी एक प्रश्न विचारतात : 'उद्या आपण आग्र्याला असाल तेव्हा आम्ही निवेदनाचा मसुदा तयार करण्याचा प्रयत्न करू... त्या निवेदनात काय असावे?'

चाऊ त्यांच्या 'शिष्या'च्या भूमिकेपासून ढळत नाहीत.

'जगाविषयी आणि आशियाविषयी माझ्यापेक्षा आपल्याला जास्त ज्ञान आहे. आणि मी उगाच नम्रपणा दाखवत नाहीये...'

ते दोघे २७ जूनला अखेरच्या भेटीसाठी भेटतात. 'आपण निवेदनाचा मसुदा पाहिला का?' पंडितजी विचारतात.

'होय. सिनेमाला जायच्या काही मिनिटे आधी मी पाहिला.' चाऊ म्हणतात – त्यांना सोहराब मोदींचा 'झाँसी की रानी' बघायला नेले होते. 'चांगला आहे चित्रपट. टेक्निकलरमध्ये आहे.'

पंडितजी आता चित्रपट समीक्षक बनतात, 'कथा इतकी चांगली नाहीये,' ते म्हणतात.

चाऊ एन-लाय सौजन्यपूर्ण राहतात, 'चांगली आहे आणि परकीयांना केलेला विरोध दाखवते.'

पंडितजी प्रागतिक निकषापासून हटणार नसतात : 'तो सरंजामशाही तत्त्वांनी परकीयांना केलेला विरोध होता.'

'होय,' चाऊ उदारपणा दाखवतात, 'विरोध नेहमी वरच्या वर्गाकडून सुरू होतो.'

पुन्हा त्यांचे संभाषण जगभरातल्या विषयांवर होते– पण तिबेट, आपल्या सीमा, चीनच्या त्या भागातील कारवाया आणि उद्दिष्टे हे सोडून. पंडितजींचे अमेरिका आणि त्यांच्या पद्धती याविषयी फार चांगले मत नाही : 'आपण हे लक्षात ठेवावे की अमेरिकेच्या घटनेत अनेक वाईट गोष्टी आहेत... अमेरिकेत अधिकारपूर्वक कोणीही बोलू शकत नाही – अगदी राष्ट्राध्यक्षसुद्धा – कारण काँग्रेस त्यांना कानपिचक्या देऊ शकते.' पंडितजी खुलासा करतात.

चाऊ मध्ये काही बोलतात ज्यामुळे पंडितजी आणखी खुलतात : 'आपण मांडलेल्या शेवटच्या मुद्द्याशी मी सहमत आहे... आपल्याला भविष्यातही सतत आपल्या विचारांची देवाणघेवाण करता आली तर ते शांततेला पोषक होईल.'

'अर्थात,' पंडितजी म्हणतात, 'मला तशी आशा आहे' – आणि त्यांचे अमेरिकनांबद्दलचे निरूपण पुढे नेतात : 'मी मगाशी म्हटले त्यातून एक उपसिद्धान्त निघतो. अमेरिकन लोकांच्या मागे कोणीच जात नसल्यामुळे ते भयंकर हताश झालेले आहेत आणि हताश झालेला माणूस काय करेल ते कोणीच सांगू शकत नाही.'

त्यानंतर आणखी एक प्रवचन : चीनने ब्रिटनशी संबंध का आणि कसे प्रस्थापित करावेत... अमेरिकेचा हताशपणा... जिनिव्हा परिषद.

'होय,' चाऊ मध्येच म्हणतात, 'मला आता भारत आणि चीनच्या संबंधी, आणखी एका प्रश्नाकडे वळायचे आहे.'

'पण मला आणखी फक्त एकच गोष्ट सांगायची आहे,' पंडितजी चाऊंच्या बोलण्याकडे लक्ष न देता म्हणतात. ब्रिटन, ऑस्ट्रेलिया... ते खासगीत अमेरिकेच्या धोरणाविरुद्ध कसे बोलतात पण उघडपणे बोलायचा त्यांना धीर कसा होत नाही... 'आता ग्वाटेमालात काय झाले ते आपण पाहिलंच...' आणि मग श्वासाचीही उसंत न घेता, 'ब्रह्मदेशाबद्दल एक छोटी गोष्ट. उ नू हे कट्टर बौद्ध आहेत. अनेक तास प्रार्थना करण्यात आणि माळ ओढण्यात घालवतात. मी भिक्षू होणार असे ते म्हणतात, पण ते तसे करतील असे मला वाटत नाही – निदान नजीकच्या भविष्यात तरी नाही – कारण त्यांची जागा घ्यायला दुसरा कोणीच नाही...'

अखेरीस चाऊंना बोलण्याची संधी मिळते : 'मी पुन्हा आपल्या दोन राष्ट्रांमधील संबंधाकडे वळतो,' ते म्हणतात, 'आपण आमच्या देशाला हे वर्ष संपण्यापूर्वी भेट द्याल का?'

पंडितजी ताबडतोब होकार देतात. पण अजून त्यांचे प्रबोधन संपलेले नाही आणि चाऊसुद्धा ते वठवत असलेली अजाण विद्यार्थ्याची भूमिका वठवत राहतात.

'आजच्या पत्रकार परिषदेत अनेक पत्रकार असतील. मला कोणत्याही प्रश्नांची उत्तरे देता येणार नाहीत.' चाऊ म्हणतात, 'मी जिनिव्हातसुद्धा पत्रकार परिषद बोलावली नव्हती.'

'मीसुद्धा बऱ्याच काळात पत्रकार परिषद बोलावलेली नाही आणि पत्रकारांना भेटायलाही नकार दिला आहे,' पंडितजी म्हणतात, 'जरी काही जण केवळ त्यासाठी परदेशातून आले होते तरी त्यांना परत जावे लागले.'

'अगदी बरोबर,' चाऊ म्हणतात, 'मी असं सांगू का की केवळ आपण विनंती केली म्हणून मी पत्रकारांना भेटत आहे.'

पंडितजींना त्यांच्या 'विद्यार्थ्या'ला शेवटचा एक कानमंत्र देण्याचा मोह आवरत नाही. 'हो. अर्थात आपल्याला हे माहीत आहेच की तुम्हाला एखाद्या प्रश्नाचे उत्तर द्यायचे नसेल तर विनोद करायचा.'[२]

धूर्त, जग फिरलेल्या चाऊंचे नेहरूंबद्दल काय मत झाले असेल? की त्यांना जगाबद्दल खूप माहिती आहे? की आपल्याला जगाबद्दल खूप माहिती आहे अशी चाऊंवर छाप पाडायला ते उत्सुक होते? की जगभरातले नेते रोज त्यांच्या संपर्कात असतात म्हणून? की त्यांचा मदत करण्याचा स्वभाव होता आणि म्हणून ते त्यांना काही धडे द्यायला उत्सुक होते? की त्यांनी तसे करण्यात आगाऊपणा केला?

ते 'कल्पना ऐकायला तयार असतात'

माहीत नाही. पण पंडितजींना अशी 'शिकवणी' करायला आवडते हे आम्हाला पक्के माहीत आहे.

'ते (चाऊ एन-लाय) एक मोकळे आणि सरळ गृहस्थ वाटतात. जे सामान्य कम्युनिस्ट पुढाऱ्याच्या स्वभावाशी सुसंगत नाही,' पंडितजी त्याच दिवशी, २७ जून १९५४ ला उ नू यांना लिहितात, 'ते अधिकाराने बोलतात आणि दुसऱ्यांच्या कल्पना ऐकायला तयार असतात. ते आशियाच्या संदर्भात आणि विशेषत: दक्षिण-पूर्व आशियाच्या संदर्भात बराच विचार करतात...' 'चाऊ एन-लायना ब्रह्मदेशाबद्दल फार माहिती नाही. त्यांनी मला बरेच प्रश्न विचारले' – निदान ब्रह्मदेशाबद्दल चाऊंनी काहीच विचारले नव्हते; 'आपल्याला ब्रह्मदेशाच्या लोकांबद्दल माहिती आहे का?' असे पंडितजींनी विचारले होते. – 'आणि मी त्यांना उत्तर देण्याचा प्रयत्न केला. त्यांची भूमिका मैत्रीची, समजून घेण्याची होती.'[३]

त्यानंतर दोन वर्षे झाली नसतील तेवढ्यात चिनी सेना ब्रह्मदेशात प्रवेश करणार

२. SWJN, खंड २६, पृष्ठ ३९८-४०६
३. SWJN, खंड २६, पृष्ठ ४०७-१०

होती आणि जरा नाराज झालेले पंडितजी उ नू याना चाऊ एन-लायना कसे हाताळावे याबद्दल सल्ला देणार होते. तसेच ब्रह्मदेशाला कसे हाताळावे याबद्दल *चाऊ एन-लायना सल्ला देणारे होते.*[४]

पण ही दोन वर्षांनंतरची गोष्ट. सध्या 'विद्यार्थ्या'ने ज्याप्रकारे त्यांनी सांगितलेले आत्मसात केले त्याबद्दल पंडितजी समाधानी आहेत. 'आमच्या बोलण्यात अनेक क्षेत्रे आली आणि चर्चा फार उपयुक्त झाली,' ते त्याच दिवशी मध्यरात्रीनंतर कृष्ण मेनन यांना लिहितात, 'चाऊ एन-लाय यांना इथे जे दिसले त्याने ते प्रभावित झाले असे मला वाटते आणि आमची परस्परांशी चांगली ओळखही झाली. ते आता आशियाच्या बाबतीत बरेच सजग झाले आहेत आणि त्यांना आशियातील इतर देशांबद्दल फार माहिती नाही, ती करून घेण्यास ते उत्सुक आहेत. भारत आर्थिक आणि औद्योगिक क्षेत्रात चीनपेक्षा जास्त प्रगत आहे असे ते अनेकदा म्हणाले...'[५]

पंडितजी सिमल्याजवळील मशोब्राला जातात. तिथे ते ३ जुलै १९५४ ला मुख्यमंत्र्यांना उद्देशून एक सविस्तर पत्र लिहितात. ते पत्र छापील वीस पानी आहे. त्यांचे समाधान त्यात दिसून येते. 'श्री. चाऊ एन-लाय यांची भेट... ऐतिहासिक महत्त्वाची घटना... भारत आणि चीनचे एकत्र येणे... आशियाच्या आणि कदाचित जगाच्या दृष्टीने महत्त्वपूर्ण घटना... आशियातील आणि कदाचित जगातील भविष्यातील घटनांवर भारत व चीनच्या भविष्यातील संबंधांचा मोठा परिणाम होईल हे स्पष्ट आहे...'

त्यानंतर सरकारने तिबेटला मदत न करायचे का ठरवले याचे लांबलचक स्पष्टीकरण आहे, ज्याच्याकडे मी पुन्हा वळणार आहे. पण सध्या ते चाऊ एन-लायबद्दल काय म्हणतात ते बघू या :

> ते मला म्हणाले की, त्यांना आशियातील बहुतेक राष्ट्रांबद्दल माहिती नाही... आणि ती मी त्यांना द्यावी. ते असेसुद्धा अनेकदा म्हणाले की, आर्थिक आणि औद्योगिक क्षेत्रात भारत चीनपेक्षा जास्त प्रगत आहे. त्यांनी माझ्यापेक्षा उच्च असल्याचा आविर्भाव आणला नाही, हे सांगण्यासाठी मी याचा उल्लेख करत आहे. ते माहितीसाठी उत्सुक होते आणि त्यांना भारत आणि इतर देशांबद्दल जाणून घ्यायचे होते... यावरून या वेगवेगळ्या देशांशी मैत्रीपूर्ण संबंध विकसित करण्याची आणि त्यांच्या मनातून (चीनविषयी) भीती दूर करण्याची तीव्र इच्छा दिसून आली. अर्थात, हा दूरचा भविष्यकाळ

---

४. SWJN, खंड ३४, पृष्ठ ३८५-८७; खंड ३५, पृष्ठ ५०६-१२
५. SWJN, खंड २६, पृष्ठ ४१०

> डोळ्यांपुढे ठेवून करत असलेल्या डावपेचांचाही भाग असू शकतो. एखाद्याचा अंतस्थ हेतू कोणीच ओळखू शकत नाही. पण चाऊ एन-लाय जे बोलले ते प्रामाणिकपणे होते असे मला वाटते. त्यांचा देश कोणत्याही अडचणींमध्ये न अडकता औद्योगिक आणि इतर क्षेत्रात प्रगत कसा होईल यावर त्यांचे लक्ष केंद्रित होते. आशिया आणि भारत व चीनची आशियाच्या बाबतीतील जबाबदारी याचा ते सतत विचार करीत होते.

केवढी ही स्वत:ची फसवणूक! आतापर्यंत चीनने अक्साई चीन भारतापासून तोडणाऱ्या रस्त्याची प्राथमिक तयारी करणे निश्चितच सुरू केले असणार.

'मी त्यांच्याबरोबर ज्या अनेक विषयांवर चर्चा केली त्यांचा उल्लेख केला आहे,' पंडितजी मुख्यमंत्र्यांना सांगतात. 'जसे आमचे संभाषण पुढे जात गेले तसे ते जास्त मैत्रीपूर्ण व मोकळे होत गेले आणि म्हणून मी इतर विषयही त्यात घेतले.' पंडितजी पुढे या विषयांचा उल्लेख करतात... 'मी माझ्या चाऊ एन-लाय यांच्याबरोबरच्या चर्चेचा विस्तृत वृत्तान्तवर दिला आहे; कारण तुम्हाला ही सर्व पार्श्वभूमी माहीत हवी याबद्दल मी उत्सुक आहे. *आपल्याला, बरीचशी आपल्या इच्छेविरुद्ध, आंतरराष्ट्रीय व्यवहारात महत्त्वाची भूमिका पार पाडावी लागत आहे आणि भविष्यात (जगात) शांतता नांदणे हे काही प्रमाणात आपल्यावर अवलंबून राहणार आहे...'* 'पण कधी-कधी माझ्या मते जरा निर्बुद्ध अशी टीका ऐकू येते. त्यामुळे आपले मन स्पष्ट असणे आवश्यक आहे...'[६]

---

६. जवाहरलाल नेहरू, 'लेटर्स टु चीफ मिनिस्टर्स,' १९४७-१९६४, खंड ३, १९५२-५४, जी पार्थसारथी, सामान्य संपादक, भारत सरकार, दिल्ली, १९८७ पृष्ठ, ५८०-६०१

वाहत गेले

हा वृत्तान्त पुढे चालू ठेवण्यासाठी पंडितजींचे १ जुलै १९५४ चे पत्र हा योग्य टप्पा आहे. तिबेटमध्ये जे घडले ते आणि त्यामुळे आपल्याला निर्माण होणारा धोका यामुळे देशभर जी तीव्र चिंता निर्माण झाली तिची जाणीव असल्यामुळे आपण केव्हाही कोणतीही कृती न करण्यामागची कारणे स्पष्ट करण्याचा पंडितजी कसोशीने प्रयत्न करतात.

आपल्या राजदूतांचे नव्या कम्युनिस्ट सत्ताधाऱ्यांशी चांगले संबंध प्रस्थापित झाले आहेत असे म्हणून व के. एम. पणिक्करांच्या कारकिर्दीचा उल्लेख करून ते म्हणतात, *'पण चीन सरकार काय करेल याविषयी माझ्या मनात नेहमीच अनिश्चितता होती'* – याचा आणि पणिक्करांना व पणिक्करांविषयी ते वापरत असलेले गोड शब्द तसेच इतरांपेक्षा त्यांचा सल्ला घेण्याची वृत्ती यातील विरोधाभास लक्षात घ्या, आणि पुढचे वाक्य बघा : 'तिबेटवर चीन सार्वभौमत्व प्रस्थापित करणार हे स्पष्ट होते.' यात काही अनिश्चितता दिसते? आणि 'सार्वभौमत्व' हा शब्द लक्षात घ्या– 'स्वामित्व' नाही जो 'सार्वभौमत्वा'पेक्षा वेगळा आहे असे ते नेहमी म्हणत. 'हे चीनचे अनेक शतकांपासूनचे धोरण राहिले आहे आणि आता बलवान चीन सरकार आलेले असल्यामुळे ते त्यानुसार कृती करणारच. ती थांबवण्याचा आपल्याकडे काही मार्ग नव्हता आणि तसे करण्यासाठी आपल्याकडे कायदेशीर कारणही नव्हते. चीनच्या सार्वभौमत्वाखाली तिबेटला काही प्रमाणात स्वायत्तता दिली जाईल, एवढी आशा करणेच आपल्या हातात होते.'

या स्थितीला भक्कम आणि वैध अशी कारणे होती. एक म्हणजे आपले तिबेटबरोबरचे संबंध हा साम्राज्यवादी ब्रिटनचा वारसा होता : 'त्यामुळे त्याचा परिणाम म्हणून आपण ब्रिटिश सरकारच्या काही विस्तारवादी धोरणांचे वारसदार होतो. ते सगळे हक्क धरून ठेवणे शक्य नव्हते, कारण कोणत्याही स्वतंत्र देशाला ते मान्य झाले नसते.' अर्थात, सर्वांत मोठा परिणाम करणारा घटक जो होता, तो

म्हणजे 'भारताचा खरा प्रभाव... अगदीच थोडा पण महत्त्वाचा.' तो निर्माण होण्याचे कारण म्हणजे तिबेटचे लोक आपल्याकडून मार्गदर्शनाची अपेक्षा करत असत. पण 'ही वृत्ती पूर्वीच्या ब्रिटिश वर्चस्वाचा अवशेष होती आणि काही अंशी चीन जास्त ठामपणे वागायला लागेल अशी भीती होती.' पण आपल्याला जे करणे शक्य होते ते राजनैतिक माध्यमातूनच. आणि 'आपल्यामुळे काही फरक पडणार नाही याची जाणीव असल्यामुळे आपण ते जितक्या खुबीने करता येईल तितके केले.' 'पण मला असे वाटते की आपल्या प्रयत्नांचा थोडासा परिणाम झाला आणि चीनचे तिबेटवरचे आक्रमण थोडेसे लांबणीवर पडले'– त्यांच्या दोन वर्षांपूर्वीच्या केबल्सवरून याचा अंदाज करता आला नसता!

पंडितजी मुख्यमंत्र्यांना सांगतात की, चीनच्या तिबेटमधील सामर्थ्याला विरोध करणे हे 'व्यवहारी राजकारणाशी पूर्णपणे विसंगत होते.' आणि शिवाय, परिस्थिती काही इतकी वाईट झाली नाही : 'त्यांनी (चीनने) तिबेटच्या अंतर्गत व्यवस्थेत ढवळाढवळ न करण्याची काळजी घेतली आहे, सामाजिक स्थिती जरी सरंजामशाहीची असली तरी तिच्यात अजिबात हस्तक्षेप केलेला नाही. ('सरंजामशाही' हा शब्दप्रयोग पंडितजींच्या पत्रांमध्ये वरचेवर येऊ लागला आहे हे लक्षात यावे) : आपण सरंजामशाहीचे रक्षण करणे योग्य नाही असे ते वारंवार म्हणू लागतात. अर्थात, चीनने रस्ते, विमानतळ वगैरे बांधणे सुरू केले आहे; पण तेही साहजिकच आहे 'कारण तिबेटमध्ये दळणवळण व्यवस्था अगदीच वाईट होती.'

'आपल्या तिबेटच्या सीमेवर चीनच्या सैन्याची जमवाजमव होण्याबद्दल बरीच चर्चा होत आहे,' पंडितजी मुख्यमंत्र्यांना सांगतात. 'काही चिनी सैन्य सीमेवर आणि तिबेटच्या वेगवेगळ्या भागात तैनात आहे. याव्यतिरिक्त त्यात फार तथ्य नाही. एकूण संख्या फार मोठी नाही आणि जे आहे ते पसरलेले आहे.'

पण असे सैन्य आहे म्हणून बंगालचे मुख्यमंत्री बी. सी. रॉय आणि इतर लोक त्यांना वेळोवेळी कळवत नाहीयेत? त्यालाही पंडितजींकडे उत्तर आहे : 'तिबेटमधील चीनच्या लष्करी तयारीबद्दल आम्हाला बरेचदा कॅलिम्पाँगहून बातमी कळते,' ते खुलासा करतात, 'हे लक्षात ठेवले पाहिजे की कॅलिम्पाँग हा सर्व प्रकारच्या हेरांचा अड्डा आहे आणि ते लोक जी माहिती गोळा करतात ती अगदी बिनभरवशाची असते. बहुतेककरून ती तिबेटमधून स्थलांतरित झालेल्या लोकांकडून येते.'

ते पुन्हा त्यांच्या भूगोलावरील विश्वासाकडे वळतात : 'खरोखरी, तिबेटचा अतिशय खडतर भूप्रदेश आणि प्रतिकूल हवामान हे त्याचे प्रमुख संरक्षक कवच आहे. बाहेरचे लोक मोठ्या संख्येत तिथे राहणे सोपे नाही.'

आपल्या कल्पना स्पष्ट असल्यामुळे, जिथे आपण मदत करू शकत नाही अशा गोष्टीवर व्यर्थ लक्ष केंद्रित करण्यापेक्षा 'आम्ही आपल्या दृष्टीने महत्त्वाच्या

अशा एका गोष्टीवर लक्ष केंद्रित केले ती म्हणजे तिबेटबरोबरची सीमा...' '...या गोष्टीवर आम्ही कोणाशीही चर्चा करायला तयार नव्हतो. मी संसदेत आणि इतरत्रही जाहीरपणे म्हणालो की ती सीमा, मॅकमहोन रेषेसहित, पक्की आहे आणि तिच्यावर चर्चा होऊ शकत नाही.' 'किंबहुना, मी त्याच्याही पुढे जाऊन म्हणालो,' आपण किती ठाम होतो याचे वर्णन करत ते पुढे म्हणतात, 'की सरंक्षणाच्या दृष्टिकोनातून नेपाळची तिबेटबरोबरची सीमासुद्धा आम्ही आमचीच सुरक्षा सीमा मानतो. यामागे आपला एक हेतू होता : 'चीन सरकारला आपल्या धोरणाबद्दल जराही शंका राहू नये या उद्देशाने मी मुद्दाम तसे म्हणालो.' पण मग चीनला तसे थेट का नाही सांगू? त्याला पंडितजींकडे उत्तर आहे : 'या प्रश्नावर चीन सरकारबरोबर मला बोलावेसे वाटले नाही, कारण तसे केल्याने आपल्याच मनात त्याबद्दल संभ्रम आहे असे दिसले असते.'

गृहीतकांची मालिका वाढत जाते. चीनबरोबर नुकत्याच केलेल्या तिबेटशी व्यापार करण्याच्या कराराकडे पंडितजी वळतात – तोच करार ज्यावर पेकिंगमध्ये २९ एप्रिल १९५४ ला सह्या झाल्या. आपण आधी बघितल्याप्रमाणे, तो असा पहिलाच करार होता ज्यात चीनने केलेला तिबेटचा 'चीनचा तिबेट प्रदेश' असा उल्लेख स्वीकारून आपण त्यावर सह्या केल्या, ज्यामुळे भारताला तोपर्यंत तिबेटमध्ये जे हक्क आणि सुविधा होत्या त्यावर पाणी सोडले गेले. 'खरे म्हणजे आपण काहीच सोडलेले नाही,' पंडितजी म्हणतात, पण 'काहीच'ला *'जे आपल्याकडे होते किंवा जे आपण ठेवू शकलो असतो असे'* याची जोड देऊन. 'साहजिकच आपण तिबेटमध्ये तो आपल्याच प्रभावाखालील भाग आहे अशा प्रकारे काही करू शकत नाही. आपण परिस्थितीनुसार काही साहजिक अशा गोष्टी स्वीकारल्या आहेत आणि व्यापार, यात्रांचे मार्ग वगैरेंबाबत समझोता केला. सगळेच देऊन टाकले असे झाले नाही.' खरे म्हणजे आपण काहीतरी मिळवलेच! : 'कराराचे दोन महत्त्वाचे पैलू हे की (१) *आपल्या दीर्घ सीमेचा प्रश्न अप्रत्यक्षपणे सोडवला गेला* आणि (२) अतिक्रमण न करणे, हस्तक्षेप न करणे वगैरे तत्त्वे अस्तित्वात आली.[१] इच्छांचा प्रभाव बघा! 'आपल्या दीर्घ सीमेचा प्रश्न सोडवला गेला?' करारात 'अतिक्रमण न करणे, हस्तक्षेप न करणे वगैरे तत्त्वे अस्तित्वात आली,' याला संरक्षण म्हणायचे?

चाऊ एन-लाय वाटेत ब्रह्मदेशात थांबतात. उ नू चाऊ एन-लाय यांच्याबरोबर झालेल्या बोलण्यांविषयी पंडितजींना लिहितात. या बोलण्यांमध्ये चाऊ म्हणतात की, चीन आणि ब्रह्मदेशामधील सीमेचा प्रश्न पूर्वी कधीच सोडवला गेला नाही आहे. उ नू चाऊना सांगतात की, ब्रह्मदेश त्यांच्या राजदूतामार्फत या प्रश्नावर चीन

---

१. 'लेटर्स टु चीफ मिनिस्टर्स' खंड ३, विशेषत: पृ. ५८४-८७

सरकारबरोबर योग्य वेळी चर्चा करेल. पंडितजी ९ जुलै १९५४ ला उत्तर देतात. त्यात अनेक विषयांवर लिहितात. सीमेच्या प्रश्नाबाबत ते त्यांच्या भूमिकेचा पुनरुच्चार करतात :

> सीमाप्रश्नाच्या बाबतीत, आमच्या बाजूने त्यांच्या (चीन सरकार) पुढे ठेवण्यासारखे काहीच नाही. आमची सीमा स्पष्ट आहे. याबाबतीत आमचे विचार स्पष्ट असल्यामुळे आणि ते आम्ही उघडपणे मांडले असल्यामुळे मी हा प्रश्न त्यांच्याकडे उपस्थित करण्यात काहीच हशील नव्हते. मात्र तुमच्या बाबतीत गोष्ट वेगळी आहे त्यामुळे तुम्ही हा प्रश्न स्पष्टपणे उभा करावा.[२]

'या सगळ्यामुळे सुबुद्ध विचारात अडथळा येतो'

आता इतर काही अधिकाऱ्यांना त्यांची जागा दाखवण्याची वेळ आहे. बी. के. कपूर हे भारताचे सिक्कीमधील राजकीय अधिकारी आहेत. ते काही नोट्स आणि एक पत्र पाठवतात. ते चीनच्या कम्युनिस्ट सत्ताधाऱ्यांच्या हेतूंबद्दल भीती व्यक्त करून आपण प्रसंगाला तयार असावे यासाठी काय करावे ते सुचवतात. आपण तिबेटच्या बाबतीतील आपल्याला उपलब्ध असणारे पर्याय सोडून देऊ नयेत. ते असा इशारा देतात की तिबेटसंबंधीच्या चीन-भारत कराराच्या प्रस्तावनेत नमूद केलेल्या, आक्रमण न करणे, अंतर्गत कारभारात हस्तक्षेप न करणे वगैरे आश्वासनांमुळे चीन दबणार नाही.

पंडितजी लिहितात, श्री. कपूर यांनी उपस्थित केलेले प्रश्न, त्यांचा खूप मोठ्या प्रश्नांशी संबंध असल्यामुळे अतिशय महत्त्वाचे आहेत. किंबहुना, त्यांचा आपले चीनविषयीचे एकंदरीत धोरण आणि सामान्य जागतिक धोरण यांच्याशी संबंध आहे.

'साहजिकच, आपल्याला तिबेटच्या लोकांबद्दल सहानुभूती आहे,' पंडितजी म्हणतात. 'पण त्या सहानुभूतीचा प्रत्यक्षात फार उपयोग नाही आणि तिच्या प्रत्यक्षातील परिस्थितीच्या आकलनावर आणि आपल्या धोरणावर परिणाम होऊ देता येत नाही. मला वाटतं की श्री. कपूर यांना आपले व्यापक धोरण समजलेले नाही. त्यामुळे त्यांनी आणि इतर संबंधितांनी ते समजावून घ्यावे आणि हे लक्षात घ्यावे की हे धोरणच तिबेटच्या लोकांना मदत करणारे ठरेल – त्यांना हव्या त्या प्रमाणात नाही तरी बऱ्याच प्रमाणात.' आपले धोरण (खरे म्हणजे काही न करणे हेच ते धोरण, अर्थात कधी-कधी चीनकडे एखादा मैत्रीपूर्ण शब्द टाकणे सोडून,

---

२. SWJN, खंड २६, पृष्ठ ४११-१४

आणि तोसुद्धा पुढे केव्हातरी, जेव्हा तसा प्रसंग निर्माण होईल तेव्हा) आपल्याच नाही तर तिबेटच्या जनतेच्यासुद्धा हिताचे आहे. 'तिबेटवरील चीनच्या दादागिरीचा विरोध करण्यासाठी तिबेटींना उत्तेजन देण्याने त्यांच्या मनात आपल्याविषयी (आपण त्यांना मदत करू अशी) खोटी आशा निर्माण होईल, जी आपण पुरी करू शकणार नाही. अशा प्रकारच्या दुसऱ्या कोणत्याही धोरणामुळे तिबेटी लोकांच्या त्रासात भरच पडेल.' पंडितजी समजावतात. आणि आता एक नवे कारणही देतात : 'अर्थात ते नुकत्याच चीनबरोबर केलेल्या करारातील तत्त्वांच्या विरुद्ध होईल.'

'श्री. कपूर म्हणतात की, चीन सरकार हस्तक्षेप न करणे वगैरे तत्त्वांची पर्वा करणार नाही. त्याचवेळी ते असेही सुचवतात की, ज्यामुळे आपण अडचणीत येऊ असे आपण काही करू नये, एवढे सोडून इतर तत्त्वांची आपणसुद्धा बूज राखायचे कारण नाही.' 'ही कल्पना नैतिकही नाही आणि व्यवहार्यही नाही,' पंडितजी म्हणतात. एक क्षण गृहीत धरून चाला की श्री. कपूर म्हणतात त्याप्रमाणे प्रस्तावनेतील शब्दांची चीन बूज राखणार नाही. हे खरे झाले तर आपल्या हिताचे रक्षण करण्यासाठी आपण काय करायला हवे?

पंडितजी एक मुद्दा मान्य करतात, पण तो लक्ष विचलित करण्यासाठी : 'कोणताही देश दुसऱ्या देशाचा सद्‌भाव किंवा सद्हेतू कायम राहील या भरवशावर राहू शकत नाही – त्यांचे कितीही मैत्रीचे संबंध असले तरी.' अशी ते सुरुवात करतात. चीन आणि सोव्हिएत युनियन आज मित्र आहेत, त्यांचे बिनसू शकते. थोडक्यात म्हणजे काहीही होऊ शकते. 'म्हणून, नेहमी आपल्या मनात बदल होण्याची शक्यता बाळगावी लागते आणि बेसावध राहून चालत नाही. पुरेशी खबदारी घ्यावी लागते.' हे खरे आहे की कोणताही करार ही सुरक्षेसाठी कायमची हमी असू शकत नाही. मग तो जिनिव्हाला होऊ घातलेला इंडो-चायनाविषयक करार असो, नाही तर तिबेटवरील चीन-भारत करार असो.

काय केले जात आहे ते लक्षात घ्या : कपूर चीनबद्दल जो मुद्दा मांडताहेत तो खांदे उडवून, 'हो, खरंच, ते शक्य आहे; पण तसे *काहीही* शक्य असते,' असे म्हणून उडवून लावला जात आहे.

अजून पंडितजींचे संपलेले नाही. जुने बुरसटलेले विचार असल्याबद्दल त्या अधिकाऱ्याला झाडल्याशिवाय पंडितजी थांबणार नाहीत. पंडितजी म्हणतात :

> अमेरिका आणि इतरांच्या मनात कम्युनिस्ट आक्रमण आणि दुष्टपणा, आंतरराष्ट्रीय कम्युनिझमचा जगावर पगडा करण्याचा प्रयत्न, याचेच विचार असतात. अशामुळे सुबुद्ध विचार होत नाही. या गोष्टींची जर मदत होण्यासाठी चर्चा करायची असेल तर आपण, 'साम्राज्यवादी', 'कम्युनिस्ट'

> अशा प्रकारचे शब्द, जे मनात तीव्र प्रतिक्रिया निर्माण करतात, ते टाळले पाहिजेत. श्री. कपूर यांनी 'चिनी कम्युनिस्टां'बद्दल बोललेले – ते कम्युनिस्ट असले तरी – मला आवडले नाही. त्यांनी 'चीन सरकार' असे म्हणायला हवे. त्याचप्रमाणे कोणी 'पोलादी पडद्या'बद्दल बोललेले मला आवडत नाही. हे शब्द नुसते वापरले तरी विचारांची गल्लत होते आणि आपण वस्तुनिष्ठ पद्धतीने विचार करत नाही आहोत हे सिद्ध होते.

पंडितजी स्वत: मात्र नेहमी कम्युनिस्ट आणि त्यांच्या पद्धती याबद्दल वरचेवर बोलत असतात, आठवते ना? नेहरूंनी (त्यांच्या म्हणण्याप्रमाणे चीनशी विचार करून) मांडायला लावलेल्या कोरियावरच्या ठरावाचा चीनने धिक्कार केला तेव्हा त्यांनी त्यांचे मित्र उ नू यांना काय लिहिले होते ते आठवा. त्यांचा धिक्कार किती अयोग्य होता असे ते म्हणतात. 'पण ते असे आहे,' ते म्हणतात. 'कम्युनिस्टांच्या वागणुकीमागचे हेतू समजणे नेहमी सोपे नसते.'[३] पण इथे मात्र, 'श्री. कपूर यांनी 'चिनी कम्युनिस्टां'बद्दल बोललेले – ते कम्युनिस्ट असले तरी – मला आवडले नाही. त्यांनी 'चीन सरकार' असे म्हणायला हवे...'

'अर्थात, सोव्हिएत युनियन आणि चीन दोघेही विस्तारवादी आहेत.' पंडितजी पुढे म्हणतात, 'ते कम्युनिझम सोडून इतर अनिष्ट प्रवृत्तींबाबतीत विस्तारवादी आहेत. पण त्यासाठी कम्युनिझम हे साधन केले जाऊ शकते. गेल्या हजारएक वर्षांच्या इतिहासातील वेगवेगळ्या कालखंडात चीनच्या विस्तारवादाचा पुरावा मिळतो. आपल्याला कदाचित या विस्तारवादाच्या नव्या कालखंडाचा प्रत्यय येत असावा. त्याचा विचार करू या आणि तो आपल्या हितसंबंधांच्या किंवा आपल्या दृष्टीने महत्त्वाच्या अशा इतर हितसंबंधांच्या आड येणार नाही अशा प्रकारे आपल्या धोरणाला आकार देऊ या.'

एका उदारमतवाद्याचा आनंद

'चीन आणि आपल्यातील तिबेटवरील करारामुळे तिबेटमधील अनेक लोक नाराज आहेत,' पंडितजी म्हणतात. 'तिबेटमधील चिन्यांनी त्याला जो रंग दिला त्यामुळेच असे झाले असणार. पण तो करार अटळ होता. जी वस्तुस्थिती आपण बदलू शकलो नसतो ती आपण स्वीकारली असे ते होते. खरे म्हणजे त्या करारातून आपल्याला इतर बाबतीत काही लाभ झाले. तो करार केला नसता तर तिबेटमधील आपली स्थिती सुधारली नसती आणि तिबेटी लोकांच्या दृष्टीने तर ती आणखी थोडी

---

३. SWJN, खंड २१, पृष्ठ ४४६-४८; संपादकाची टीप, पृ. ४४७

खराब झाली असती. आणि विशाल दृष्टिकोनातून बघितले तर आपली स्थिती आणखीनच कठीण झाली असती.' अर्थात, असे का झाले असते हे स्पष्ट करून सांगण्याची त्यांना आवश्यकता वाटत नाही. ज्याला 'विशाल चित्र' माहीत आहे, ज्याचा 'दृष्टिकोन विशाल' आहे, जो इतिहासाच्या लाटेबरोबर राहतो त्याला माहीत असतेच.

आणि ते काहीही असले तरी आपले तिबेटमध्ये जे काही हितसंबंध होते ते आपण सोडून द्यायलाच हवे होते. 'आपण हे लक्षात ठेवले पाहिजे की आपले तिबेटमधील तथाकथित हितसंबंध' – (ही नवी शब्दरचना आपल्या लक्षात आली असेलच : आपले तिबेटमधील हितसंबंध आता 'आपले तिबेटमधील *तथाकथित* हितसंबंध' झाले आहेत–) 'म्हणजे, ब्रिटिश विस्तारवादाच्या काळात ब्रिटिशांनी प्रस्थापित केलेले हितसंबंध होते जे वारशाने आपल्याकडे आले होते.'

अशा घाणेरड्या गोष्टी आपण कशा धरून ठेवणार? पण मग चीनने हाच युक्तिवाद करून मॅकमहोन रेषासुद्धा अमान्य केली तर आपण काय करायचे? 'तीसुद्धा ब्रिटिश विस्तारवादाचा परिणाम आहे' असे म्हटले तर?

पण पंडितजींचे लक्ष ढळत नाही. 'आपण थोड्या प्रमाणात ब्रिटिश साम्राज्यवादाचे वारस झालो,' ते म्हणतात, 'आपण त्या वेळी तिबेटमधील राज्यकर्त्यांमध्ये प्रिय होतो, कारण आपण चिनी विस्तारवादाच्या मार्गात येऊ अशी त्यांची अटकळ होती. तसे आपण तिबेटमध्ये करू शकलो नाही आणि सध्याच्या स्थितीत ज्याला काही अर्थ नाही, अशा हक्कांना आपण चिकटून राहणे शक्य नव्हते.'

'सध्याच्या स्थितीत ज्याला काही अर्थ नाही' अशा गोष्टींसाठी कुरकुर का करावी? तिबेटमधील फक्त राज्यकर्ता वर्गातील लोकच, आपण त्यांच्या उपयोगी पडू अशा अपेक्षेचा भंग झाल्यामुळे नाराज झाले होते. त्यांची आपण का पर्वा करावी?

आणि आपल्या कल्पना स्पष्ट असाव्यात. 'तिबेटमधील चीनविरुद्धच्या वेगवेगळ्या आंदोलनांवर आपण विरजण घालू नये, आपण त्यांच्याशी संलग्न होऊ नये, पण आपण त्याना खदखदत राहू द्यावे, मरू देऊ नये, असे काहीतरी श्री. कपूर म्हणतात. त्या बाबतीत आपले विचार स्पष्ट असावेत. खुद्द तिबेटमध्ये जे काही होते ते आपल्या पल्ल्याच्या बाहेर आहे. त्याला आपण मदतही करू शकत नाही किंवा त्यात अडथळेही आणू शकत नाही. आपण आपल्या भूमीवर काय करतो तो खरा प्रश्न आहे. आपण त्याला उत्तेजन द्यायचे की नाही? आपण त्याला उत्तेजन देऊ शकत नाही हे स्पष्ट आहे. फार तर ते आपण चालू देऊ शकू, जर ते अगदी उघड किंवा आक्रमक नसेल तर. अतिशय नाजूक असा समतोल लागेल.' या युक्तिवादाबद्दल पंडितजी म्हणतात, आपण जसे कॅलिम्पाँगमध्ये (जे कारस्थान्यांचे आणि हेरांचे केंद्र

झाले आहे) सर्व प्रकारचे लोक चालवून घेतो तसे थोड्या तिबेटींच्या बाबतीतही करता येईल. पण, ते पुढे म्हणतात, 'पण मला खातरी आहे की कॅलिम्पाँगमधील तिबेटी निर्वासित अमेरिकन, गोरे रशियन वगैरेंच्या संपर्कात आहेत आणि त्यांना त्यांच्याकडून पैसे आणि इतर प्रकारे उत्तेजन मिळत आहे. खरे म्हणजे, ते शस्त्रास्त्रेसुद्धा गोळा करत आहेत असेही माझ्या कानावर आले आहे. हे सगळे मला पोरकट आणि अवास्तव वाटते.' जसा काळ जाईल तसा हा तराजूचा नाजूक काटा चीनच्या बाजूला झुकेल.

'फोर्मोसाच्या माध्यमातून चीनने जनता सरकार उलथून टाकण्याचा मोठा आणि बराच गाजावाजा केलेला प्रयत्नसुद्धा निष्फळ झाल्याचे आता स्पष्ट झाले आहे,' असे म्हणून पंडितजी विचारतात, 'मग तिबेटींनी आणि इतरांनी आपल्या सीमेवरून केलेल्या लहानशा हिंसक प्रयत्नामुळे तिबेटमध्ये काहीतरी घडेल हे थोडे तरी शक्य वाटते का?' आपण त्यांच्या काही कारवाया चालू देऊ शकतो, पण त्या जर 'शांततामय अणि अनाक्रमक' असतील तरच. हे आपण तिबेटींना समजावून सांगावे म्हणजे त्यांचा गैरसमज होणार नाही. पण 'हे स्पष्ट आहे की, जर ते काही आक्रमक कृत्ये करू लागले आणि चीन सरकारने आपल्याकडे तक्रार केली तर त्यांच्यावर नियंत्रण ठेवण्यासाठी आपल्याला त्यांच्याविरुद्ध काहीतरी पावले उचलणे अटळ होईल.'

पण सगळेच मुसळ केरात गेलेले नाही. आपले काही जुने मित्र – भूरचना आणि उंची – मदतीला येतात. 'तिबेटचे स्वातंत्र्य किंवा स्वायत्तता यांच्या बाजूने खरा मुद्दा तो देश कोणत्या प्रकारचा आहे तो आहे. पंडितजी लिहितात, 'तो परकीयांसाठी अतिशय प्रतिकूल आहे. तिथे परदेशी व्यक्ती फार मोठ्या संख्येने राहणे शक्य नाही. तिबेटच्या लोकांनी स्वातंत्र्याची जिद्द ठेवली तर ते बऱ्यापैकी स्वायत्तता राखू शकतील आणि चीन हस्तक्षेप करणार नाही. तिबेटींनी जोमाने बंड केले तर चीन ते निर्दयपणे मोडून काढेल. तिबेट सोव्हिएत युनियन व चीन यांच्यामध्ये आहे आणि या दोघांपैकी एकाचा त्यांच्यावर मोठाच राजकीय दबाव राहील. आपण भारतीय भौगोलिक आणि इतर कारणांमुळे तसे करू शकणार नाही. चीनचे मित्रराष्ट्र म्हणून कधी-कधी आपण राजनैतिक क्षेत्रात मदत करू शकू.' काहीही कृती न करण्याच्या समर्थनासाठी दुसऱ्या कारणाची पुनरुक्ती – आणि ते कोणत्या प्रकारे 'कधी-कधी राजनैतिक क्षेत्रात मदत करू' शकणार? आपण बघितले आहे : चीन करत असलेल्या गळचेपीची संयुक्त राष्ट्रसंघात नुसती चर्चा होण्यालाही प्रतिबंध करणे आणि तसे करून तिबेटी जनतेला त्याहून जास्त दमन होण्यापासून वाचवणे!

कृती न करण्याची आणि कृती न केल्याचा खेदही न करण्याची कारणे

पंडितजी पुन्हा सांगतात :

> तिबेट जगापासून दीर्घकाळ तुटलेला आहे आणि सामाजिकरीत्या अतिशय मागासलेला व सरंजामशाही आहे. अतिशय लहान असा राज्यकर्ता वर्ग आणि मोठे मठ यांच्या फायद्याचे नसलेले बदल केव्हातरी येतीलच. तिबेटी जनतेला एका सूत्रात बांधण्यासाठी धर्म हा एक समान धागा आहे; पण सामाजिक शक्तीसुद्धा बलवान आहे. आत्तापर्यंत चीनने सामाजिक चालीरीती, धर्म वगैरें बाबतीत हस्तक्षेप केलेला नाही. माझ्या माहितीनुसार त्यांनी सरंजामी जमीन पद्धतीतसुद्धा अजून हस्तक्षेप केलेला नाही. या सरंजामी प्रमुखांना नव्या पद्धतीचे वावडे का आहे, त्याची मी कल्पना करू शकतो. आपण सरंजामशाहीचे रक्षणकर्ते होऊ शकत नाही.

थोडक्यात म्हणजे,

- तिबेटमधील व्यवस्था सरंजामशाहीची होती व आहे.
- जे असंतुष्ट झाले आहेत ते सरंजामशहा आहेत.
- आपण सरंजामशाहीचे रक्षक होऊ शकत नाही.
- शिवाय तिबेटची भूरचना आणि उंची त्यांच्या स्वायत्ततेचे रक्षण करील.
- ते काहीही असले तरी ही इतकी चिंता का? चीन त्यांच्या धर्मात आणि सामाजिक प्रथांमध्ये, अगदी जमीनदारीसुद्धा हस्तक्षेप न करण्याची काळजी घेत आहे.

एका उदारमतवाद्याच्या डोळ्यांवर कातडे ओढण्याच्या क्षमतेचे खरोखरीच कौतुक वाटावे. पंडितजींच्या नोटमध्ये पुढे इतर गोष्टींविषयी सूचना असून शेवटी म्हटले आहे :

या नोटमध्ये स्पष्ट केलेले आपले सर्वसाधारण धोरण श्री. कपूर यांना समाजावून सांगावे.

श्री. मलिक,[४] डायरेक्टर इंटेलिजन्स ब्यूरो, यांनाही ती समजावून सांगावी. मी त्यांनाही भेटीन...[५]

जुने नकाशे : शक्याशक्यता नसलेले

पेकिंगला वाटाघाटींसाठी गेलेल्या भारताच्या शिष्टमंडळाचे नेतृत्व आपले तिथले

---

४. बी. एन. मलिक, इंटेलिजन्स ब्यूरोचे डायरेक्टर.

५. SWJN, खंड २६, पृष्ठ ४७६-८०

राजदूत एन. राघवन करतात. त्यांचे सल्लागार के. गोपालाचारी चर्चेवर अहवाल पाठवतात. पंडितजी सूचनांची एक लांब नोट पाठवतात.

आता आपल्या परिचयाचे झालेले सर्व प्रकार तिच्यात आहेत : दुसऱ्यांना झापणे, बौद्धिक अहंभाव, अनावश्यक गृहीतके – 'आपली सीमा निश्चित केलेली आणि ठाम आहे कारण ती निश्चित केलेली आणि ठाम आहे असे आपले धोरण आहे,'; अर्धवट उपाय – चौक्या ताबडतोब स्थापन कराव्यात पण त्यांचे रक्षण करण्यासाठी तुकड्या ठेवण्याची गरज नाही.

चिन्यांना 'कम्युनिस्ट' म्हटल्याबद्दल त्यांनी कपूर यांना झापले होते; पण पंडितजी आता म्हणतात की ज्या रेषेचा ते स्वत:च 'मॅकमहोन रेषा' असा उल्लेख करत होते तिचा आता तसा उल्लेख करू नये :

> यापुढे आपण मॅकमहोन रेषा किंवा तारखेने किंवा इतर प्रकारे वर्णन केलेल्या सीमारेषेचा, काही ऐतिहासिक संदर्भासाठी वगळता, उल्लेख करू नये. आपण फक्त 'आमची सीमा' असा उल्लेख करावा. किंबहुना मॅकमहोन या नावाचा वापर दुर्दैवी आहे आणि तो आपल्याला ब्रिटिशांच्या विस्तारवादी दिवसांची आठवण करून देतो.

हे काय आहे? 'तिबेट आणि चीनबरोबरचे आपले संबंध हे ब्रिटिश विस्तारवादातून निर्माण झाले आहेत आणि ते नव्याने ठरवणे आवश्यक आहे' हा चाऊ एन-लाय यांचा आरोप टोलवण्याचा उपाय? तसे असते तर एकवेळ ठीक झाले असते. पण पंडितजी स्वत: 'मॅकमहोन रेषा' हे नाव नंतरच्या काळातसुद्धा वापरतात, यावरून, एखादा बुद्धिमान माणूस आपले बारकाव्याचे ज्ञान दाखवून दुसऱ्याला कमी लेखायचा प्रयत्न करतो त्यातला प्रकार आहे, असा निष्कर्ष काढावा लागतो – जसे एखाद्या समाजातील उच्च स्तरातील माणूस जेवायच्या प्लेटभोवती ठेवलेले अनेक काटे आणि सुऱ्यांपैकी कोणता आधी वापरायचा आणि कोणता नंतर हे माहीत नसलेल्या माणसाला कमी लेखायचा प्रयत्न करतो तसे.

पण, आपण केवळ चुकीच्या संज्ञाच वापरत आहोत असे नाही, तर आपण नकाशेसुद्धा चुकीचे वापरत आहोत. त्यामुळे पंडितजी मुख्य सचिव आणि परराष्ट्र सचिवांना सूचना देतात :

> या सीमेशी संबंधित आपले सर्व नकाशे काळजीपूर्वक तपासण्यात यावेत आणि जे चुकीचे असतील ते काढून टाकावेत. कोणत्याही 'रेषे'चा संदर्भ न देता, आपल्या उत्तर आणि उत्तर-पूर्व सीमा दाखवणारे नवे नकाशे छापून घ्यावेत. या नव्या नकाशांमध्ये 'सीमेचे आलेखन न केलेला भाग'

असा उल्लेख कुठेही असू नये. हे नवे नकाशे आपल्या परदेशातील वकिलातींना पाठवावेत आणि सार्वजनिक वापरासाठी तसेच शाळा, कॉलेजांमध्ये वापरण्यासाठी वितरित करावेत.

आणि मग आपली सीमा हा संपलेला प्रश्न का आहे, याबद्दल त्यांचा युक्तिवाद :

आपले धोरण आणि आपला चीनबरोबरचा करार यांचा परिपाक म्हणून निश्चित झालेली ही सीमा पक्की व निश्चित आहे. ती कोणाही बरोबर चर्चेचा विषय होऊ शकत नाही. किरकोळ मुद्द्यांवर चर्चा होऊ शकते; पण तेसुद्धा आपण उपस्थित करू नये.

सूचना संपवताना ते या विषयाकडे पुन्हा वळतात :

मी वर म्हटल्याप्रमाणे आपण आपल्या सीमेचा विषय काढण्याची गरज नाही. पण चीनच्या नकाशांमध्ये आपल्या भूमीचा भाग त्यांच्या बाजूला दाखवला आहे असे लक्षात आले तर आपल्याला ते चीन सरकारच्या नजरेला आणून द्यावे लागेल. ते आपण ताबडतोब करण्याची गरज नाही. पण ते आपण फार काळ चालू देऊ नये आणि ती गोष्ट उपस्थित करावीच लागेल.

चीन त्यांचे नकाशे छापतच राहतो. हा प्रश्न त्यांच्यापुढे उपस्थित न करण्यासाठी पंडितजी एखादे नवे कारण शोधून काढतात. या वेळी, सीमा पक्की व निर्विवाद आहे या त्यांच्या गृहीतकासाठीचा नवा आधार आहे. नुकताच तिबेटबद्दल झालेला भारत-चीन करार :

या करारातील उल्लेखांचा गर्भित अर्थ आणि विशिष्ट खिंडींचा उल्लेख हा आपल्या तिथल्या सीमेला मान्यता असल्याचा पुरावा आहे.

ते 'आघाडीचे धोरण' घालून देतात, ज्याची देशाला फार मोठी किंमत मोजावी लागणार असते – जमिनीत खांब रोवून ठेवणे पण त्यांचे रक्षण करण्याची व्यवस्था न करण्याचे 'धोरण', जे अतिशय विनाशकारक होईल असा सेनेच्या जनरल्सनी इशारा दिला होता आणि जे थोड्याच वर्षांत खरोखरीच विनाशकारक सिद्ध झाले ते. पण हेच धोरण राहणार असा फतवा त्यांनी काढल्यामुळे तेच धोरण झाले :

चौक्या उभ्या करण्याच्या पद्धतीचीया पूर्ण सीमेवर अंमलबजावणी होणे आवश्यक आहे. विशेषत: ज्या जागा वादग्रस्त होण्याचा संभव आहे त्या

ठिकाणी अशा चौक्या उभारायलाच हव्या.
वाहतुकीचे नियंत्रण करणे, अनधिकृत घुसखोरीला प्रतिबंध करणे यासाठीच नव्हे तर भारताच्या सीमेचे प्रतीक म्हणून या चौक्या आवश्यक आहेत. चीन देमचोक हा विवाद्य प्रदेश मानतो त्यामुळे आपण तिथे एक चौकी उभारावी. तसेच त्सांग चोकला इथे... विशेषत: उ.प्र.-तिबेट सीमा आणि जोशी मठ, बद्रिनाथ वगैरे ठिकाणांकडे जाणाऱ्या खिंडींवर व्यवस्थित चौक्या असाव्यात.

चौक्या टिकण्यासाठी त्यांना ज्या एकमेव प्रकारच्या बळाचा आधार द्यायला हवा त्यासंबंधीच्या प्रस्तावाबाबत मात्र ते अगदी ठाम आहेत :

संयुक्त सचिवांनी त्यांच्या नोटमध्ये गंगटोक, लेह, सिमला, अलमोरा अशा सीमेजवळील ठिकाणी सेनाबळ वाढवण्याच्या शक्यतेबद्दल उल्लेख केला आहे. या उत्तर-पूर्व सीमेचे रक्षण करण्याच्या दृष्टीने ते आवश्यक आहे असे मला वाटत नाही. लेहमध्ये आपले पुरेसे दल आहे. इकडे पंजाबमध्ये सिमल्याला पुरेसे दल आहे. त्याव्यतिरिक्त सीमाप्रदेशाच्या जवळपास सेनादलाच्या मोठ्या तुकड्या ठेवण्याची अजिबात गरज नाही. चौक्यांव्यतिरिक्त आपण एक प्रकारचे सीमादल ठेवावे. हे सीमादल स्थानिक लोकांतून उभारावे आणि त्याचा रस्ते बांधणे वगैरे कामांसाठी उपयोग करावा. असे केल्याने तेथील लोकांमध्ये सुरक्षिततेची भावना निर्माण होईल आणि त्यांचा स्वाभिमानही वाढेल.[६]

'जुने नकाशे' :

पंडितजींनी त्यांना चीनला भेट द्यायला आवडेल हे चाऊ एन-लायना सांगितले होते. त्याप्रमाणे त्यांना आमंत्रण येते. ऑक्टोबर १९५४ मधील ही भेट त्यांना भारून टाकण्यासाठी असते. आता यापुढे आपल्या चीनच्या सीमेबद्दल आणखी काही करावे असे कोणी सुचवले तर ते अजिबात मानणार नाहीत. त्यांचे सध्याचे धोरण पुढे चालू ठेवण्यासाठी ते आणखी कारणे पुढे करतील. पण दोन पत्रव्यवहार असे होतात की जे नमूद करणे महत्त्वाचे आहे – त्यावरून एक महत्त्वाचा धडाही मिळतो : तो हा की चाऊ एन-लाय यांच्या पणिक्करांशी झालेल्या संभाषणांनंतर चीनने पाळलेल्या मौनांचा अर्थ त्यांनी आपले म्हणणे कबूल केले असा जो पंडितजींनी लावला त्याऐवजी चाऊसारख्या व्यक्तीने आणि चीनसारख्या सरकारने केलेले स्पष्ट

६. SWJN, खंड २६, पृष्ठ ४८१-८४

विधानसुद्धा नंतर ते हल्ला करणार नाहीत याची खातरी देणारे नसते, हे लक्षात ठेवावे. ते काय बोलतात किंवा बोलत नाहीत यापेक्षा जमिनीवरील खरे बळ किती आहे तेच खरे समजावे. सन त्झूच्या साहित्यातील खालील धडा त्यांना वाचून दाखवायला हवा होता :

> युद्धाची कला आपल्याला शिकवते की शत्रू न येण्याच्या शक्यतेपेक्षा त्याला तोंड देण्याची तयारी किती आहे; शत्रू हल्ला करणार नाही या शक्यतेऐवजी आपण आपली स्थिती अभेद्य केली आहे का यावर आपली भिस्त ठेवा.

दुर्दैव हे की तीच एक गोष्ट अनावश्यक आहे असे पंडितजींना वाटले.

या भेटीदरम्यान पंडितजींनी माओ त्से-तुंग आणि चाऊ एन-लाय यांच्याशी बोलणी केली. माओबरोबरचे संभाषण ज्याला 'तात्त्विक पातळी'वरचे म्हणता येईल असे मोघम होते. दिल्लीला झालेल्या पाच फेऱ्यांत झाले तसेच चाऊ एन-लाय आणि पंडितजींमधील बोलणी अनेक विषयांवर झाली. काही बाबतीत त्यांच्यात साम्य आहे. चाऊ पुन्हा जिज्ञासू विद्यार्थ्याच्या भूमिकेत जातात : 'इंडोनेशियामध्ये परिस्थिती कशी आहे?' ते विचारतात; 'इंडोनेशियातल्या गडबडींमागे परकीय घटक आहेत का?' ते विचारतात; 'सीलोनचे काय?' ते विचारतात; 'सयामचे काय?' ते विचारतात; 'इंडो-चायनामधल्या तीन राज्यांचे काय?' ते विचारतात. प्रत्येक प्रश्नाचे उत्तर म्हणून पंडितजी जरा दीर्घ असे निरूपण करतात– तेसुद्धा अशा व्यक्तीला की जी त्यातील अनेक देशांमध्ये कारवाया सुरू करणाऱ्या देशाची प्रमुख आहे! पण दिल्लीच्या आणि येथील बैठकींमध्ये एक जरा फरक आहे. चाऊ एन-लायसुद्धा सविस्तर बोलतात. ते जास्त आत्मविश्वासपूर्ण आणि जास्त मोकळे आहेत.

दोन मुद्द्यांवर पंडितजींच्या दिशाहीन धोरणाचा लाभ झाला असे दिसते. चाऊ काही महत्त्वाची विधाने करतात असे नोंदींवरून दिसते. हे आठवा की त्यांच्या आधीच्या चर्चांमध्ये अनेक देश भीतीच्या छायेत कसे आहेत याचे पंडितजींनी विस्तृत वर्णन केले होते– ते करताना त्यांनी अमेरिकेच्या धोरणाचे वर्णन केले होते. दक्षिण-पूर्व आशियातील अनेक देश त्या भागातील मोठ्या देशांना कसे भिऊन असतात आणि त्यांची ही भीती दूर करणे कसे आवश्यक आहे यावरही ते अनेकदा भर देतात. हा विषय ते पुन्हा माओबरोबर[७] आणि दुसरे दिवशी चाऊंबरोबर उपस्थित करतात. बोलताना पंडितजी सहज, उदाहरण म्हणून, परदेशात राहणाऱ्या चिनी लोकांच्या एकनिष्ठतेबद्दल बोलतात. दुसऱ्या देशांच्या – उदा. ब्रह्मदेशात – प्रदेशाचे

---

७. SWJN, खंड २७, पृ. ६-११

मोठे भाग चीनचे भाग म्हणून दाखवणारे नकाशे चीन प्रसिद्ध करत राहतो याचा उल्लेख करतात. पंडितजींना काय म्हणायचे आहे ते चाऊ समजतात. घुसखोरी आणि इतर देशांतील बंडखोर गटांना मदत करणे, ज्याबद्दल भारतालासुद्धा काळजी वाटते, याबद्दल चाऊ म्हणतात :

> घुसखोरीच्या प्रश्नाबद्दल बोलायचे झाल्यास, तो त्या त्या देशांच्या नागरिकांचा प्रश्न आहे. आपण त्याचा दिल्लीत उल्लेख केला आणि म्हणालात की प्रत्येक देशातील लोक आपापले निर्णय घेतात, त्यामुळे बाहेरचा हस्तक्षेप स्वीकार्य नाही. आमच्याबद्दल बोलायचे तर आम्ही त्या पाच तत्त्वांची अंमलबजावणी करायचा आणखी मोठा प्रयत्न करू. आम्ही जास्त विश्वास वाटेल असे करू आणि आम्ही त्या तत्त्वांचे काटेकोरपणे पालन करतो तसेच ते चांगल्या प्रकारे करू शकतो हे जगाला दाखवून देऊ. आपण काही विशिष्ट उदाहरणे घेऊ आणि आपल्या या भेटीत आणखी काही विशिष्ट प्रश्नांबद्दल आणखी बोलू.[८]

थोडे नंतर, चाऊ एन-लाय नकाशांच्या प्रश्नाकडे वळतात. ते म्हणतात :

> नकाशे : हा ऐतिहासिक प्रश्न आहे आणि आम्ही बहुतेक जुनेच नकाशे छापत आलेलो आहोत. आम्ही सीमांचे सर्वेक्षण केलेले नाही आणि शेजारी देशांशी विचारविनिमयही केलेला नाही. सीमारेषा निश्चित करण्यासाठी आमच्याकडे काही आधारही नाही. आम्ही आमचे नकाशे बनवले आणि इतर देशांच्या नकाशांवरून ते दुरुस्त केले. निदान 'के एम टी'प्रमाणे जाणूनबुजून सीमा बदलण्याचा प्रयत्न आम्ही करणार नाही. हे सगळे हास्यास्पद आहे. चीन आणि ब्रह्मदेशातील सीमेचा प्रश्न मांचूंच्या काळातसुद्धा सुटलेला नव्हता. आणि तुम्हाला आमच्या आणि सोव्हिएत युनियनच्या तसेच मांचुरियाच्या सीमेतही फरक आढळेल. आम्ही उ नू यांच्याबरोबर पुढे चर्चा करू पण आम्हाला तयारीसाठी वेळ हवा.[९]

अर्थात, हे विधान महत्त्वाचे आहे. ते चीन-भारत सीमेलासुद्धा लागू होते असे पंडितजी गृहीत धरतात. त्यावर ते खूप विसंबून राहतात असे पुढे दिसेल. पण सध्या, चाऊ त्यांचे विधान फिरवणार नाहीत याची खातरी करून घेण्यासाठी ते त्यांच्या विधानाकडे वळतात. पंडितजी चाऊ एन-लायना म्हणतात :

---

८. SWJN, खंड २७, पृ. १८
९. SWJN, खंड २७, पृ. १९

नकाशांच्या बाबतीत आमच्या काही शेजाऱ्यांना वाटत असलेल्या धास्तीचा सहज उल्लेख केला. आम्हाला या गोष्टीची चिंता वाटत नाही. आमच्या सीमा स्पष्ट आहेत; पण मी ब्रह्मदेशचा उल्लेख केला कारण अशा प्रश्नांमुळे शत्रूच्या हातात कोलीत मिळते. समजा आम्ही तिबेट भारताचा भाग आहे असे दाखवणारा नकाशा काढला तर चीनला कसे वाटेल? पण मी म्हणालो तसे, ते नकाशे जुने होते आणि तुमचा तसा उद्देश नव्हता याबद्दल मला खातरी आहे.^{१०}

येणाऱ्या वर्षांमध्ये पंडितजी या आश्वासनांवर बराच विश्वास ठेवणार आहेत आणि अनेकदा त्यांचा हवाला देणार आहेत.^{११} तरी चीन नेहमीच्या सहजतेने ते दृष्टीआड करणार आहे आणि चीनच्या विधानांमध्ये धोकादायक असा वेगळाच अर्थ होता असे पंडितजी नंतर मान्य करतील. मात्र त्याहूनही जास्त परिणामकारक ठरेल आणि डोळ्यांना झापडे बसवणारी गोष्ट म्हणजे चीनने घडवून आणलेले पंडितजींचे स्वागत.

---

१०. SWJN, खंड २७, पृ. २०
११. उदाहरणार्थ, भारतात परतल्यावर पंडितजी मुख्यमंत्र्यांना जो वृत्तान्त कळवतात त्यात या संभाषणाबद्दल ते असे म्हणतात :
ब्रह्मदेशाचे आणि भारताचेसुद्धा काही भाग जणू काही ते चीनच्या हद्दीत आहेत असे दाखवणाऱ्या नकाशांचा मी उल्लेख केला. मी पुढे म्हटले की भारताच्या बाबतीत बोलायचे तर आम्हाला त्या गोष्टीची फार काळजी वाटत नाही, कारण आमच्या सीमा अगदी स्पष्ट आहेत आणि त्यावर चर्चा होऊ शकत नाही. पण अनेक लोक या जुन्या नकाशांचा फायदा घेतात आणि त्यांच्यावरून चीनचा आक्रमक हेतू आहे, नाही तर त्यांनी जुने नकाशे का वापरात ठेवले असते असे म्हणतात. ब्रह्मदेशातसुद्धा यावरून काळजी आहे. पंतप्रधान चाऊ म्हणाले की, हे नकाशे जुने आहेत आणि नवे नकाशे बनवण्यासाठी चीनने सर्वेक्षण केलेले नाही. त्यांच्या सोव्हिएत युनियन व मंगोलिया बरोबरच्या सीमासुद्धा अजून स्पष्टपणे आलेखित केलेल्या नाहीत आणि त्यांच्यातही चुका आहेत. मी म्हणालो की ते शक्य आहे. भारताच्या बाबतीत मी पुन्हा म्हणालो की आमच्या सीमेच्या बाबतीत काहीच शंका नाही त्यामुळे मला चिंता नाही. पण तिबेटचा काही भाग भारताचा म्हणून दाखवला असता तर चीनला कसे वाटले असते, असे मी विचारले.
जवाहरलाल नेहरू, *लेटर्स टु चीफ मिनिस्टर्स*, १९४७-१९६४, खंड ४, जी. पार्थसारथी (संपादक), भारत सरकार, दिल्ली, पृ. ७६-८९, पान ८२

'या सगळ्याने मी प्रभावित झालो नसतो तर मी माणूस म्हणून कमी पडलो असतो.'

गेल्या अनेक दशकांमध्ये प्रवासी आणि शंकेखोर पाहुणे यांना कम्युनिस्ट सरकारांनी कसे सतावले हे वर्णन करणारे अनेक ग्रंथ आहेत. स्वत: पंडितजी जेव्हा १९२७ मध्ये त्यांच्या वडिलांबरोबर सोव्हिएत युनियला गेले तेव्हा त्यांच्यावर सोव्हिएतची जी छाप पडली होती, त्यांना अशा साहित्याची चांगली माहिती होती – स्टॅलिनच्या काळातील खोटे खटले, पोटेमकिन खेडी, स्टाखानोव्हाइट कामगार आणि आर्थिक चमत्कार यांच्यामागील सत्य, हे सगळे त्यांच्या पिढीचे मुख्य साहित्य होते. त्यामुळे पंडितजी इतके भाबडे होते असे नाही. आणि तरी ते पूर्णपणे भाळले आणि प्रागतिक सत्तांबद्दलच्या एकूणच त्यांच्या पसंतीपेक्षा हे त्यांना आणि त्यांच्या माध्यमातून भारताला, १९६२ कडे घेऊन जाणारे होते.

'विमानतळापासूनच्या १२ मैल लांबीच्या रस्त्यावर दुतर्फा दहा लाखांपेक्षा जास्त लोक उभे होते,' पेकिंगमधील स्वागताबद्दल संपादकाच्या टिपेमध्ये म्हटले आहे, 'प्रथमच चीनने त्यांच्या बुलेटप्रूफ गाड्यांना रजा दिली आणि नेहरू उघड्या कारमधून गेले. 'डेली मेल'च्या डेस्मॉंड डोनेलीने त्यांच्या स्वागताचे 'रोमचा विजय' असे वर्णन केले.'[१२]

एकामागून एक संदेशात पंडितजी त्यांना मिळालेल्या अचाट स्वागताबद्दल लिहितात. चीनहून निघताना कँटनहून ते चाऊ एन-लाय यांना एक पत्र लिहितात. ते म्हणतात,

> माझी या नव्या चीनला भेट आणि नेते, चीन सरकार व जनता यांच्याकडून माझे झालेले स्वागत यामुळे मी किती प्रभावित झालो आहे त्याचे वर्णन करण्यासाठी माझ्याकडे पुरेसे शब्द नाहीत. इतक्या मोठ्या स्वागताने कोणीही भारावून गेला असता. मला माझ्या स्वत:च्या देशात आणि इतर देशांतसुद्धा मोठे जमाव आणि लोकांच्या स्वागताचा बराच अनुभव आहे आणि मला जे दिसते त्यामुळेच नव्हे तर मला जी जाणीव होते त्यामुळे मी संवेदनशील झालो आहे. माझ्या या चीनमधील दहा दिवसांच्या वास्तव्यात, एका व्यक्तीच्या, मग ती कोणीही असो, लोकांनी केलेल्या स्वागतापेक्षा काहीतरी आणखी गहिरे असे मला वाटले आहे. त्यामागे काही भावना होती, आपल्या दोन देशांच्या इतिहासातील या वेळच्या माझ्या भेटीच्या महत्त्वाची जागरूक किंवा सुप्त जाणीव होती असे मला

---

१२. SWJN, खंड २७, पृ. ७, संपादकाची टीप

वाटते. आपल्या भारताच्या भेटीलासुद्धा तेच महत्त्व होते आणि जरी आपली भेट अनपेक्षित होती तरी लोकांनी आपले जे स्वागत केले यावरून त्यांनी तिच्या महत्त्वाची जाणीव असल्याचे दाखवले.

नेहमीप्रमाणे त्यांना इतिहास घडताना दिसतो :

माझी चीनभेट ही आपल्या भारतभेटीचा पुढील भाग होती आणि आपल्या दोन देशांना बांधणाऱ्या साखळीतील आणखी एक कडी होती. भारत व चीनमधील लोकांच्या मनात अशी भावना होती की, विशाल भूतकाळ आणि उज्ज्वल भविष्य असलेले हे दोन महान देश जास्त जवळ येत असून तो भविष्यकाळ साकारण्यात ते परस्परांशी सहकार्य करणार आहेत. माझा विश्वास आहे की त्या भावनेनेच लोकांना प्रभावित केले.
भारत आणि चीन यांच्या संबंधातील या नव्या घटनेचे महत्त्व काही प्रमाणात इतर देशांच्या लोकांच्याही लक्षात आले आहे आणि म्हणून व्यक्तींव्यतिरिक्त या भेटी ऐतिहासिक प्रक्रियेतील महत्त्वाच्या घटना झाल्या आहेत...^{१३}

भारतात परतल्यावर ते एडविना माउंटबॅटन यांना लिहितात :
'प्रिय एडविना,

ही चीनची आणि इंडो-चायना देशांची भेट खरोखरीच ऐतिहासिक महत्त्वाची घटना होती...
भारतातील मोठ्या शहरात माझे जसे स्वागत होते तसेच चीनमध्येही झाले आणि ते अर्थपूर्ण आहे. *असे स्वागत चीनमध्येसुद्धा पूर्वी कधी झाले असेल असे मला वाटत नाही.* मी पेकिंगला जाण्याच्या एक-दोन आठवडे आधी सोव्हिएत युनियनच्या मोठ्या नेत्यांचे तिथे सन्मानपूर्वक स्वागत झाले होते. पण त्यांना दिले गेलेले स्वागत औपचारिक म्हणता येईल असे होते. त्यांना उच्चासनावर बसवून त्यांच्यावर स्तुतीचा वर्षाव केला गेला. मला दिलेले स्वागत हे औपचारिक आणि लोकांचे असे दोन्ही होते. मी पेकिंगला पोहोचलो त्या दिवशी दहा लाखांपेक्षा जास्त लोकांनी त्यात भाग घेतला असे म्हणतात आणि ते बहुतेक खरेही असेल. विमानतळापासूनच्या बारा मैलांच्या रस्त्याच्या बाजूला ते उभे होते आणि त्यांनी रस्त्यात गर्दी केली होती. उत्तम शिस्त होती, थोडेसे पोलीस होते; पण अर्थात इतकी

---

१३. SWJN, खंड २७, पृष्ठ ५१-५३

व्यवस्था ठेवण्यासाठी इतर लोकही असतीलच. शाळेतली मुले, मुली, कॉलेजचे विद्यार्थी आणि कारखान्यातील कामगार हातात झेंडे घेऊन आले होते. आणि इतरही लोक होते. मला चाऊ एन-लायबरोबर उघड्या कारमधून नेले, मी उभा होतो. हे ज्याला 'पोलीस राज' म्हणतात त्यात जरा विचित्र होते. मला असे सांगण्यात आले की चाऊ एन-लाय किंवा त्यांच्याइतक्या उच्चपदावरील व्यक्ती अशा रीतीने लोकांमधून जाण्याची ही पहिलीच वेळ असावी...'

एवढेच नाही तर :

आणि लोकांची नुसती संख्याच नाही तर त्यांचा साहजिक उत्साहसुद्धा. त्यात काहीतरी भावुक होते. सरकारी निर्देश आणि लोकांच्या भावना एकरूप असल्याचा तो दुर्मीळ प्रसंग होता. अर्थात काही प्रमाणात तसे बरेचदा होतही असेल. *मला असं वाटलं, आणि इतरांनी त्याला दुजोरा दिला की, माझ्या पेकिंगला जाण्याने चिनी लोकांच्या भावना जाग्या झाल्या.* आतापर्यंत त्यांना सोव्हिएत युनियन आणि इतर कम्युनिस्ट देशांच्या लोकांचेच स्वागत करण्याचा प्रसंग येत असे. त्यांच्याबद्दल त्यांना निश्चितच बंधुत्वाची भावना होती. पण माझ्या तिथे येण्याने वेगळ्या प्रकारच्या भावना उचंबळून आल्या. कम्युनिस्ट गटात नसलेल्या भारतासारख्या मोठ्या देशाला आपल्याबद्दल मित्रत्वाची भावना आहे हे बघून त्यांना आनंद झाला. *त्यांचा दृष्टिकोन रुंद झाला आणि आत्मविश्वास वाढला.* कम्युनिझम वगैरे शिवायच्या आशियाई सहकार्याच्या भावनेमुळे त्यांना ही ऊर्मी आली. त्यांच्या दृष्टीने भारत मित्र झाला आणि त्यामुळे त्यांची प्रतिष्ठा वाढली. भारताचा प्रतिनिधी म्हणून मी एक प्रतीक बनलो ज्याचा त्यांनी सन्मान केला आणि ज्याचे त्यांनी स्वागत केले.
अनेक समारंभ झाले. त्यातून आणि विशेषत: रोज असणाऱ्या मेजवान्यांतून मी सहीसलामत कसा राहिलो याचे मला आश्चर्य वाटते. चिनी मेजवान्या किती दीर्घ असतात हे तुम्हाला माहीत आहेच आणि किती वेळा 'टोस्ट' करतात. या बहुतेक मेजवान्यांना सर्व प्रकारचे ७००/८०० पाहुणे असत– सरकारी आणि राजनैतिक अधिकाऱ्यांव्यतिरिक्त शास्त्रज्ञ, वैद्यकीय क्षेत्रातले लोक, कॉलेजांमधील प्राध्यापक, नट, नट्या आणि खास सन्मानप्राप्त कामगार. त्यातसुद्धा खराखुरा उत्साह होता. या सगळ्याचा माझ्यावर प्रभाव पडला नसता तर मी मनुष्य म्हणायला पात्र झालो नसतो...'[१४]

---

१४. SWJN, खंड २७, पृष्ठ ६६-७१, विशेषत: ६७-६८

त्याच धर्तीवर ते मुख्यमंत्र्यांनाही लिहितात : 'चीनमध्ये माझे सर्वत्र अपूर्व असे मनापासून स्वागत झाले. हे फक्त सरकारी स्वागत नव्हते तर लाखो लोकांनी एकत्र येऊन केलेले जनतेचे स्वागत होते. मी त्याने फार प्रभावित झालो. हे स्वागत राजकीय आवश्यकतेच्या पलीकडले आहे हे मला स्पष्ट जाणवले. *भारताबद्दलच्या मैत्रीच्या भावनेचा तो उमाळा होता.*' 'तरुण मुले-मुली आणि लहान मुले विशेषकरून दिसत होती.' काही परिच्छेदानंतर ते म्हणतात, 'आनंदी आणि उत्साही दिसणाऱ्या लोकांची ती गर्दी होती. अर्थात ज्याला हडेलहप्पी म्हणतात ती बरीच आहे. त्यांची शिस्त वाखाणण्यासारखी होती.' पण नंतर माओ युगाची खूण म्हणून ज्या गोष्टी ओळखल्या जाऊ लागल्या त्या पंडितजींना तशा वाटल्याच नाहीत. ते पुढे म्हणतात, 'पण मी म्हणेन की चिनी लोक नेहमीच शिस्तप्रिय राहिले आहेत.' त्यांना भरभराट दिसते : 'दुकाने मालाने भरलेली दिसत होती. खासगी मालकीची हजारो लहान दुकाने होती. काही मोठी सरकारी मालकीची दुकाने होती. तीसुद्धा वेगवेगळ्या मालाने भरलेली होती; पण त्यांच्यात चैनीच्या वस्तू दिसल्या नाहीत. या अनेकखणी दुकानांमध्ये अक्षरश: हजारो लोकांची गर्दी होती... चिनी लोकांमध्ये मला कोणतीही भीतीची भावना दिसली नाही. त्यांच्यात भरपूर आत्मविश्वास दिसला.'[१५]

जिथे हजारो लोकांची हत्या होत होती त्या माओच्या चीनमध्ये भीती नव्हती!

'भावनांचा उमाळा', 'बांध फुटणे' आणि तोसुद्धा लाखो लोकांमध्ये... पंडितजी म्हणतात ते बरोबर आहे : आपल्या त्यांच्यात मिसळण्यामुळे भावनेचा उद्रेक झाला, लाखो लोकांचा दृष्टिकोन विस्तारला आणि त्यांचा आत्मविश्वास वाढला असा ज्याने निष्कर्ष काढला तो माणूस अविचल राहिला असता तर 'माणूस म्हणून कमी पडला असता.'

'चीनला स्वतःच्या कारणांमुळे शांतता हवी आहे'

आता पंडितजी चीनच्या शांतीपूर्ण हेतूबद्दल प्रत्यक्षदर्शी साक्षीदार या नात्याने पुष्टी देऊ लागतात. 'माझी अशी खातरी झाली आहे की चीनला, स्वतःच्या कारणांसाठी शांतता हवी आहे, देशाचा विकास करायचा आहे आणि कमीत कमी तीन ते चार पंचवार्षिक योजना– म्हणजे पंधरा ते वीस वर्षांचा कालावधी समाजवादी राज्यव्यवस्थेचा पाया घालण्यासाठी हवा आहे;' असे ते पत्रकारांना सांगतात. 'त्यामुळे हा अंतर्गत किंवा बाहेरच्या आक्रमणाचा प्रश्न त्यांच्या कशातही अडकून न पडण्याच्या इच्छेच्या पार्श्वभूमीवर बघायला हवा.'[१६] ते मुख्यमंत्र्यांना सांगतात :

---

१५. लेटर्स टु चीफ मिनिस्टर्स, खंड ४, पृ. ८६, ८७
१६. SWJN, खंड २७, पृष्ठ ७३

'चीनचे सरकार आणि जनता यांना शांतता हवी आहे आणि पुढील एक ते दोन दशके देशाच्या विकासावर लक्ष केंद्रित करायचे आहे याबद्दल मला अजिबात शंका नाही.'[१७] ते 'बीबीसी'ला सांगतात :

> माझे स्वत:चे मत असे आहे की चीन सरकारने गेल्या अनेक महिन्यांत त्यांच्या शांततामय हेतूचा पुरावा दिला आहे. कोणत्याही प्रकारचा हस्तक्षेप करण्याच्या इच्छेचा ते इन्कार करतात; गेल्या काही काळात त्यांनी हस्तक्षेप केल्याची मला तरी माहिती नाही. अर्थात कोणत्याही देशाच्या आत काय चालले आहे आणि त्याचा चीन सरकारशी काहीही संबंध असू शकेल का हे समजणे जरा कठीण आहे.

'बीबीसी'चा वार्ताहर पंडितजींना विचारतो की, त्यांच्याकडे त्याबद्दल काही पुरावा आहे का? पंडितजी उत्तरतात –

> 'माझ्याकडे कुठलाही पुरावा नाही. चीनचे नेते शांततामय संबंधासाठी उत्सुक आहेत आणि तसे शांततामय संबंध हस्तक्षेप न करण्याच्या तत्त्वावरच होऊ शकतात. त्यांना याची जाणीव आहे आणि ते म्हणाले, 'आतून किंवा बाहेरून हस्तक्षेप करण्याचा आमचा कोणताही इरादा नाही.'

वार्ताहर म्हणतो की, याचा अर्थ पंडितजींचा त्यांच्या शब्दावर विश्वास आहे. पंडितजी असे मार्क्सवादी उत्तर देतात की, जे कोणी मार्क्सवादीसुद्धा देणार नाही! 'माझ्या बाबतीत बोलायचे तर माझा त्यांच्या शब्दांवर विश्वास आहे, कारण तो आशियातील त्यांच्या देशातील आणि जगातील परिस्थितीशी सुसंगत आहे,' ते म्हणतात. आणि इतकंच नाही, चीनचे लोक आहेत, त्यांचा उपजत स्वभाव आहे :

> याशिवाय, मैत्री आणि शांततामय सहकार्याची याच्यापेक्षा जास्त आस असेल असे लोक अजून मी बघितलेले नाहीत – हा निष्कर्ष मी मोठ्या संख्येने जमलेल्या लोकांवरून काढत आहे, आणि मला मोठ्या जमावांची सवय आहे.[१८]

सायगावमध्ये, एजन्सी फ्रान्स-प्रेस आणि रेडिओ फ्रान्सने घेतलेल्या मुलाखतीत पंडितजींना विचारण्यात येते, 'कम्युनिस्ट आणि कम्युनिस्टेतर सरकारांच्या सह-अस्तित्वाच्या शक्यतेबद्दल त्यांची खातरी पटली आहे का?' पंडितजी बरेचदा करतात तसे, प्रश्नकर्त्याला झापतात : 'त्यांची खातरी पटण्याचा किंवा न पटण्याचा

---

१७. लेटर्स टु चीफ मिनिस्टर्स, खंड ४, पृ. ८६

१८. SWJN, खंड २७, पृष्ठ ८७-९०

प्रश्न नाही, कारण युद्ध टाळायचे असेल तर तोच एक मार्ग आहे.' ते म्हणतात, 'कोणत्याही स्थितीत, ही शक्यता जर यशस्वी झाली नाही तर निश्चितच संघर्ष होईल; पण जगातील बहुतेक लोकांनी युद्ध टाळण्याचे शक्य ते सर्व प्रयत्न करावेत अशी इच्छा व्यक्त केली आहे. चीनच्या बाबतीत चिनी अधिकारी सध्या त्यांची चालू पंचवार्षिक योजना आणि पुढील पंचवार्षिक योजनांमध्ये गुंतलेले आहेत. त्यांची अर्थव्यवस्था मजबूत पायावर उभी करायला ते आतुर आहेत आणि त्यांचा सर्व वेळ आर्थिक पुनर्वसन आणि एकंदरीत प्रगती यांच्यावर विचार करण्यात जात आहे; त्यामुळे चीनच्या अधिकाऱ्यांना प्रगतीच्या आड जे येईल ते टाळायचे आहे.' 'इतर देशांतील क्रांतिकारी चळवळींना चीनच्या पाठिंब्याच्या प्रश्नावर आपण चर्चा केली का?' पत्रकाराने विचारले. 'एका देशाने दुसऱ्या देशाच्या अंतर्गत कारभारात हस्तक्षेप करू नये असा पाच तत्त्वांत विशेष उल्लेख आहे.' पंडितजी फटकन बोलतात आणि चर्चा तिथेच संपते.[१९]

त्यामुळे चीनची शांततेवरील निष्ठा आणि नजीकच्या काळात कशातही न अडकणे ही अटळ अशी ऐतिहासिक घटना राहणार आहे! आणि शिवाय, ते पंचशीलमध्ये घातलेले आहे! ज्यांनी तीनच वर्षांपूर्वी आपली सैन्ये एकाच वेळी तिबेट आणि कोरियात, अशा दोन आघाड्यांवर पाठवली होती त्या चीनच्या राज्यकर्त्यांचे पंडितजींनी केलेले हे मूल्यमापन. 'सत्ता बंदुकीच्या नळीतून निघते,' असे मानणाऱ्या, क्रांतीची निर्यात करणे हा ज्यांचा धर्मच आहे अशा सत्ताधाऱ्यांचे हे त्यांनी केलेले मूल्यमापन. पण पंडितजींनी सत्य स्वतः बघितलेले आहे. ते प्रत्यक्षदर्शी साक्षीदार आहेत.

चीनशी मैत्री करण्याच्या प्रयत्नाचा आणखी एक लाभ लवकरच त्यांच्या लक्षात येतो. 'भारत सरकारच्या चीनविषयक धोरणामुळे भारतीय कम्युनिस्ट पक्ष गोंधळात पडला आहे आणि भारत सरकार कम्युनिझमच्या धोक्याचा सामना करण्यात यशस्वी झाले आहे,' ते फेब्रुवारी १९५५ मध्ये लंडनला राष्ट्रकुल पंतप्रधानांना सांगतात. 'पेकिंगच्या सरकारला मान्यता देऊन आणि सहअस्तित्वासाठी त्यांच्याशी काही तत्त्वे ठरवल्यामुळे कम्युनिस्टांच्या भारतात गडबड करण्याच्या इच्छाशक्तीला पायबंद बसला आहे.' नंतर ते फोर्मोसाच्या बाबतीत चीनची बाजू मांडू लागतात...[२०]

---

१९. SWJN, खंड २७, पृष्ठ ९३-९९, विशेषत: ९७-९८

२०. SWJN, खंड २८, पृष्ठ १६५-६६. या बैठकीतील निवेदनाबद्दल पंडितजी पेकिंगमधील भारतीय राजदूताला दोनदा केबल पाठवून कळवतात की, त्यांनी राष्ट्रकुल पंतप्रधानांना चीनची बाजू समजावून सांगितली; 'त्याचा बऱ्यापैकी प्रभाव पडला असे मला वाटते' जेणेकरून युद्ध टळेल आणि चीनला त्यांचे कायदेशीर हक्क मिळतील असा तोडगा शोधून काढण्याची किंवा तोडग्याला सुरुवात होईल असे करण्यासाठीची आमची तळमळ चाउंना कळवा.

चाऊ एन-लायना दिलेल्या शब्दाप्रमाणे पंडितजी फोर्मोसाच्या प्रश्नावरून युद्ध होऊ नये आणि चीनला त्यांची कायदेशीर मालमत्ता कशी मिळवता येईल या कामाला लागतात. लवकरच चीनमध्ये अमेरिकेच्या हवाई दलाचे चार सैनिक पकडले गेल्यामुळे निर्माण झालेला तणाव कसा कमी करावा याबद्दल चीन आणि अमेरिका दोघांनाही सल्ला देऊ लागतात... आणि मग ते इंडो-चायना गुंता सोडवण्याच्या कामाला लागतात... जून १०५५ मध्ये ते सोव्हिएत युनियनला १५ दिवसांची भेट देतात. या वेळी, सोव्हिएत सरकार आणि जनता यांनासुद्धा शांतता राखण्याची तितकीच इच्छा आहे असे त्यांना जाणवते. अमेरिकेचे राष्ट्राध्यक्ष ड्वाइट आयसेनहॉवर यांना लिहिलेल्या पत्रात पंडितजी म्हणतात,

भूतकाळात ज्यामुळे इतका तणाव निर्माण झाला आणि आता होत आहे ते प्रश्न सोडवावेत आणि शांतता असावी, अशी सोव्हिएत युनियनच्या सरकारची इच्छा आहे असे मला तीव्रपणे वाटते. दूरपूर्वेची समस्या: ते या बाबतीत प्रामाणिक आहेत असे मला वाटते. सोव्हिएत युनियनमधील जनतेबद्दल बोलायचे झाल्यास मला आश्चर्यकारक स्वागताचा प्रत्यय आला. त्यांना शांततापूर्ण तोडगा काढणे आणि सध्याचा तणाव घालवणे हे मनापासून हवे आहे. मी जिथे जिथे रशियात आणि सोव्हिएत युनियनमधील आशियाई प्रजासत्ताकांमध्ये गेलो तिथे मोठी रचनात्मक कामे चालू असल्याचे मला दिसले. नवी शहरे आणि त्याप्रमाणे प्रचंड सार्वजनिक इमारती, कारखाने व घरे बांधण्याचे काम चालू होते. या सर्व रचनात्मक कामांवरूनसुद्धा त्यांची शांततामय प्रगती करण्याची इच्छा दिसून आली.

मला एकंदरीत असे वाटले की सोव्हिएत धोरणात मोठा बदल झाला आहे आणि ही केवळ तात्पुरती स्थिती नाही. त्यामुळे मला भविष्याविषयी आशा वाटू लागते की पूर्वी कधीही नाही इतकी, शांततामय मार्ग आणि तोडगे यांच्यामुळे, आशेला मोठी जागा आहे.[२१]

---

२१. SWJN, खंड २९, पृष्ठ ३५५-५७

दोन मैल या बाजूला किंवा दोन मैल त्या बाजूला

त्यांचे (पंडितजींचे) सर्व लक्ष इंडो-चायनातील देशांकडे असते. मध्यपूर्वेत तणाव निर्माण होतो – तो दूर करण्यात ते व्यग्र होतात... या समस्यांमध्ये त्यांचे महिनोन् महिने जातात. अचानक एक धक्का बसतो : चाऊ म्हणाले होते तरी चीन जुनेच नकाशे छापणे चालू ठेवतो, ज्यात भारताचे मोठे भाग चीनमध्ये दाखवलेले असतात. पण आता पंडितजींना समजते की सोव्हिएत युनियनसुद्धा चीनच्या नकाशाप्रमाणे हद्द दाखवू लागला आहे.

६ मे १९५६ ला पंडितजी कृष्ण मेनन यांना एक नोट पाठवतात. आसामचा मोठा भाग तिबेटचा असल्याचे चीनच्या नकाशांमध्ये दाखवले आहे. नकाशे जुने आहेत आणि सर्वेक्षण करून त्यांची अचूकता तपासायला वेळ मिळाला नाही असे चीन म्हणतो याची ते आठवण करतात. ते मेननना सांगतात की सरकारने हा मुद्दा उपस्थित न करण्याचे ठरवले, कारण 'आपल्या बाजूने तंटा नाहीच आहे. तिबेट सीमा मॅकमहोन रेषेवर आहे आणि ती निश्चित सीमा आहे असे आम्ही मानतो. तसे मी संसदेत अनेकदा म्हणालो आहे.'

'मी चीनला गेलो होतो तेव्हासुद्धा,' ते आठवण करून देतात, 'मी चाऊ एन-लाय यांच्याकडे चिनी नकाशांचा सहज उल्लेख केला. मला आठवते त्याप्रमाणे ते नकाशे जुने आहेत आणि सीमेबद्दलचे प्रश्न आपण नंतर मैत्रीत सोडवू असे काहीतरी ते म्हणाले होते.

आपल्याला आठवत असेल की चाऊ एन-लाय यांची अशी विधाने किंवा त्यांचे मौन यांचा अर्थ सीमेबद्दलच्या आपल्या कल्पनेला चीनची मान्यता आहे, असा आतापर्यंत पंडितजींचा निष्कर्ष राहिला आहे. पण जो निष्कर्ष ते आतापर्यंत इतरांना आत्मसात करण्याची सक्ती करत असतात त्याच्याविषयीची त्यांची खातरी अचानक कमी होते. आता पंडितजी कृष्ण मेननना सांगतात :

त्यामुळे चीनने खऱ्या अर्थाने आपली सीमा सध्या आहे तशी स्वीकारलेली

> *नाही. त्यांनी एवढेच म्हटले आहे की जुने नकाशे विश्वासार्ह नाहीत.* आपण त्यांना संसदेतही सांगितले आहे की आपली सीमा आपल्या नकाशांमध्ये दाखवल्याप्रमाणे आहे.

इतका प्रचंड परिणाम असणारा बदल फक्त सहज जाता जाता कळवला. पुढील परिच्छेदात या बदलाला पुष्टी मिळते :

> तिबेटच्या प्रश्नावरील चीनशी केलेल्या कराराच्या वेळी भारत आणि चीन यांच्यातील प्रलंबित असलेले सर्व प्रश्न सुटले आहेत *असे आपण गृहीत धरून चाललो.* आपल्या काही प्रश्नांवरसुद्धा आपण यावर भर दिला. *पण चीनने जरी ते अमान्य असल्याचे म्हटलेले नाही तरी कधीच स्पष्टपणे मान्यही केलेले नाही.*

पंडितजी आता काय म्हणत आहेत आणि त्यांनी जेमतेम दोन वर्षांपूर्वी त्यांच्या खात्याच्या मुख्य सचिवाना काय सांगितले होते त्यातील विरोध लक्षात घ्या. आपण पूर्वी बघितलेल्या सविस्तर सूचनांच्या नोटमध्ये पंडितजी म्हणतात, 'आपली सीमा केवळ या कराराचा (तिबेटवरील चीन-भारत करार) निष्कर्ष म्हणून नव्हे तर तिच्यातील विशिष्ट खिंडींच्या केलेल्या उल्लेखामुळे पक्क्या झाल्या आहेत.'[१]

आणि आता हा नवा प्रश्न :

> मला असे दिसते की रशियन नकाशांमध्येसुद्धा (आणि मॉस्कोमध्ये दिलेले चांगले सोव्हिएत ॲटलास आपल्याकडे आहेत) भारत-चीन सीमा चीनच्या नकाशांमध्ये आहे तशीच दाखवली आहे, ज्यात भारताचा भाग तिबेटमध्ये दाखवला आहे.

आणि प्रत्यक्षातही काही गोष्टी घडू लागल्या आहेत : दरवर्षी उ.प्र.-तिबेट सीमेवर किरकोळ घटना घडत असतात. काही चिनी सैनिक दहा-पंधरा मैल किंवा जास्तही आत येतात. ते 'दहा-पंधरा मैल किंवा जास्तही आत येतात,' हे ते दरवर्षी करतात आणि तरीही या केवळ 'किरकोळ घटना?' पंडितजी म्हणतात :

> 'आत्तापर्यंत प्रत्यक्ष चकमक अशी झालेली नाही, पण थोडी गरमागरमी होते. शेवटी ते परत गेले आहेत.'

गेल्या अनेक वर्षांत त्यांना सोडवता न आलेला कूट प्रश्न पंडितजी मांडतात :

---

१. SWJN, खंड २६, पृष्ठ ४८१-८४, पृष्ठ, ४८२ वर

अशा परिस्थितीत आपण काय करावे असा प्रश्न उभा राहतो. अर्थात जेव्हा अशी प्रत्यक्ष घुसखोरी घडते तेव्हा आम्ही पेकिंगमध्ये निषेध केलेला आहे. आता थोड्या दिवसांपूर्वीच आम्ही केला. पण आपण आणखी काही कृती करावी का? म्हणजे आपण सीमेचा प्रश्न चीन सरकारपुढे निश्चितपणे उपस्थित करावा का? ती सीमा स्पष्टपणे आलेखित केलेली नाही आणि तिच्यावरील एखाद्या जागेबद्दल शंका उपस्थित होऊ शकते. पण प्रश्न एखाद्याच शंकास्पद जागेचा नाही, चीनच्या नकाशात दाखवलेल्या बऱ्याच मोठ्या भागाबद्दल आहे.

तिबेटच्या बाजूला चाललेल्या जमवाजमवीकडे ते वळतात. पण ती जमवाजमव नैसर्गिक आहे, ती आक्रमण करण्याच्या हेतूनेच केली जात आहे असे नाही, अशी ते स्वत:ची समजूत घालतात. – प्रश्न खरा हा असायला हवा होता की, तिच्यामुळे आपल्यावर आक्रमण करण्याची त्यांची क्षमता वाढत नाही का? पण हा प्रश्न पंडितजी विचारत नाहीत, आताही नाही आणि नंतरही कधीच नाही. पंडितजी लिहितात :

तिबेटच्या बाजूला रस्ते आणि विमानतळ बांधले जात आहेत. मला वाटते, ते साहजिकच आहे, कारण चीनला तिबेटचा विकास करायचा आहे, दळणवळण सुधारावयाचे आहे. त्याचा अर्थ भारताविरुद्ध शत्रुत्व किंवा आक्रमण करण्याचा हेतू आहे असाच होऊ शकत नाही, पण हे आणि इतर बारीकसारीक हल्ले आणि न बदललेले नकाशे यामुळे मनात अस्वस्थता निर्माण होते.

ते पुन्हा नेहमीच्या पवित्र्यावर येतात :

मी ही गोष्ट, आपले पेकिंगमधील राजदूत नुकतेच इथे आले होते, तेव्हा त्यांना सांगितली. त्यांचे असे मत दिसले की आपण वेळ काढावा आणि कोणतीही कृती करू नये.

पण पंडितजी, आणि त्यांच्यामुळे सरकार, अनेक वर्षे वेळच काढत आले आहे. दरम्यानच्या काळात आपली स्थिती मजबूत करण्यासाठी त्यांनी काही केले?

पंडितजी सुचवतात की या प्रश्नांची आपल्यातच जास्त सविस्तर चर्चा करावी.[२] आता पंडितजींना निश्चितच काळजी वाटू लागते. कृष्ण मेननना मे १९५६ मध्ये लिहिलेल्या नोटनंतर आठवडाभरातच ते आणखी एक नोट लिहितात – या

---

२. SWJN, खंड ३३, पृष्ठ ४७५-७७

वेळी परराष्ट्र सचिवांना – 'चीनने तिबेटमध्ये रस्ते आणि धावपट्ट्या बांधणे हे चीनच्या दृष्टिकोनातून स्वाभाविक आहे असे मला वाटते,' त्यांचा आपल्या सुरक्षेवर काय परिणाम होणार आहे याला अजून पूर्णपणे सामोरे जाण्याची त्यांची इच्छा नाही. 'तिबेटवर ताबा ठेवण्यासाठी आणि विकास करण्यासाठी हे आवश्यकच आहे.'

पण ते आता दीर्घकाळ नोंदवत असलेली वाक्ये पुन्हा वापरतात. ते पुन्हा 'चौक्या प्रस्थापित करा' या डावपेचाची पुनरुक्ती करतात. 'आपल्या अगदी सीमेलगत रस्ते आणि सीमेपासून जवळच धावपट्ट्या झाल्या आहेत यामुळे आपल्यासाठी नवी परिस्थिती निर्माण झाली आहे आणि हे आपण लक्षात ठेवले पाहिजे,' असे म्हणून लगेच पुढे म्हणतात, 'येणाऱ्या बऱ्याच काळात भारतावर जमिनीवरून किंवा हवाई हल्ला होण्याची शक्यता मला दिसत नाही.' 'घुसखोरी वगैरेंच्या बाबतीत त्यांचा इतर उपायांनी सामना करायला हवा.' मग म्हणायचंय काय? करायचं काय? 'सीमेवर चांगल्या चौक्या, सीमेवर जागरूकता, आपल्या बाजूला संपर्क व्यवस्थेचा विकास आणि आपल्या प्रदेशात एकंदरीत आर्थिक आणि इतर विकास करणे' – अशी नेहमीची यादी ते देतात, पण त्यामुळे आताच्या परिस्थितीत फार फरक पडण्याची शक्यता दिसत नाही आणि म्हणून पुढे म्हणतात : 'जो अर्थात दीर्घकालीन कार्यक्रम आहे.'

या सगळ्यामुळे निर्माण होणाऱ्या थोड्याशा चिंतेकडे ते वळतात. 'ज्यामुळे मला थोडीशी काळजी वाटते ते म्हणजे आपला प्रदेश चीनमध्ये दाखवणारे नकाशे अजून प्रसिद्ध होतच आहेत ही,' ते म्हणतात. नकाशे जुने आहेत हे कारण त्यांनी आतापर्यंत स्वीकारले होते आणि इतरांना सांगितले होते, पण ते आता जरा पटेनासे होत होते. 'मला वाटते की आपल्याला ही गोष्ट केव्हा ना केव्हा तरी उपस्थित करावीच लागणार. तिचा आपण वेगळा विचार करू शकतो. पण याबाबतीत, मला वाटते, आपण सोव्हिएत सरकारकडे त्यांचे नकाशे चीनच्या नकाशांची कॉपी असल्याबद्दल विचारायला हवे.' म्हणजे हा प्रश्न चीनपुढे उपस्थित करणे पुन्हा पुढे गेले.

पण आपण सीमेवरील आपल्या सेनादलाला बळकटी आणण्यासाठी काही करू नये का? पंडितजींच्या मते आपल्याला फार काही करता येण्याजोगे नाहीच आहे– जे आतापर्यंत केले ते करत राहण्याव्यतिरिक्त आणि ज्या गतीने आपण करत आलो त्याच गतीने. ते नमूद करतात :

लष्करी दृष्टिकोनातून आपल्याला खालील गोष्टी सोडून फार काही करता येण्याजोगे नाही :

१) सीमेवर योग्य अशा सर्व ठिकाणी चौक्या बसवणे

२) आपल्या जवानांना पर्वती युद्धकलेचे उत्तम शिक्षण देणे

३) रस्ते आणि इतर संपर्क व्यवस्थेचा विकास करणे

आपली हवाई क्षमता बळकट करण्याचा प्रस्ताव आहे; कोणीतरी दीर्घ पल्ल्याची बॉम्बर विमानेसुद्धा सुचवली आहेत, पण पंडितजी हे प्रस्ताव नामंजूर करतात. 'हे सरंक्षण समस्येविषयीच्या आपल्या मूलभूत धोरणाच्या विरुद्ध आहे. ती फार महाग असतात. ती घेतली तर आपल्याला जास्त उपयुक्त विमाने घेता येणार नाहीत आणि औद्योगिक विकास काही प्रमाणात मागे पडेल. भारताचे लक्ष्य असायला हवे असे मूलभूत बल फक्त वेगवान औद्योगिक विकासातूनच साध्य होईल. सध्या याचा अर्थ, दुसरी पंचवार्षिक योजना पुरी करणे.' म्हणजे, ते स्वत: ज्याला आता 'जरा दीर्घकालीन कार्यक्रम' म्हणाले त्यापेक्षा जास्त काळ लागणाऱ्या गोष्टींपाशी आपण परत आलो.

नोटचा शेवट करण्यापूर्वी पंडितजी पुन्हा एका अधिकाऱ्यावर आगपाखड करतात. या वेळी तो अधिकारी आहे अप्पा पंत, सिक्कीम आणि भूतानमधील राजकीय अधिकारी. त्यांनी त्यांना मिळालेली माहिती पुढे पाठवली आहे – त्यांना सांगण्यात आले की आता तिबेटमध्ये चीनचे एक लाख वीस हजार सैन्य आहे. पंडितजी म्हणतात : 'अप्पा पंत यांच्या ७ मार्चच्या पत्रावरून, तिबेटच्या वेगवेगळ्या भागात एकूण चिनी सैन्याचा त्यांचा अंदाज एक लाख वीस हजार आहे हे वाचून मी आश्चर्यचकित झालो. हा आकडा सहज विश्वास ठेवण्यासाठी फार मोठा आहे. शिवाय, मेनन यांचा चाळीस-पंचेचाळीस हजारांचा आकडा आणि त्यात फार मोठा फरक आहे. मला वाटते आपण पंत यांना हा आकडा कसा आला असे विचारावे.'[३]

काही आठवड्यानंतर, जुलै १९५६मध्ये, पंडितजी लंडनला राष्ट्रकुल पंतप्रधान परिषदेसाठी असतात. ते चीनवर एक दीर्घ विवेचन करतात. ते करताना ते जमलेल्या पंतप्रधानांना सांगतात,

> चीनचे सरकार आणि जनता येणारी अनेक वर्षे त्यांच्या देशाच्या कृषी आणि औद्योगिक विकासात गुंतलेले असतील. भविष्य वर्तवणे कठीण असते, पण त्यांच्या मनात कोणत्याही देशाबद्दल आक्रमक हेतू असण्याची शक्यता दिसली नाही. भारताच्या रशिया व चीन दोघांशीही मैत्रीपूर्ण संबंध ठेवण्याच्या धोरणामुळे आम्हाला आमच्या सुरक्षेची पुरेशी हमी वाटते आणि त्यामुळे आम्हाला अतिरिक्त संरक्षणाची आवश्यकता नाही.

तीन दिवसांनंतर ते पुन्हा चीनच्या संयुक्त राष्ट्रसंघातील जागेसाठी चीनची बाजू

---

३. SWJN, खंड ३३, पृष्ठ ४७७-७८

मांडत असतात. त्या बैठकीचे इतिवृत्त :

> श्री. नेहरू म्हणाले की, कम्युनिस्ट चीनच्या आंतरराष्ट्रीय दर्जाविषयीचा प्रश्न इतका महत्त्वाचा आहे की या बैठकींमधील चर्चाविषयीच्या अंतिम निवेदनात त्यांचा उल्लेख नसेल तर ते टीकेला पात्र होईल. त्यांच्या मते कम्युनिस्ट चीनला संयुक्त राष्ट्रसंघात प्रवेश देण्याच्या प्रश्नापेक्षा जास्त महत्त्वाचा आणि तातडीचा असा दुसरा कोणताही प्रश्न नाही. चीन जर काही वर्षांपूर्वीच सभासद असता तर कदाचित इतिहास वेगळा झाला असता; उदाहरणार्थ कोरियाचे युद्ध झालेच नसते.[४]

जागे करणारी हाक :

ते दिल्लीला परतेपर्यंत चीनच्या ब्रह्मदेशातील मोठ्या प्रमाणावरील घुसखोरीच्या बातम्या वर्तमानपत्रात येऊ लागतात. त्यासाठी कोणतेच कारण झालेले नव्हते. ते सरळ आत घुसतात, ब्रह्मदेशाचा हजार चौरस मैलांचा प्रदेश व्यापतात आणि आपले बस्तान बसवतात.

'आपल्याला काहीतरी करायलाच हवे,' पंडितजी त्यांच्या अधिकाऱ्यांना सांगतात. ब्रह्मदेश सरकारने आपल्याशी संपर्क साधला आहे. ही घुसखोरी म्हणजे पंचशील तत्त्वांचे उल्लंघन आहे. त्याचा आपल्या सीमेवरही परिणाम होऊ शकतो. वेगवेगळ्या विकल्पांचा विचार केल्यावर चीनला पाठवण्यासाठी एक खलिता तयार करा असे ते सांगतात. त्यासाठीचे मुद्दे ते सांगतात.

'ही नोट बनवायला फार काळजीपूर्वक तयारी करावी लागेल आणि तिच्यात काय म्हणायचे आणि काय म्हणायचे नाही हे ठरवावे लागेल,' ते सुरुवात करतात. भारताशी थेट संबंधित असलेल्या प्रश्नाच्या बाबतीत ते जरा गोंधळात आहेत : 'मला वाटते आपण तिबेट किंवा चीनच्या सीमेबाबतचा प्रश्न थेट उभा करू नये. पण तो मॅकमहोन रेषेच्या संबंधात वर येईल आणि असे म्हणतात की चीनचे सैनिक ब्रह्मदेशाच्या सीमेजवळील आपली सीमा ओलांडून आत आले आहेत. (याची शक्य तितकी लवकर शहानिशा केली पाहिजे).'

एका गोष्टीची त्यांना विशेष चिंता वाटते : 'चीन सरकारने असे म्हटले आहे की, पूर्वीचे तह आणि करार त्यांच्यावर बंधनकारक नाहीत,' चीन आपल्या सीमांविषयीच्या करारांच्या बाबतीतसुद्धा असाच दावा करेल का अशी त्यांना चिंता वाटते... 'पण आंतरराष्ट्रीय पद्धतीप्रमाणे पूर्वीचा कुठलाही तह किंवा करार एकतर्फीपणे बदलता

४. SWJN, खंड ३५, पृष्ठ २५०-५४ आणि २५९

किंवा नाकारता येत नाही, कारण त्यात इतर सरकारांचाही संबंध असतो. तसेच दीर्घकाळ वापर आणि ताबा, इतिहास, परंपरा, प्रथा आणि नैसर्गिक भौगोलिक वैशिष्ट्ये हेही महत्त्वाचे घटक आहेत – ज्यांचा आधार त्यांना लवकरच घ्यावा लागणार आहे. काहीही झाले तरी कोणताही बदल एकतर्फी करता येत नाही,' ते नमूद करतात.

आणि मग नोटमध्ये असे असायला हवे की, 'आंतरराष्ट्रीय प्रघात आणि संकेतांव्यतिरिक्त अशी एकतर्फी कृती ही चीन, ब्रह्मदेश, भारत आणि इतर देश मानत असलेल्या पंचशील तत्त्वांचे शब्द आणि त्यामागची भावना यांच्या विरुद्ध होईल.' त्या तत्त्वांवर सह्या केल्यावर इतक्या थोड्या काळात चीनला त्यांची आठवण करून देण्याची वेळ यावी; चीन ती पाळण्याचे आदर्श उदाहरण घालून देईल, अशी चाऊ एन-लायनी स्वत: ग्वाही दिल्यानंतर इतक्या थोड्या काळात त्याची आठवण करून द्यायला लागावी, यावरून आपल्यालाही केव्हातरी हाच अनुभव येणार आहे अशी शंका त्यांच्या मनात येऊ नये?

त्यानंतर माओ व चाऊ एन-लाय यांच्याशी बोलताना त्यांनी जो मुद्दा मांडला होता आणि जो निदान त्या वेळी तरी त्यांच्या (माओ आणि चाऊ यांच्या) मनावर ठसला असे वाटले होते तो : 'चीनच्या विस्तारवादाची ज्यांना भीती वाटते अशा दक्षिण-पूर्व आशियातील काही राष्ट्रांचा उल्लेख करावा.'

पुढे, नेहमीचाच युक्तिवाद : आपल्या देशांमधील मैत्रीच्या वाइटावर असलेले इतर देश अशा भीतीचा फायदा घेतील. 'ब्रह्मदेश व चीनमधील मैत्री पसंत नसलेल्या परकीय सत्ता या मतभेदांचा आणि भीतीचा फायदा घेतात. त्याचा दक्षिणपूर्व आशियातील इतर राष्ट्रांवरसुद्धा परिणाम होतो.' हे नोटमध्ये असावे असे ते म्हणतात. 'तेव्हा, केवळ ब्रह्मदेश आणि चीन यांच्यातील मैत्रीच्या संबंधांचाच नाही तर आशियातील एकंदरीत शांततेचा प्रश्न आहे; आणि दक्षिण-पूर्व आशियातील या देशांना संशय किंवा भीतीचे कारण राहणार नाही, यासाठी सर्व प्रयत्न केले पाहिजेत.'५

साधारण एक आठवड्यानंतर, ४ सप्टेंबर १९५६ ला, पंडितजी रंगूनमधील भारतीय राजदूतामार्फत एक संदेश उ नू यांना पाठवतात. चिनी सेनेने ब्रह्मदेशाच्या प्रदेशावर पकड घट्ट केल्यावर चाऊ एन-लाय उ नू यांना सीमेवरील तणावावर चर्चा करण्यासाठी पेकिंगला येण्याचे आमंत्रण देतात. पंडितजी उ नू यांना सल्ला देतात की, 'आपण हे आमंत्रण स्वीकारून चाऊ एन-लायबरोबर मोकळेपणे आणि अनौपचारिकरीत्या या गोष्टीवर चर्चा करणे योग्य होईल. केवळ अधिकृतरीत्या आणि सरकारी पातळीवर हाताळण्यापेक्षा हे जास्त उपयुक्त होईल.' स्वत:च्या बाबतीत

---

५. SWJN, खंड ३४, पृष्ठ ३८५-८८

अनुसरत असलेल्या मार्गाच्या किती विरुद्ध! या संदेशानंतर ते एक जास्त विस्तृत पत्र पाठवतात. 'ब्रह्मदेशाविषयी वाटणाऱ्या काळजीशिवाय आम्हाला या प्रकरणात मोठे स्वारस्य आहे हे मी आपल्याला सांगण्याची गरज नाही.' पंडितजी लिहितात. 'हा प्रश्न ब्रह्मदेशाप्रमाणेच भारतावरही परिणाम करणार आहे.' 'एक महत्त्वाचा घटकसुद्धा आहे, जो आपल्या मनात असणार याबद्दल मला शंका नाही...' ते म्हणतात. 'ब्रह्मदेश व चीन यांच्यातील हा तंटा मैत्रीपूर्ण आणि शांततेच्या मार्गाने हाताळला नाही तसंच समाधानकारकपणे सोडवला नाही तर पंचतत्त्वांच्या आणि सहजीवनाच्या डोलाऱ्यालाच तडा जाईल. ते फार दुर्दैवी ठरेल आणि त्याचे दूरगामी परिणाम होतील.' आणि म्हणून ते मदत करायला अतिशय उत्सुक आहेत. पण, पंडितजी म्हणतात की उ नू यांनी चाऊ एन-लाय यांचे पेकिंगला येण्याचे आमंत्रण स्वीकारावे हे उतम होईल. तिथे त्यांना या प्रश्नावर चाऊ यांच्याशी थेट चर्चा करता येईल. 'मी कदाचित योग्य वेळी चाऊ एन-लाय यांना व्यक्तिगत संदेश पाठवीन.'[६]

तो संदेश १२ सप्टेंबर १९५६ ला जातो. या तंट्यामुळे पंचशीलच्या डोलाऱ्याला कसा धोका निर्माण होऊ शकतो यावर पंडितजी भर देतात. जगाच्या या भागातील देशांमधील मैत्रीच्या वाइटावर असलेल्या सत्ता त्याचा कसा उपयोग करतील ते उल्लेख करतात. ते एक तत्त्व सांगतात जे भारत-चीन सीमेवरील भारताच्या बाजूशी संबंधित असते. 'मला असे म्हणावेसे वाटते की, शक्यतो, तुरळक वस्ती असलेल्या या पर्वतमय सीमाप्रदेशात, ज्या सीमा आणि जागा पूर्वीच्या करारांवर आधारित आहेत आणि प्रत्यक्ष वापर, प्रथा व परंपरा यांच्यामुळे दीर्घकाळ स्वीकारल्या गेल्या आहेत, त्या मैत्रीपूर्ण कराराव्यतिरिक्त दुसऱ्या कोणत्याही मार्गाने बदलल्या जाऊ नयेत.'[७]

आपल्याला लवकरच दिसणार आहे की जेव्हा लडाखमधील 'तुरळक वस्ती असलेल्या पर्वतमय सीमाप्रदेश' चीन गिळंकृत करतो तेव्हा पंडितजी म्हणतात, 'तिथे गवताचे एक पातेसुद्धा उगवत नाही...' मला असे सांगण्यात आले की संसद सदस्य महावीर त्यागी म्हणाले, 'माझ्या डोक्याकडे बघा' – त्यांना बरेच टक्कल होते – 'इथेही गवताचे एकही पाते उगवत नाही. मग माझे डोके जवाहरलाल कोणाला देऊन टाकणार?'

दहा दिवससुद्धा झाले नसतील, २०/११ सप्टेंबर १९५६ रोजी धोक्याची घंटा जोरात वाजू लागते – चिनी सैनिक हिमाचलमधील एक खिंड, शिपकी ला, ओलांडतात. हा सीमा पार करून आत बरेच अंतर येण्याचा निर्णय मुद्दाम घेतला

---

६. SWJN, खंड ३५, पृष्ठ ५०८-१०

७. SWJN, खंड ३५, पृष्ठ ५११-१२

गेला असावा असे दिसत होते. चिनी अधिकारी म्हणतो की, त्यांना सिमल्यापासून फक्त १९६ मैलांवर असलेल्या 'हुपसंग खड'पर्यंत गस्त घालायचा आदेश आहे. नंतर असे बाहेर येते की गेल्या काही आठवड्यात ते तीनदा तिथपर्यंत आले होते. 'ही गंभीर बाब आहे,' पंडितजी नमूद करतात, 'ही स्थिती आम्ही मान्य करू शकत नाही.' आपण, अर्थात निषेध करायला हवा; पण तेवढे पुरेसे होणार नाही. 'संघर्षाचा धोका पत्करूनसुद्धा' आपल्या जवानांनी त्यांच्या जागा सोडू नये.[८]

लवकरच चाऊ एन-लाय भारताला केव्हा भेट देऊ इच्छितात त्या तारखा कळवणारी केबल आर. के. नेहरूंकडून येते. या कारणामुळे असेल किंवा लष्कराच्या ऐवजी पोलीस जास्त योग्य होतील असे वाटल्यामुळे असेल, ८ ऑक्टोबर १९५६ ला पंडितजी जरा मवाळ दृष्टिकोन घेतात. शिपकी ला येथे सैन्य पाठवण्याचा प्रस्ताव ते ठामपणे नामंजूर करतात. 'खरे म्हणजे, पुढील वर्षाच्या वसंत ऋतूतसुद्धा सेनेच्या तुकड्या पाठवण्याची आवश्यकता मला दिसत नाही. शिपकी लाचे नशीब लढाई करून किंवा आपल्या बळाचे मोठे प्रदर्शन करून ठरणार नाही... मुख्य गोष्ट ही की तिथे एक पोलीस चौकी असावी आणि बर्फ वितळायला लागेल तेव्हा शिपकी लाचा प्रत्यक्ष ताबा आपल्या लोकांकडे असला पाहिजे.' लष्कराचे काही लोक त्या भागाचे सर्वेक्षण करायला पाठवले तर उपयोग होईल हे ते कबूल करतात.[९]

भारताच्या आमंत्रणावरून दलाई लामा भारतात आले आहेत. पंडितजी त्यांना २६ आणि २८ नोव्हेंबर १९५६ ला भेटतात. दलाई लामा उदास आहेत. त्यांच्या बोलण्यातील मुद्दे पंडितजी लिहून ठेवतात. तिबेटमधील चीनच्या सेनेची संख्या दलाई लामा १,२०,००० देतात, जी अप्पा पंतांनीही दिली होती आणि त्यामुळे पंडितजींनी केलेल्या टिपणात परराष्ट्र सचिव एक परिच्छेद घालतात : 'दलाई लामांनी भारताला मदतीची विनंती केली. पंतप्रधान म्हणाले की, इतर गोष्टी विचारात न घेतासुद्धा भारताने आणि इतर देशांनी तिबेटला कोणतीही परिणामकारक मदत करता येणे शक्य नाही; दलाई लामांनी जमीनविषयक सुधारणांना विरोध करू नये,' मदत करण्याऐवजी पंडितजी सल्ला देतात. त्यांनी दिलेल्या सल्ल्याची ते अशी नोंद करतात : 'दलाई लामांनी सुधारणांचे नेतृत्व करावे. आम्ही मदत करण्याचा उत्तम मार्ग म्हणजे चीनशी चांगले संबंध ठेवणे, नाहीतर चीनला आमच्या तिबेटविषयीच्या हेतूबद्दलच शंका येईल.' गृहीतकावर आधारलेली एक पळवाट – 'नाही तर चीनला आमच्या तिबेटविषयीच्या हेतूबद्दलच शंका येईल.'[१०]

---

८. SWJN, खंड ३५, पृष्ठ ५१५-१६
९. SWJN, खंड ३५, पृष्ठ ५१८
१०. SWJN, खंड ३५, पृष्ठ ५२०-२२

चाऊ एन-लाय यांच्या बरोबर पुढची बोलणी

चाऊ एन-लाय २८ नोव्हेंबर १९५६ ला दिल्लीला येतात. पंडितजी त्यांचे विमानतळावर स्वागत करतात. 'पंचशीलचा हा नवा आदर्श जगात गाजत आहे,' ते म्हणतात, 'यात आपल्याबरोबर अनेक देश आहेत. जगाला गंभीर धोके आहेत आणि म्हणून जगापुढे हे ध्येय ठेवण्याची पूर्वीपेक्षाही जास्त आवश्यकता आहे. हे करून आपण जागतिक शांततेला हातभार लावू शकू.'[११]

चर्चेच्या चार फेऱ्या हातात. एक फेरी भाक्रा नांगलला; एक परतीच्या प्रवासात ट्रेनमध्ये रात्री १०.३० ते पहाटे २.३० पर्यंत; आणि दोन फेऱ्या दिल्लीत.

चाऊ प्रथम दिल्लीला आले त्यावेळची बोलणी आणि यावेळची बोलणी यात दोन फरक होते. एक म्हणजे पंडितजींएवढेच चाऊ एन-लायही बोलतात. दुसरा हा की बोलण्यात अनेक विषय येतात – उदा. सुवेझ आणि हंगेरीतील संकट – पण दोघेही तिबेट आणि चीन-भारत सीमेबद्दल मोकळेपणे बोलतात.[१२]

चाऊ एन-लाय तिबेटचा विषय काढतात. चीनला तिबेटी जनतेला शांत करता आले नाही हे सर्वांना माहीत आहे. उद्रेक होणे चालूच राहते. सर्वत्र अविश्वास आणि चकमकी चालू आहेत. चाऊ एन-लाय तिबेटमध्ये काय घडत आहे याबद्दल त्यांची बाजू सविस्तर सांगतात. चिनी अधिकाऱ्यांचा संयम, लोकांना भडकवणारा छोटा गट, हा गट कॅलिम्पाँगमधील तिबेटींच्या संपर्कात आहे... चाऊ त्यांचा निष्कर्ष सांगतात : ते कृती करण्याची जबाबदारी भारतावर टाकतात. दलाई लामा भारतात आहेत म्हणून तिबेटमध्ये अशांतता वाढत आहे; कारस्थाने आणि राष्ट्रद्रोही कारवायांचे केंद्र कॅलिम्पाँगमध्ये आहे; दलाई लामांच्या भावाचासुद्धा यात हात आहे. त्यांना

---

११. SWJN, खंड ३५, पृष्ठ ५२२

१२. हंगेरीच्या बाबतीत चाऊ कम्युनिस्टांचे, किंबहुना सोव्हिएतचे मुद्दे पुढे करतात : कारस्थाने, प्रतिक्रांती, वगैरे. पंडितजी पुढील दोन भूमिकांच्या मध्ये असतात – 'पण समाजवाद बळजबरीने स्वातंत्र्याशिवाय, यशस्वी होईल?' आणि प्रागतिक 'हंगेरीतील घटनांचा सर्वांत दुर्दैवी भाग मला असा वाटतो की,' – जनतेचे क्रूरपणे केलेले दमन आणि मोठ्या प्रमाणावर केलेली हत्या नाही, स्वातंत्र्य हिरावून घेणे नाही, पण – 'त्यामुळे युरोपात आणि इतरत्र समाजवादाच्या उद्दिष्टाचे नुकसान झाले आहे. रशियाच्या आमच्यासारख्या अनेक मित्रांना जे घडले आहे त्याचे समर्थन करणे कठीण होत आहे. राष्ट्रवाद आणि समाजवाद यांच्यात दुर्दैवी संघर्ष झाला आहे. समाजवाद हा राष्ट्रवादावरच आधारित असायला हवा नाही तर तो कमजोर होतो.'
SWJN, खंड ३६, पृष्ठ ५९०-९२

अमेरिका आणि तैवानमधील उरलेसुरले कुओमिंटांग यांची फूस आणि मदत आहे. स्थानिक सरकार आणि चीनची सेना तिबेटमधील परिस्थिती हाताळत आहेत. 'त्यामुळे आतापुरता प्रश्न संपला आहे,' चाऊ म्हणतात, 'पण जोपर्यंत दलाई लामा बाहेर आहेत तोपर्यंत काहीही घडू शकते. कॅलिम्पाँगचे लोक दलाई लामांना शक्य तितके जास्त ठेवून घ्यायचा प्रयत्न करत आहेत, जेणेकरून त्यांच्या गैरहजेरीचा फायदा घेता येईल. याला मुख्यत: अमेरिका आणि तैवानची फूस आहे. *दलाई लामा भारतात आहेत त्यामुळे जर काही घडले तर ते फार दुर्दैवी होईल. आम्ही अर्थातच तिबेटमध्ये काही घडले तर ते निपटून टाकू; पण तरीही काही झाले तर ते चांगले नाही.*'

त्यांचे संभाषण तिबेटच्या ऐतिहासिक दर्जाकडे, तिबेट-भारत सीमेकडे वळते आणि त्याच्याकडे आपण थोड्याच वेळात येऊ. पण लवकरच चाऊ पुन्हा त्यांचा युक्तिवाद सुरू करतात : ज्या गोष्टी चीन सरकार चीनविरोधी मानते त्या गोष्टी तिबेटी लोक करणार नाहीत, याची भारताने खातरी करावी. ते पंडितजींना सांगतात की, दलाई लामा कॅलिम्पाँगला गेले तर त्यांना तिथेच ठेवून घेण्याचा प्रयत्न केला जाईल आणि पंचेन लामा तिथे गेले तर त्यांना 'असभ्यपणे' वागवले जाईल. 'जर अशा घटना घडल्या,' चाऊ म्हणतात, 'तर त्यात हस्तक्षेप करण्याचा आणि नियंत्रण ठेवण्याचा अधिकार भारत सरकारला आहे. कारण अशा घटनांचे स्वरूप चीनविरोधी कारवाया किंवा स्वतंत्र तिबेटची स्थापना करण्याच्या उद्देशाने केलेल्या कारवाया किंवा हेरगिरी किंवा सरकार उलथून टाकण्यासाठी केलेल्या कारवाया हे असेल. आम्ही या शक्यतांचा आपल्या सरकारकडे आधीच उल्लेख करत आहोत. कारण काही घडले तर भारत सरकारला प्रतिबंधात्मक उपाय करता येतील.'

बाण बरोबर लागतो. पंडितजी चाऊ एन-लायना आश्वासन देतात की 'दलाई लामांच्या बाबतीत, कॅलिम्पाँगमध्ये किंवा ते भारतात असेपर्यंत काहीही घटना घडू नये अशी आमची इच्छा आहे. आपण आणि दलाई लामा जे ठरवाल त्याप्रमाणे आम्ही करू. कोणत्या प्रकारची घटना घडेल अशी भीती आपल्याला वाटते? आपण त्याबद्दल नेमकी अशी कल्पना दिली तर आम्ही तिला प्रतिबंध करू.' दलाई लामा कॅलिम्पाँगला जात नाहीत. तिबेटी लोकांना इशारा देण्यात येतो. दलाई लामा तिबेटला परत जातात.

तिबेट आणि सीमा

चाऊ पंडितजींना म्हणतात की, तुम्हाला तिबेटविषयी विस्तृत माहिती आहे; तिबेट चीनचा 'प्रांत' म्हणून नव्हता, पण तो नेहमीच चीनचा भाग राहिला आहे... पंडितजी त्यांना म्हणतात की, तिबेट हा पूर्वी चीनचा 'प्रांत' नव्हता, असे जे आपण

म्हणालात, त्याचा अर्थ मी समजलो नाही. त्यावर चाऊंचे उत्तर महत्त्वाचे आहे. ते म्हणतात,

> तिबेट चीनचा भाग आहे ही वस्तुस्थिती आहे; पण तो चीनचा शासकीय प्रांत कधीच नव्हता, त्याला स्वायत्तता होती. त्यामुळे आम्ही जेव्हा तिबेटच्या शांततामय मुक्तीसाठी बोलणी सुरू केली तेव्हा आम्ही सुरुवातीपासूनच त्या प्रदेशाच्या स्वायत्त स्वरूपाला मान्यता दिली.

पंडितजींना तिबेटबद्दल त्यांच्या (चाऊंच्या) पेक्षा जास्त माहिती आहे याचा अर्थ चाऊ स्पष्ट करतात :

> मी जेव्हा असं म्हणालो की, भारताला तिबेटबद्दल जास्त माहिती आहे त्याचा संबंध पूर्वीच्या इतिहासाशी आहे. उदाहरणार्थ, चीनच्या मुक्तीनंतर मी सीमाप्रश्नाचा अभ्यास करू लागलो तोपर्यंत मला मॅकमहोन रेषेबद्दल काहीच माहिती नव्हती.

पंडितजी दिलदार आहेत. आपले तिबेटबद्दलचे ज्ञान बाजूला ठेवून ते तिबेटच्या स्वायत्ततेचे समर्थन करण्यावर लक्ष केंद्रित करतात. ते चाऊना म्हणतात,

> इतिहासाचे ज्ञान महत्त्वाचे नाही, पण पार्श्वभूमीची माहिती म्हणून उपयुक्त असते. इतिहास होऊन गेला. माझा समज होता की औपचारिकरीत्या काहीही असले तरी प्रत्यक्षात तिबेट सतत स्वायत्त राहिला आहे. त्याचबरोबर, चीनमध्ये कोणतेही सरकार असले तरी त्यांनी नेहमीच तिबेटवर चीनचा हक्क सांगितलेला आहे. झारच्या रशियाच्या भीतीमुळे ब्रिटिशांनी गडबड करायचा प्रयत्न केला; पण हा आता इतिहास झाला. कायद्यानुसार आणि प्रत्यक्षात चीनचे तिबेटवर स्वामित्व (suzeranity) आहे, ते त्यांनी प्रत्यक्षात वापरले नसेल तरी, हे आम्ही मान्य करतो. आपण म्हणालात त्याप्रमाणे तिबेट स्वायत्तपणे व्यवहार करत होता आणि त्याचे इतर देशांबरोबर काहीही संबंध नव्हते. स्वतंत्र राष्ट्राच्या निकषांप्रमाणे त्या राष्ट्रांचे स्वतंत्र परराष्ट्र संबंध असणे आवश्यक आहे. तिबेटचे इंग्लंड सोडून इतर कोणत्याही राष्ट्राशी संबंध नव्हते.

हा निकष लावला तर उत्तर आणि दक्षिण अमेरिकाच काय पण युरोपातीलसुद्धा एखादेच राष्ट्र आजच्या स्थितीत असते. शिवाय, तिबेटला परराष्ट्रांशी व्यवहार करण्याचा अधिकारच नव्हता हे एकदा मान्य केले, तर त्यांनी भारताबरोबर सीमेविषयी

केलेले करार वैध आहेत असे कसे म्हणणार? पण पंडितजींना कोणतीच अडचण दिसत नाही. आपल्याला काही काळापूर्वीपर्यंत मॅकमहोन रेषेबद्दल काहीच माहिती नव्हती या चाऊंच्या विधानाचे सूत्र पकडून ते म्हणतात :

> मॅकमहोन लाइन ही १९१३ मध्ये चीन, तिबेट आणि ब्रिटन यांच्यातील एका परिषदेत मांडण्यात आली. त्या परिषदेत मॅकमहोन रेषाच नव्हे, तर आणखी दोन मुद्दे ठरवण्यात आले. चीन सरकारने फक्त त्या दोन मुद्द्यांनाच हरकत घेतली.[१३] अर्थात चीन सरकारला तिच्याबद्दल (मॅकमहोन रेषेबद्दल) नेहमीच माहिती होती.

संभाषण पुन्हा कॅलिम्पाँगमधील तिबेटींना कसे हाताळायचे याकडे वळते... तिबेटच्या इतिहासाबद्दलची चीनची बाजू चाऊ पुन्हा सांगतात. ते तिबेटची स्थिती भूतान आणि सिक्कीमच्या स्थितीपेक्षा कशी वेगळी आहे – भूतान आणि सिक्कीम कधीच चीनच्या अधिपत्याखाली नव्हते – हे सांगतात. ते पुन्हा मॅकमहोन रेषेकडे वळतात.

> मॅकमहोन रेषा – मला असं म्हणायचं होतं की माझ्यासारख्या लोकांना आता आतापर्यंत तिच्याबद्दल काहीच माहिती नव्हती. त्यावेळच्या चिनी सरकारांना, म्हणजे पेकिंगमधले राजेरजवाडे आणि केएमटी यांना साहजिकच तिच्याबद्दल माहिती होती. कदाचित उ नूंनी आपल्याला सांगितले असेल की आम्ही या प्रश्नाचा अभ्यास केला. जरी या रेषेला आम्ही कधीच मान्यता दिली नव्हती तरी असे दिसते की ब्रिटन व तिबेटमध्ये गुप्त करार होता. तो त्यांनी सिमला परिषदेच्या वेळी जाहीर केला. *आणि आता ती अस्तित्वात आहे, त्यामुळे आपण ती मानावी.*

चाऊ, त्यांच्या नेहमीच्या सवयीप्रमाणे, नंतर मागे घेता येईल असे एक कलम ताबडतोब सुचवतात. ते आता तिबेटी लोकांचा पाचर म्हणून वापर करतात. ते पंडितजींना म्हणतात,

> पण अजून आम्ही तिबेटला विचारलेले नाही. आपण सद्या केलेल्या तिबेटवरील करारात, ही रेषा मान्य नसल्याचे नमूद करावे अशी तिबेटींची इच्छा होती; पण आम्ही त्यांना सांगितले की तो प्रश्न तात्पुरता बाजूला ठेवू. मला वाटतं, भारताला स्वातंत्र्य मिळाल्यानंतर ताबडतोब तिबेट सरकारने या विषयावर भारत सरकारला लिहिलेसुद्धा होते. पण आता

---

१३. चीनची हरकत तिबेटचा अंतर्भाग आणि बाह्यभागाच्या हद्दीला होती.

आम्हाला असं वाटतं की ती मान्य करण्यासाठी तिबेटींचे मन वळवावे. या प्रश्नाचा चीन-ब्रह्मदेश सीमेशीही संबंध आहे आणि दलाई लामा ल्हासाला परतले की या प्रश्नावर निर्णय घेता येईल. *त्यामुळे, हा प्रश्न अजून अनिर्णित असला आणि तो आमच्यावर अन्यायकारक असला तरी या रेषेला मान्यता देण्यासारखा चांगला मार्ग नाही.*

थोडक्यात म्हणजे, चाऊ तीनदा सांगतात की चीन सरकारने असे ठरवले आहे की, पूर्वीचे काहीही असले आणि पूर्णपणे समाधानकारक नसले तरी मॅकमहोन रेषा आता स्वीकारावी

- आणि आता ती अस्तित्वात आहे त्यामुळे आपण ती मानावी.
- पण आता आम्हाला असं वाटतं की ती मान्य करण्यासाठी तिबेटींचे मन वळवावे.
- त्यामुळे, हा प्रश्न अजून अनिर्णित असला आणि तो आमच्यावर अन्यायकारक असला तरी या रेषेला मान्यता देण्यासारखा चांगला मार्ग नाही.

पंडितजी हा मुद्दा आणखी एक पायरी पुढे नेतात. ही रेषा स्वीकारली गेल्यावर तिच्यात ज्या काही किरकोळ दुरुस्त्या कराव्या लागतील त्यांची तत्त्वे ठरवणे :

सीमा उंच डोंगराळ प्रदेशात आहे आणि तिथे वस्ती फार तुरळक आहे. मुख्य प्रश्नाव्यतिरिक्त दोन मैल इकडे किंवा दोन मैल तिकडे असे किरकोळ प्रश्न आहेत. पण आपण जर एखादे तत्त्व स्वीकारले, उदाहरणार्थ पूर्वीची सामान्य वहिवाट किंवा पर्जन्यछायेचे तत्त्व, तर असे किरकोळ मुद्देसुद्धा आपल्याला सोडवता येतील. अर्थात याचा मॅकमहोन रेषेशी काही संबंध नाही.

'होय,' चाऊ म्हणतात, 'प्रश्न सोडवता येईल आणि आम्हाला वाटते की तो लवकर सोडवावा.'

दोन मुद्दे लक्षात ठेवायला हवेत. एक म्हणजे मॅकमहोन रेषा स्वीकारण्याबद्दलची चाऊंची विधाने अगदी स्पष्ट आहेत आणि ती त्यांनी तीनदा केली. तरीही चीनला पुढे ती न पाळण्यात कोणतीही अडचण वाटणार नव्हती. दुसरा हा की चाऊ पूर्वेकडील सीमेबद्दल हे सर्व बोलत असतानाच चीन सरकारने आपल्या पश्चिमेकडील प्रदेशातील हजारो चौरस मैलांचा तुकडा वेगळा करणारा रस्ता बांधायला सुरुवात केलेली असते.

संभाषण पुन्हा तिबेटकडे वळते. पंडितजी चाऊ एन-लायना आश्वासन देतात

की भारताचे तिबेटमधील स्वारस्य मुख्यत: धार्मिक आहे. दलाई लामांना इथे एक पौराणिक पुरुष म्हणून स्थान आहे. मानसरोवर आणि कैलास ही तीर्थक्षेत्रे आहेत. पंडितजी म्हणतात की, तिबेट जगापासून तुटलेला राहू शकत नाही हे त्यांना मान्य आहे. त्याची प्रगती व्हावी अशी त्यांची स्वत:चीही इच्छा आहे, पण आपणच बदल घडवून आणत आहोत, अशी तिबेटी लोकांची भावना झाली तर ते सर्वांत उत्तम होईल...

त्या आधी, तिबेटमधील परिस्थिती आणि त्याबद्दलचे चीन सरकारचे धोरण याविषयी सविस्तर बोलताना चाऊ पंडितजींना सांगतात :

> तिबेट तीन भागांत विभागलेला आहे... या तिन्ही भागांमध्ये अजून काही फरक आहेत. आम्ही नेहमीच एकीचा सल्ला देत आलो आहोत. मध्यवर्ती सरकारच्या खाली त्यांना स्वायत्त सरकार द्यावे आणि त्याला मोठ्या प्रमाणात स्वायत्ततेचे अधिकार असावेत, असे नेहमीच आमचे धोरण राहिले आहे. मध्यवर्ती सरकार सर्व संबंधित गोष्टींबाबत त्यांच्याशी (तिबेटशी) सल्लामसलत करते आणि स्थानिक बाबी ते हाताळतात. आम्ही त्यांच्या धर्माचा पूर्ण सन्मान करतो; तिथे सर्व जण धर्माप्रमाणे राहतात आणि प्रत्येक कुटुंबाला देवळासाठी एक किंवा दोन सदस्य द्यावे लागतात. सध्या आम्ही त्यांच्याबरोबर लोकसत्ताक सुधारणांबाबत बोलत नाही आहोत, पण चीनचे इतर भाग जेव्हा जास्त विकसित होतील आणि जर तिबेटींना गरज भासली तसेच त्यांनी मान्यता दिली तर आम्ही त्यांचाही आरंभ करू.

चाऊ आणखी पुढे जाऊन पंडितजींना सांगतात की, खरे म्हणजे तिबेटने आशियातील इतर बौद्ध राष्ट्रांशी संपर्क ठेवावा आणि तो वाढवावा अशीच चीन सरकारची इच्छा आहे. फक्त इतर देशांनी कट करून त्याचा गैरफायदा घेता कामा नये. ते पूर्वी मांडलेला मुद्दा पुन्हा मांडतात आणि आणखी काहीतरी करण्याची जबाबदारी भारतावर आणि व्यक्तिश: पंडितजींवर टाकतात : 'पण त्यात परकीय प्रभाव असेल तर ते त्रासदायक होते. म्हणून आमचे असे म्हणणे आहे की आशियाई देशांमध्ये धार्मिक संपर्क विकसित व्हायला हवा, पण त्याचबरोबर आपण विध्वंसक कारवायांना पायबंद घालणे आवश्यक आहे. कॅलिम्पाँगमध्ये उघडपणे हेरगिरी चालू आहे. आम्हाला असे वाटते की भारत सरकारने हस्तक्षेप करावा, कारण या कारवाया धार्मिक संपर्क आणि देवाणघेवाण यांच्यात व्यत्यय आणतील.'

चीन सरकारविषयी बोलायचे झाल्यास, 'आम्ही धर्माचा आदर करतो;' चाऊ म्हणतात. सरकारने जरी बदल घडवण्यात तिबेटी लोकांना सहभागी करून घेतले

तरी गडबड होणार नाही याची खातरी नाही, 'कारण काही लोकांवर परदेशी प्रभाव पडू शकतो तर काहींना समजच कमी आहे.' शिवाय, तिबेटींमध्येसुद्धा मतभेद आहेत : 'जे प्रागतिक आहेत त्यांना सुधारणा त्वरित हव्या आहेत, पण त्यामुळे प्रागतिक नसलेल्या लोकांच्या मनात त्यांच्याविषयी संशय निर्माण होतो आणि त्यांच्यावर हण लोकांचा प्रभाव आहे असे त्यांना वाटते.'

चाऊ एन-लाय यांनी पंडितजींना जे सांगितले त्याचा कोणी कोणताही अर्थ काढू शकतो : की चीन तिबेटच्या स्वायत्ततेचा मान ठेवेल; किंवा धर्म पाळण्याच्या नावाखाली त्यांना कोणी विरोध केला तर एकतर तो माणूस परदेशी प्रभावाखाली आहे किंवा सुधारणा नको असणारा प्रतिगामी आहे. भविष्यकाळासाठी धडा घेण्याच्या दृष्टिकोनातून आणखी महत्त्वाचे म्हणजे धोरणाच्या ज्या दोन पैलूंचा तिबेटी लोक आणि त्यांचा धर्म यांच्यावर जास्तीत जास्त परिणाम होईल त्यांचा चाऊ उल्लेखच करत नाहीत. ते म्हणजे चीन सरकार, तिबेटमध्ये हण चिनी भरून तिबेटींना त्यांच्याच देशात अल्पसंख्य बनवेल; आणि तिबेटच्या 'तीन भागांचे' तीन तुकडे करून दोन भाग त्यांना लागून असलेल्या (चीनच्या) प्रांतांमध्ये विलीन करतील आणि उरलेला तिसरा भाग हाच 'तिबेट स्वायत्त विभाग' म्हणून जाहीर करतील.

संभाषण चीन-अमेरिका संबंधाकडे वळते. नेहमीप्रमाणेच इतरांमध्ये चांगले संबंध निर्माण करण्याची इच्छा नेहमीच बाळगणारे पंडितजी अमेरिकेचा दृष्टिकोन समजावून सांगतात. शेवटच्या फेरीत संभाषण नेपाळकडे वळते आणि त्या देशातील भारताचे हितसंबंध आणि धोरण याबद्दल चाऊ संवेदनशील आहेत.[१४]

चर्चेच्या शेवटच्या दोन फेऱ्या जानेवारी १९५७ मध्ये होतात. पंडितजींचे समाधान होते. सीमेबाबतचा मुद्दा उपस्थित न करण्याच्या त्यांच्या धोरणाचा उपयोग झाला असे दिसते – चाऊ एन-लाय यांनी मॅकमहोन रेषेनुसार असणारी सीमा मान्य केली.

दुसरे एक आश्चर्य

तीन महिने झाले नसतील तेवढ्यात पंडितजींना आश्चर्य वाटेल असेच घडते. उ नू त्यांना लिहितात, चीन-ब्रह्मदेश सीमेवरील बोलण्यात चीन अडचणी आणत आहे. त्यांना काही जुने दस्तऐवज काढून हवे आहेत. पंडितजी त्याच दिवशी त्यांना उत्तर लिहितात, 'चीन सरकारबरोबरच्या सीमाप्रश्नावर तोडगा काढण्यात अडचण येत आहे हे समजून खेद वाटला.' ते लिहितात, 'पंतप्रधान चाऊ एन-लाय यांची या बाबतीतील वृत्ती मला फारशी पसंत नाही हे मला कबूल केले पाहिजे. माझा असा

---

१४. SWJN, खंड ३६, पृष्ठ ५८३-६१९, ६२३-३०

समज करून देण्यात आला आहे की त्यांनी आपल्याला आणि उ बा स्वे[१५] यांना पूर्वी जे सांगितले होते त्याला पूर्णपणे अनुसरून ते वागत नाहीयेत. पण याची शहानिशा आपणच करू शकाल.'

त्यापूर्वी पंडितजींनी त्यांच्या चाऊ एन-लाय यांच्याबरोबर झालेल्या चर्चेचा वृत्तान्त उ नू आणि एस. डब्ल्यू. आर. डी. बंदरनायके यांना दिला होता. ब्रह्मदेशाच्या चीनबरोबरील बोलण्यांचे काय झाले ते लक्षात घेता ते चाऊ एन-लाय यांनी त्यांना काय सांगितले ते जास्त विस्तृतपणे कळवतात.

'आपण आपल्या पत्रात म्हटले आहे की पंतप्रधान चाऊ एन-लाय उत्तरेला मॅकमहोन रेषा स्वीकारायला तयार होते, पण त्यांनी *मॅकमहोन रेषा* ही संज्ञा वापरण्याला आक्षेप घेतला, कारण तसे केल्यास 'भारताच्या संबंधात गुंतागुंत' निर्माण होईल आणि म्हणून त्यांनी *पारंपरिक रेषा* ही संज्ञा वापरणे पसंत केले.'

जेव्हा चाऊ एन-लाय शेवटी इथे आले होते तेव्हा 'आम्ही अनेक गोष्टींवर सविस्तर चर्चा केली,' पंडितजी लिहितात, 'त्यांनी तुम्ही आणि ऊ बा स्वे यांच्याबरोबरील त्यांच्या चर्चेचा उल्लेख केला आणि ते म्हणाले की, भारताच्या (तिबेटमधील) चीनबरोबरच्या सीमेवरील आमच्या दाव्याबद्दल त्यांचे समाधान झालेले नसले, तरी ते ती स्वीकारायला तयार आहेत. म्हणजे, त्यांनी स्पष्ट केले की भारतासारख्या मित्रत्वाचे संबंध असलेल्या देशाबरोबरचे प्रलंबित प्रश्न निकालात काढण्याच्या इच्छेमुळे आणि वहिवाट वगैरे लक्षात घेऊन त्यांनी भारत व चीनमधील मॅकमहोन रेषा स्वीकारली आहे. मला वाटतं, आपल्याला 'मॅकमहोन रेषा' हे नाव आवडत नाही असेही ते म्हणाले.'

पंडितजी भर देऊन म्हणतात –

> हे त्यांचे बोलताना केलेले विधान आमच्या दृष्टीने महत्त्वाचे होते आणि मला त्याबद्दल कोणतीही शंका ठेवायची नव्हती. म्हणून मी त्यांना पुन्हा विचारले आणि त्यांनी अगदी स्पष्टपणे ते विधान पुन्हा केले. त्यांच्या बोलण्यावर मी समाधान व्यक्त केले. तिबेट सीमेवर भारत व चीन यांच्यात सीमेबद्दल दोन-तीन किरकोळ गोष्टी आहेत आणि त्या जितक्या लवकर सोडवाव्यात तितके बरे. ते माझ्याशी सहमत झाले.

पंडितजी म्हणतात की 'मॅकमहोन रेषा' हे नाव काढून टाकावे यावर ते सहमत आहेत – 'ते ब्रिटिशांच्या घुसखोरीची आणि आक्रमणाची आठवण करून देते.' मूलभूत मुद्दा हा आहे की 'आमची चीनबरोबरची सीमा, दोन-तीन किरकोळ गोष्टी

---

१५. ब्रह्मदेशचे उपपंतप्रधान आणि संरक्षणमंत्री.

सोडून, निश्चित अशी आणि सर्वांना माहीत असलेली सीमा होती आणि तिच्याबद्दल कोणताही वाद नव्हता. आम्ही तो प्रश्न चीनपुढे कधीच उपस्थित केला नव्हता, पण मी इथे संसदेत आणि पेकिंगला चाऊ एन-लाय यांना म्हणालो होतो की, आपल्या सीमेबद्दल चर्चा करण्यासारखे काहीच नाही, कारण ती निश्चित असून सर्वांना माहीत आहे. आता त्या पूर्ण सीमेवर आमच्या चौक्या आहेत.'

'त्यामुळे, आमच्या बाबतीत ही सीमा (जी पूर्वी मॅकमहोन रेषा म्हणून ओळखली जात असे) अजिबात विवाद्य नाही आणि चाऊ एन-लाय यांनी ती स्वीकारली आहे. हे खरे आहे की त्यांची मान्यता तोंडी होती पण ती अगदी स्पष्ट आणि नेमकी होती.'[१६]

ज्या दोन-तीन किरकोळ जागांबद्दल वाद आहे असे पंडितजी सर्वांना सांगतात, त्यांच्याबद्दल चर्चा करण्यासाठी एक बैठक बोलावली आहे. ते उत्तर प्रदेशचे मुख्यमंत्री संपूर्णानंद यांना लिहितात. पंडितजी म्हणतात, पूर्वी जरा वाद झाला होता अशा तीन जागा आहेत. 'या जागांबद्दल आम्हाला फार काळजी वाटत नव्हती,' ते लिहितात, 'आणि वाद असलेला प्रदेश काही मैल या बाजूला तर काही मैल त्या बाजूला होता.' खरा महत्त्वाचा पैलू भारत आणि चीनमधील पूर्ण सीमेशी संबंधित आहे. 'तुम्हाला माहीतच आहे,' ते मुख्यमंत्र्यांना सांगतात, 'ही सीमा फार पूर्वी एका त्रिपक्षीय बैठकीत निश्चित झाली आणि तिचा बरेचदा 'मॅकमहोन रेषा' असा उल्लेख होतो. चीनच्या नकाशांमध्ये भारताचे मोठे भाग चीनचे म्हणून दाखवण्यात येत आहेत. आपल्या बाजूने आपण संसदेत आणि इतरत्र पुन:पुन्हा हे स्पष्ट केले आहे की ही सीमा निश्चित आहे तसेच तिच्याविषयी चर्चा करण्यासारखे काहीही नाही,' पंडितजी म्हणतात, 'मी पेकिंगला गेलो तेव्हा चाऊ एन-लाय यांनी या विषयावर चर्चा करण्याचा थोडा प्रयत्न केला. चर्चा करण्यासारखे काही नाही असे मी त्यांना सांगितले.'

हे शेवटचे वाक्य पंडितजी अनेक प्रसंगात म्हणणार आहेत. कदाचित त्यांचा असा तर्क असावा की चर्चा करण्यासारखे काही असते तर चाऊ एन-लाय यांनी तसा आग्रह केला असता. त्यांनी तसे केले नाही याचा अर्थ ही सीमा निश्चित झालेली आहे हे आपले म्हणणे मान्य केले. हा तर्क फार महागात पडणार आहे, हे त्यांना लवकरच दिसणार होते.

हे नमूद करतानासुद्धा पंडितजींची पूर्ण खातरी दिसत नाही. 'मात्र ही चीन आणि भारतामधील मान्य झालेली सीमा आहे असे समजता येत नाही,' ते त्यापुढे लगेच लिहितात, 'आणि चीन हा प्रश्न केव्हाही उपस्थित करण्याची शक्यता आहे. त्याचा

---

१६. SWJN, खंड ३७, पृष्ठ ५०७-०९

परिणाम डोंगराळ भागातील काही मैलांवरच नाही तर मोठ्या प्रदेशावर होईल.'

पंडितजी पुढे म्हणतात की, चाऊ एन-लाय यांच्या दिल्लीच्या शेवटच्या भेटीत ते चीन-ब्रह्मदेश सीमेबद्दल बोलले होते. त्या संदर्भात म्हणाले होते की, चीन आणि ब्रह्मदेश यांच्यामधील सीमा म्हणून चीनने मॅकमहोन रेषा स्वीकारली आहे. पुढे, 'ते (चाऊ एन-लाय) आणखी म्हणाले की, त्या काळातील ब्रिटिश सरकार वेगवेगळ्या ठिकाणी आक्रमण करत होते त्यामुळे ही बाब स्पष्ट नाही, पण तरीही, भारत आणि चीन मित्र असल्यामुळे मॅकमहोन रेषा ही भारत आणि चीनमधीलसुद्धा सीमा म्हणून मानायला ते तयार आहेत.' 'आमच्या दृष्टिकोनातून हे अतिशय महत्त्वाचे विधान होते आणि कबुली होती,' पंडितजी संपूर्णानंदांना सांगतात, 'आणि म्हणून मी ते त्यांच्याकडून पुन्हा स्पष्टपणे वदवून घेतले. त्यांनतर मी म्हणालो की जिच्याबद्दल काही प्रश्न उठू शकत नाही अशा या दीर्घ सीमेव्यतिरिक्त सीमेबद्दल दोन किंवा तीन लहानसे वाद आहेत आणि त्यांच्यावर आपण जितक्या लवकर तोडगा काढू तेवढे चांगले. हा तोडगा वहिवाट आणि भौगोलिक वैशिष्ट्यांवर आधारित असावा, यावर त्यांनी सहमती दर्शवली.'

यावर चर्चा करण्यासाठी चीनचा प्रतिनिधी दिल्लीला येण्याची आम्ही वाट बघत आहोत, पंडितजी लिहितात.

पंडितजी म्हणतात की, हे लिहिण्याचे कारण संपूर्णानंदांना परिस्थिती काय आहे ते समजावे आणि स्थानिक लोकांच्या गैरवर्तणुकीमुळे, होऊ घातलेल्या चर्चेचे वातावरण बिघडणार नाही याची खातरी करावी. 'पण एकंदरीत बघता,' ते शेवटी म्हणतात, 'आपण हे लक्षात घ्यायला हवे की या गोष्टी चर्चेने सोडवल्या जात आहेत आणि त्याहून महत्त्वाचे म्हणजे सीमेचा मोठा प्रश्न हा, व्यावहारिक दृष्टीतून बघायचे झाल्यास आधीच सोडवला गेला आहे.'[१७]

'तंटा हा जरा मोठा शब्द आहे'

तरीही या सगळ्याच्या मागे वाढती अस्वस्थता आहे. जाहीर पवित्रा आणि खासगीत वाटणारी अस्वस्थता यांच्यातील तीव्र वाढती दरी.

चीनने तिबेटमधील जुलूम वाढवला आहे. भारताने मदत करावी अशी तिबेटींची अपेक्षा आहे. ते दूत पाठवतात, दिल्ली काहीच करत नाही; उलट, आम्ही काही केले तर तुमच्या हालअपेष्टांमध्ये भरच पडेल असे म्हणतात. *जानेवारी १९५८* : तिबेटचे माजी पंतप्रधान पंडितजींना भेटतात. पंडितजी कामात आहेत. माजी पंतप्रधान 'तिबेटी लोकांच्या हालांची दीर्घ कहाणी ऐकवतात, त्यांना स्वातंत्र्य हवे

---

१७. SWJN, खंड ३८, पृष्ठ ६८९-९०

आहे आणि ते मिळवण्यासाठी भारताची मदत हवी आहे,' पंडितजी परराष्ट्र खात्याचे सचिव सुबिमल दत्त यांना कळवतात. 'यालाच खूप वेळ लागला आणि त्याहून जास्त वेळ देणे मला शक्य नव्हते.'

'मी त्यांना थोडक्यात सांगितले की, चीनचा शस्त्रबळाने पराभव करता येईल हा विचार भ्रामक आहे,' पंडितजी नमूद करतात, 'तसेच भारत शस्त्रे पुरवू शकणार नाही आणि हे की तिबेट इतका मागासलेला राहिला आहे की बदल आवश्यक आहे.' ते पुढे म्हणतात, 'जर तिबेटींनी स्वत: बदल घडवून आणला नाही तर ते बाहेरून घडेल. घड्याळ मागे करून पूर्वीचे तिबेट राष्ट्र पुन्हा प्रस्थापित करणे अशक्य आहे. थोडक्यात, माझा सल्ला असा होता की तिबेटींनी एकी राखावी आणि पूर्ण स्वायत्तता मिळवावी. त्यांनी चीनच्या सार्वभौमत्वाला आव्हान देऊ नये. जर त्यांनी स्वायत्तता आणि एकी राखली तर त्यांना त्यांची जीवनशैली अबाधित राखता येईल. पण त्याबरोबरच त्यांनी सुधारणांची सुरुवात केली पाहिजे.'[१८]

चीनची आक्रमकता चालूच राहते. चीनचा तिबेटींवरील जुलूम आणखी तीव्र होतो. चीनचे नकाशे भारताचे मोठे भाग चीनमध्ये दाखवत राहतात. पंडितजी निर्णय न घेणे चालू ठेवतात. ८ एप्रिल १९५८ ला परराष्ट्र सचिवांना लिहिलेल्या नोटमध्ये ते म्हणतात, 'लंडनमधील आपल्या हाय कमिशनने ही बाब तिथल्या चिनी वकिलातीच्या नजरेस आणावी आणि दिल्लीतील चिनी वकिलातीकडेसुद्धा खेद व्यक्त करावा. पण एकंदरीतपणे, मला असे वाटते की सध्या आपण आपल्या पेकिंगमधील वकिलातीला हा मुद्दा उपस्थित करायला सांगू नये.' ही बाब अशी अप्रत्यक्षपणे हाताळण्याचा फायदा ते स्पष्ट करतात : 'असे केल्याने आपली आताची कृती फार औपचारिक होणार नाही आणि तरीही या नकाशांच्या प्रश्नाबद्दल आपल्याला काय वाटते ते चीन सरकारला समजेल.' त्यांना अशी 'पुसटशी कल्पना' आहे, पंडितजी पुढे म्हणतात की, सीमाप्रश्नावर एक बैठक व्हायची आहे. त्या बैठकीतसुद्धा या नकाशाच्या प्रश्नाचा चीनच्या प्रतिनिधीकडे आपण उल्लेख करू शकू.[१९]

महिने जातात. चीन ते नकाशे प्रकाशित करतच राहतो. ऑगस्ट १९५८ मध्ये पंडितजींचे मूल्यमापन बदलते. 'या प्रश्नावर आता कोणत्या तरी प्रकारे निषेध व्यक्त केल्याशिवाय राहू नये असे मला वाटते,' असे ते परराष्ट्र सचिवांना सांगतात. 'भारताचे मोठे भाग चीनमध्ये दाखवणाऱ्या या चुकीच्या नकाशांकडे दुर्लक्ष करणे म्हणजे एकप्रकारे ते नकाशे स्वीकारल्यासारखेच होईल. काहीही झाले तरी त्यामुळे आपली बाजू कमजोर होते.' संयुक्त सचिवांना चीनच्या काउन्सिलरला भेटून एक

---

१८. SWJN, खंड ६१, पृष्ठ ६७१
१९. SWJN, खंड ६२, पृष्ठ ६५५

स्मरणपत्र किंवा अनौपचारिक नोट द्यायला सांगा असा ते आदेश देतात. 'त्यांच्याशी बोलताना मी ही बाब पंतप्रधान चाऊ एन-लाय यांच्या अनेकदा – म्हणजे मी चीनला गेलो होतो तेव्हा आणि मला वाटतं, पंतप्रधान चाऊ एन-लाय भारतात आले तेव्हाही – नजरेला आणली होती असेही सांगा. त्यांचे उत्तर असे होते की आताचे नकाशे जुन्या नकाशांवर आधारित आहेत आणि चीन सरकारला ते दुरुस्त करायला वेळ मिळाला नव्हता. आता चीनचे सध्याचे सरकार सत्तेवर येऊन अनेक वर्षे झाली आहेत. नवे नकाशे अनेकदा छापण्यात आणि प्रकाशित करण्यात आले आहेत, त्यामुळे त्यांच्यात सुधारणा करण्यात आलेल्या नाहीत हे आश्चर्य आहे. त्या लवकर केल्या जातील, अशी आम्हाला आशा आहे.'२०

संसदेचे अधिवेशन सुरू होते. ४ सप्टेंबर १९५८ ला आसाममधील प्रजा समाजवादी पक्षाचे सदस्य हेम बरुआ यांनी विचारलेले, आसामसह उत्तर-पूर्व भारताचे मोठे भाग चीनचे भाग दाखवणाऱ्या नकाशांबद्दलचे प्रश्न येतात. पंडितजी म्हणतात, 'चिनी अधिकाऱ्यांचे लक्ष या नकाशांवर वेधले असता हे नकाशे चँग कै-शेक अधिकारांवर असतानाच्या सरकारने काढलेल्या नकाशांचे पुनर्मुद्रण आहे आणि त्यांचे पुनर्विलोकन करायला त्यांना वेळ मिळालेला नाही म्हणूनच तेच प्रकाशित होत आहेत असे आम्हाला सांगण्यात आले.' पंडितजींच्या मतेसुद्धा हे स्पष्टीकरण समाधानकारक नव्हते हे दिसत होते : 'चीनच्या आताच्या सरकारने चँग कै-शेक च्या राजवटीतील अनेक गोष्टी दुरुस्त केल्या आहेत हे उघड आहे, पण ही गोष्ट राहून गेली आहे.' पंडितजी पुढे म्हणतात, 'आम्हाला काही प्रसंगात खासगीत असे आश्वासन देण्यात आले आहे की, ते या नकाशांना महत्त्व देत नाहीत आणि ते काही काळात दुरुस्त केले जातील. ही आत्ताची स्थिती आहे. आम्ही पुन्हा त्यांचे लक्ष याच्याकडे वेधले आहे.'

बारुआ संपूर्ण सीमेबद्दल आणि मॅकमहोन रेषेबद्दल चीनचा पवित्रा काय आहे असे विचारतात. पंडितजी म्हणतात : 'भारत आणि तिबेट प्रदेशासकट चीन राष्ट्र यांच्यामधील संपूर्ण सीमा ही तंट्याची बाब नाही असा आपला दृष्टिकोन आहे. ती निश्चित झालेली आहे. तिच्याबद्दल बोलायचा प्रश्नच नाही.'

'पण तिचे उल्लंघन झाले आहे,' बारुआ मध्येच म्हणतात. 'मी पुढे बोलू?' सीमेचे उल्लंघन झाले आहे की नाही याला उत्तर न देता पंडितजी उद्गारतात. ते म्हणतात की या गोष्टीचा सभागृहात पूर्वी जेव्हा उल्लेख झाला होता तेव्हा 'मी म्हणालो होतो की यावर चर्चा करण्यासारखे काहीच नाही; कारण ती आपली सर्वांना साहजिकच माहीत असलेली अशी सीमा आहे. ज्याबद्दल चर्चा करण्याचे कारणच

---

२०. SWJN, खंड ६३, पृष्ठ ५३६

नव्हते.' होय, 'दोन-तीन विशिष्ट प्रकरणे आहेत की ज्यांना सीमातंटा म्हणता येईल.' 'ती अतिशय किरकोळ आहेत,' पंडितजी त्यांच्या नेहमीच्या शैलीत म्हणतात. 'डोंगरात कुठेतरी, या बाजूला दोन मैल किंवा त्या बाजूला दोन मैल असेल, दोन देशांत बोलाचाली झाली – तंटा हा जरा मोठा शब्द आहे – आणि ही गोष्ट चर्चा करून सोडवावी असे ठरले...' 'त्यांना खास असे महत्त्व नाही. संबंधित क्षेत्र अतिशय लहान आहे आणि त्याला दुसरे कोणतेही महत्त्व नाही... माननीय सभासदांच्या लक्षात असेल की उंच डोंगरातल्या या जागा अशा आहेत की तिथे सहजपणे जाताही येत नाही आणि खरं म्हणजे हिवाळ्यातील सहा-सात महिन्यांत तर तिथे कोणीच जाऊ शकत नाही– फक्त उन्हाळ्यात काही लोक तिथे गुरे चारण्यासाठी जातात.' या 'किरकोळ गोष्टी' प्रलंबित आहेत. त्यांच्यावर चर्चा चालू आहे. 'ज्या मोठ्या गोष्टी आहेत त्यांच्यावर चर्चा करण्यासारखे काही नाही.'

भारताचा जो भाग या नकाशांमध्ये चीनचा म्हणून दाखवला आहे त्याचे क्षेत्रफळ किती आहे? – बारुआ विचारतात. नकाशा फार लहान मापाचा आहे, पंडितजी उत्तरतात. केवळ एखादी रेषा (रेषेची जाडी) २० मैल किंवा ५० मैल भरेल. 'तो भाग एकूण १७०० मैल आहे का हे मला कळेल का?' बारुआ विचारतात. 'सांगता येत नाही,' पंडितजी उत्तरतात, 'मला कल्पना नाही.'[२१]

'अतिशय किरकोळ... डोंगरात कुठेतरी, या बाजूला दोन मैल किंवा त्या बाजूला दोन मैल... बोलाचाली झाली– तंटा हा जरा मोठा शब्द आहे... त्यांना खास असे महत्त्व नाही. संबंधित क्षेत्र अतिशय लहान आहे आणि त्याला दुसरे कोणतेही महत्त्व नाही...' इथपासून तर २०१३ मध्ये 'क्षुल्लक' आणि पुढे 'स्थानिक समस्या,' एक सलग रेषा!

दोन महिने झाले नाहीत एवढ्यात भारतीय सर्वेक्षकांच्या एका पथकाला चीनच्या सैनिकांनी काराकोरम खिंडीच्या दक्षिणेला श्योक येथे अटक केली. महिनाभर त्यांच्याबद्दल काही कळत नाही. चौकशी केल्यावर चीन आपल्या पेकिंगमधील वकिलातीला त्यांनी एक महिन्यापूर्वी एका पथकाला अटक केली असे कळवतात. आपल्या पेकिंग वकिलातीतील अधिकाऱ्याला घटनेचे महत्त्व कळत नाही. ही बातमी दिल्लीला केबलने कळवण्याऐवजी तो पत्र पाठवतो. पेकिंगला कडक निषेध नोंदवावा अशा परराष्ट्र सचिवांच्या प्रस्तावाला पंडितजी मान्यता देतात. पण त्यांची नोट मोघम असते, सीमा निश्चित झालेली आहे, पक्की आहे, मान्य झालेली आहे याचा उल्लेख नाही, चीनने त्या पथकाला कसे वागवले आणि भारत सरकारला

---

२१. लोकसभा डिबेट्स - दुसरी मालिका, खंड १९, कॉलम ४६२९-३२, ४ सप्टेंबर १९५८. शिवाय SWJN, खंड ६४, पृष्ठ ५६७-६९

त्यांच्याबद्दल आणि त्यांचे काय केले याबद्दल कळवले नाही यावर भर होता; '...आम्हाला असे नमूद करायचे आहे की तो विशिष्ट प्रदेश भारताचा आहे की चीनचा हा दोन्ही देशांतील वादाचा मुद्दा आहे. त्याच्यावर वेगळेपणे चर्चा करता येईल. पण आमचे पथक त्यांच्या कामाचा भाग म्हणून तिथे गेले ही चीनचा असण्याची शक्यता असलेल्या प्रदेशात घुसखोरी होती असे म्हणता येत नाही.'[२२]

ही घटना अणि तिबेटमधून येणारी माहिती यांच्यामुळे सीमेच्या लडाख भागाबद्दल तातडी निर्माण होते. पंडितजी परराष्ट्र सचिवांना सूचना देतात की त्यांना (पंडितजींना) जे सांगण्यात आले होते त्यानुसार मॅकमहोन रेषा स्वीकारल्यामुळे फक्त पूर्वेतीलच नव्हे तर लडाखची सीमासुद्धा निश्चित झालेली आहे. त्या वेळी (मॅकमहोन रेषा) ही संज्ञा नवी होती आणि ते तिचा वापर ढोबळ अर्थाने करत होते; त्यानंतर चाऊ एन-लाय यांच्याशी होणाऱ्या पत्रव्यवहारात ते जास्त काटेकोर झाले. म्हणून, ते पुढे म्हणतात, 'एका भागासाठी मॅकमहोन रेषा स्वीकारली तर तसे इतरत्र का करू नये याला काही विशेष कारण नाही.' चाऊ एन-लाय त्यांना काय म्हणाले होते त्याचा ते पुनरुच्चार करतात : भारत आणि चीनमधील मैत्रीपूर्ण संबंधांमुळे चीन मॅकमहोन रेषा स्वीकारायला तयार आहे. 'मी त्या वेळी लिहिलेल्या नोटवरून दिसेल की त्यांनी हे अगदी स्पष्ट केले होते.' पंडितजी म्हणतात, 'अर्थात, आपल्याकडे त्यांचे लेखी काहीच नाही. तरीही, मला वाटते, आपण मॅकमहोन रेषा असाच उल्लेख करावा कारण ती आपली सीमा म्हणून मान्य झाली होती आणि तेव्हापासून स्वीकारण्यात आली आहे...'[२३]

चाऊ एन-लाय काय म्हणाले तेच नव्हे तर ते जे म्हणाले त्यावर भरवसा ठेवण्याचा भाबडेपणा करणे हे नित्याचे होऊन बसत आहे. आणि ज्या अर्थी पंडितजी म्हणाले की चर्चा करण्यासारखे काही नाही आणि त्यानंतर चाऊंनी आग्रह धरला नाही त्या अर्थी सीमा निश्चित झालेली आहे, पक्की आहे, हे आपले म्हणणे चाऊंनी मान्य केले असा निष्कर्ष काढणे तर जास्तच भाबडेपणाचे होते.

---

२२. SWJN, खंड ६५, पृष्ठ ६९७-९८

२३. SWJN, खंड ६५, पृष्ठ ६९९

‘आम्ही रस्ता बांधत होतो, हे तुम्हाला समजलेही नाही...’

परिस्थिती बिघडत जाते. नकाशे जुने आहेत हे कारण देऊन ते आता वेगळाच युक्तिवाद करतात. आतापर्यंत त्यांचे म्हणणे होते की हे कोमिंटांग जमान्यातील नकाशे आहेत आणि ते दुरुस्त करायला त्यांना वेळ मिळालेला नाही. आता ते शेवटचे विधान गाळून टाकतात. हे नकाशे जुने आहेत याचा अर्थ ते अधिकृत आणि खरे आहेत; कारण ते मुक्तीच्या आधीच्या काळापासून सतत प्रकाशित होत आहेत!

चाऊ एन-लाय यांना पत्र

बदलाचे गांभीर्य पंडितजींच्या लक्षात येते. १४ डिसेंबर १९५८ ला त्यांना चाऊ एन-लायना औपचारिक पत्र पाठवणे भाग पडते – नकाशांविषयी आणि एकंदर सीमाप्रश्नाबद्दल. पंडितजी लिहितात की १९५४ मध्ये जेव्हा चीन-भारत करारावर वाटाघाटी झाल्या तेव्हा डोंगरातील अनेक खिंडीचा उल्लेख केला होता. ‘त्यावेळेस सीमेविषयी कोणताही प्रश्न उपस्थित केला गेला नव्हता आणि आमचा असा समज झाला की आपल्या दोन देशांमध्ये कोणतेही सीमाविषयक वाद नाहीत. किंबहुना आम्हाला असे वाटले की १९५४ मध्ये सही केलेल्या चीन-भारत करारामुळे आपल्या दोन देशांमधील सर्व प्रश्न निकालात निघाले.’

पंडितजी आठवण करून देतात की, त्यांच्या ऑक्टोबर १९५८च्या चीनभेटीत त्यांच्यात दीर्घ चर्चा झाल्या आणि ‘आपल्यातील संबंधांवर अनिष्ट परिणाम करेल असा कोणताही तंटा किंवा प्रश्न नाही हे बघून मला आनंद झाला होता.’ त्यांनी भारताचे मोठे भाग चीनमध्ये दाखवणाऱ्या नकाशांचा थोडक्यात उल्लेख केला होता, ते लिहितात, ‘हे चुकीने झाले असणार असे मी गृहीत धरले होते आणि आपल्याला त्या वेळी म्हणालो की, भारतापुरते बोलायचे झाल्यास, आम्ही या

गोष्टीची फार काळजी करत नाही, कारण आमच्या सीमा अगदी स्पष्ट आहेत आणि त्याबाबत वादाचा प्रश्न उत्पन्न होत नाही.' पंडितजी म्हणतात, 'आपण मला उत्तर दिले की हे नकाशे मुक्तीपूर्व काळातील जुन्या नकाशांच्याच प्रती आहेत आणि त्यांची तपासणी करायला वेळ मिळालेला नाही. आपले सरकार अनेक गोष्टींमध्ये गुंतलेले असल्यामुळे नकाशांचे पुनर्विलोकन होऊ शकले नसेल हे मी समजू शकत होतो. सीमारेषा लवकरच दुरुस्त करण्यात येईल अशी मी आशा व्यक्त केली होती.'

आणि मग तुम्ही ऑक्टोबर १९५६ मध्ये भारताला भेट दिली, पंडितजी म्हणतात. त्या भेटीतील चर्चेत ब्रह्मदेशाबरोबरची सीमा आपण मॅकमहोन रेषेच्या आधारे निश्चित करत असल्याचे मला म्हणाला होतात. 'आपण त्या वेळी म्हणालात की आपण ब्रह्मदेशाबरोबर ही मॅकमहोन रेषेची सीमा स्वीकारली आहे आणि अनेक वर्षांपूर्वी काहीही घडलेले असो, भारत आणि चीन यांच्यातील मित्रत्वाचे संबंध लक्षात घेऊन तीच भारताबरोबरची सीमा म्हणून मान्य करण्याचा आपला प्रस्ताव आहे. आपण पुढे म्हणालात की, आपला चीनच्या तिबेट विभागाच्या अधिकाऱ्यांशी विचारविनिमय करण्याचा हेतू आहे आणि त्याप्रमाणे आपण करणार आहात.' या मुद्द्यावर भर देण्याच्या उद्देशाने पंडितजी त्यावेळची बोलणी झाल्यावर ताबडतोब बनवलेली नोट उद्धृत करतात. 'हा विषय आपल्याबरोबर बऱ्याच विस्ताराने बोलल्याचे मला आठवते. आपण हा मुद्दा अगदी स्पष्ट केलात,' पंडितजी लिहितात, 'मी त्या वेळी म्हणालो की, आपल्यात सीमेवरून वाद नसले तरी सीमेविषयीच्या काही अगदी किरकोळ समस्या अजून सोडवायच्या आहेत.' आपण असे ठरवले की त्या आपल्या प्रतिनिधींनी मैत्रीपूर्ण रीतीने 'प्रस्थापित पद्धत आणि पारंपरिक प्रथा व पर्जन्यछाया यांच्या आधारे सोडवाव्यात.' आपला प्रतिनिधी दिल्लीला आला होता. कराराला अंतिम रूप देता आले नाही. 'त्या वेळी आपल्याला या विषयावर लिहावे असे मला वाटले होते, पण इतक्या किरकोळ गोष्टीसाठी आपल्याला तसदी देणे मला योग्य वाटले नाही.'

नंतर पंडितजी ते नकाशे आणि चीनमध्ये ते अजून प्रकाशित होत आहेत या प्रश्नाकडे वळतात. ते लिहितात : या विषयावर संसदेत प्रश्न विचारले गेले. आता चीन सरकारचे या नकाशांकडे लक्ष वेधले असता आणि भारताचे मोठे भाग चीनचे म्हणून त्यात कसे दाखवले आहे असे विचारल्यावर आम्हाला सांगण्यात आले आहे की 'हा नकाशा मुक्तीच्या पूर्वीच्या नकाशांवर आधारित आहे...'

'या उत्तरामुळे मी जरा संभ्रमात पडलो,' पंडितजी चाऊ एन-लायना सांगतात. 'कारण भारत आणि चीनमध्ये कोणताही मोठा सीमाप्रश्न नाही, असे मला वाटत होते. आमच्या दृष्टीने असा कोणताही वाद कधीच नव्हता आणि १९५४ मध्ये

आणि त्यानंतर झालेल्या आपल्या बोलण्यांमध्ये मी तसे म्हटले होते...'१

चाऊ जे बोलले त्याचा त्यांच्या मते काय अर्थ होता!

चाऊ २३ जानेवारी १९५९ ला उत्तर लिहितात. पंडितजींना पायाखालची जमीन सरकल्यासारखे वाटले असणार – चाऊंनी संपूर्ण सीमेचा प्रश्न पुन्हा उघडला आहे; पंडितजींच्या धोरणाचा प्रत्येक आधार, आतापर्यंतचे त्यांचे प्रत्येक जाहीर विधान – संसदेत केलेल्या विधानांसकट – मोडीत निघतो.

'आपल्या पत्रात आपण चीन-भारत सीमेचा प्रश्न मांडण्यासाठी बरीच जागा घेतली आहे आणि त्यामुळे भारत सरकारची या प्रश्नावरील बाजू जास्त चांगल्या रीतीने समजायला मदत झाली आहे,' चाऊ लिहितात. त्याचप्रमाणे ते चीन सरकारची बाजू आणि दृष्टिकोन काय आहे ते मांडणार आहेत असे ते म्हणतात.

'सर्वप्रथम' ते म्हणतात, 'मला असे निदर्शनाला आणायचे आहे की चीन-भारत सीमा औपचारिकरीत्या कधीच आखली गेलेली नाही. इतिहासात बघता, चीनचे मध्यवर्ती सरकार आणि भारत सरकार यांच्यात चीन-भारत सीमेविषयी कोणताही करार किंवा समझोता कधीच झालेला नाही.' गेल्या काही वर्षांत प्रत्यक्षात काही मतभेद झालेले आहेत, असे ते निदर्शनाला आणतात. 'सर्वांत शेवटची घटना चीनच्या अखत्यारीतील दक्षिणेकडील भागात घडली. त्या भागात चीन सरकारचे सीमारक्षक सतत गस्त घालत आलेले आहेत. आणि आमच्या देशाने १९५६ मध्ये बांधलेला सिंकियँग-तिबेट महामार्ग त्या भागातून जातो. तरीही तो भाग भारतीय प्रदेश आहे असा दावा भारत सरकारने नुकताच केला. या सगळ्यातून हेच दिसून येते की चीन आणि भारत यांच्यात सीमेबद्दल विवाद आहे.'

फारसे संयुक्तिक कारण नाही, पण नमुनेदार : क्ष तुमच्या घरात घुसतो; तुम्ही त्याला सांगता की हे घर माझे आहे; तो म्हणतो, 'बघा! त्याबद्दल विवाद आहे!'

ते कसेही असले तरी पंडितजींना ते फारच लागले असणार, कारण मोठीच नजरचूक झाली होती – जिची किंमत आपण आजही मोजत आहोत. चाऊ म्हणतात की, चीनने अक्साई चीनमधील रस्ता १९५६ मध्ये बांधला. तीन पूर्ण वर्षांत भारत सरकार काहीही बोलले नाही. त्यांना माहीतच नव्हते. तीन वर्षे गेल्यावर आता तुम्ही एकदम जागे झालात आणि ज्या भागात रस्ता बांधला तो आमचा आहे असे तुम्ही म्हणता : चाऊंच्या विधानाचा खरा अर्थ हा आहे. काही वर्षांनी, हेन्री किसिंजरशी बोलताना चाऊ याच मुद्द्यावरून भारतीय अधिकाऱ्यांची टिंगल करतात. चाऊ किसिंजरना, चीनने तो रस्ता पश्चिम सिंकियँगपासून तिबेटमधील अली जिल्ह्यापर्यंत

---

१. SWJN, खंड ६५, पृष्ठ ७०२-०६

कसा बांधला आणि पंडित नेहरूंनी एकाएकी प्रश्न कसा उभा केला ते सांगतात. चाऊ किसिंजरना म्हणतात, 'मी म्हणालो, गेली तीन वर्षे आम्ही रस्ता बांधत होतो हे तुम्हाला माहीतही नव्हते आणि आता एकदम तो आमचा प्रदेश आहे' असे म्हणता हे विचित्रच आहे...'[२]

१९५४ च्या करारापूर्वी दोन्ही देशांनी सीमेविषयी कोणताही वाद उपस्थित केला नव्हता, या पंडितजींच्या मुद्द्याला चाऊंचे उत्तर नमुनेदार आहे : आम्ही त्या वेळी वाद उपस्थित केला नाही, याचे कारण त्याच्यावर तोडगा काढण्यासाठी त्या वेळी वातावरण परिपक्व झालेले नव्हते आणि त्याचा अभ्यास करायला आम्हाला वेळही मिळालेला नव्हता. पण आता...

चाऊ एन-लाय म्हणतात, 'हे खरे आहे की १९५४ मध्ये चीनचा तिबेट विभाग आणि भारत यांच्यामध्ये जेव्हा व्यापार आणि दळणवळण याबद्दलच्या करारावर चीन व भारत यांच्यात बोलणी चालू होती तेव्हा सीमाप्रश्न उपस्थित केला नव्हता. याचे कारण तो सोडवण्यासाठी योग्य अशी परिस्थिती अजून निर्माण झालेली नव्हती आणि चीनला त्या प्रश्नाचा अभ्यास करायला वेळ मिळालेला नव्हता. चीन सरकार नेहमीच म्हणत आले आहे की सीमेबाबत वाद असण्याचा चीन आणि भारत यांच्यात मैत्रीपूर्ण संबंध विकसित होण्यावर परिणाम होऊ नये. आमची अशी धारणा आहे की योग्यप्रकारे तयारी केल्यावर पूर्वीपासून अस्तित्वात असलेल्या या प्रश्नावर शांततामय सहजीवनाच्या पाच तत्त्वांच्या आधारे निश्चितच वाजवी असा तोडगा काढला जाऊ शकतो. हे उद्दिष्ट डोळ्यांपुढे ठेवून चीन सरकारने तयारी करण्यासाठी काही पावले उचलली आहेत.'

आणि त्याचा परिणाम म्हणजे पूर्वी जे म्हटले होते ते आता लागू नाही!

मॅकमहोन रेषा आणि तिचा ब्रह्मदेशाच्या बाबतीत सीमा म्हणून केलेला स्वीकार यावर त्यांचे उत्तर पंडितजी चीन-भारत सीमेबद्दल जे गृहीत धरत आले आहेत त्यातील हवाच काढून घेते. 'ती रेषा हा ब्रिटनच्या साम्राज्यवादी आक्रमणातून निर्माण झाली. ती बेकायदा आहे. चीनने ती कधीच मान्य केलेली नाही.' तिबेटसुद्धा या एकतर्फी रीतीने काढलेल्या रेषेबाबत असमाधानी होता :

> चीन-भारत सीमेशी संबंधित एक महत्त्वाचा प्रश्न म्हणजे तथाकथित मॅकमहोन रेषेचा प्रश्न. त्याच्यावर मी आपल्याबरोबर तसेच पंतप्रधान उ नू

---

२. संभाषणाच्या नोंदीसाठी 'मेमोरँडम, द व्हाइट हाऊस, टॉप सिक्रेट/सेन्सिटिव्ह/ एक्स्लुझिव्ह आईज ओनली, मेमोरँडम ऑफ कॉन्व्हर्सेशन,' ग्रेट हॉल ऑफ द पीपल, पेकिंग, जुलै १०, १९७१, रात्री ११.२० ते ११.५० www.gwu.ed/nsarchiv/NSAEBB/NSAEBB70/#11

> यांच्याबरोबर चर्चा केली. याबद्दल चीन सरकारची भूमिका मी पुन्हा स्पष्ट करतो. आपल्याला माहीत आहे की 'मॅकमहोन रेषा' ही ब्रिटिशांच्या चीनच्या तिबेट विभागाविरुद्धच्या आक्रमणाच्या धोरणाचा परिणाम होता आणि त्यामुळे चीनच्या जनतेत संतापाची भावना होती. कायद्याच्या दृष्टिकोनातूनसुद्धा ती वैध समजता येत नाही. मी आपल्याला सांगितले आहे की चीनच्या मध्यवर्ती सरकारने ती रेषा कधीच मान्य केलेली नाही. यासंबंधीच्या दस्तऐवजांवर चीनच्या तिबेट विभागाच्या स्थानिक अधिकाऱ्यांनी सही केलेली असली तरी खरे म्हणजे स्थानिक तिबेटी अधिकारी या एकतर्फी पद्धतीने काढलेल्या रेषेबद्दल असमाधानी होते. आणि या असमाधानाबद्दल मी आपल्याला औपचारिकरीत्यासुद्धा सांगितले आहे.

पण गुंतागुंतीच्या घटकांमध्ये समतोल राखण्याला चीन पाठिंबा देईल. 'मॅकमहोन रेषेच्या बाबतीत साधारणपणे वास्तववादी धोरण' ठेवण्याची आणि 'सुज्ञपणे वागण्याची' गरज आहे असे चाऊ म्हणतात. त्यामुळे या गोष्टीवर विचार करण्यासाठी चीनला वेळेची गरज आहे.

दुसऱ्या बाजूला, घडत असलेल्या महान आणि आशादायक बदलांची दखल न घेणे योग्य होणार नाही : या रेषेशी संबंध असलेले भारत आणि ब्रह्मदेश एकानंतर एक स्वतंत्र झाले आहेत आणि चीनची मित्रराष्ट्रे झाली आहेत. वर उल्लेख केलेली गुंतागुंत लक्षात घेता चीन सरकारला एका बाजूला मॅकमहोन रेषेबद्दल जरा वास्तववादी भूमिका घेणे गरजेचे होत आहे. दुसऱ्या बाजूला समजूतदारपणाची भूमिका घेणे भाग पडत आहे आणि त्यामुळे वेळेची आवश्यकता आहे.

एक महत्त्वाचा बदल आहे. पूर्वी चाऊ एन-लाय यांनी पंडितजींना सांगितले होते की, ही रेषा दीर्घकाळ अस्तित्वात असल्यामुळे आणि भारत व चीनमधील मैत्रीचे संबंध लक्षात घेता, चीन-भारत सीमा आखण्यासाठी चीन ही रेषा स्वीकारायला तयार आहे. आता ते म्हणतात, 'पण, आमचा असा विश्वास आहे की चीन आणि भारत यांच्यात प्रस्थापित झालेले मैत्रीचे संबंध लक्षात घेता सीमेच्या या भागासाठी कालांतराने मैत्रीपूर्ण तोडगा काढता येणे शक्य होईल.' मैत्रीचे संबंध लक्षात घेता चीन ही रेषा मान्य करायला तयार आहे असे खातरी देणारे विधान गाळले गेले आहे.

त्यानंतर, ते नकाशे जुने असल्याचा प्रश्न चाऊ एन-लाय उलटा करतात. सीमा निश्चितपणे आरेखित केलेली नसल्यामुळे दोन्ही देशांत वापरले जाणारे नकाशे परस्परांपासून भिन्न असणार असे चाऊ म्हणतात. चीनमध्ये वापरात असलेल्या नकाशांच्या बाबतीत 'चीनच्या सीमा गेली अनेक दशके चीनच्या नकाशांमध्ये जशा दाखवल्या जात होत्या तशाच आहेत. या सीमेचा प्रत्येक भाग पुरेशा पुराव्यावर

आधारित आहे असे आमचे म्हणणे नाही. पण सर्वेक्षण केल्याशिवाय आणि संबंधित देशांशी सल्लामसलत केल्याशिवाय त्यात बदल करणे अयोग्य होईल.'

आणि बदल करण्यात व्यवहारी अडचणीही आहेत. तुम्ही म्हणता की आमच्या नकाशासंबंधी तुम्हाला कठीण प्रश्नांना तोंड द्यावे लागत आहे; पण भारतात प्रकाशित झालेल्या नकाशांच्या बाबतीत आमचेही तेच होत आहे! 'शिवाय, असे बदल करण्यातील अडचण अशी की त्यामुळे आमच्या लोकांमध्ये गोंधळ निर्माण होईल आणि आमच्या सरकारची नालस्ती होईल.' चाऊ पंडितजींना सांगतात. 'खरे म्हणजे भारतात प्रकाशित झालेल्या नकाशांमध्ये चीन-भारत सीमा, विशेषत: तिचा पश्चिमेकडील भाग, ज्याप्रकारे दाखवला जातो त्याबद्दल आमच्या लोकांनीसुद्धा आश्चर्य व्यक्त केले आहे. त्यांनी आमच्या सरकारला ही बाब भारत सरकारपुढे उपस्थित करायला सांगितले आहे. तरीही आम्ही तसे केलेले नाही, पण त्यांना चीन-भारत सीमेची प्रत्यक्ष स्थिती समजावून सांगितली आहे. सीमाप्रश्न सोडवला – ज्यासाठी सर्वेक्षण करण्याची तसेच परस्परात विचारविनिमय करण्याची गरज आहे असे आमच्या सरकारने पुन:पुन्हा म्हटले आहे – की नकाशांमधील सीमारेषा काढण्याचा प्रश्नही सुटेल.'

नुकत्याच घडलेल्या घटनांच्या संदर्भात, जशी बाराहोतीला घडली, चाऊ सुचवतात की दोन्ही बाजूंनी सध्या त्यांच्या नियंत्रणाखाली असलेला प्रदेश त्यांच्याकडेच ठेवावा आणि वाद चर्चेतून मिटवावा.[३]

चाऊंच्या उत्तरामुळे खूपच नाराजी झाली असणार. चुकीच्या माणसावर विश्वास ठेवला, प्रश्न कणखरपणे आणि सरळपणे न मांडण्यात चूक झाली – हे नाकारताच येत नव्हते. तिबेटमधील घटनांच्या बातम्यांवरूनसुद्धा हेच दिसत होते की तिबेटी जनतेला दाबून टाकण्याचा चीनचा प्रयत्न चालूच आहे.

चीन सरकारला पाठवायच्या उत्तराचा मसुदा परराष्ट्र सचिव मांडतात. पंडितजी त्यात एका वाक्याची भर घालण्याची सूचना करतात की, हे नकाशे प्रकाशित होत राहणे ही 'आमच्या दृष्टीने मोठ्या चिंतेची बाब आहे,' परराष्ट्र सचिवांना लिहिलेल्या नोटमध्ये ते म्हणतात, 'तिबेटमधील घटना लक्षात घेता हे पत्र पाठवण्यासाठी कदाचित ही वेळ योग्य नाही असे वाटते. पण पुन्हा विचार करता हे शक्य तितके लवकर पाठवणेच योग्य होईल.'[४]

---

३. SWJN, खंड ६७, पृष्ठ ५५७-६०
४. SWJN, खंड ६७, पृष्ठ ४५०

करार, महसुलाच्या नोंदी

दोन दिवसांनी, २२ मार्च १९५९ ला पंडितजी चाऊ एन-लायना उत्तर पाठवतात. होय, हे खरे आहे की सीमा सर्व विभागांमध्ये जमिनीवर आखण्यात आलेली नाही. पंडितजी म्हणतात, 'पण ही सीमा चीन सरकारने कधीच मान्य केली नव्हती, हे वाचून मला आश्चर्य वाटले. पारंपरिक सीमा हिमालय पर्वतरांगेच्या शिखरांवरील पर्जन्यछायेला धरून आहे असे ते म्हणतात. शिवाय बहुतेक भागांमध्ये तिला भारत सरकार आणि चीनचे मध्यवर्ती सरकार यांच्यातील आंतरराष्ट्रीय कराराचा आधार आहे.' पंडितजी त्याची यादी देतात. ते म्हणतात की जुन्या महसूल कागदपत्रांवरूनसुद्धा ते भाग भारतीय शासनाखाली होते हे सिद्ध होते. मॅकमहोन रेषेबाबत पंडितजी म्हणतात की, ही रेषा उत्तरेला तिबेटचे पठार आणि दक्षिणेला पर्वतउताराचा प्रदेश यांना दुभागणाऱ्या हिमालय पर्वतरांगेच्या शिखरावरून जाते. या सोयीव्यतिरिक्त, 'आपल्या पूर्वीच्या चर्चांमध्ये आणि विशेषत: जानेवारी १९५७ ला आपण भारताला दिलेल्या भेटीत झालेल्या आपल्या चर्चेत ही रेषा त्या भागातील चीन आणि भारतामधली सीमारेषा म्हणून स्वीकारायला आपण तयार आहात असे दिसल्यामुळे आम्हाला समाधान वाटले होते. त्याच आधारावर आपण समझोता करू शकू अशी मला आशा आहे.'

पंडितजी चाऊंनी उल्लेख केलेल्या बाराहोती येथील घटनांकडे वळतात. ते जे म्हणतात ते रंजक आहे – त्या प्रसंगानंतर चीन जे करत आला आहे तेच त्यांनी (चीनने) केले आणि आपणसुद्धा सरकार त्या वेळी जे करायला तयार होते तेच करत होतो. ते म्हणजे जो प्रदेश भारतामध्ये आहे अशी आपली खातरी होती त्या भागातसुद्धा आपले लोक न पाठवणे. 'हा प्रदेश भारतीय अखत्यारीत आहे आणि आमच्या सीमेच्या आत आहे याबद्दल विस्तृत कागदपत्रांचे पुरावे' आपण सादर केले. आपण सुचवले की दोन्ही बाजूंनी त्या भागात मुलकी किंवा लष्करी अधिकारी पाठवू नयेत. 'दुर्दैवाने आपल्या शिष्टमंडळाने आमची सूचना मान्य केली नाही.' पण त्यानंतर बदल झाला आहे : 'मला असे समजते की त्या स्थितीत आता मोठा बदल झालेला आहे – गेल्या हिवाळ्याच्या सुरुवातीला आमचे नागरी पथक मागे घेण्यात आल्यावर सशस्त्र अशा चिनी नागरी व लष्करी तुकड्या पाठवण्यात आल्या आणि त्यांनी तिथे तळ ठोकला आहे. आम्हाला समजल्याप्रमाणे, सशस्त्र चिनी पथके होटी येथे तळ ठोकून आहेत आणि पक्क्या इमारती बांधत आहेत. हे खरे असेल तर त्या विवाद्य भागावर आपला कब्जा करण्यासाठी आपण एकतर्फी कृती केलेली आहे आणि ती पारंपरिक प्रथेला धरून नाही.'

भारताच्या नकाशात चीनचे मोठे भाग भारतात दाखवण्यात येत आहेत, या

चाऊंच्या आरोपाने पंडितजी व्यथित होतात. 'स्वतंत्र भारत आपल्या प्रस्थापित सीमांच्या पलीकडे जाऊन अतिक्रमण करणाऱ्यांमध्ये सर्वांत शेवटचा देश असेल हे सांगण्याची गरज नसावी,' ते लिहितात, 'आपल्या सामाईक सीमेविषयी सामान्य प्रश्न दोन्ही देशांचे समाधान होईल अशा प्रकारे सुटलेला आहे अशा विश्वासातूनच मी अनेकदा जाहीरपणे आणि संसदेत बोललो की प्रकाशित झालेल्या नकाशांमधील आपल्या सीमांबद्दल संशयाला जागा राहिलेली नाही. आमची बाजू आपल्या सरकारला पूर्णपणे समजली आणि ती मान्य केली असे आम्हाला वाटले.'

आहे ती स्थिती तशीच ठेवण्याचा चाऊंचा प्रस्ताव दोन गोष्टींची भर घालून पंडितजी स्वीकारतात. ते म्हणतात, 'काही ठिकाणी सीमेचे आलेखन करण्याबाबत आपल्या दोन सरकारांमध्ये दुर्दैवाने मतभेद आहेत. त्यामुळे नुकतेच उत्पन्न झालेले वाद होण्यापूर्वी जी स्थिती होती तिचा दोन्ही पक्षांनी मान राखावा आणि कोणत्याही पक्षाने आपला हक्क असल्याच्या समजुतीने एकतर्फी कृती करू नये. दुसरे म्हणजे नुकताच एखाद्या जागेवर ताबा मिळवला असेल तर ती स्थिती दुरुस्त करावी.'[५]

'पसरले आहेत' विरुद्ध 'जमले आहेत'

तिबेटमधील परिस्थिती बिघडतच आहे. चीनने तिबेटमध्ये मोठ्या संख्येने सैन्य हलवले आहे. तिबेटच्या जनतेला बळाचा वापर करून दाबले जात आहे. पंडितजींना आता चीनच्या स्वभावाची वेगळी बाजू दिसत आहे. त्यांची बहीण विजयालक्ष्मी पंडित, ज्या त्या वेळी लंडनला भारताच्या हाय कमिशनर होत्या, त्या 'न्यू स्टेट्समन'चे संपादक किंग्स्ले मार्टिन यांचा एक लेख पाठवतात :

लेखात त्यांनी चीनच्या तिबेटमधील दडपशाहीबद्दल पंडितजींच्या सावध धोरणाची प्रशंसा केली आहे. किंग्स्ले मार्टिन यांनी लिहिलेले वाचून पंडितजी खूश होतात. तितकेच ते ह्यू रिचर्डसन – आय.ए.एस. अधिकारी, जे आठ वर्षे तिबेटमध्ये होते – त्यांनी 'ऑब्झर्व्हर' मध्ये लिहिलेल्या लेखावर नाराज होतात. उलगडणाऱ्या घटनांबद्दलचे आपले धोरण कसे आहे आणि ते शीतयुद्धाचा परिणाम झालेल्या मानसिकतेच्या विरुद्ध कसे आहे ते पंडितजी नमूद करतात. ते चीनकडे वळतात : 'उद्धटपणा करणे आणि दादागिरी करणे हा चिन्यांचा नेहमीच आणि विशेषत: आता, स्वभाव राहिला आहे. काही बातम्या अतिरंजित असतील असे मला वाटते, पण त्यांनी तिबेटींना फार कठोरपणे वागवले याबद्दल शंका नाही. पण भारताने जे केले त्याव्यतिरिक्त, अर्थात निंदा आणि धिक्कार करणे सोडून, आणखी काय करता

५. SWJN, खंड ६७, पृष्ठ ४५१-५४

आले असते ते मला कळत नाही.'६

संसद सदस्य अस्वस्थ झाले आहेत – तिबेटींवर होत असलेल्या जुलमामुळे आणि भारताच्या सीमेलगतच्या प्रदेशात इतक्या मोठ्या संख्येत सैन्य असल्यामुळे भारताला धोका उत्पन्न होतो म्हणून. संसदेत आणि बाहेर प्रश्न विचारले जातात. स्थगन प्रस्ताव मांडले जातात. जे घडत आहे त्याचे गांभीर्य पंडितजी कमी दाखवतात. त्यांच्या नेहमीच्या पद्धतीप्रमाणे संसदेत जे बोलले जाते त्यात किंवा औपचारिक ठरावात ते एखाद्या इकडच्या एखाद्या तिकडच्या शब्दाच्या चुका काढतात. तिबेटमध्ये जे घडत आहे त्याबद्दल आणि चिनी सेना मोठ्या संख्येने त्या असाहाय्य प्रदेशात पसरत आहेत याबद्दल म्हैसूरच्या खासदाराने स्थगन प्रस्ताव मांडला आहे. 'सीमेवर सैन्य जमले आहे' या शब्दप्रयोगाला पंडितजी हरकत घेतात. (खरे तर खासदाराने चिनी सेना 'पसरत आहे' आणि त्यामुळे चीनच्या दक्षिण आणि दक्षिण-पूर्व सीमेवर 'सैन्याची पथके' आहेत असे म्हटले होते.)

'माननीय सभासद श्री. इमाम ज्याबद्दल बोलले, म्हणजे सैन्य गोळा होण्याबद्दल, त्याबद्दल मी बोलतो,' पंडितजी सभागृहाला सांगतात, 'आता, मला हे अजिबात माहीत नाही. खरे तर, खरे सोडूनच द्या, तशी अफवासुद्धा मी ऐकलेली नाही. आणि 'भारताच्या सीमेवर सैन्य जमले आहे' म्हणून त्यांनी स्थगन प्रस्ताव मांडला आहे!'

एक सदस्य म्हणतो, 'ते चिनी सैन्य पसरण्याबद्दल म्हणाले.' सदस्य (श्री. इमाम) स्वत: म्हणतात, 'तोच शब्द मी माझ्या स्थगन प्रस्तावात वापरला आहे?' पंडितजी डगमगत नाहीत. 'वर्तमानपत्रात वाटेल ते छापून येत आहे,' पंडितजी म्हणतात, 'आणि कधी-कधी ते तिबेटमधून आलेल्या बातम्यांवर नव्हे, तर तिबेटच्या बाहेरून – ते हाँगकाँग असेल नाही तर आणखी कुठून असेल – येणाऱ्या बातम्यांवर आधारित असते. अशी कोणतीही अफवा चुकीची असेल असे मी म्हणत नाही. ते मी कसं म्हणणार? पण साधारण बोलायचे तर, त्या बरोबर नाहीत. ते कसेही असो, माझ्या माहितीप्रमाणे भारताच्या सीमेवर सैन्य गोळा झालेले नाही– मला जी माहिती आहे त्यानुसार आणि जी गोष्ट मला मान्यच नाही तिच्यावर चर्चा तरी कशी करणार?'७

चीनने तिबेटमध्ये घुसवलेल्या सैन्याबाबतच्या प्रश्नांचा असा निकाल लागला. आपल्या दीर्घ भाषणात पंडितजी असेही म्हणतात की, इतिहासकाळात चीनच्या

---

६. SWJN, खंड ६८, पृष्ठ ४५७-५९
७. 'लोकसभा डिबेट्स' मालिका दुसरी, खंड ७३, स्तंभ ८४६१-६८, ३० मार्च १९५९. शिवाय : SWJN, खंड ६७, पृष्ठ ४७१

तिबेटवरील नियंत्रणाच्या प्रमाणात बदल होत राहिलेला आहे, पण 'आपले धोरण आणि इतिहासात, पूर्वी – मी गेल्या ५०० वर्षांच्या इतिहासात जात नाहीये – भारताच्या पूर्वीच्या सर्व सरकारांचे धोरण हे तिबेट आणि तिबेटची स्वायत्तता यांच्यावर चीनचे एक प्रकारचे स्वामित्व आणि सार्वभौमत्व मान्य करण्याचे होते...'

हे लक्षात घ्या की, थोड्याच वर्षांपूर्वी पंडितजींच्याच नेतृत्वाखालील भारत सरकार 'तिबेट सरकार' ही संज्ञा वापरत होते, ते तिबेटला एक स्वतंत्र राष्ट्र मानत होते. तसेच, पंडितजी आता स्वामित्व आणि सार्वभौमत्व त्या दोन शब्दांची गल्लत करत होते. जे एकाच अर्थाचे नाहीत असे ते ठामपणे म्हणत असत.

मूलभूत मुद्दा वेगळाच आहे, तो म्हणजे चीनने त्यांचे सैन्य तिबेटमध्ये घुसवले याबद्दल आपण काहीही करू शकत नाही. यावरून असे दिसते की : 'स्वायत्ततेचे प्रमाण बदलले आहे,' पंडितजी सभागृहाला सांगतात, 'कारण गेल्या शंभर वर्षांमध्ये चीनची ताकद, चीनचा कमकुवतपणा, तिबेटची ताकद, तिबेटचा कमकुवतपणा यांच्यात बदल झाला आहे. पण आहे ते असे आहे. चीनमधील प्रत्येक सरकारने असा दावा केला आहे; तिबेटमधील अनेक सरकारांनी तो नाकारला आहे. ते काहीही असले तरी आम्हाला न्याय करणे किंवा हस्तक्षेप करणे किंवा मध्यस्थी करणे कायद्यानुसार, वास्तवानुसार किंवा त्या परिस्थितीत शक्य नव्हते, आम्ही काहीही करू शकत नव्हतो. तो नुसता पूर्वीचा इतिहास झाला.'

पंडितजी म्हणतात, चाऊ एन-लाय यांच्या भारतभेटीत त्यांनी (चाऊंनी) तिबेटच्या स्वायत्ततेवर मोठा भर दिला होता आणि ते म्हणाले होते की तिबेट हा चीनचा विभाग आहे आणि त्याला 'पूर्ण स्वायत्तता' दिली जाईल. हा मुद्दा मी नव्हता उपस्थित केला. चाऊ एन-लाय स्वतःच तसे म्हणाले. 'ते मला म्हणाले होते की त्यांची आणि चीनची अशी धारणा होती की तिबेट हा नेहमीच चीन या राष्ट्राचा भाग राहिला आहे; म्हणजे त्यांनी नेहमीच असा दावा केला होता आणि तो त्यांच्या ताब्यात होता; पण तरीही तिबेट चीन नव्हता,' असे चाऊ बोलल्याचे पंडितजी म्हणतात. 'तिबेट म्हणजे चीन नव्हे; तिबेट हा चीनचा प्रांतही नाही. तिबेट हा चीन या राष्ट्राचा भाग असलेला स्वायत्त विभाग आहे – मला आठवते त्यापमाणे हे त्यांचे शब्द होते – आणि म्हणून आम्हाला त्याला स्वायत्त विभाग म्हणून समजून पूर्ण स्वायत्तता द्यायची आहे.'

'अशा प्रकारे त्यांनी चीन सरकारची तिबेटबद्दलची धारणा स्पष्ट केली,' पंडितजी म्हणतात. 'मला एवढेच म्हणणे शक्य होते की आम्हाला चीनचे तिबेटवरील सार्वभौमत्व मान्य करणे भाग आहे; पण श्री. चाऊ एन-लायनी तिबेटच्या स्वायत्ततेवर एवढा भर दिला त्यामुळे मला आनंद झाला. मी म्हणालो की हे जर पूर्णपणे अमलात आणले, आणि तिबेटी लोकांना माहीत झाले तर कदाचित अडचणी खूप

कमी होतील. कारण मला आठवतं की समस्या तीन वर्षांपूर्वीच निर्माण झालेल्या होत्या.'[८]

बुलडोझर पुढे जात राहतो

चीनचा धडाका जास्तच जुलमी होतो. प्रत्यक्ष ल्हासा चिरडून टाकण्यात येते. दलाई लामांच्या निवासाच्या परसात तोफगोळे येऊन पडतात. ते आणि त्यांचे सर्वांत जवळचे सल्लागार ठरवतात की आत्ता ताबडतोब निघणे आवश्यक आहे. खडतर प्रवास करून ते आणि त्यांचा लहानसा गट भारताच्या सीमेवर पोहोचतो. भारत सरकार त्यांचे योग्य त्या सन्मानाने स्वागत करते आणि त्यांना औपचारिकरीत्या आश्रय देण्यात येतो. ते त्यांचा निवास कुठे ठेवतील याचा अंतिम निर्णय होईपर्यंत ते, त्यांचे जवळचे नातेवाईक आणि सहकारी यांना मसुरीला नेण्यात येते.

या घटनांनी जगात खळबळ माजते. भारतातसुद्धा जनमत जागे होते. पंडितजींनी दलाई लामांना आश्रय देण्याचा घेतलेला निर्णय खरोखर दूरदर्शीपणाचा आहे. तो तत्त्वावर आधारित आहे. त्यामुळे चीन भयंकर संतापेल याची पूर्ण जाणीव ठेवून तो घेतला आहे. या सर्व कारणांमुळेच तो निर्णय धाडसी आणि तत्त्वाधिष्ठित आहे. आणि हा निर्णय पंडितजींनी घेतला त्याबद्दल आपण त्यांचे ऋणी राहू. चीनच्या कृतीमुळे संसद संतप्त झाली आहे.[९] पंडितजी अनेक गोष्टींचा समतोल साधण्याचा

---

८. 'लोकसभा डिबेट्स' मालिका दुसरी, खंड २८, स्तंभ ८४६१-६८, ३० मार्च १९५९. शिवाय : SWJN, खंड ६७, पृष्ठ ४७३

९. सभा बाहेरसुद्धा घेण्यात आल्या. चीनचा आणि तिबेटी जनतेवरील दडपशाहीचा निषेध केला गेला. या निषेध सभांचे आयोजन करण्यात जयप्रकाश नारायण आणि त्यांचे समाजवादी सहकारी आघाडीवर आहेत. 'जगातील इतर कोणत्याही देशाप्रमाणेच तिबेटी जनतेलासुद्धा स्वयंनिर्णयाचा हक्क आहे,' असे त्यांच्या एका सभेत संमत झालेला एक ठराव ठामपणे म्हणतो. 'वंश, भाषा, संस्कृती याबाबतीत तिबेटी लोक चिनी लोकांपेक्षा वेगळे असून राष्ट्रीयत्वाच्या सर्व कसोट्यांप्रमाणे ते (वेगळे) राष्ट्र आहे. चीनने जरी अठराव्या शतकापासून तिबेटवर स्वामित्वाचा दावा केला असला आणि तो अधूनमधून राबवलाही असला तरी ते स्वामित्व तिबेटी जनतेच्या उत्स्फूर्त संमतीवर आधारित नव्हते आणि विसाव्या शतकाच्या दुसऱ्या दशकात तिबेटी जनतेने ते जवळ-जवळ झुगारूनही दिले होते. १९५१चा चीन-तिबेट करार, ज्यानुसार तिबेटवर चीनची सत्ता लादली गेली तो, सक्ती आणि हिंसा यांच्या जोरावरच करण्यात आला. (SWJN, XLIX 562 मध्ये पुनर्मुद्रित) हरकत न घेण्याजोगा आणि सत्य. परंतु पंडितजींना वाटते की दलाई लामांना आश्रय देऊन

तळटीप पुढील पानावर चालू

प्रयत्न करतात. ते म्हणतात, आपली धोरणे तीन उद्दिष्टांवर आधारित असायला हवीत. एक आणि सर्वांत प्रथम, आपण भारताचे हितसंबंध आणि भारताची सुरक्षा यांचे रक्षण करायला हवे. दुसरे, आपल्याला चीनबरोबर मित्रत्वाचे संबंध ठेवायचे आहेत – हे संबंध मैत्रीपूर्ण असणे हे आपण, चीन आणि जगाच्या दृष्टीने महत्त्वाचे आहे. तिसरे, आपले तिबेटबरोबरचे घनिष्ट संबंध – सांस्कृतिक, ऐतिहासिक, धार्मिक – लक्षात ठेवायला हवेत. अर्थात दलाई लामांबद्दल येथील लोकांना असणारा पूज्यभाव आणि तिबेटमधील कठीण परिस्थितीमुळे तिथल्या जनतेबद्दल वाटणारी सहानुभूती.

वस्तुस्थिती ही आहे की चीन करत असलेली निर्दय दडपशाही पंडितजी चीन आणि चिनी लोकांबद्दल जे काही सांगत आले आहेत – निदान जाहीरपणे – त्याच्याशी अगदी विसंगत आहे. चीनच्या बाबतीत त्यांनी जे धोरण ठेवले होते– सीमाप्रश्नासकट; विशेषत: चीन युक्तिवाद मानणारा आणि विश्वासास पात्र आहे तसेच त्यांच्याबरोबरचे प्रश्न सोडवण्यासाठी अजून वेळ उपलब्ध आहे, हे त्याच्या पायाभूत तत्त्वांना सुरुंग लावणारे आहे.

मागील पानावरून तळटीप ९ पुढे चालू

आणि तिबेटी निर्वासितांना भारतात यायला देऊन आपण आधीच चीनचा रोष ओढवून घेतला आहे. चीनवर केलेली अशी टीका, अशा सभा आणि असे ठराव यांच्यामुळे त्यांचे काम अनेक पटींनी कठीण झाले आहे असे त्यांना वाटते. अशा सभा, ठराव आणि त्यांचे आयोजन करणारे लोक – विशेषत: जे.पी. – यांच्यावर ते टीका करतात आणि त्यांच्याशी भारत सरकारचा काहीही संबंध नाही,असे प्रत्येकाच्या लक्षात आणून देण्याच्या प्रत्येक संधीचा लाभ घेतात. '...मला असे वाटते की त्या सभेचे जे काही उद्दिष्ट दिसते आणि ते ज्या कशाचेही प्रतिनिधित्व करत असेल ते, अगदी चुकीचे आहे,' असे त्या विशिष्ट सभेबद्दल पंडितजी संसदेला सांगतात. 'हा अगदी चुकीचा मार्ग आहे. त्यामुळे कोणाचेही भले होणार नाही आणि भारतातील कोणत्याही जबाबदार लोकांनी तो मार्ग स्वीकारला असेल तर त्यामुळे मोठे नुकसानच होणार आहे. कारण, आपण एक गोष्ट सर्वांत प्रथम लक्षात घेतली पाहिजे. आपल्याला काय हवे आहे? आपले उद्दिष्ट काय आहे? आपल्याला ते कसे साध्य करता येईल? त्यासाठी आपण काय करू शकतो?...' चीनमधील चित्र – तेव्हाचे आणि आत्ताचे – किती विरुद्ध आहे पाहा : अगदी आजसुद्धा आपण बघत आहोत : बेलग्रेडमधील चिनी वकिलातीवर चुकून झालेला बॉम्बहल्ला किंवा जपानचा निषेध – चिनी सरकार मिळमिळीत परिषदा भरवत नाही, तर जेव्हा त्यांच्या फायद्याचे असेल तेव्हा भीतिदायक निदर्शने आणि निषेध घडवून आणते.

दलाई लामांना आश्रय देण्यामुळे चीनची जी नाराजी होईल ती निदान जाहीरपणेतरी त्यांना वाढवायची नाहीये. आपल्या धोरणाचा पायाच चुकीच्या समजुतींवर आधारलेला होता असे आता दिसत आहे. आपण स्वत:ची दिशाभूल होऊ दिली आणि त्यामुळे देशाला एका गंभीर संकटाच्या जवळ आणले हे ते कबूल करणार नाहीत. त्यामुळे संसदेत प्रश्नांचा भडिमार झाल्यावर ते कधी वास्तववादी, तर कधी टाळाटाळ करणारे, कधी चिडखोर तर कधी तत्त्ववेत्त्याप्रमाणे होतात. आणि अनेकदा, त्यांच्याबाबतीत बरेचदा होते तसे – भरकटतात. तसेच अनेकदा त्यांचा समजही दिसून येतो की आवश्यक ते ज्ञान फक्त आपल्याकडेच आहे; घडणाऱ्या घटना आणि त्यांचा भारतावर होणारा परिणाम त्यांचे मूल्यमापन करण्यासाठी लागणारा उच्च दृष्टिकोन फक्त आपल्याकडेच आहे – असा समज जो लवकरच कटू स्मृती होणार आहे.

पूर्ण सत्यापेक्षा कमी

भारताचे मोठे भाग चीनमध्ये दाखवणारे नकाशे प्रकाशित करणारा फक्त चीनच आहे असे नाही. आता रशियानेसुद्धा तसेच नकाशे छापले आहेत. संसदेत प्रश्न विचारले जातात. पंडितजी म्हणतात, 'मला वाटतं त्यांनी (सोव्हिएत सरकारने) अभ्यास न करता नुसते त्यांचे नकाश घेतले किंवा चीनच्या नकाशांची कॉपी केली असावी आणि आम्ही जेव्हा त्यांना विचारले तेव्हा आम्ही चौकशी करू असं ते म्हणाले.'

पण चीनचे काय? नकाशांबद्दल त्यांनी दिलेल्या आश्वासनांचे काय झाले? 'चीनच्या नकाशांच्या बाबतीत आमचा अजून पत्रव्यवहार चालू आहे;' पंडितजी म्हणतात, 'मी पूर्वी संसदेला सांगितले त्याप्रमाणे त्यांचे उत्तर आहे की, हे जुने नकाशे आहेत आणि निश्चित सीमेबद्दल आम्हाला खातरी नाही. आम्ही चौकशी करू आणि सध्याची स्थिती चालू राहील.' ते पुढे म्हणतात, 'हे उत्तर पुरेसे नाही आणि तेसुद्धा इतक्या वर्षांनंतर. आम्ही ते त्यांच्या नजरेला आणले आहे. जवळ-जवळ एक महिन्यापूर्वी किंवा थोडे दिवस जास्त किंवा कमी झाले असतील; मी त्यांना लिहिले आहे. त्यानंतर त्यांचे उत्तर आलेले नाही.'

चाऊ एन-लाय यांनी नकाशासंबंधीचा पवित्रा पूर्णपणे बदलला आहे हे पंडितजी सांगत नाहीत : ते संसदेत सांगतात ते खोटे नाही, पण ते पूर्ण सत्य नसते. चाऊ एन-लाय पुढे म्हणाले होते की ते नकाशे जुने अशा अर्थाने आहेत की चीन सतत तेच नकाशे प्रकाशित करत होते. त्यात जर तुम्ही ज्यांना भारताचे भाग म्हणता ते चीनमध्ये दाखवले असतील तर चीनचे मोठे भाग भारतात दाखवणारे नकाशे भारत प्रकाशित करत आहे अशा आमच्या लोकांच्या टीकेला आम्हाला तोंड द्यावे लागेल, असे ते म्हणाले होते.

थोड्याच वेळात पंडितजींची उत्तरे आणखी अपारदर्शक होतात. त्यांच्याच काँग्रेस पक्षाचा एक सदस्य विचारतो, 'चीन आणि भारत यांच्यात सीमेवरील प्रदेशाबद्दल किंवा कोणत्याही प्रकारच्या प्रदेशाबद्दल वाद आहे का आणि नसेल तर भारताचे काही भाग, जे उघडपणे भारतात आहेत ते चीनचे भाग म्हणून का दाखवले आहेत?'

'या प्रश्नाला उत्तर देणे मला जरा कठीण आहे,' पंडितजी उत्तर देतात. 'आमच्यात लहान आकाराच्या एक-दोन किरकोळ भागांबद्दल, एखादा मैल इकडे किंवा एखादा मैल तिकडे उंच डोंगरात, जिथे कोणाची वस्ती नाही, अशा भागांबद्दल चर्चा झाली आहे, आणि त्यावर निर्णय व्हायचा आहे. त्यांच्यावर आम्ही चर्चा केली आहे आणि आजमितीला त्यावर सहमती झालेली नाही. दुसरा कोणताही प्रश्न चर्चेसाठी उपस्थित केला गेलेला नाही...'

ही प्रश्नोत्तरे २२ एप्रिल १९५९ ला होतात. चाऊ एन-लाय यांनी त्यांचे पत्र २३ जानेवारीला पाठवले – त्यात त्यांनी संपूर्ण सीमेबद्दलच वाद उपस्थित केला होता.

सदस्यांचे अजिबात समाधान झालेले नाही. 'नकाशाव्यतिरिक्त, कारण नकाशांचा प्रश्न तात्त्विक आहे, भारत आणि तिबेट यांच्यामधील असे काही प्रदेश आहेत का जिथे त्यांनी नकाशाच्या आधारे अतिक्रमण केले आहे. – आपल्या भूमीत अतिक्रमण केले आहे का – विशेषत: ताकलाकोटमध्ये जे अलमोराच्या सीमेजवळ आहे?' पंडितजींच्याच काँग्रेस पक्षाचे एक सदस्य विचारतात. ते लोकसभेत नैनीतालचे प्रतिनिधित्व करतात. 'ताकलाकोटला ते त्यांच्या नकाशानुसार सहा मैल या बाजूला आलेले आहेत तो फक्त नकाशाचाच प्रश्न नाहीये. त्यांनी आपल्या भूमीवर प्रत्यक्षात अतिक्रमण केले आहे, एकाच पल्ल्यात सहा मैल.'

पंडितजी पुन्हा एकदा चीनच्या कृतीचे गांभीर्य कमी करतात. 'मला अशा प्रश्नांना अचूक उत्तर द्यायला आवडेल,' असे ते म्हणतात आणि त्याच्या उलट करतात. 'मला ढोबळ उत्तर देणे आवडणार नाही. ताकलाकोट आणि दुसरी एक जागा – होटी – यांच्याबद्दल काही दिवसांपासून वाद चालू आहे आणि कधी-कधी, आम्हाला मिळालेल्या बातम्यांवरून काही चिनी उंच डोंगरात, एक-दोन मैल पुढे आले आहेत, ते खरे आहे. आम्ही त्याची चौकशी करत आहोत. अडचण अशी आहे की हिवाळ्याच्या महिन्यात या बहुतेक ठिकाणांना पोहोचता येत नाही आणि त्यांच्या बाजूपेक्षा आपल्या बाजूकडून पोहोचणे जास्त कठीण असते.'

सभापती सुचवतात की सदस्यांनी याच प्रश्नावर प्रश्नोत्तरांचा पूर्ण तास घेण्याऐवजी त्यावर वेगळ्या अर्ध्या तासाच्या वेळात चर्चा करता येईल. पंडितजी म्हणतात की ते त्याला राजी नाहीत. त्यामुळे आणखी काही प्रश्न विचारले जातात.

एक सदस्य विचारतो, 'अनेक वृत्तपत्रांमध्ये असे वृत्त आले आहे की चीनने ३०,००० चौरस मैल एवढ्या आपल्या प्रदेशावर दावा केला आहे आणि त्यांनी मॅकमहोन रेषेबद्दलसुद्धा वाद उपास्थित केला आहे. त्याकडे सरकारचे लक्ष वेधले गेले आहे का?'

पंडितजींचे उत्तर त्यांच्या नेहमीच्या धाटणीचे असते : ते दिशाभूल करणारे असते. 'नाही,' ते म्हणतात आणि सदस्यांवरच जबाबदारी टाकतात. 'मी माननीय सदस्यांना सुचवतो की त्यांनी कधी हाँगकाँगहून तर कधी इतर ठिकाणांहून येणाऱ्या बातम्यांकडे फारसे लक्ष देऊ नये. असा कोणताही दावा प्रत्यक्ष किंवा अप्रत्यक्षपणे करण्यात आलेला नाही.'

आतापर्यंत चीनने अक्साई चीनवर कब्जा केलेला आहे. आताचा पूर्ण अरुणाचल प्रदेश आणि आसामचे मोठे भाग चीनचे भाग असल्याचे दाखवणारे नकाशे त्यांनी अधिकृत केले आहेत. मॅकमहोन रेषा स्वीकारण्याची दाखवलेली तयारी ते आता नाकबूल करत आहेत. आता 'प्रत्यक्ष किंवा अप्रत्यक्षपणे' दावा करायला त्यांनी आणखी काय करावे?

'वर्तमानपत्रात येणाऱ्या बातम्यांना फार महत्त्व देऊ नका, असे पंतप्रधानांनी आम्हाला सांगितले,' एक सदस्य म्हणतात. 'चाऊ एन-लाय यांनी चीनच्या राष्ट्रीय असेम्ब्लीत सांगितले की चीन आणि इतर देशांमधील सीमा पुन्हा शांतीपूर्ण मार्गाने निश्चित करायच्या आहेत याकडे त्यांचे लक्ष वेधण्यात आले आहे का? याचा अर्थ भारत आणि चीन यांच्यातील सीमारेषा म्हणून मॅकमहोन रेषा स्वीकारायला ते तयार नाहीत असा आहे का याबद्दल आपल्या राजदूतांनी विचारणा केली आहे का?'

'तशा प्रकारचे काहीतरी वृत्त मी बघितले,' पंडितजी म्हणतात – पण चाऊ एन-लाय त्यांच्या औपचारिक पत्रात फार पुढे गेले आहेत याचा उल्लेख त्यांनी केला नाही. 'त्याचा निश्चित अर्थ काय होतो, तो मी लावू शकत नाही. खरे म्हणजे या विषयावर आमचा चीन सरकारशी पत्रव्यवहार चालू आहे. त्यांचे उत्तर आले की मग मी त्याचा अर्थ लावू शकेन.'[१०]

दलाई लामांना सूचना देणे

दलाई लामा – त्या वेळी केवळ २४ वर्षे वयाचे आणि त्यांच्या बरोबरच्या लोकांना मसुरीला नेण्यात आले आहे. त्यांच्या राहण्यासाठी तिथले बिर्ला हाऊस घेण्यात

१०. या आधीच्या प्रश्नोत्तरांसाठी, 'लोकसभा डिबेट्स' मालिका दुसरी, खंड ३०, स्तंभ १२७१५-२१, २२ एप्रिल १९५९. शिवाय : SWJN, खंड ६८, पृष्ठ ४६५-७१

आले आहे. दलाई लामांना भेटण्यासाठी पंडितजी मसुरीला जातात.

२४ एप्रिल १९५९ रोजी त्यांची चार तास भेट होते. पंडितजी कधी स्नेहपूर्ण असतात – पंडितजींनी आपल्याला किती प्रेमाने आणि काळजीने वागवले याची नंतरच्या काळात दलाई लामा नेहमी आठवण करतात – तर कधी जबानी घेतल्याप्रमाणे बोलतात. साहजिकच पंडितजी दलाई लामांना तिबेट सोडणे भाग पडले त्याआधीचा घटनाक्रम विचारतात. तिबेट मागे पडला आहे आणि त्यामुळे तो चीनच्या आक्रमणाच्या भक्ष्यस्थानी पडला हे दलाई लामा कबूल करतात. तिबेटला आधुनिक होण्याची आणि स्वत:च्या पायावर उभे राहण्याची आणखी एक संधी कशी मिळेल याचा मार्ग ते शोधत आहेत. बाहेरून– संयुक्त राष्ट्रसंघ, इतर देश, भारत यांच्याकडून काही मदत मिळेल काय याची ते हळुवारपणे चाचपणी करतात. या आशेवरून पंडितजी जरा नाराज होतात. अशा आशेच्या बाबतीत ते दलाई लामांचा भ्रमनिरास करतात, पण तसे करताना भारत याबाबतीत असाहाय्य आहे; भारताने आधीच जे केले आहे – दलाई लामांना आश्रय देणे – त्याचे परिणाम होत आहेत आणि यापलीकडे काही करता येणे शक्य नाही, असे दर्शवतात.

पंडितजींनी दिलेला वास्तववादी होण्याचा सल्ला म्हणजे असाहाय्यतेची कबुलीच आहे.

दलाई लामा म्हणतात की, सुधारणा घडवून आणण्यासाठी तिबेटचे लोक उत्सुक आहेत, पण या सुधारणा 'तिबेटच्या लोकांनीच स्वत: घडवून आणणे आवश्यक आहे; परदेशीयांनी नाही आणि चीनने तर निश्चितच नाही, कारण ते निधर्मी आहेत.' ते पुढे म्हणतात, 'तिबेटी लोकांनी पूर्ण स्वातंत्र्य मिळवले पाहिजे आणि खरी शांती प्राप्त करायला हवी जे धर्माचे अनुसरण करूनच शक्य आहे.' ते म्हणतात, आता तिबेटी लोक पूर्वीपणे सनातनी नाहीत आणि त्यांना सुधारणा हव्या आहेत, पण त्या त्यांच्या इच्छेनुसार असाव्यात. ते म्हणतात की, तिबेटी विद्यार्थी त्यांना असे लिहीत आले आहेत आणि त्यांच्यात प्रबळ राष्ट्रीय भावना आहेत.

बैठकीच्या अधिकृत नोंदीत म्हटले आहे : दलाई लामांना थांबवत पंतप्रधान जोरात म्हणाले, 'आपण वस्तुस्थितीला धरून राहू या. ही नव्या जगाची संकल्पना मलाही मान्य आहे. मला स्वत:ला नवा भारत बघायला आवडेल, पण या केवळ इच्छा आहेत आणि त्या पूर्ण झाल्याचे बघायला मी जिवंत असेन की नाही ते सांगता येत नाही. परिस्थिती जशी आहे तशी आपण बघायला हवी आणि वास्तव समजून घ्यायला हवे. आम्ही धर्म समजू शकतो. धर्म जर खरोखरी प्रवाही आणि बलवान असेल तर त्याला अशा परिस्थितीशी सामना करता यायला हवा आणि त्याला तसे करता येत नसेल तर त्याच्यात काहीतरी मोठी चूक आहे.'

ते दलाई लामांना सांगतात, 'फक्त दोन पर्याय आहेत. एक म्हणजे सशस्त्र संघर्ष– ज्यात ज्याच्याकडे मोठी शस्त्रे आहेत तो जिंकतो. विद्यार्थी आणि त्यांच्या राष्ट्रवादी भावना हे नि:संशय चांगले उदाहरण आहे. त्याने हेच सिद्ध होते की तुम्ही संपूर्ण देशाचे कशातही परिवर्तन करू शकत नाही, जोपर्यंत ते आपल्या हिताचे आहे याची त्यांना खातरी पटत नाही.'

पण अशा भावना पुऱ्या पडत नाहीत.

पंडितजी पुढे म्हणतात, 'जर कोणाला एखाद्या कारणासाठी लढायचे असेल तर त्याने त्याची शस्त्रे काळजीपूर्वक निवडावीत. अशी शस्त्रे की जी त्याच्या फायद्याची होतील, शत्रूच्या नव्हे. जर शस्त्रास्त्रांच्या बाबतीत आपण शत्रूच्या बरोबरीचे किंवा वरचढ असू तरच हिंसेचा मार्ग समजण्यासारखा असतो. तसे असेल तर हिंसेचा वापर कसा करावा हेसुद्धा माहीत असायला हवे. मी टीका करत नाहीये, फक्त तिबेटमधील परिस्थितीचे विश्लेषण करतोय. आध्यात्मिक प्रयत्न आणि भौतिक बळ या दोन वेगळ्या गोष्टी आहेत. प्रत्यक्ष भौतिक संघर्षात आपण किती बळ वापरू शकतो आणि त्याचा परिणाम कसा होईल यांचा विचार करणे आवश्यक असते. असे काहीतरी मी दलाई लामांना बुद्धजयंती समारंभात भेटलो तेव्हा बोललो होतो. तात्त्विक दृष्टीने नव्हे पण व्यवहारी दृष्टिकोनातून बोलायचे झाल्यास तिबेट आर्थिक आणि सामाजिकदृष्ट्या मागासलेला झाला होता. असा देश भौतिकदृष्ट्या कमकुवत आणि गरीब असतो आणि तो शक्तिमान राष्ट्राचा सामना करू शकत नाही. 'आता आम्हाला सामर्थ्यवान बनण्याची संधी द्या' असे म्हणणे म्हणजे वस्तुस्थिती लक्षात न घेणे आहे. तशाने काम होणार नाही. अशा सर्व उदाहरणांमध्ये, लोकांची स्थिती सुधारण्यासाठी त्यांचे स्वत:चे प्रयत्न आवश्यक असतात. भारताचेच उदाहरण घ्या. 'आमचीसुद्धा तुलनेने मागासलेपणाचीच पार्श्वभूमी होती आणि भारतातल्या लोकांना प्रत्यक्षात स्वातंत्र्य मिळण्यापूर्वी किती झगडावे लागले ते पाहा.'

फळ मिळणे केवळ सामर्थ्यावरच अवलंबून असते, असा दलाई लामांना उपदेश केल्यावर पुढच्याच क्षणी पंडितजी ते नजरेआड करतात. तिबेटला 'पूर्ण स्वायत्तता' राहील याची चीन कशी खातरी करणार आहे असे चाऊ एन-लाय म्हणाले होते आणि पंडितजींनी दलाई लामांना, चाऊ एन-लाय यांच्या आश्वासनावर विश्वास ठेवा हे सांगितले होते ते आठवा. आता पंडितजी दलाई लामांना 'रागवत' आहेत :

पंतप्रधान : तिबेटला दिलेली स्वायत्तता बरोबर चालत नाहीये किंवा ती प्रत्यक्षात नाहीये असे दलाई लामांनी चाऊ एन-लाय आणि जनरल

तान[११] यांना कधी सांगितले का?

दलाई लामा : होय, मी चँग-कुओ-हुवा यांच्याशी बोललो.[१२] १९५९ मध्ये (बोललो). खाममध्ये ते करत असलेल्या सुधारणा लोकांच्या इच्छेविरुद्ध आहेत म्हणून. पण स्वायत्ततेविषयी नाही.

पंतप्रधान : दलाई लामा आणि पंतप्रधान चाऊ एन-लाय यांची शेवटची भेट केव्हा झाली?

दलाई लामा : दिल्लीत.

पंतप्रधान : तिबेटमध्ये खरी स्वायत्तता नाहीये असे एकदा नाही, तर शंभरदा पंतप्रधान चाऊ एन-लायना का सांगितले नाही? ती चालत नाहीये असे आता म्हणून फार परिणाम होणार नाही.

पण पंडितजींच्या स्वत:च्याच विश्लेषणानुसार तिबेट दुर्बल असल्यामुळे शंभर वेळा बोलून तरी काय उपयोग झाला असता?

दलाई लामा शब्दांचा कीस काढत बसणारे नव्हते. 'मुख्य मुद्दा हा आहे की त्यांनी (तिबेटच्या लोकांनी) जेव्हा काही घातक धोरणांना विरोध करायचा प्रयत्न केला तेव्हा चिनी राज्यकर्त्यांनी विरोध केला आणि ते संतापले,' ते पंडितजींना सांगतात. तेव्हापासून त्यांना संशय आहे आणि आता त्यांना बंडखोर म्हणू लागले आहेत. चाऊ एन-लाय यांच्याकडे स्वायत्ततेबद्दल बोललो नाही ही चूक झाली असे दलाई लामा कबूल करतात. चीन, आपण टीकेचे स्वागतच करतो असा बाहेरून देखावा जरी करत असले तरी प्रत्यक्षात कोणी टीका केली की ते संतापतात. त्यामुळे त्यांना हे सांगण्याची संधीच मिळाली नाही.'

पंडितजींचा दृष्टिकोन स्पष्ट आहे– दोन्हीबद्दल : तिबेटचे लोक काय करू शकणार नाहीत आणि भारत काय करू शकत नाही, ते : 'पर्याय हे आहेत : हत्यार उचलायचे किंवा चीनशी धीराने प्रत्यक्ष बोलायचे. भारताच्या मदतीबद्दल बोलायचे झाल्यास, देशात तिबेटविषयी चांगलीच सहानुभूती आहे याबद्दल शंकाच नाही आणि चीनने किंवा कम्युनिझमने तिबेटचा धर्म दाबून टाकणे, बुडवून टाकणे आम्हाला नको आहे. पण आम्ही निश्चित काय करावे अशी त्यांची इच्छा आहे? आम्ही चीनशी किंवा तिबेटशी युद्ध करू शकत नाही आणि तसे केल्यानेसुद्धा

---

११. जनरल तान कुवान-सान, चीन सरकारचे तिबेटमधील हंगामी प्रतिनिधी आणि तिबेट मिलिटरी एरिया कमांडचे पॉलिटिकल कोमिस्सार.

१२. चँग-कुओ-हुवा १९५१ मधे चिनी सेनेचे तिबेटमध्ये नेतृत्व केले होते, पीएलएचचे तिबेटमधील कमांडर.

तिबेटला मदत होणार नाही. आम्ही दुसरे काय करावे अशी त्यांची अपेक्षा आहे?'

जेव्हा पंडितजींना एखाद्या गोष्टीबद्दल काही करायचे नसते किंवा करता येणे शक्य नसते तेव्हा त्यांचा 'हे किंवा ते' अशा प्रकारे प्रश्न करण्याकडे कल असतो. शांतता नाही तर जागतिक युद्ध.

दलाई लामा म्हणतात 'केव्हातरी स्वातंत्र्य मिळेल, अशी तिबेटींची अपेक्षा आहे.'

'आपण वास्तवाला सामोरे जाऊ या,' पंडितजी त्यांना सांगतात. 'माझी कितीही इच्छा असली तरी भारतातील लोकांसाठी स्वर्ग आणून देणे शक्य नाही. चीनची संपूर्ण बांधणी नष्ट केल्याशिवाय संपूर्ण जगसुद्धा तिबेटला स्वातंत्र्य मिळवून देऊ शकणार नाही. अमेरिका, इंग्लंड, कोणालाही ते सध्या शक्य नाही. दलाई लामांनी हे लक्षात घ्यावे की सध्याच्या परिस्थितीत तिबेटचे स्वातंत्र्य म्हणजे चीन या राष्ट्राचे पूर्ण विघटन होणे आहे, जे शक्य कोटीतले नाही. चीनचा पराभव करणे सोपे नाही. फक्त एखादे जागतिक युद्ध किंवा अणुयुद्ध झाले तरच तसे होण्याची शक्यता. असे जागतिक युद्ध कोणी सुरू करू शकेल का? भारत जागतिक युद्ध सुरू करू शकेल? आपण वर्तमानकाळाविषयी बोलू या, भविष्याबद्दल नाही आणि जास्त वास्तववादी होऊ या.'

'आतासुद्धा मदतीची गरज आहे,' दलाई लामा म्हणतात. '२० मार्चपासून चिनी सरकार आमच्या लोकांना मोठ्या संख्येत वाटेल तसे मारत आहेत आणि जाळत आहेत. ते थांबवता नाही का येणार?'

'मी कसा थांबवणार?' पंडितजी उद्गारतात, 'तिबेटमध्ये घडणारी कोणतीही गोष्ट मी कशी थांबवू शकतो?'

'विमानातून मशीनगनने लोकांना मारत आहेत. त्याला काही उपाय नाही का?' दलाई लामा विचारतात.

पंडितजी तर्कशास्त्री होतात, 'हे संघर्षाचे बोलणे आणि मरण्याची भीती यात एक निश्चित विरोधाभास आहे. तिबेटला जर स्वातंत्र्य मिळवायचे असेल तर अखेरीस ते तिबेटच्याच लोकांचे धैर्य, त्यांची, जे काही हाल होतील ते सहन करण्याची तयारी यांनीच मिळेल, सगळ्या जगाने मदत करून नाही मिळणार.'

'आमच्या स्वातंत्र्यासाठी चीनशी हिंसक लढा देण्याची आमची अजिबात इच्छा नाही,' दलाई लामा म्हणतात, 'तिबेटी लोकांनी संघर्ष सुरू केला असे चीन म्हणाले पण ते पूर्णपणे खोटे आहे.'

'कोणी संघर्ष सुरू केला याने फरक पडत नाही, तसेच तक्रार करूनही उपयोग नाही,' पंडितजी म्हणतात. 'तक्रार फक्त म्हाताऱ्या बायका करतात! प्रत्यक्षात तिबेटतर्फे लढणे शक्य नाही. असे सुचवण्यानेसुद्धा तिबेटींना आणि त्यांच्या

उद्दिष्टांना धोका निर्माण होईल. कोणत्याही देशाला तिबेटबद्दल वाटत असलेल्या सहानुभूतीचे मदतीत रूपांतर करता येणार नाही. दलाई लामांनी खोटी आशा बाळगू नये आणि म्हणून त्यांचे धोरण वास्तवाच्या आधाराने ठरवावे.' कोणताही देश सध्या मदत करू शकणार नाही आणि भारताने शक्य तेवढे केले आहे– '...सध्या दलाई लामांनी वर्तमानपत्रे वाचली तर त्यांना चीनचा भारताविरुद्धाचा संताप कळून येईल. उदाहरणार्थ पंचेन लामांचे निवेदन बघा.[१३] आम्हाला शक्य होते ते सर्व आम्ही केले आहे. फार काही केलेले नाही हे खरे आहे. आता या संशयामुळे आम्ही चीनला खासगीतसुद्धा काही सल्ला देणे शक्य राहिलेले नाही. तुम्हाला देण्यात येत असलेल्या तथाकथित मदतीमुळे मदतीचे सर्व दरवाजे बंद होतील.'

संभाषण अशाच सुरात चालू राहते '...एक व्यवहारी प्रश्न असा की आम्ही त्याबद्दल काय करू शकतो?' पंडितजी विचारतात, 'मदत करायची आम्हाला तीव्र इच्छा आहे, पण मदत करण्याची आमची क्षमता फार मर्यादित आहे. आणि ती वाढवण्याचा आम्ही प्रयत्न करताच ती शून्य होईल. युद्ध करणे शक्य नव्हते. चीनला शिव्या देणे हाही पर्याय होऊ शकत नव्हता. त्यामुळे शांततापूर्ण सोडवणुकीची सर्व शक्यता संपली असती. आवश्यक तेव्हा संसदेत जेवढे बोलावे लागेल ते सोडून पंतप्रधानांनी मौन पाळायचे ठरवले होते. त्यांचा स्वत:चा सल्ला असा राहील की सध्याची गडबड शांत होऊ द्यावी मग बोलणी करणे शक्य होईल. चीन म्हणतो भारताला तिबेटवर कब्जा करायचा आहे आणि त्या संशयामुळे आम्ही जे काही बोलू त्याचा त्यांना संशय येतो.'

असा आरोप करण्याच्या – असे की तिबेटमधील उठाव कॅलिम्पाँग येथील कमांड सेंटरमधून आयोजित होता; तिबेटने चीनपासून फुटून निघावे यासाठी भारत तिबेटबरोबर कट करत आहे; स्वत: चाऊ एन-लाय यांनी १८ एप्रिल १९५९ रोजी नॅशनल पीपल्स काँग्रेसला सांगितले की दलाई लामांना भारताने पळवून नेले! चीनचे राजदूत भारताच्या परदेश सचिवांना सांगतात की तिबेटमधील उठाव 'भारताने घडवून आणला आहे!' या क्लृप्तीचा परिणाम होतो.

प्रश्नावर तोडगा निघावा यासाठी भारताने चीनशी चांगले संबंध विकसित करावेत हा सगळ्यात चांगला मार्ग आहे हे दलाई लामा मान्य करतात.

'केवळ दलाई लामा भारतात राहतात या गोष्टीचासुद्धा भारत, तिबेट, चीन आणि उर्वरित जगावरसुद्धा काही परिणाम होऊ शकतो.' पंडितजी दलाई लामांच्या नजरेस आणतात. 'चीनमध्ये ताबडतोब नाराजी आणि संशय निर्माण होईल. दलाई

---

१३. पंचेन लामाने म्हटले होते की आपण तिबेट स्वत:च्या इच्छेने सोडले असे निवेदन करायला भारताने दलाई लामांना भाग पाडले.

लामांच्या भारतात असण्यामुळे जगाच्या मनात तिबेटचा प्रश्न जिवंत राहील. तिबेट प्रकाशझोतात राहील. परिस्थिती हाताळणे आणखी कठीण होईल. तिबेटला शक्य तितक्या लवकर चिरडून टाकावे हे चीनचे धोरण राहील. कोणीही मदत करू शकणार नाही...'

पत्रकारांशी कमीत कमी बोला, असा सल्ला पंडितजी दलाई लामांना देतात. 'निवेदने देणे आवश्यक असेल तर ती, शांतता प्रस्थापित करणे आणि तिबेटमधील संघर्ष थांबवणे यासंबंधी असावीत. इतक्या हालअपेष्टा सहन करत असूनसुद्धा तिबेटचे चीनबरोबर भांडण नाही असा संदेश दिला तर मदत होईल. आम्हाला स्वातंत्र्यच हवे, दुसरे काही (चालणार नाही)' अशा प्रकारच्या पवित्र्याला पंडितजी उत्तेजन देत नाहीत. त्याने किंवा चीनला शिव्या देण्याने काहीही साध्य होणार नाही. शांतताभंग व संघर्ष आणि हत्या थांबवणे यावर भर देण्याने विषय योग्य जागी आणि योग्य पातळीवर राहील.'

नंतर पंडितजी तिबेटचे विस्थापित सरकार (Government-in-exile) स्थापन करण्याच्या बातमीबद्दल विचारतात. दलाई लामा काही माहिती देतात.

'याचे काही परिणाम आहेत,' पंडितजी म्हणतात, 'आम्हाला – भारताला – आंतरराष्ट्रीय कायद्यानुसार या सरकारला मान्यता देता येणार नाही. आम्ही तसे केले तर लगेच आम्हाला आमच्या ल्हासा येथील काउन्सल जनरलला परत बोलावावे लागेल आणि आमचा तिबेटशी असलेला सर्व संपर्क संपुष्टात येईल.'

दलाई लामा विचारतात की काउन्सल जनरल जुन्या तिबेट सरकारला जबाबदार नव्हते का आणि ते सरकार आता बरखास्त झालेले असल्यामुळे स्थिती बदलत नाही का?

पंडितजी : 'काउन्सल जनरलला परत बोलावणे आणि नव्या सरकारला मान्यता देणे हे चीनशी युद्ध केल्यासारखे होईल.'[१४]

म्हणजे पुन्हा 'सगळे घ्या नाही तर काही नाही.'

पंडितजी दिल्लीला परतात आणि त्यांच्या दलाई लामांबरोबरच्या बोलण्याचा वृत्तान्त – किंबहुना बोलण्यावरून काढलेले निष्कर्ष वृत्तपत्रांना आणि संसदेला देतात.

'अतिशय खेद आणि आश्चर्य'

नेपाळमधील घडामोडींचा वृत्तान्त पंडितजी संसदेत सादर करतात. दलाई लामांबरोबरच्या बोलण्याचीही ते कल्पना देतात. चीन करत असलेले आरोप त्यांच्या मनाला लागले आहेत असे दिसते. 'मी एवढेच म्हणू शकतो की चीनमधील जबाबदार व्यक्तींनी

---

१४. SWJN, खंड ६८, पृष्ठ ४७८-९८

भारताविरुद्ध केलेले आरोप आणि टिप्पणी यांच्या सुरामुळे मला अतिशय दुःख झाले आहे;' ते म्हणतात, 'सत्य आणि औचित्य यांचा विचार न करता त्यांनी शीतयुद्धाची भाषा वापरली आहे. हजारो वर्षांच्या संस्कृतीचा वारसा लाभलेल्या आणि संयमित आणि सौजन्यपूर्ण वर्तणुकीसाठी प्रसिद्ध असलेल्या महान देशाकडून असे होत असल्याचा विशेष खेद होतो. भारतावर केले गेलेले आरोप इतके हास्यास्पद आहेत की त्यांना उत्तर देणे कठीण वाटते...' तिबेटमधील परिस्थिती आणि दलाई लामांना तिबेट सोडणे भाग पडणे यामागील घटनांचा ते आढावा घेतात. ब्रिटिश सरकारने तिबेटमध्ये प्राप्त केलेले हक्क आम्ही सोडून दिले. त्यानंतर आम्हाला फक्त तिबेटशी पारंपरिक संबंध चालू ठेवायची इच्छा होती, ते पुन:पुन्हा सांगतात : '...या बाबतीत आमच्या सर्व कृती आणि तिबेटबद्दल नंतर आम्ही जे काही केले त्यामागे कोणतीही राजकीय किंवा अंतस्थ महत्त्वाकांक्षा नव्हती. किंबहुना, अगदी संकुचित वास्तव दृष्टिकोनातूनसुद्धा दुसरे कोणतेही धोरण चुकीचे आणि निष्फळ झाले असते. तेव्हापासून आम्ही, आम्ही केलेल्या कराराचे कटाक्षाने पालन करण्याचा प्रयत्न तर केलाच, पण चीनशी आणि चीनच्या लोकांशी मैत्री वाढवण्याचाही प्रयत्न केला.'

ते पुढे म्हणतात, 'त्यामुळे आमच्यावर अशोभनीय आणि पूर्णपणे निराधार आरोप करण्यात यावेत – विशेषत: नॅशनल पीपल्स काँग्रेसच्या सध्या पेकिंगमध्ये चालू असलेल्या अधिवेशनात दिल्या जाणाऱ्या भाषणात – ही अतिशय खेदाची आणि आश्चर्याची बाब आहे. आम्ही आमची अतिशय खेदाची भावना चीन सरकारला कळवली आहे. (भारताने दलाई लामांना त्यांच्या इच्छेविरुद्ध भारतात पळवून नेले असे चाऊंनी त्यांच्या भाषणात सांगितले त्याचा हा संदर्भ).'

चाऊंनी तिबेटच्या स्वायत्ततेचा मान राखला जाईल याबद्दल जे सांगितले होते त्याची ते आठवण करून देतात.[१५]

चिनी वर्तणुकीचे वेगळे दर्शन

खासगीत पंडितजी चीनच्या वर्तणुकीचा वेगळा अर्थ मांडतात. भारताचे पेकिंगमधील राजदूत जी. पार्थसारथी यांना पाठवलेल्या तारेत ते म्हणतात :

> तिबेटमधील ताज्या घडामोडींमुळे फक्त भारतासाठीच नाही तर चीनसाठीसुद्धा आणि अर्थात खुद्द तिबेटसाठीसुद्धा कठीण प्रश्न निर्माण झाले आहेत.

---

१५. 'लोकसभा डिबेट्स' मालिका दुसरी, खंड ३०, स्तंभ १३४९३-५०३, २७ एप्रिल १९५९. शिवाय SWJN, खंड ६८, पृष्ठ ५०३-१०

चीनची सध्याची संघटना लक्षात घेता चीनचा पवित्रा मी काही प्रमाणात समजू शकतो. तिबेट खूप मागासलेला आहे याची आम्हाला जाणीव आहे. तरीही पद्धतशीरपणे चीनमध्ये घडवून आणलेले भारतावरील विषारी हल्ले आणि त्यांचा धादांत खोटेपणा यांच्यामुळे मला आश्चर्य व दुःख वाटते. मला असे दिसते की चिनी अधिकाऱ्यांना दुसऱ्याला त्रास देण्याची सवय लागली आहे आणि असभ्य भाषा वापरली की आपल्याला हवे तसे होईल असे वाटत आहे. (पण) असे केल्याने स्वाभिमान असणाऱ्या कोणत्याही देशावर बरोबर उलट परिणाम होतो. भारतात निर्माण होणाऱ्या तीव्र प्रतिक्रियांना काबूत ठेवणे आधीच कठीण होत आहे, पण आम्ही ते करू. आपले सामान्य धोरण कणखर राहील, पण चीनशी अ-मित्रत्वाचे नसेल. मैत्रीच्या संबंधांचे महत्त्व आम्ही जाणतो, पण धमक्या देऊन आणि दबाव आणून मैत्री संपादन करता येत नाही. भारतासाठी जर चीनची मैत्री आवश्यक असेल तर चीनलाही भारताच्या मैत्रीची गरज आहे. कोणत्याही देशाने भारताशी उद्धटपणे वागण्याचा काळ कधीच गेला आहे. गांधीजींकडून आम्ही जे शिकलो त्यातील काही गोष्टी अजून आमच्याकडे आहेत. म्हणून आम्ही नम्रपणाने व्यवहार करणे आणि मैत्री मिळवणे चालूच ठेवू, पण त्याचवेळी जे धोरण आम्हाला योग्य वाटते त्यावर ठाम राहू.

महत्त्वाच्या व्यक्तींशी अनौपचारिकपणे बोलायची संधी तुम्हाला मिळेल की नाही याची मला कल्पना नाही. पण जर मिळाली तर आपल्याकडे विरोधी पक्षांना काम करायला पूर्ण स्वातंत्र्य कसे असते आणि ते अनेकदा सरकारविरुद्ध निदर्शने कशी करतात आणि सरकारवर कडक भाषेत टीका कशी करतात हे त्यांना समजावण्याचा प्रयत्न करा. चीनमध्ये विरोधाला परवानगीच नसल्यामुळे साहजिकच त्यांना याची कल्पना नसते. शिवाय, स्वातंत्र्यानंतरच्या बारा वर्षांच्या काळात कोणत्याही देशाने, लहान किंवा मोठ्या, चिनी पुढारी आणि वर्तमानपत्रे वापरीत आहेत तशी असभ्य भाषा वापरलेली नाही याचाही उल्लेख करा. अशी गंभीर चिथावणी असूनसुद्धा आम्ही गांधीजींची आठवण ठेवली आहे आणि आमचा संताप काबूत ठेवू.[१६]

एक आठवडा गेला नसेल आणि ४ मे १९५९ ला राज्यसभेत तिबेटमधील घटना आणि त्यांच्यामुळे निर्माण होणाऱ्या परिस्थितीवर चर्चा सुरू आहे. चीनचे नेते आणि वृत्तपत्रे करत असलेल्या आरोपांचा पंडितजी पुन:पुन्हा उल्लेख करतात. जे घडले

---

१६. SWJN, खंड ६३, पृष्ठ ५११-१२

आहे ते तिबेटसाठी अतिशय दु:खदायक आहेच, पण ती आपल्यापैकी अनेकांसाठीसुद्धा 'एक घोर शोकांतिका आहे, कारण ज्यासाठी आपण अनेक वर्षे प्रयत्न केले जे पंचशीलमध्ये किंवा बांडुंगमध्ये समाविष्ट केले त्याबद्दल लोकांच्या मनाला मोठा धक्का बसला आहे.' ते पुढे म्हणतात, 'मी असं म्हणीन की मी ते घट्ट पकडून ठेवीन पण वस्तुस्थिती ही आहे की लोकांच्या मनाला तडा गेला आहे, मनात वेदना आहे, जे त्यांच्या दृष्टीने इतके मौल्यवान होते ते हातातून निसटणार अशी अस्वस्थता आहे. इतर कोणत्याही शब्दांप्रमाणे हे शब्द – बांडुंग, पंचशील, तुम्ही कोणते शब्द वापरता त्याचा संबंध नाही – त्यांची झळाळी जाऊ लागते; ते शब्द निरर्थकपणे फेकले जातात, आणि 'शांती' या शब्दाप्रमाणेच– ते ज्याप्रकारे वापरले जातात ते बघता निरर्थक बनतात. ते ज्याप्रकारे वापरले जातात ते महत्त्वाचे...' पंडितजी घटनांवरून शब्दांवर, तेथून शब्दांच्या अर्थावर, त्यावरून ते वापरण्यावर आणि हेतूवर घसरत जातात.

चीन करत असलेल्या आरोपांचा ते उल्लेख करतात 'हे देशाच्या पुढाऱ्यांवर केलेले अतिशय गंभीर असे आरोप आहेत आणि ते अशा देशाच्या पुढाऱ्यांनी केले आहेत की ज्यांचा आम्ही सन्मान केला, आदर दाखवला. इतकेच नव्हे तर ज्यांना आम्ही सुसंस्कृतपणा आणि नम्रता आणि सौजन्य यात उच्च दर्जाचे समजत होतो त्यांनी बेजबाबदारपणे केले. मला अतिशय अपरिमित असा धक्का बसला आहे. तो कारण, इतर गोष्टींशिवाय मला चिनी लोकांबद्दल आदर वाटत आलेला आहे, त्यांच्या महान उपलब्धींमुळे, त्यांच्या थोर संस्कृतीमुळे; आणि त्यांनी वाहवत जाऊन अशा गोष्टी बोलाव्यात आणि कराव्यात यामुळे मला धक्का बसला आहे. वर्णन करता येणार नाही इतका मला धक्का बसला आहे; कारण मला चिनी लोकांबद्दल आदर होता, अजूनही आहे... त्यांनी जे काही साध्य केले आहे त्यामुळे, त्यांच्या महान संस्कृतीमुळे, आणि भावनेच्या भरात उत्तेजित होऊन त्यांनी अशा गोष्टी बोलाव्यात आणि कराव्यात यामुळे मला धक्का बसला आहे. हा भावनेचा भर ओसरेल अशी आशा आहे...' पंडितजी सभागृहाला सांगतात, त्यांच्या सैन्याने जेव्हा तिबेटमध्ये प्रवेश केला तेव्हा आम्ही लिहिलेल्या काही पत्रांचा संदर्भ ते आता देत आहेत, आणि ती पत्रे 'अतिशय सौजन्यपूर्ण होती.' त्यांचा उल्लेख ते करताहेत आणि आम्ही ती ब्रिटिश सरकारशी सल्लामसलत करून लिहिली, 'आम्ही जरी स्वत:ला स्वतंत्र म्हणवत असलो तरी प्रत्यक्षात आम्ही ब्रिटिश सरकारचे पित्ते असल्याप्रमाणे वागलो.'[१७] असे म्हणत आहेत. मी उल्लेख केल्याप्रमाणे, चीनचे

१७. 'राज्यसभा डिबेट्स', खंड २५, स्तंभ १६७१-८४, SWJN, खंड ६९, पृष्ठ ५४५-५५

हे तंत्र – मार्क्सिस्ट लोकांची ती काम करण्याची ठराविक पद्धत होती – एकदम टोकाचे आरोप करणे, भडक भाषेत – ते तंत्र लागू पडले आहे : चीनने तिबेटमध्ये काय केले आणि ते काय करत आहेत त्यावर लक्ष केंद्रित करण्याऐवजी, ते आणि त्यांचे सरकार चीनबद्दल काय म्हणाले त्याचे समर्थन करण्यातच गुंततात.

चिन्यांच्या स्वभावाबद्दलच्या बदलत्या कल्पना

त्यांच्या चीनभेटीनंतरच्या काही वर्षांत पंडितजींना चीनमध्ये जे घडत होते त्यात अनेक चांगल्या गोष्टी दिसतात. सामूहीकरणाच्या मोहिमेच्या ते अगदी प्रेमात असे पडत नाहीत, पण आपण सहकारी शेती केली पाहिजे याबद्दल त्यांची खातरी होते – शेतीक्षेत्रात त्यांनी काय केले आहे त्याचा अभ्यास करण्यासाठी शिष्टमंडळे पाठवली जातात. त्यांच्या कुटुंब नियोजनाबद्दलच्या धोरणाविषयी ते लिहितात – अति लोकसंख्या असे काही नसते या माओच्या विचारांपासून लोकसंख्येला पायबंद घालण्याचा नव्या धोरणापर्यंत... बांडुंगची परिषद होते. जिथे चाऊ एन-लाय यांना मोठी भूमिका मिळावी यासाठी ते अनावश्यक प्रयत्न करतात... आता चीनचे नेते जे काही म्हणतील त्यावर आणि चीनमधून येणाऱ्या बातम्यांवर पंडितजी निरागसपणे विश्वास ठेवू लागतात. 'विचारांमध्ये फार कर्मठपणा असू नये असा प्रवाह चीनमध्ये येत आहे,' ते १२ जून १९५७ च्या मुख्यमंत्र्यांना लिहिलेल्या पाक्षिक पत्रात म्हणतात, 'आणि चेअरमन माओंची एक उक्ती प्रसिद्ध झाली आहे. ती म्हणजे, *सर्व प्रकारची फुले फुलू द्या. सर्व प्रकारचे विचार व्यक्त होऊ द्या.* यामुळे जुन्या सांस्कृतिक नियंत्रणात थोडी शिथिलता आली आहे...'[१८]

दीड वर्षानंतर परदेशातील काही नियतकालिके भारत आणि चीन यांच्यातील स्पर्धेबद्दल काही वृत्तान्त प्रसिद्ध करतात. पंडितजींना ते अजिबात आवडत नाही. ३१ डिसेंबर १९५८ च्या पत्रात ते मुख्यमंत्र्यांना लिहितात :

'परदेशी वृत्तपत्रांमध्ये भारत आणि चीन यांच्यातील स्पर्धेबद्दल आणि औद्योगिक उत्पादन आणि इतर गोष्टींमध्ये चीन पुढे जात असल्याबद्दल भारताच्या मनात एक प्रकारची चिंता उत्पन्न होत आहे' अशा बातम्या आल्या आहेत. 'असे दिसते की शीतयुद्धाची सवय झालेल्या लोकांना स्पर्धेशिवाय दुसरे काही दिसतच नाही,' जे लिहिले आहे ते खोडून काढत आणि तसा विचार करणाऱ्या प्रत्येकाला एकाच ब्रशने रंग मारत ते लिहितात : 'भारत आणि चीन यांच्यात स्पर्धा नाही. एकमेकांचे अनुकरण करण्याची आणि शिकण्याची मानसिकता असेल. मात्र आम्ही तसे निश्चित

---

१८. जवाहरलाल नेहरू. 'लेटर्स टु चीफ मिनिस्टर्स', १९४७-१९६४, जी. पार्थसारथी, सामान्य संपादक. यापुढे 'पत्रे', 'पत्रे', खंड ४, १९५४-५७, पृष्ठ ५०३

करणारच. याशिवाय भारत, चीन आणि रशिया यांच्यातील तणाव वाढत असल्याबद्दल बातम्या आहेत. मला कोणताही लक्षात येण्यासारखा तणाव दिसत नाही. अर्थात रशिया आणि चीनमध्ये काही अशा गोष्टी घडत असतील की ज्या आम्हाला पसंत नाहीत. किंबहुना, भारतातसुद्धा अशा अनेक गोष्टी घडत आहेत ज्या आम्हाला पसंत नाहीत. आम्ही भारतात अनुसरत असलेले धोरण चीन आणि रशिया यांच्या धोरणांपेक्षा मुळातच वेगळे आहे. त्याचा अर्थ तणाव असावा किंवा अनिष्ट स्पर्धा असावी असा होत नाही. आमचे रशिया आणि चीन दोघांशीही मैत्रीपूर्ण संबंध आहेत आणि तसे नसल्याच्या बातम्यांमुळे आपली दिशाभूल होणार नाही अशा मला आशा आहे.' त्यांच्या धोरणाची दिशा निश्चित ठरवलेली आहे : 'जरी चीन आणि रशियामध्ये आम्हाला आवडणार नाही असे बोलले किंवा केले जात असेल तरी आपण आपले स्वत:चे मैत्री आणि सहकार्याचे धोरण जिथे शक्य असेल तिथे चालूच ठेवू.'[१९]

पण आता त्यांना चीन अणि विशेषत: तिबेटबद्दल, ते अनुसरत असलेल्या धोरणाबद्दल स्पष्टीकरण द्यावे लागत आहे. चीनचे तिबेट व्यापणे, तिबेटचे दमन आणि विशेषत: मोठ्या संख्येने हण लोकांना तिबेटमध्ये आणून बसवण्याच्या चीनच्या धोरणाविरुद्ध खंपांनी तीव्र चळवळ सुरू केली आहे. तिबेटींना धोका स्पष्ट दिसत आहे. त्यांना त्यांच्याच भूमीत अल्पसंख्य केले जात आहे. २५ मार्च १९५९ च्या पत्राचा मोठा भाग पंडितजी त्यांच्या धोरणाचे समर्थन करण्यात खर्ची घालतात. आता आपल्याला परिचित झालेली कारणे ते देतात. चीनला तिबेटवर परिणामकारक नियंत्रण करता आले नव्हते तरी कोणत्याही चिनी सरकारने तिबेटवरचा दावा सोडला नव्हता; चिनी सैन्याने तिबेटमध्ये प्रवेश केल्यावर आपल्याला फार काही करता येण्याजोगे नव्हते; १७ कलमी १९५१ चा करार – त्यात चीनच्या सार्वभौमत्वाखाली तिबेटच्या स्वायत्ततेला कशी मान्यता देण्यात आली, दलाई लामासुद्धा त्या करारात एक पक्ष कसे होते, 'हे खरे आहे की तो करारसुद्धा तिबेटींनी नाइलाजाने त्या परिस्थितीत पर्याय नाही म्हणूनच स्वीकारला. पण तो त्यांनी स्वीकारला होता...' हिंसेला सुरुवात कोणी केली – खंपांनी की चीनने – ते स्पष्ट नाही...[२०] या विधानांवर थोडे थांबून आपण विचारा करावा. कारण त्यावरून जे उघड होते ते पंडितजी कसे पाहू शकले नाहीत याचा उलगडा होतो.

एक मानसिक सवय

या संक्षिप्त पुस्तकाचे प्रमुख उद्दिष्ट भारताचे चीनविषयक धोरण कसे घडत गेले हे

---

१९. 'पत्रे', खंड ५, ३१ डिसेंबर १९५८ चे पत्र, पृष्ठ १९२
२०. 'पत्रे', खंड ५, २५ मार्च १९५९ चे पत्र, विशेषत: पृष्ठ २२७-३२

पंडितजींच्या शब्दांत व्यक्त करणे आणि ती गृहीतके आणि त्या सवयी अजूनसुद्धा आपल्यासाठी धोका निर्माण करत आहोत हे दाखवणे हे असल्यामुळे मी स्वत:ची टिप्पणी कमीत कमी ठेवली आहे. पण पंडितजींनी चीनबद्दल जे केले आणि जे ते बोलले आणि त्यांनी जे लिहिले त्याचे जवळ-जवळ मानसिक आणि भाषिक पातळीवर विश्लेषण होणे उचित ठरेल! कारण त्यांचा पवित्रा, त्यांचे विचार, त्यांचा युक्तिवाद यांचे मूळ सवयींमध्ये आणि मानसिक प्रक्रियेत आहे. आजच्या धोरण ठरवणाऱ्यांमध्ये केवळ त्यांची गृहीतके आणि कारणे अजून टिकली आहेत. एवढेच नव्हे तर त्यांच्या सवयी आणि मानसिक प्रक्रियासुद्धा तशाच राहिल्या आहेत. १९५० च्या काळात पंडितजींच्या आपल्या जीवनातील आणि विचारातील उच्च स्थानामुळे त्याबद्दल कोणी प्रश्न उपस्थित करत नाही. पण वेगळ्या कारणामुळे : चर्चेची पातळी इतकी खालावली आहे की कोणत्याही गृहीतकांचे किंवा कारणांचे परीक्षण व्हायला हवे तसे होत नाही. एका उदाहरणाने त्याचे परिणाम स्पष्ट होतील.

ज्या सवयी अजून टिकून आहेत त्यातील एक विशेष धोकादायक आहे, कारण जे घडत आहे याचे तिच्यामुळे जवळ-जवळ अजाणतेपणे, आपोआप समर्थन होते. ही सवय म्हणजे एखादा विचार किंवा एखादे वाक्य मध्येच असे घुसडणे की ज्यामुळे त्या व्यक्तीला वस्तुस्थितीशी सामना करावा लागत नाही. हे आपल्याला पंडितजींच्या लिखाणात आणि भाषणात ठिकठिकाणी दिसून येते. भारताने 'नेहमीच' चीनचे तिबेटवरील स्वामित्व मान्य केले आहे. स्वामित्व आणि सार्वभौमत्व यांचा अर्थ एकच करणे; तिबेटमधील आपले हक्क आणि दर्जा हे खरे म्हणजे ब्रिटिशांच्या साम्राज्यवादातून निर्माण झाले आणि म्हणून आपण त्यांचे रक्षण करणे योग्य नाही; चीनने बांधलेला रस्ता म्हणजे जमिनीचे थोडे सपाटीकरण करून थोडे फलक लावले एवढेच आहे; चीनने तिबेटमध्ये सैन्याची जमवाजमव करणे साहजिकच आहे, त्यात काळजी करण्यासारखे काही नाही... एखादे वाक्य किंवा शब्द घुसडून युक्तिवाद केला जातो.

पंडितजींनी मुख्यमंत्र्यांना २५ मार्च १९५९ ला लिहिलेले पत्र, जे आपण नुकतेच बघितले, एक नमुदेनदार उदाहरण ठरेल. त्याचा संदर्भ आठवा. चीनने तिबेटी जनतेला चिरडून टाकण्यासाठी आणखी एक मोठी मोहीम सुरू केली आहे. जिच्यामुळे दलाई लामांना तिबेट सोडून जावे लागले. त्यांनी अक्साई चीनमधून जाणारा रस्ता पुरा केला आहे. त्यांनी आपल्या सीमेवर घुसखोरीचे सत्र सुरू केले आहे. त्यांनी भारताचे मोठे भाग तिबेटचे, आणि म्हणून चीनचे असल्याचा दावा केला आहे. पंडितजी ते अनुसरत असलेले धोरण मुख्यमंत्र्यांना समजावून सांगत आहेत. ते एक पोटकलम आणि एक वाक्य घुसवतात :

> त्या १७ कलमी कराराने, *ज्याचे दलाई लामासुद्धा एक पक्ष होते,* स्वायत्ततेची हमी दिली. हे खरे आहे की तो करारसुद्धा तिबेटींनी नाइलाजाने त्या परिस्थितीत पर्याय नाही म्हणूनच स्वीकारला. पण तो त्यांनी स्वीकारला होता.[२१]

पत्रात पंडितजी, चीनने तिबेटच्या स्वायत्ततेचे रक्षण करण्याला मान्यता दिल्याच्या बदल्यात चीनच्या तिबेटवरील सार्वभौमत्वाला त्यांनी मान्यता दिली, याचे समर्थन करतात. पंडितजींचे म्हणणे आहे की त्या करारानुसारसुद्धा चीनला तिबेटच्या स्वायत्ततेचा मान राखणे बंधनकारक आहे. पण मी वर तिरप्या अक्षरात दिलेला मजकूर वाचकाच्या मनात असा अर्थ निर्माण करतो की हा जो करार झाला त्याला तिबेटी जनता आणि दलाई लामा यांनी मान्यता दिली होती. आता तिथे जे घडत आहे ते आणि पंडितजी जे धोरण अनुसरत आहेत हे त्या करारातून निष्पन्न झाले आहे. बहुतेक मुख्यमंत्र्यांनी, आणि मी म्हणेन की आपल्यापैकी जवळ-जवळ कोणीही, तो १९५१ चा करार वाचलेला नसल्यामुळे आपल्या मनात वर सांगितलेला अर्थ येईल!

पण त्या 'करारा'तील मजकुरावरून बरोबर उलटा निष्कर्ष निघतो – असा की, तो 'करार' असा नव्हताच, तर तिबेटने असंख्य वेळा निदर्शनाला आणले होते त्यानुसार तो एक असा दस्तऐवज होता ज्यावर त्यांना नाइलाज झाल्यामुळे सही करावी लागली होती.

त्या तथाकथित कराराची प्रस्तावना बघा. दलाई लामांचे तर सोडूनच द्या, पण कोणते तिबेटी सरकार राजीखुशीने चीन-तिबेट संबंधांचा नजीकच्या काळातील इतिहास खालीलप्रकारे वर्णन करेल?

> तिबेटी राष्ट्रीयत्व हे चीनच्या सीमांमध्ये दीर्घ इतिहास असलेले राष्ट्रीयत्व आहे आणि इतर अनेक राष्ट्रीयत्वांप्रमाणेच महान मातृभूमीची निर्मिती आणि विकास करण्यात त्याने वैभवशाली कर्तव्य बजावले आहे. पण गेल्या शंभरएक वर्षांत साम्राज्यवादी शक्तींनी चीनमध्ये शिरकाव केला आणि त्याचा परिणाम म्हणून तिबेट विभागातही शिरकाव केला आणि त्यांनी सर्व प्रकारची फसवणूक आणि चिथवणूक केली...
>
> तिबेटच्या स्थानिक सरकारने साम्राज्यवाद्यांच्या फसवणुकीला आणि चिथावणीला विरोध केला नाही, पण महान मातृभूमीबद्दल देशभक्तीरहित

---

२१. जवाहरलाल नेहरू. 'लेटर्स टु चीफ मिनिस्टर्स', १९४७-१९६४, जी. पार्थसारथी, सामान्य संपादक, खंड ५, पृष्ठ २२८

> धोरण अवलंबले. अशा परिस्थितीत तिबेटी राष्ट्रीयत्व आणि जनता गुलामगिरी आणि हालअपेष्टांमध्ये बुडाले.

दलाई लामा आणि त्यांचे प्रतिनिधी तर सोडाच, पण तिबेटचे कोणते सरकार स्वत:च्या इच्छेने चीनचे आक्रमण आणि 'करार' यांचे खालील शब्दांत वर्णन करेल?

> तिबेटमधील आक्रमक साम्राज्यवादी शक्तींचा प्रभाव यशस्वीपणे नष्ट व्हावा, भूप्रदेशाचे एकीकरण आणि पीपल्स रिपब्लिक ऑफ चायनाचे सार्वभौमत्व प्रस्थापित व्हावे, आणि राष्ट्राच्या सुरक्षेचे रक्षण व्हावे यासाठी; तिबेटी राष्ट्रीयत्व आणि जनता मुक्त व्हावेत आणि देशातील इतर सर्व राष्ट्रीयत्वांप्रमाणेच राष्ट्रीय समानतेच्या हक्कांचा त्यांना लाभ घेता यावा यासाठी; ते पीपल्स रिपब्लिक ऑफ चायनाच्या विशाल कुटुंबात परतावेत आणि त्यांनी आपल्या राजकीय, आर्थिक, सांस्कृतिक आणि शैक्षणिक कार्याचा विकास करावा यासाठी; जेव्हा सेंट्रल पीपल्स गव्हर्नमेंटने पीपल्स लिबरेशन आर्मीला तिबेटमध्ये प्रवेश करण्याचा आदेश दिला, तिबेटच्या स्थानिक सरकारला तिबेटच्या शांततामय मुक्तीसाठी करावयाच्या उपायांबद्दल कराराची बोलणी करण्यासाठी मध्यवर्ती अधिकाऱ्यांकडे प्रतिनिधी पाठवण्यास सांगतले. एप्रिल १९५१ च्या उत्तरार्धात तिबेटच्या स्थानिक सरकारचे पूर्ण अधिकार असलेले प्रतिनिधी पेकिंगला आले. सेंट्रल पीपल्स गव्हर्नमेंटने तिबेटच्या स्थानिक सरकारच्या प्रतिनिधींशी बोलणी करण्यासाठी पूर्ण अधिकार असलेल्या आपल्या प्रतिनिधींची नेमणूक केली. बोलण्याचे फल हे आहे की दोन्ही पक्षांनी हा करार प्रस्थापित करण्याचे आणि त्याची अंमलबजावणी करण्याचे मान्य केले आहे...

आणि तरीही प्रस्तावनेत असे म्हटले आहे! आणि तरीही हा 'करार' (Agreement) होता, 'ज्यात दलाई लामासुद्धा एक पक्ष होते', असा करार की जो पर्याय नव्हता म्हणून, त्याबद्दल मनात आनंद वाटत नव्हता तरी – तिबेटी लोकांनी 'स्वीकारला' होता यावर आपण विश्वास ठेवावा अशी पंडितजींची अपेक्षा होती!

दलाई लामा आणि त्यांचे प्रतिनिधी तर सोडूनच द्या, पण कोणते तिबेटी सरकार आपल्या जबाबदाऱ्या स्वच्छेने खालील शब्दांत मांडेल?

> तिबेटी जनता एक होईल आणि साम्राज्यवादी आक्रमक शक्तींना तिबेटमधून बाहेर काढेल आणि मग तिबेटी जनता मातृभूमीच्या – पीपल्स रिपब्लिक

ऑफ चायनाच्या – विशाल परिवारात सामील होईल.

तिबेटचे स्थानिक सरकार पीपल्स लिबरेशन आर्मी (चीनची सेना) तिबेटमध्ये प्रवेश करण्यात सक्रिय सहकार्य करेल आणि राष्ट्रीय सुरक्षेला बळकटी आणेल.

पण हेच परिच्छेद 'करारा'तील कलम १ व २ आहेत! दलाई लामा आणि त्यांचे प्रतिनिधी तर सोडूनच द्या, पण त्या काळात चीनच्या आक्रमणाखाली भरडले जात असताना तिबेटचे कोणते सरकार स्वत:च्या इच्छेने आपले राज्यकर्ते आणि प्रशासक निवडण्यासाठी खालील प्रक्रियेवर विश्वास ठेवेल?

या कराराची खातरीपूर्वक अंमलबजावणी होण्यासाठी सेंट्रल पीपल्स गव्हर्नमेंट (चीन सरकार) तिबेटमध्ये एक लष्करी व प्रशासकीय समिती आणि एक लष्करी विभागीय प्रमुख कार्यालय स्थापन करेल. त्या कामात सहभागी होण्यासाठी सेंट्रल पीपल्स गव्हर्नमेंटने पाठवलेल्या कर्मचाऱ्यांच्या व्यतिरिक्त शक्य तेवढे स्थानिक तिबेटी कर्मचारीसुद्धा घेईल. लष्करी आणि प्रशासकीय कामात सहभागी करून घेण्यात येणाऱ्या स्थानिक तिबेटी कर्मचाऱ्यांमध्ये तिबेटचे स्थानिक सरकार, विविध जिल्हे आणि विविध प्रमुख मठ यांच्यातील राष्ट्रनिष्ठ व्यक्ती असतील; त्यांच्या नावांची यादी सेंट्रल पीपल्स गव्हर्नमेंटने नेमलेले प्रतिनिधी आणि इतर संबंधित लोकांशी सल्लामसलत करून तयार करावयाची आहे आणि ती सेंट्रल पीपल्स गव्हर्नमेंटला मान्यतेसाठी पाठवायची आहे.

आणि तरीही हेच कराराचे कलम १५ आहे!

आणि हे सर्व केल्यावर, त्सेरिंग शाक्य त्यांच्या 'द ड्रॅगन इन द लँड ऑफ स्नोज'[२२] मध्ये नमूद करणार होते त्याप्रमाणे दलाई लामांनी त्या वर्षी नंतर पेकिंगमधील माओ आणि मंडळींना खालीलप्रमाणे आश्वासन देणारे पत्र स्वच्छेने लिहून करारावर शिक्कामोर्तब केले असल्याचा दावा केला जातो :

तिबेटचे स्थानिक सरकार, तसेच धार्मिक व धर्मनिरपेक्ष लोक या कराराला एकमताने पाठिंबा देत आहेत आणि ते चेअरमन माओ आणि चीन सरकार यांच्या नेतृत्वाखाली चिनी मुक्तिसेनेला राष्ट्रीय सुरक्षा मजबूत करण्यासाठी, साम्राज्यवादी प्रभाव तिबेटमधून घालवण्यासाठी आणि प्रदेशाचे एकीकरण

---

२२. त्सेरिंग शाक्य, द ड्रॅगन इन द लँड ऑफ स्नोज, कोलंबिया, न्यू यॉर्क, पृ.५०

आणि मातृभूमीची सार्वभौमता यांचे रक्षण करण्यासाठी सक्रिय पाठिंबा देतील.

हा मसुदा चीनने तयार केला आहे हे उघड आहे. आणि तरीही पंडितजी ते शब्द घालतात – '१७ कलमी करार, ज्याला दलाई लामासुद्धा एक पक्ष होते... पण मान्य केला होता...'

आणखी एक मुद्दा आहे. चीन सरकार तिबेटची स्वायत्तता आणि धर्म यांचा मान राखेल, ते त्यात अजिबात ढवळाढवळ करणार नाहीत, या चाऊ एन-लाय यांच्या आश्वासनावर पंडितजींनी मोठा विश्वास ठेवला हे आठवा. या आश्वासनाबद्दल पंडितजींनी अनेक प्रसंगात लिहिले आणि बोलले– प्रथम आपण तिबेटला काय मिळवून दिले याचा पुरावा म्हणून आणि मग दीर्घकाळाने, जेव्हा फार उशीर झालेला होता, चीनने त्यांना दिलेला शब्द पाळला नाही याचा पुरावा म्हणून. पण १९५९ मध्ये ते जेव्हा त्यांच्या धोरणाचे समर्थन करत होते तेव्हाच हे त्यांना स्पष्ट व्हायला नको होते? कारण त्या तथाकथित १९५१ च्या करारात अशा प्रकारची अनेक कलमे होती :

३. चीनच्या राजकीय सल्लागार परिषदेच्या सामाईक कार्यक्रमात नमूद केलेल्या राष्ट्रीयत्वाबद्दलच्या धोरणानुसार तिबेटच्या लोकांना चीन सरकारच्या नेतृत्वाखाली राष्ट्रीय प्रादेशिक स्वायत्ततेचा हक्क बजावण्याचा अधिकार आहे.

४. केंद्रीय अधिकारी तिबेटमधील सध्याची राजकीय प्रणाली बदलणार नाहीत. दलाई लामा यांचा प्रस्थापित दर्जा, त्यांची कर्तव्ये आणि अधिकार यातसुद्धा केंद्रीय अधिकारी बदल करणार नाहीत. वेगवेगळ्या पदांवरचे अधिकारी नेहमीप्रमाणेच त्यांच्या पदांवर राहतील.

५. पंचेन लामा यांचा प्रस्थापित दर्जा, त्यांची कर्तव्ये आणि अधिकार तसेच चालू ठेवले जातील.

६. दलाई लामा आणि पंचेन लामा यांचा प्रस्थापित दर्जा, कर्तव्ये आणि अधिकार यांचा अर्थ १३ वे दलाई लामा आणि ९ वे पंचेन लामा यांचे जेव्हा परस्परांशी मैत्रीपूर्ण आणि प्रेमाचे संबंध होते तेव्हाचा त्यांचा दर्जा, कर्तव्ये आणि अधिकार.

७. चिनी जनतेच्या राजकीय सल्लागार समितीच्या सामाईक कार्यक्रमात नमूद केलेल्या धार्मिक विश्वासाच्या स्वातंत्र्याचे रक्षण केले जाईल. केंद्रीय अधिकारी मठांच्या उत्पन्नात कोणताही बदल करणार नाहीत...

११. तिबेटमधील विविध सुधारणांशी संबंधित बाबींमध्ये केंद्रीय अधिकाऱ्यांकडून कोणतीही सक्ती होणार नाही. तिबेटच्या स्थानिक सरकारने आपणहून सुधारणा कराव्यात आणि जेव्हा लोक सुधारणांची मागणी करतील तेव्हा त्यांच्यावर तिबेटमधील नेत्यांशी सल्लामसलत करून निर्णय घ्यावा.

वरीलपैकी प्रत्येक कलमाचा भंग केला गेला. 'राष्ट्रीय प्रादेशिक स्वायत्तता' लष्कराच्या टाचेखाली चिरडण्यात आली. 'सध्याची राजकीय प्रणाली' नष्ट करण्यात आली. 'दलाई लामा आणि त्यांच्या अधिकाऱ्यांचा दर्जा, कर्तव्ये आणि अधिकार' अबाधित ठेवण्याऐवजी कचऱ्यात टाकण्यात आले होते. 'धार्मिक विश्वासाच्या स्वातंत्र्या'ची माओच्या चीनमधील इतर स्वातंत्र्याप्रमाणेच विल्हेवाट लागली होती. मठांच्या उत्पन्नांचे रक्षण करण्याऐवजी मूळ मठच उद्ध्वस्त करण्यात आले होते आणि जे वाचले त्यांची वाताहत झाली होती. कलम ११ च्या बाबतीत सुधारणा होवोत किंवा न होवोत सक्ती मात्र सर्वत्र होती. आणि असे सर्व असताना पंडितजींना तरुण दलाई लामांना, तुम्ही चाऊ एन-लायच्या 'मैत्रीपूर्ण धोरणा'वर आणि आश्वासनांवर विश्वास ठेवा असा उपदेश करणे योग्य वाटले. २७ एप्रिल १९५९ रोजी, म्हणजे त्यांनी मुख्यमंत्र्यांना वरील पत्र लिहिले त्याच सुमारास पंडितजींनी लोकसभेत काय कबूल केले ते आठवा :

> मी दलाई लामांना चाऊ एन-लाय यांच्या मैत्रीपूर्ण धोरणाबद्दल आणि आपण तिबेटच्या स्वायत्ततेचा मान राखू या त्यांच्या आश्वासनाबद्दल सांगितले. मी त्यांना सुचवले की त्यांनी त्यांच्या आश्वासनांवर विश्वास ठेवावा, स्वायत्तता टिकवण्यात आणि तिबेटमध्ये काही सुधारणा घडवून आणण्यात सहकार्य करावे.

प्रत्येक वेळी स्वत:ची समजूत घालणे पुढच्या घातक पावलाकडे नेते. भारताने 'नेहमीच चीनचे तिबेटवरील स्वामित्व स्वीकारले आहे.' असे एकदा भारत सरकारने म्हटले की ती, 'भारताने चीनची तिबेटवरील सॉव्हरेंटी (सार्वभौमत्व) स्वीकारली आहे' यावर जाण्याची पायरी होते. भारताने चीनचे तिबेटवरील सार्वभौमत्व नेहमीच स्वीकारले आहे असे एकदा म्हटले की ती १९५४ चा 'चीनचा तिबेट विभाग आणि भारत यांच्यातील व्यापार आणि दळणवळण करारा'वर चीनबरोबर सह्या करण्याची पायरी होते– तो करार की ज्यात तिबेटचा उल्लेख 'चीनचा तिबेट विभाग' असा एखादा नाही तर सहा वेळा केला गेला. एकदा भारताने 'चीनचा तिबेट विभाग' वर सहा वेळा सही केली की २००३ मध्ये केले गेले तसे 'चीनचा तिबेट स्वायत्त विभाग' याच्यावर सही करण्याची पायरी होते. आणि नुसताच तिबेट हा चीनचा विभाग आहे एवढेच मान्य होत नाही तर त्यातील 'तिबेट', म्हणजे ज्याला चीन सरकार 'तिबेट' म्हणतो तो, म्हणजे ज्याचे तिनापैकी दोन भाग छाटले गेले आहेत तो तिबेट असे होते.

पण आपण घटनांच्या मालिकेकडे पुन्हा वळू या...

नांदी

संसदेतील विरोधी पक्षांचे सदस्य गदारोळ करतात. १९५९ च्या बजेट अधिवेशनात या प्रश्नावर चारदा चर्चा होते. त्यांनी तिबेटचा बळी कसा दिला आहे. त्यांनी कम्युनिस्ट चीनवर विश्वास ठेवण्याची चूक कशी केली... ३० मार्च १९५९ ला चर्चेमध्ये पंडितजींना बचावात्मक पवित्रा घ्यावा लागतो. पण त्यांच्या सवयीप्रमाणे आपल्या धोरणाचे समर्थन करताना – ज्या धोरणाबद्दल त्यांना लवकरच पश्चात्ताप होणार आहे – १९५४ च्या करारापर्यंत भारताला तिबेटमध्ये असलेले हक्क आणि दर्जा सोडून देण्याचे ते आणखी समर्थन करतात. ते म्हणतात की ते हक्क हे ब्रिटिश साम्राज्यवादाचा परिणाम आणि वारसा होते. ब्रिटिशांनी तिबेटच्या कारभारात ढवळाढवळ करायचे ठरवले. त्यासाठीच त्यांनी यंगहजबंड मोहीम पाठवली. 'त्यांनी तिथे मुक्काम ठोकला आणि ब्रिटिश सरकारची हुकमत प्रस्थापित केली,' ते म्हणतात, '...आणि तिबेटमध्ये, यातुंग, ग्यांत्सेमध्ये आपले सैन्य बळजबरीने पाठवले. स्वत:ला सर्व प्रकारचे बहि:स्थ हक्क तिबेटला द्यायला लावले, कारण तिबेट दुर्बळ होता आणि यांचे साम्राज्य होते. भारत स्वतंत्र झाला तेव्हा काही फरक करून ते हक्क वारसाने आपल्याकडे आले.'

पंडितजी सभागृहाला सांगतात की आपण स्वत: ब्रिटिश साम्राज्यवादाविरुद्ध लढा दिला हे लक्षात घेता त्यातील एकही अधिकार आपण ठेवू शकत नव्हतो, ठेवणार नव्हतो आणि तसा आपण प्रयत्नही करणे चुकीचे झाले असते. ते म्हणतात, 'तिबेटमध्ये, चीनमध्ये किंवा कुठेही काहीही घडले तरी, तिबेटमध्ये बदल झाला नसता तरी, आपल्या धोरणानुसार आपण आपले सैन्य परकीय भूमीवर ठेवणे योग्य झाले नसते.' 'तो ब्रिटिश साम्राज्यवादाचा अवशेष होता आणि तो पुढे चालवण्याची आपली इच्छा नव्हती. आपल्याला ते (सैन्य) मागे घ्यावे लागले. असे झाले की चीनमधील सरकार बदलल्यावर – त्या सुमारास – त्यांचे सैन्य तिबेटमध्ये शिरले. माझ्या म्हणण्याचा उद्देश हा की, आपण तिबेटच्या बाबतीत जे धोरण ठेवले

होते ते चीनने काहीही केले असते तरी तेच ठेवले असते आणि आपण आपले सैन्य मागे घेतले असते. ते आपण मुख्यत: केले.' 'असे दिसते की आपण आपले तिबेटमधील हक्क समर्पण केले अशी भावना आहे,' ते पुढे म्हणतात, 'तिबेटमध्ये जे हक्क आपण सोडून दिले तसे हक्क आपण जगातील कोणत्याही देशात मागणार नाही.'

लवकरच त्यांना एक वेगळाच इतिहास सांगावा लागणार आहे. जर चीन, त्याचा विस्तारवाद आणि साम्राज्यवाद यांच्या माध्यमातून कब्जा केलेले प्रदेश नाकारत असेल तर आताचा चीन कसा झाला असता? – हा प्रश्न त्यांना लवकरच विचारावा लागणार आहे, कारण मूळचे चीन साम्राज्य हे १९४९ मध्ये चीन जेवढा होता त्याच्या एकतृतीयांश आकाराचे होते. पण हे विचारण्याची वेळ अजून तीन वर्षांनी येईल. सध्या ते चिनी सत्ताधाऱ्यांच्या नजरेतून इतिहास बघत आहेत. तो म्हणजे : तिबेट कधीच स्वतंत्र नव्हता; कोणत्याही चीन राजवटीने तिबेटवरील हक्क सोडला नव्हता; भारतातील पूर्वीच्या राजवटींनी चीनचे तिबेटवरील सार्वभौमत्व मान्य केले होते; जो काही हक्क आणि दर्जा भारताला होता तो ब्रिटिशांच्या साम्राज्यवाद आणि विस्तारवादातून प्राप्त झाला होता.

पण चीनने तिबेटला पायदळी तुडवले आहे. त्यांची सेना लोकांना चिरडून टाकत आहे. हे परिपूर्ण आक्रमणच आहे. ऐतिहासिक काळापासून आपले धोरण तिबेटच्या स्वायत्ततेसह चीनचे तिबेटवरील स्वामित्व किंवा सार्वभौमत्व मान्य करणे हे राहिले आहे... 'ते कसेही असले तरी,' पंडितजी म्हणतात, 'चीनच्या कृतीचा न्यायनिवाडा करणे किंवा हस्तक्षेप करणे किंवा कायदेशीर किंवा इतर कारवाई करणे आपल्याला शक्य नव्हते. आपल्याला काहीही करणे शक्य नव्हते. तो सगळा इतिहास झाला... मला फक्त एवढेच म्हणता येईल की, चीनच्या तिबेटवरील सार्वभौमत्वाला मान्यता देणे आपल्याला भाग होते.' 'आपल्याला न्याय करणे शक्य नव्हते?' ते सतत न्यायाधीशाचीच भूमिका बजावत आले आहेत – कोरिया ते इंडो-चायना ते काँगो ते ग्वाटेमाला. पण तिबेटच्या बाबतीत, 'ते कसेही असले तरी न्याय करणे शक्य नव्हते...' होय, आपण गडबड करायला चिथावणी देत आहोत असा चीन आरोप करत आहे. आम्ही तो नाकारला आहे. हे कसेही असले तरी मला जास्त बोलता येणार नाही; कारण 'मी जे काही बोलेन, सरकार जे काही करेल, त्याचे दूरगामी परिणाम होऊ शकतात.'^१

या चर्चेनंतर लवकरच, ३ एप्रिल १९५९ ला, पंडितजी सभागृहाला सांगतात की चीनने पोटाला पॅलेसवर गोळाबारी सुरू केल्यावर दलाई लामा एका छोट्या

---

१. 'लोकसभा डिबेट्स' ३० मार्च १९५९, स्तंभ ८५०९-२७

गटाबरोबर तेथून निसटले आणि ते भारतात आले आहेत.

तिबेटमधील उद्रेकासाठी चीन आधीच भारताला दोष देत होता, त्याने आता उच्चरवात ओरड सुरू केली. पंडितजी आणि त्यांच्या सहकाऱ्यांचे 'भारतीय विस्तारवादी' असे नामकरण झाले आणि ब्रिटिश साम्राज्यवाद्यांचीच कारस्थाने पुढे चालू ठेवल्याबद्दल त्यांचा धिक्कार केला गेला. चीन आरोप करतो की आपले खास हक्क जातील अशी भीती वाटणाऱ्या समाजाच्या 'वरच्या स्तरातील प्रतिक्रियावाद्यांना' भारत चिथावत आहे. 'भारतातील अतिउत्साही लोक, मूठभर बंडखोर म्हणजे तिबेटी जनता असे समजून बंडाला पाठिंबा देत आहेत,' असे गरळ चिनी वृत्तपत्रे ओकू लागतात. भारताला तिबेटचे मांडलिक राज्य करायचे आहे असा आरोप ते करतात. भारताने दलाई लामांना पळवून नेले असून त्यांना बळजबरीने डांबून ठेवले आहे, असा ते आरडाओरडा करतात. असे आरोप होत असताना आणि दिल्लीतील चीनची वकिलात ते आरोप असलेली पत्रके वृत्तपत्रांना वाटत असताना लोकसभेत २७ एप्रिल १९५९ ला हा प्रश्न पुन्हा चर्चेला आला.

भारत किती संयमाने प्रतिक्रिया देत आहे हे स्पष्ट करणारे एक दीर्घ निवेदन पंडितजी करतात. भारत तिबेटमध्ये अजिबात हस्तक्षेप करत नाहीये असे ते ठासून सांगतात. चीनमधून होणाऱ्या धिक्कारामुळे त्यांना किती वेदना होत आहेत आणि किती 'पराकोटीचा खेद होता आहे आणि आश्चर्य वाटत आहे' याचे ते वर्णन करतात. तिबेटमधील घटनांमुळे तीव्र भावना निर्माण झाल्या असल्या तरी आपण गाढ संयम बाळगावा असे भारताच्या नागरिकांना आवाहन करतात. 'चीनची जनता, वृत्तपत्रे आणि नेते यांना मी असे आवाहन करणे हे माझे काम नव्हे;' पंडितजी म्हणतात. 'मी एवढेच म्हणू शकतो की चीनमधील जबाबदार व्यक्तींनी भारताविरुद्ध केलेल्या टीकेमुळे आणि आरोपांमुळे मला अतिशय दुःख झाले आहे. सत्य आणि औचित्य यांचा विचार न करता त्यांनी शीतयुद्धाची भाषा केली. संयमित आणि सौजन्यपूर्ण वागणूक यासाठी प्रसिद्ध असलेल्या देशाच्या बाबतीत हे अतिशय क्लेशकारक आहे. भारताविरुद्ध केलेले आरोप इतके अविश्वसनीय आहेत की त्यांना उत्तर देणे मला कठीण वाटते. दलाई लामांना आम्ही बळजबरीने डांबून ठेवले आहे असा आरोप आहे...'

'दुसरा एक आणि जास्त विचित्र आरोप *भारतीय विस्तारवाद्यांबद्दल* आहे,' पंडितजी सभागृहाला सांगतात, 'ते ब्रिटिश साम्राज्यवादी आणि विस्तारवादी परंपरेचे वारसदार आहेत असा आरोप आहे...' या आरोपाचे खंडन करताना, उलट भारताने आपणहून आपल्याला तिबेटमध्ये असणारे हक्क आणि प्रभाव कसा सोडून दिला, तिबेट व चीनचा भाग असल्याचे मान्य करणारा करार चीनबरोबर कसा केला, आणि त्याहूनही महत्त्वाचे हे की 'आम्ही केलेल्या कराराचे पालन करण्याचा आणि चिनी

नांदी । १८३

सरकार व जनतेशी मैत्री जोडण्याचाही प्रामाणिक प्रयत्न केला,' हे ते सांगतात. तिबेटमधील बंडाची सूत्रे कॅलिम्पाँगमधून हलवली जातात हा आरोप 'पूर्णपणे अन्याय्य' असल्याचे आधीच स्पष्ट केल्याची ते आठवण करून देतात. पूर्ण तिबेटमध्ये आणि अगदी आतल्या भागात झालेला हा प्रचंड उद्रेक कॅलिम्पाँगला बसलेल्या एखाद्या छोट्या गटाने घडवून आणला अशी कल्पना करणे म्हणजे 'कल्पनाशक्तीची कमाल आहे आणि उघड दिसणाऱ्या वस्तुस्थितीशी विसंगत आहे.'

'खंपांचे बंड तिबेटला लागून असलेल्या चीनच्याच भागातून तीन वर्षांच्याही पूर्वी निर्माण झाले,' पंडितजी म्हणतात, आणि विचारतात, 'त्यालाही कॅलिम्पाँग जबाबदार आहे?' शिवाय तिबेटमध्येसुद्धा 'उच्च स्तरातील प्रतिक्रियावादी' लोक त्रास देत आहेत हे 'गुंतागुंतीच्या परिस्थितीचे अजब स्पष्टीकरण आहे,' असे पंडितजी म्हणतात. 'अगदी चिनी स्रोतांकडून येणाऱ्या माहितीनुसारसुद्धा तिबेटमधील बंड बरेच मोठे आहे. ते राष्ट्रवादाच्या तीव्र भावनेतूनच निर्माण झाले असले पाहिजे आणि ती भावना समाजातील केवळ वरच्या स्तरातील लोकांमध्येच नाही तर इतरांमध्येसुद्धा निर्माण झालेली असते...' 'वापरून गुळगुळीत झालेले जुनेच शब्द, वाक्ये, घोषणा यांचा वापर करून एखाद्या परिस्थितीचे स्पष्टीकरण करणे क्वचितच उपयोगी पडते,' पंडितजी म्हणतात.

तुमच्या लक्षात आले असेलच :

थोड्याच दिवसांपूर्वी तिबेटच्या बाबतीत आपले विकल्प खुले ठेवण्याचा कोणताही प्रस्ताव ते हाणून पाडत होते – या कारणासाठी की तिथे सरंजामशाही आहे आणि ज्या वर्गांना आपले स्थान व हक्क यांना धक्का लागेल अशी भीती वाटत होती तेच चीनच्या विरोधात आहेत, असे ते म्हणत होते, ते लक्षात घेता ही खूपच प्रगती झाली असे म्हणावे लागेल.

'आम्हाला तिबेटमध्ये हस्तक्षेप करायची अजिबात इच्छा नाही,' ज्यांच्यावर आपले धोरण आधारलेले आहे त्या तीन तत्त्वांपैकी पहिले तत्त्व सांगत पंडितजी म्हणतात : 'भारत आणि चीन यांच्यात मैत्री ठेवण्याची आमची पूर्ण इच्छा आहे, पण त्याच वेळी तिबेटच्या लोकांबद्दल आम्हाला पूर्ण सहानुभूती वाटते आणि त्यांच्या असाहाय्य स्थितीबद्दल आम्हाला तीव्र खेद वाटतो.'

अशाप्रकारे ते बराच वेळ बोलतात. चीनचे बरोबर आहे – ते जितके द्वेषपूर्ण होतील तितके हे उदारमतवादी आपण त्यांच्या मार्गात येणार नाही असे बघतील. अखेरीस, जोपर्यंत सहानुभूती आपल्या हृदयातच बंदिस्त आहे तोपर्यंत त्यांचे काही बिघडणार नाही.

पण पंडितजींच्या भाषणातील एक मुद्दा असा आहे जो आता इतकी वर्षे

गेल्यावरसुद्धा हृदयात कळ आणतो. त्यांच्या एका चुकीच्या अंदाजामुळे इतरांना केवढे क्लेश दिले हा. चाऊ एन-लाय त्यांच्या १९५४ च्या दिल्ली भेटीतील त्यांचे आणि पंडितजींचे संभाषण आपण आधी बघितले आहे. चाऊ एन-लाय यांनी तिबेटमधील स्थितीबद्दल त्यांच्याशी केलेली 'सविस्तर चर्चा' पंडितजी आठवतात. चाऊ त्यांना म्हणाले होते की 'फार पूर्वीपासून तिबेट हा चीन राष्ट्राचा भाग होता तरी ते तिबेटला चीनचा प्रांत मानत नव्हते.' 'चीन तिबेटवर कम्युनिझम लादणार आहे अशी कल्पना करणेही हास्यास्पद आहे' – मागासलेल्या देशावर कम्युनिझम बळजबरीने लादता येत नाही. सुधारणांनासुद्धा खूप वेळ लागेल. थोडक्यात म्हणजे, तिबेटची स्वायत्तता चालू राहील. या सगळ्याची पंडितजी सभागृहाला आठवण करून देतात.

दलाई लामांनी पंडितजींकडे मदतीची याचना कशी केली होती आणि पंडितजींनी मदत देण्याऐवजी त्यांना वास्तववादाचे पाठ कसे दिले तेही आपण बघितले आहे. आता असे दिसते की, पंडितजींनी त्याहून जास्त काही तरी केले होते आणि आता ते त्याबद्दल लोकसभेला सांगतात. ते सभागृहाला सांगतात :

*साधारण त्याच वेळी दलाई लामासुद्धा इथे होते आणि माझ्या त्यांच्याबरोबर दीर्घ चर्चा झाल्या. मी त्यांना पंतप्रधान चाऊ एन-लाय यांच्या मैत्रीपूर्ण धोरणाबद्दल आणि ते तिबेटच्या स्वायत्ततेचा मान राखतील या आश्वासनाबद्दल सांगितले. मी त्यांना सुचवले की त्यांनी या आश्वासनांवर विश्वास ठेवावा आणि ती स्वायत्तता कायम राखण्यात आणि तिबेटमध्ये काही सुधारणा घडवून आणण्यात सहकार्य करावे. आपला देश आध्यात्मिक बाबतीत खूप प्रगत असला तरी सामाजिक आणि आर्थिकदृष्ट्या खूप मागासलेला आहे आणि सुधारणा आवश्यक आहेत, असे दलाई लामांनी मान्य केले.*२

एका महान व्यक्तीच्या चुकीच्या पारखण्यामुळे त्यांची स्वत:चीच नव्हे तर इतरांचीही कशी दिशाभूल झाली आणि दु:खाला कारणीभूत झाली, नाही?

पंडितजींच्या युक्तिवादावर उमटलेल्या प्रतिक्रिया

दोन आठवड्यांनंतर, ८ मे १९५९ ला लोकसभेत तिबेटमधील उद्रेकावर पुन्हा चर्चा होते. ही चर्चा पूर्णपणे वाचली तर आपण आपला आताचा जो मुद्दा आहे – पंडितजींच्या विचारांमुळे देशाला कसा धडा मिळाला – त्यापासून दूर जाऊ. म्हणून आपण फक्त आचार्य कृपलानींच्या आणि एका तरुण सदस्याच्या भाषणातील मुख्य

---

२. 'लोकसभा डिबेट्स' २७ एप्रिल १९५९, स्तंभ १३४९३-५०३.

मुद्दे बघू. कृपलानींचे पडिंतजींबरोबर तिबेट आणि चीनवरून अनेकदा खटके उडाले होते. त्यांची कटू टीका नंतर खरीही ठरली होती. ते आता देत असलेल्या भाषणावरून पंडितजींच्या युक्तिवादामुळे कशा प्रतिक्रिया होत होत्या त्याची कल्पना यावी.

चीन एकामागून एक धिक्काराची विषारी घोषणा करत आहे : तिबेटला अस्थिर करणाऱ्या बंडखोरांचा भारत हा अड्डा आहे; कॅलिम्पाँग हे सगळ्या कारस्थानांचे मध्यवर्ती 'नियंत्रण केंद्र' आहे; भारत पंचतत्त्वांचे उघड उघड उल्लंघन करून चीनच्या अंतर्गत बाबींमध्ये ढवळाढवळ करीत आहे. चीनच्या राज्यकर्त्यांमध्ये मैत्रीची भावना आहे असे पंडितजी जे अनेक वर्षे बोलत होते त्याला या धिक्कारांनी उत्तर मिळाले आहे. शिवाय, आचार्य कृपलानी म्हणतात, 'देशांनी अंतर्गत आणि बाह्य धोरणात एकमेकांवर टीका करण्यात नवे काही नाही. अशी टीका म्हणजे आपल्या अंतर्गत कारभारात ढवळाढवळ आहे असे कोणी मानत नाही. तसे असते तर चीन स्वतःच युगोस्लाव्हियावर करत असलेली टीका हा त्या देशाच्या अंतर्गत कारभारात हस्तक्षेप मानायला हवा. पण कम्युनिस्ट जगतात न्यायाची दोन मानके आहेत – एक स्वतःसाठी आणि दुसरे, जे आपल्या विरोधात आहेत असे त्यांना वाटते, त्यांच्यासाठी.'

आचार्य कृपलानी सभागृहाला आठवण करून देतात की, पाच वर्षांपूर्वी, १९५४ मध्ये, जेव्हा चीन-भारत करारावर सह्या झाल्या तेव्हा ते सभागृहात म्हणाले होते : 'नुकताच आपण चीनबरोबर एक करार केला आहे. मला असं वाटतं की चीनने कम्युनिस्ट झाल्यावर तिबेटवर आक्रमण केले आहे. त्याचे समर्थन असे आहे की, चीनला प्राचीन काळापासून स्वामित्वाचा हक्क होता. हा हक्क कालबाह्य आणि जुना होता. तो प्रत्यक्षात कधीच वापरला गेला नव्हता. जसा काळ गेला तसा तो रद्द झाला होता. जरी तो रद्द झाला नसता तरी सध्याच्या लोकशाहीच्या जमान्यात, ज्याच्याशी आपले कम्युनिस्ट बांधिलकी सांगतात, चीन बांधिलकी सांगतो; प्राचीन काळातील स्वामित्वाची गोष्ट करणे आणि ज्या देशाचा चीनशी काहीही संबंध नव्हता आणि नाही अशा तिबेटवर ती नव्या स्वरूपात लादणे योग्य नाही.' 'इंग्लंडने जर्मनीवर युद्ध पुकारले याचे कारण जर्मनीने इंग्लंडवर अतिक्रमण केले होते हे नाही, तर जर्मनीने पोलंड आणि बेल्जियमवर आक्रमण केले हे होते,' याची ते सभागृहाला आठवण करून देतात. आचार्य कृपलानी म्हणतात की, १९५४ मध्येसुद्धा तोच युक्तिवाद केला जात होता आणि त्यांनी त्या वेळी हे निदर्शनाला आणले होते की 'चीनच्या नव्या नकाशात नेपाळ, सिक्कीम वगैरेंसारखे सीमेलगतचे इतर प्रदेशही आहेत. त्यावरून आपल्याला चीनच्या आक्रमक हेतूची कल्पना येते. स्वतः चीनने कोरियन युद्धात काय केले ते बघू या. संयुक्त राष्ट्रसंघाचे किंवा जास्त अचूक म्हणजे

अमेरिकन सैन्य, चीनच्या सीमेवर पोहोचल्याबरोबर चीनला असुरक्षित वाटू लागले आणि तो कोरियन युद्धात सामील झाला... 'मी असे म्हणत नाही की चीनने तिबेट पादाक्रांत केला म्हणून आपण त्यांच्याबरोबर युद्ध करायला हवे होते.' ते सुरुवातीपासून हे सुचवत होते की आपण नव्या सरकारला मान्यता देण्याची घाई करू नये. त्यांना आधी त्यांचे रंग दाखवू द्या, असा सल्ला त्यांनी दिला होता. आपण जगभर जाऊन चीनला मान्यता द्या म्हणून इतरांच्या मागे लागू नये. दुसरे, सगळे सोडून त्यांना संयुक्त राष्ट्रात जागा मिळावी म्हणून धडपड करू नये. त्यांनी तिबेटवर आक्रमण केले म्हणून आपण त्यांच्यावर युद्ध पुकारू नये हे खरे. आचार्य कृपलानी म्हणाले होते, 'पण याचा अर्थ आपण चीनचा तिबेटवरील हक्क मान्य करावा असा नाही. आपल्याला हे समजायला हवे की ते एका परकीय देशावरील आक्रमणाचेच कृत्य आहे.'

गेल्या वर्षी, १९५८ मध्ये पंचशीलबद्दल बोलताना आपण काय म्हणालो होतो याची ते आठवण करून देतात. 'या महान कल्पनेचा (पंचशीलचा) जन्म पापात झाला, कारण जो प्राचीन देश आपल्याशी आध्यात्मिक आणि सांस्कृतिकरीत्या संलग्न होता त्याच्या विनाशावर आपल्या संमतीची मोहोर उमटवण्यासाठी तिचा वापर केला गेला.'

ते पंडितजी पुरस्कार करत असलेल्या सिद्धान्ताकडे वळतात (आपण तो राष्ट्रकुल पंतप्रधानांच्या परिषदेमधील त्यांच्या बोलण्याच्या वृत्तान्तात बघितला आहे.) तो हा की चीन जर संयुक्त राष्ट्रसंघाचा सदस्य असता तर इतिहास वेगळा झाला असता, कोरियन युद्ध कदाचित झालेच नसते, कारण चीनला संयुक्त राष्ट्रसंघाचे नियम पाळावे लागले असते. आणि ते तो खोडून काढतात : 'त्यांना वाटते की संयुक्त राष्ट्रसंघाचा सदस्य या नात्याने चीनला त्यातील सार्वजनिक मताची बूज राखावी लागली असती. ही वस्तुस्थिती नाही. दक्षिण आफ्रिका बघा, फ्रान्स बघा, रशिया बघा आणि इतर अनेक आक्रमक देश आहेत. ते संयुक्त राष्ट्रसंघाचे सभासद आहेत म्हणून त्याची आक्रमकता संपलेली नाही.' 'पंचशीलमध्ये *एकमेकांच्या एकसंधतेचा*, सार्वभौमत्वाचा मान राखणे, *परस्परांचा आदर* करणे गृहीत धरले आहे,' कृपलानी म्हणतात, तेच त्याचे सार आहे – *एकमेकांच्या* प्रादेशिक एकसंधतेचा मान राखणे; *एकमेकांच्या* अंतर्गत कारभारात हस्तक्षेप न करणे... 'परस्परता असल्याशिवाय या गोष्टींचा मान कसा राखला जाईल?' चीन ज्याप्रकारे आपल्यासारख्या देशांशी जो व्यवहार करत आहे त्यात परस्परता दिसते?

तिबेटमध्ये त्यांना (चीनला) ज्या त्रासाला तोंड द्यावे लागत आहे त्याचे 'नियंत्रण केंद्र' कॅलिम्पाँग आहे, असा त्यांनी आरोप केला आहे. त्यांच्या आरोपाचा गेल्या वर्षी तपास केला गेला, याची आचार्य कृपलानी आठवण करून देतात. तो पूर्णपणे

निराधार असल्याचे दिसून आले. तो अहवाल त्यांना पाठवण्यात आला. 'तरीही, चीन आणि त्याची सदिच्छा यांना वाचवण्याच्या आपल्या प्रयत्नांची परिणती आपल्या सद्हेतूबद्दल आपल्याला श्रेय देण्यात होणार नाही. ते फक्त आपल्या भ्याडपणाबद्दल आपली स्तुती करतील. तुम्ही एखादी गोष्ट चांगुलपणाने करत आहात असे एखाद्या धटिंगणाला कधी वाटणारच नाही; तुम्ही घाबरले आहात असेच त्याला वाटेल.'[३]

एक तरुण सदस्य महत्त्वाचे मुद्दे मांडतात. आपण आंतरराष्ट्रीय मंडळांमध्ये चीनची बाजू स्वत: चीनपेक्षासुद्धा जास्त हिरीरीने मांडत आहोत असे ते म्हणतात– मुद्दई सुस्त और गवाह चुस्त... १९५१ च्या कराराप्रमाणे तिबेटला त्याच्या अंतर्गत कारभारात स्वायत्तता असायला हवी. पण चीनने या कराराचा भंग केला आहे. त्यांनी तिबेटच्या अंतर्गत कारभारात हस्तक्षेप केला आहे. चीनमधील लाखो लोक तिबेटमध्ये आणून वसवले जात आहेत ज्यामुळे तिबेटी स्वत:च्याच भूमीत अल्पसंख्य होतील... तिबेटमधून हजारो लोकांना नवे विचार देण्यासाठी नेण्यात आले आहे... आपण चीनचे तिबेटवरील स्वामित्व मान्य करून मोठी चूक केली. तो दुर्दैवी दिवस होता... जेव्हा कम्युनिझमखाली लोक स्वत:च्या धर्माचे आचरण आणि संरक्षणसुद्धा करू शकत नाहीत, तर कम्युनिझम आणि लोकशाही हे परस्परांशी सुसंगत आहेत असे कसे म्हणता येईल?... तिबेट ही चीनची अंतर्गत बाब नाही... भारत सरकारने आपल्या धोरणाचा पुनर्विचार करावा... आपण जर अल्जिरियाच्या स्वातंत्र्याचा पुरस्कार करतो तर तिबेटच्या स्वातंत्र्याबद्दल का बोलू शकत नाही? तोच निकष लावला तर अल्जिरिया हा फ्रान्सचा अंतर्गत मामला होत नाही का?... आमच्या पक्षाचा तिबेटच्या स्वातंत्र्याला पाठिंबा आहे... तिबेटला चीनमध्ये कधी स्वायत्तता मिळेल अशी कल्पना तरी करता येईल का? कम्युनिझम आणि स्वायत्तता हे परस्परविरोधी आहेत. आपण जसा संयुक्त राष्ट्रसंघात चीनसाठी प्रयत्न करत होतो तसा तिबेटसाठीही करता आला असता. युक्रेन हा सोव्हिएत युनियनचा भाग आहे पण तरीही तो स्वत:सुद्धा संयुक्त राष्ट्रसंघाचा सभासद आहे... जरी आपल्या पंतप्रधानांनी आपले धोरण अनुसरताना कितीही संयम राखला तरी जर त्या धोरणाचा तिबेटचा प्रश्न सुटायला मदत होत नसेल तर आपल्या धोरणात थोडा कणखरपणा, थोडी क्रियाशीलता आणण्याची गरज आहे हे मान्य करावेच लागेल... एका मोठ्या देशाने एका लहान देशाला गिळंकृत केले आहे... आपल्या बाबतीत बोलायचे तर चीनची आपल्यावर वाईट नजर आहे... चीनच्या नव्या सरकारने चँग कै शेकला फेकून दिले, पण त्याचे नकाशे मात्र ठेवले हे कसे? हे भारतावरच छुपे आक्रमण

३. 'लोकसभा डिबेट्स' ८ मे १९५९, स्तंभ १५८७८-८५

आहे. उत्तर प्रदेशात चीनने दोन जागा बळकावल्या आहेत आणि त्यांनी तिथे मुक्काम ठोकला आहे. या सगळ्या घटना येणाऱ्या संकटाची सूचना देत आहेत. आपल्या स्वातंत्र्ययोद्ध्यांनी आपल्या स्वातंत्र्यासाठी परदेशात लढा दिला तसा भारतात असलेल्या तिबेटी विस्थापितांनासुद्धा त्यांच्या देशाच्या स्वातंत्र्यासाठी मोहीम करायला परवानगी द्यायला हवी... हा नवा साम्राज्यवाद आहे. त्याचा धोका हा आहे की तो क्रांतीचा वेश घालून येतो. तो नव्या युगाच्या घोषणा देत येतो. पण हा साम्रज्यवाद आहे, विस्तारवाद आहे...[४]

त्यांच्यानंतर लगेच पंडितजी बोलतात, 'जाता जाता मला असे नमूद करायचे आहे की आपण दलाई लामांवर कोणतेही निर्बंध घातलेले नाहीत,' ते म्हणतात, 'फक्त समजूतदारपणा आणि औचित्य एवढेच आणि त्याचे ते स्वतःच परीक्षक असतील.' आणि मग ते त्या तरुण सदस्याकडे वळतात. 'पण कोणत्या तरी मोहिमेचे हे केंद्र करावे, आणि सन्माननीय सदस्यांना आणि त्यांच्या पक्षाला त्यात सामील होण्याची परवानगी द्यावी असे जे माननीय सदस्य सुचवतात ते स्वतः दलाई लामांनीसुद्धा सुचवलेले नाही.' पंडितजी म्हणतात, 'हे इतके विचित्र आहे की अगदी त्यांनीसुद्धा जरा विचार केला असता तर असे सुचवले नसते. मला त्याबद्दल जास्त बोलण्याची आवश्यकता वाटत नाही, कारण त्याचा वास्तवाशी संबंध नाही, जगात किंवा भारतात किंवा चीनमध्ये काय घडत आहे त्याच्याशी संबंध नाही.'

तिबेटसंबंधीच्या चीन-भारत करारावरील टीकेकडे ते वळतात. 'तो करार अगदी योग्य होता आणि आम्ही त्याचे समर्थनच करू आणि त्या कराराचा भंग झाला आहे असे अगदी त्यांनीसुद्धा म्हणणे योग्य नाही,' पंडितजी म्हणतात आणि त्याचे तकलादू समर्थन देतात. 'त्यांना असं वाटतं की करारातील काही गोष्टी, त्यांच्या मते किंवा कुणाच्याही मते असेल, पाळल्या गेलेल्या नाहीत. ती वेगळी गोष्ट आहे; पण करार मोडला गेला आहे याचा प्रश्न नाही. तो टिकतो, तो चालतो.'

आता पंडितजी रंगात आलेले असतात. त्यांना आपण जसे शासकीय अधिकाऱ्यांवर डाफरताना बघितले आहे तसे आता ते संसद सदस्यांना डाफरताना आपल्याला दिसतात– त्यांच्या विशिष्ट शैलीत. अनेक महान लोकांप्रमाणे पंडितजी अनेकदा नम्रतेसारख्या परंपरागत गुणांविषयी बोलतात, पण त्यांच्यात नम्रतेचे फारसे दर्शन होत नाही. सदस्यांनी उल्लेख केलेला युक्तिवाद आणि वस्तुस्थितीकडे वळून पंडितजी म्हणतात,

> किती माननीय सदस्यांना तिबेट, चीन, मंगोलिया, भूतान, सिक्कीम, नेपाळ यांचा गेल्या काही शतकातला इतिहास माहीत आहे याची मला

४. 'लोकसभा डिबेट्स' ८ मे १९५९, स्तंभ १५९१८-२५

कल्पना नाही. किती जणांनी तो जाणून घ्यायची तसदी घेतली हे मला माहीत नाही. आत्ताच जे सदस्य बोलले त्यांना त्याबद्दल थोडीतरी माहिती आहे का हे मला माहीत नाही. मला त्याबद्दल थोडी माहिती आहे आणि मी इतिहासावरील अनेक पुस्तके वाचण्याचे श्रम घेतले आहेत. चिनी वृत्तपत्रे, भारतीय अहवाल वगैरे. सहा-सातशे वर्षांचा इतिहास असा आहे...

पंडितजी विस्ताराने सांगू लागतात : चेंगीझ खानने काय केले... कुबलाइ खानच्या जमान्यात काय झाले... अगदी मांचू घराण्यापर्यंत. आणि मग असा समारोप करतात : 'पण या सगळ्याचा काही संबंध नाही. आजच्या परिस्थितीचा विचार करताना आपल्याला आज काय आहे, काल काय घडलं याचाच विचार करावा लागतो.'

त्या तरुण सदस्याने इतका विचित्र प्रस्ताव सुचवला आहे की, त्यानेसुद्धा तो कसा केला याचे आश्चर्य वाटावे... तो तरुण सभासद ज्याच्याबद्दल पंडितजी म्हणतात : 'आत्ताच जे बोलले त्या मा. सभासदांना याच्याबद्दल थोडीतरी माहिती आहे की नाही हे कळत नाही.' – त्या इतिहासाच्या पुस्तकांबद्दल ज्यांचे ढीगच्या ढीग पंडितजींनी वाचले आहेत – तो तरुण सदस्य म्हणजे अटलबिहारी वाजपेयी... कडक भाषा वापरणाऱ्यांची पंडितजी कानउघडणी करतात, 'युद्धासारखी भाषणे करून आणि युद्धासारखे धोरण ठेवून शांततामय तोडगे निघत नाहीत...'

ते दोन घटकांचा उल्लेख करतात – ज्यांचा चीनला पळवाटीसाठी चांगला उपयोग झाला असता. पहिला आहे बदल. तिबेट भूतकाळात अडकलेला आहे. त्याला एकाएकी आपल्या 'माथेफिरू जगात फेकण्यात आले आहे – शीतयुद्धे आणि काय वाटेल ते घडत आहे. गतिमान धोरणे, हिंस्र धोरणे, हुकूमशाही धोरणे.' बदल सावकाश झाला असता तर बरे झाले असते आणि खरे म्हणजे चीनचे सत्ताधारी तेच करणार होते : 'मला वाटतं, चीन सरकारचे तसेच धोरण होते; त्यांच्या लक्षात आले की अशा देशाच्या बाबतीत घाई करून चालणार नाही. तथाकथित सुधारणा किंवा जे काही असेल ते, त्याच्याबाबतीत घाई करून चालणार नाही...' पण उखडून टाकणे ही 'क्लेशकारक प्रक्रिया' असते – जेव्हा कधी होते तेव्हा. बदल सहकार्यातून घडवले असते तर जास्त बरे झाले असते. 'पण तिबेटमध्ये जे काही घडत आहे त्याच्यावर मला टिप्पणी करता येत नाही. खरे काय आहे ते मला माहीत नाही. आणि या सभागृहातील दुसऱ्या कोणालाही नाही, फक्त थोडी तुटक माहिती आहे. पण मला असे म्हणावेसे वाटते की या सगळ्या गुंतागुंतीच्या परिस्थितीमुळे तिबेटच्या लोकांचे हाल होत आहेत यात शंका नाही. आणि ते टाळायला मला आवडले असते; पण मी काय करू शकतो?'

पण तिबेटला स्वायत्तता असेल, त्यांच्या धर्माचे रक्षण केले जाईल असा चाऊ एन-लायनी शब्द दिला नव्हता? त्या १७ कलमी करारात स्वायत्ततेची हमी दिली होती ना? 'खरे आहे' पंडितजी म्हणतात, 'पण कदाचित भाषेची अडचण असेल!' 'माझ्या किंवा आपल्या या गोष्टी हाताळण्यात एक अडचण असते आणि ती म्हणजे आपण वापरत असलेल्या शब्दांचा इतर लोक वेगळा अर्थ काढतात,' पंडितजी सभागृहाला सांगतात. 'उदाहरणार्थ आपण तिबेटच्या स्वायत्ततेबद्दल बोलतो. पण माझ्या मनात शंका येते की या शब्दाचा आपण जो अर्थ काढतो तोच तेही काढतात का? मला तसे वाटत नाही. इतरही असे अनेक शब्द आहेत. मी मुद्दाम अर्थ बदलण्याबद्दल बोलत नाही. त्याशिवाय विचार करायच्या पद्धतीही बदलल्या आहेत. त्या अशाही बदलतातच पण शीतयुद्धाच्या पद्धतींमुळे त्या आणखी बदलल्या आहेत. एकच भाषा बोलणे भयंकर कठीण असते, म्हणजे मनाची भाषा असं मला म्हणायचंय. त्यामुळेसुद्धा अडचण निर्माण होते आणि प्रचंड गैरसमज निर्माण होतात. पण मी त्या गोष्टींमध्ये जाऊ शकत नाही...' चीनला याहून जास्त सोयीचे कारण मिळाले असते?

भाषणाच्या उरलेल्या भागात ते भारतीयांना सल्ला देतात – भांडणाची भाषा टाळा, प्रतिष्ठा राखा, हक्कांना जपा, प्रतिष्ठा जपा, 'आणि तरीही चुकीच्या मनोवृत्तीत जाऊ नका. शत्रुत्वाची मनोवृत्ती बाळगू नका...'

त्याचबरोबर ते चिनी वृत्तीचा आतापर्यंत भर देत असलेल्यापेक्षा वेगळाच अर्थ मांडतात : '...मला वाटतं मंगोल काळापासून चिनी लोक तिबेटींकडे तुच्छतेने बघत आले आहेत असे म्हटले तर चुकीचे होणार नाही. एवढेच कशाला, चिनी लोक स्वत:चा देश सोडून इतर सर्व देशांकडे तुच्छतेने बघतात. ते स्वत:ला स्वर्गीय वंशाचे समजतात, महान देश समजतात, मग ते तांग साम्राज्य असो नाहीतर मिंग साम्राज्य किंवा नंतर दीर्घकाळ होते ते मांचू असोत...'

जाता जाता ते चिनी नकाशांकडे वळतात आणि त्यांचा सूर किंचित बदलतो. ते तक्रार करतात– नकाशांबद्दल नाही पण त्यांचा वापर चालू राहण्याबद्दल :

> एका गोष्टीचा दोन-तीन सदस्यांनी उल्लेख केला तो म्हणजे नकाशांचा प्रश्न. याबद्दल शंका नाही की चीन ज्याला जुना नकाशा म्हणतो, ज्यात भारताचे मोठे भाग जणू काही ते चीनच्या मालकीचे आहेत असे दाखवले आहे. त्यामुळे या देशातील लोकांच्या मनात सतत असंतोष राहिला आहे. त्यामुळे काही मोठे संकट आले आहे असे नाही, पण ही गोष्ट वर्षानुवर्षे सतत कशी होत आहे हे आपल्या लोकांना साहजिकच पटत नाही. आणि हे लक्षात घ्या की हा एखाददुसरा इकडचा किंवा तिकडचा छोट्या भागाचा

– ज्याबद्दल वाद असू शकेल आणि ज्याबद्दल आपण बोलू शकू – प्रश्न नाहीये – दोन-तीन असे लहान भाग आहेत आणि त्यावर आम्ही चर्चा करणार आहोतच – पण हे वास्तवावर आधारित नसलेले, खोटे असणारे आणि जे इतिहासकालीन– मार्शल चँग कै-शेकच्या किंवा त्यापूर्वीच्या कुठल्या सत्ताधाऱ्यांच्या काळातले आहेत या कारणासाठी चालू ठेवणे.५

चिनी प्रचार यंत्रणा भारताचा, आणि विशेषत: पंडितजींचा धिक्कार करत राहते. किंबहुना प्रत्येक फैरीबरोबर हे हल्ले अधिक घातक होत आहेत. त्याबरोबर आपल्या सरकारच्या धोरणाबद्दलचा असंतोष त्या प्रमाणात वाढत आहे.

जे काही थोडे आपण केले त्यावरूनसुद्धा असे आरोप होत आहेत, त्यामुळे आणखी काही करण्याचा प्रश्नच उद्भवत नाही. ल्हासामध्ये भारताचा काउन्सल जनरल असलेल्या एका अधिकाऱ्याला दलाई लामांबरोबर संपर्क ठेवण्याची जबाबदारी दिलेली आहे. ७ मे १९५९ ला दलाई लामा पंडितजींना, चीन तिबेटमध्ये काय करत आहे याबद्दल लिहितात. पंडितजी उत्तर म्हणून एक पत्र डिक्टेट करतात आणि त्या अधिकाऱ्याला त्याप्रमाणे तोंडी उत्तर द्यायला सांगतात, 'तिबेटमध्ये जे घडत आहे त्याबद्दल त्यांना वाटणारी तीव्र उद्विग्नता मी समजू शकतो,' पंडितजी त्या अधिकाऱ्याला सांगतात. 'पण त्यांचे पत्र वाचल्यावर त्यांना परिस्थितीचे पूर्ण आकलन झालेले नाही असे दिसते.' दलाई लामांनी सुचवलेल्या अटींसाठी प्रयत्न करायचा असेल तर चीनचा युद्धात पूर्ण पराजय व्हावा लागेल– 'कोणतेही सरकार अशा अटी मान्य करणार नाही, आणि चीनचे सरकार तर नाहीच नाही. युद्ध झाले असते तरी ते अशा अटी मान्य करणार नाहीत, कारण त्याचा अर्थ त्यांनी तिबेटमधील आपले धोरण पूर्णपणे सोडून देणे हा होईल. अशा अटी जगातील सर्व महासत्तांनी जरी घातल्या तरी त्या कोणत्याही बलवान आणि प्रभावशाली देशाला मान्य होणार नाहीत.'

आणि भारताला तर त्या बाबतीत आणखी काही करणे जास्तच कठीण आहे : 'गेल्या काही आठवड्यांत चीन सरकारने भारतावर आणि भारतीय नेत्यांवर अतिशय द्वेषपूर्ण हल्ला केला आहे. यावरून भारताच्या धोरणामुळे – ते इतके सौम्य असूनसुद्धा – ते किती बिथरले आहेत ते दिसते. खरे म्हणजे भारताने जितके करता येईल तितके केले आहे. आणखीन पुढचे पाऊल घेणे म्हणजे चीनबरोबरचे संबंध तुटतील. आणि काही असले तरी भारत चीनपुढे कोणत्याही मागण्या ठेवू शकत नाही. जास्तीत जास्त असे होण्याची शक्यता आहे की परिस्थितीत हळूहळू असा

---

५. 'लोकसभा डिबेट्स' ८ मे १९५९, स्तंभ १५९२५-२९

बदल होईल की ज्यामुळे चीन सरकारला त्यांचे तिबेटबद्दलचे धोरण सौम्य करावे लागेल. दुसरा मार्गच नाही... हे लक्षात घेतले पाहिजे की तिबेटमध्ये नजीकच्या काळात काही होणार नाही. अशी परिस्थिती निर्माण करण्यात आली आहे की जी चटकन उलट करणे शक्य नाही. आपल्याला फार काळजीपूर्वक काम केले पाहिजे आणि घटनांवर लक्ष ठेवले पाहिजे.'६

पंडितजींच्या १८ मे १९५९ च्या मुख्यमंत्र्यांना लिहिलेल्या पत्राचा मोठा भाग मुख्यत्वे त्यांच्या तिबेट व चीनविषयीच्या धोरणाचे समर्थन करण्यात जातो. नेहमीच्या घटनाक्रमाचे वर्णन केले जाते– भारताने चीनचे तिबेटवरील स्वामित्व नेहमीच मान्य केले आहे; चीनच्या सेनेने तिबेटमध्ये प्रवेश केला तेव्हा काही करता आले नाही; म्हणून स्वायत्ततेवर भर दिला; १९५४ चा करार विश्वासाच्या भावनेतून केला. एकच नवा मुद्दा पंडितजी मांडतात, तो हा की भारताने निदान हे प्रकरण संयुक्त राष्ट्रसंघात उपस्थित करावे किंवा कमीत कमी दुसऱ्या एखाद्या राष्ट्राने चीनच्या नव्या मोहिमेचा मुद्दा संयुक्त राष्ट्रसंघात उपस्थित केला तर त्याला पाठिंबा द्यावा, हा विचार ते फेटाळून लावतात. पंडितजी म्हणतात, 'जिथे संयुक्त राष्ट्रसंघाने चीनला मान्यताही दिली नाही आणि त्याला जवळ-जवळ शत्रुवत् राष्ट्र मानले जाते तिथे हा प्रश्न संयुक्त राष्ट्रसंघात कसा नेता येईल, हे आम्हाला समजत नाही. संयुक्त राष्ट्रांनी चीनला मान्यताही द्यायची नाही आणि त्याचा निषेधही करायचा हे कसे शक्य आहे?'७

चीन शाब्दिक धिक्कार व प्रत्यक्ष भूमीवरील घुसखोरीची संख्या आणि प्रमाण वाढवतो. ऑगस्टच्या पहिल्या आठवड्यातील एका पत्रकार परिषदेत हजारो चौरस मैल भारतीय प्रदेश चीनमध्ये दाखवणाऱ्या नकाशांबद्दल भारताच्या निषेधांच्या बाबतीत चीन सरकार पाळत असलेल्या विचित्र मौनाबद्दल पंडितजी आश्चर्य आणि खेद व्यक्त करतात.

सुनीतीकुमार चॅटर्जी, एक सन्मान्य भाषातज्ज्ञ व साहित्यिक आणि बंगालमधील इंडिया-चायना फ्रेंडशिप असोसिएशनचे तत्कालीन अध्यक्ष, पंचशील जाहीरनाम्याच्या वाढदिवसानिमित्त पंडितजींना संदेश देण्याची विनंती करतात. त्या पाच तत्त्वांचे आता काय झाले आहे आणि आताच्या घटनांमुळे पंडितजी किती तीव्रपणे दुखावले गेले आहेत ते पंडितजींच्या प्रतिक्रियेवरून दिसून येते. ते चॅटर्जींना लिहितात :

आपल्याला कोणत्या प्रकारचा संदेश पाठवावा हे मला समजत नाही; कारण या पाच तत्त्वांबद्दल आवेशाने बोलणाऱ्या देशांनीच त्यांचा भंग

---

६. SWJN, खंड ५९, पृष्ठ ५६९-७०
७. 'पत्रे', खंड ५, १८ मे १९५९ चे पत्र, विशेषत: पृष्ठ २३६-४१

करण्याची उदाहरणे वारंवार दिसत आहेत.

आम्ही दलाई लामा व इतर तिबेटींना आश्रय दिला. भारतीय वृत्तपत्रांनी आणि इतर कोणी चीनच्या तिबेट धोरणावर टीका केली म्हणून आम्ही या तत्त्वांचा भंग केला, असा आरोप चीनचे सरकार आमच्यावर ठेवत आहे. चीनने या तत्त्वांमागील भावनांचा अनेकदा भंग केला आहे, असे आम्हाला वाटते.

असे असताना मी संदेशात काय म्हणू? मला चीन सरकारवर टीका करत बसण्याची इच्छा नाही. त्याने काहीही साध्य होणार नाही. त्याचबरोबर ज्याच्याप्रमाणे कोणी वागत नाही त्याची स्तोत्रे मी कशी गाऊ?[८]

नुसती घुसखोरी, कायमचा कब्जा नाही

संसद संतापली आहे. दोन्ही सभागृहात प्रश्नाच्या तासात तीनदा आणि तहकुबीच्या ठरावावर संतप्त सामना होतो आणि सदस्य चालू घटनांविषयी माहिती मिळवण्याचा प्रयत्न करतात.

पंडितजी घुसखोरीचे गांभीर्य कमी करण्याचा आटोकाट प्रयत्न करतात, देशाच्या संसदेच्या दृष्टीने त्याचे फार महत्त्व नाही असे सांगायचा प्रयत्न करतात. सदस्य विचारत असलेल्या नेमक्या आणि टोकदार प्रश्नांना उत्तर टाळायचा किंवा मोघम उत्तर द्यायचा ते प्रयत्न करतात. केवळ त्यांच्या उच्च प्रतिष्ठेमुळे त्यांची त्यांनी दिलेल्या उत्तरांवर सुटका होते. पण ते (प्रतिष्ठेचे) भांडवल कमी होत जात आहे.

पंडितजींनी ८ मे १९५९ ला चीनच्या बारा होती येथील घुसखोरीविषयीच्या तारांकित प्रश्नाला उत्तर दिले. त्या भागातून घुसखोरीबद्दल चीनबरोबर चाललेली बोलणी संपली की नाहीत असे अनेक सदस्य विचारतात. बोलणी पुढे चालू झालेली नाहीत असे सदस्यांना सांगण्यात येते. पण मग आताची स्थिती काय आहे? – सदस्यांना जाणून घ्यायचे आहे. अजून तो भाग चीनच्या ताब्यात आहे का? नाही, उ. प्र. पोलिसांचे पथक तिथे मुक्काम ठोकून आहे, असे पंडितजी सांगतात. पंडितजी म्हणतात, 'हे लक्षात ठेवले पाहिजे की तो सपाट जमिनीचा भाग सुमारे दीड चौरस मैलांचा आहे, तो छोटा तुकडा आहे. हिवाळ्यात तर तिथे पोहोचताही येत नाही. उन्हाळ्यात मेंढपाळ बकऱ्या, मेढ्यांना चारायला तिथे जातात. ते जास्त करून तिबेटच्या बाजूने येतात, कारण आपल्या बाजूला उभे डोंगर आहेत...'

आपले जवान तिथे हिवाळ्यातसुद्धा राहू शकतील अशी काही व्यवस्था केली आहे का?– एक सदस्य विचारतात. हे खरे आहे की गेल्या वर्षी आपले जवान

---

८. SWJN, खंड ५९, पृष्ठ ५८३

हिवाळ्यातसुद्धा तिथे राहिले होते तेव्हा थोडे चिनी सैनिकही तिथे आले, पंडितजी सांगतात. 'आता मला हे समजत नाही की आपण आपल्या जवानांना हिवाळाभर इतक्या थंडीत तिथेच बसून रहा म्हणून का सांगावे?...' वाटाघाटी सोडून दिलेल्या नाहीत, पंडितजी सांगतात. दोन्ही बाजूंनी असे ठरवले आहे की या प्रकरणाचा निकाल लागेपर्यंत दोन्ही बाजूंनी तो पट्टा कोणाच्याही ताब्यात ठेवायचा नाही. कोणताही पक्ष तिथे सशस्त्र माणूस पाठवणार नाही. अशा गोष्टी चर्चेने सोडवायच्या असतात, ते सदस्यांना सांगतात. डोंगरमाथ्यावर बसलेले राहून त्या कशा सोडवायच्या? मामला नकाशांचा आहे– आपल्याकडे आपले नकाशे आहेत, त्यांच्याकडे त्यांचे आहेत. तिथे बसून हा प्रश्न कसा सोडवणार, त्या भागात भटकून?[९]

अनेक सदस्यांनी दुसरा एक प्रश्न पाठवला होता : 'चिनी सेनेने लडाखी प्रदेश व्यापणे.' त्यांनी विचारले की लडाख प्रदेशाचा मोठा भाग नुकताच चिनी सेनेने व्यापला आहे हे खरे आहे का? लेखी उत्तरात पंडितजी नेहमीप्रमाणे तो भाग किती दूर आणि पोहोचण्यास कठीण आहे हे सांगून सुरुवात करतात : 'पूर्व आणि उत्तर-पूर्व लडाखचा मोठा प्रदेश निर्मनुष्य आहे. तो डोंगराळ असून दऱ्यासुद्धा १३००० फुटांच्या वर उंचीला आहेत...' सरकारने या भागात काही चौक्या स्थापन केल्या आहेत...

नंतर ते चिनी सैन्याने केलेल्या दोन वेगवेगळ्या घुसखोरींचा उल्लेख करतात – एक ऑक्टोबर १९५७ मधील आणि दुसरी फेब्रुवारी १९५८ मधील – आणि हे की त्यांच्याकडे चीन सरकारचे ताबडतोब लक्ष वेधण्यात आले. त्यानंतर एक तिसरी आणि खूपच जास्त गंभीर अशी घटना घडली. जुलै १९५९ मध्ये दोन गस्ती पथके पाठवली होती. त्यापैकी एक पथक चीनने १९५७ आणि १९५८ मध्ये केलेल्या घुसखोरीच्या ठिकाणांकडे जात असताना त्यांना एका खूप मोठ्या चिनी पथकाने अटक केली. असे दिसले की चीनने 'भारताच्या भूमीवर बरेच आत' स्पंगूर येथे छावणी स्थापन केली होती. निषेध नोंदवण्यात आला. चीन म्हणतो की, भारतीय जवानांनी चीनच्या मालकीच्या प्रदेशात प्रवेश केला होता म्हणून त्यांना अटक करण्यात आली. 'या दाव्याबद्दल आम्ही आश्चर्य व्यक्त केले, पंडितजी म्हणतात. त्या पत्राला अजून उत्तर आलेले नाही...'

'अर्थात एकमेकांपासून बऱ्याच अंतरावर असलेल्या दोन-तीन ठिकाणी सीमेवरून गडबड झालेली आहे,' ते लोकसभेत सांगतात, आणि पुढे म्हणतात, 'आणि आपला प्रदेश चीनने व्यापला आहे – म्हणजे कायमचा व्यापला आहे – असे म्हणणे बरोबर नाही. पण त्यांची पथके, आमच्या माहितीनुसार, दोन-तीन मैल

---

९. 'लोकसभा डिबेट्स' २८ ऑगस्ट १९५९, स्तंभ ४७५६-६०

आपल्या प्रदेशात आलेली आहेत. एवढी आमची माहिती आहे.' आणि चीनने एखादा प्रदेश व्यापला आहे आणि त्याचा इन्कार करणे शक्य होणार नाही असे जेव्हा दिसते (जसे लवकरच अक्साई चीनचा मोठा पट्टा भारतापासून अलग करणारा चीनने बांधलेला रस्ता जनतेच्या निषेधाचे लक्ष्य होईल) तेव्हा त्यांनी दीर्घकाळ व्यापलेल्या प्रदेशातून तो भाग परत मिळवण्याला आता उशीर झाला असे म्हटले जाईल. भारतीय पथक का व कसे पाठवण्यात आले होते, त्याला चीनने कसे पकडले आणि महिनाभर डांबून ठेवल्यानंतर त्याला कसे सोडून देण्यात आले ते पंडितजी सांगतात. पंडितजींवर दबाव येतो. 'पण चीनने लडाखी प्रदेशाच्या मधून रस्ता काढला नाही का?'– एन. जी. गोरे विचारतात, 'होय, ते उत्तर लडाखमध्ये झाले,' पंडितजी मान्य करतात, 'अगदी बरोबर याच जागेजवळ नाही पण लडाखी प्रदेशातच.'

'एक-दोन वर्षांपूर्वी,' पंडितजी आता सभागृहाला सांगतात, 'चीनने गारटोक पासून यारकंडपर्यंत – म्हणजे चिनी तुर्कस्तानपर्यंत – रस्ता बांधला होता आणि अशी माहिती होती की हा रस्ता लडाखच्या उत्तर-पूर्व भागातून जातो.'

'एक-दोन वर्षांपूर्वी' आणि ते सभागृहाला आत्तापर्यंत सांगितलेच नाही! आणि तो प्रदेश परत मिळवण्यासाठी सरकारने काय केले? 'सभागृहाने हे लक्षात घ्यावे,' पंडितजी म्हणतात, *'की ते भाग अतिशय दूर आहेत, जवळ-जवळ न पोहोचता येण्यासारखेच, आणि जरी तिथे पोहोचणे शक्य झाले तरी ते आठवडेच्या आठवडे चालल्यानंतरच.'* शिवाय त्या दूरच्या भागातील सीमा जमिनीवर स्पष्टपणे आखलेलीही नाही. 'आपल्यापुरते बोलायचे झाल्यास,' पंडितजी सभागृहाला सांगतात, 'तो भाग भारतीय संघराज्याच्या प्रदेशात आहे असे आपल्या नकाशांवरून स्पष्ट दिसते. काही भागांचे स्पष्ट आरेखन झाले नसेल हे शक्य आहे. पण एखाद्या भागाबद्दल वाद असेल तर त्यावर चर्चा करायला हवी.' अशा प्रकारची उत्तरे वाचताना जो प्रश्न आपण मनात ठेवायला हवा तो हा : 'चीन जी भूमी स्वत:ची आहे असे मानतो त्यातील ९०,००० चौरस मैल तर सोडूनच द्या, पण एक इंच भूमी जरी दुसऱ्या देशाने बळकावली असती तर त्याने काय प्रतिक्रिया दिली असती?' याच्या उत्तरावरून आपल्या भूमीचे रक्षण कसे करतात ते आपल्याला समजेल; आणि त्याहीपेक्षा जास्त म्हणजे आपली भूमी बळकावली गेल्यावर पंडितजींनी जी प्रतिक्रिया दिली ती बघून चीन काय निष्कर्ष काढेल त्याचीही आपल्याला कल्पना येईल. आता ते आणखी धीट बनून पुन्हा असे का करणार नाहीत?

एन. जी. गोरे पंडितजींना विचारतात, 'याचा अर्थ असा का, की आपल्या देशाचे जे दुर्गम भाग आहेत त्यात कोणताही देश येऊन रस्ते आणि छावण्या बांधू शकतो? आपण पथक पाठवतो, ते त्या पथकाला अटक करतात आणि आपले

संबंध चांगले असल्यामुळे ते त्याला सोडून देतात. एवढेच? रस्ता तिथेच असणार आहे, आपला प्रदेश व्यापलेलाच राहणार आहे, आणि त्याबद्दल आपण काहीही करत नाही.'

पंडितजींचे उत्तर त्या काळात नेहमी जसे असायचे तसे होते : 'मी या प्रश्नाला उत्तर द्यावे अशी मा. सदस्यांची अपेक्षा आहे की कसे ते मला समजत नाही.' मग ते घुसखोरीचे प्रकार, सीमांचे प्रकार यांच्यातील फरक सांगू लागतात : जिथे सीमेचे आरेखन झालेले असते तिथे घुसखोरी केली तर ते आक्रमण होते आणि ते मागे घ्यायला लावायलाच लागते; जिथे दोघांचाही दावा आहे असे भाग; ज्या प्रदेशाबद्दल नकाशे स्पष्ट आहेत पण सीमा जमिनीवर आखलेली नाही, वगैरे. आपल्या गस्ती पथकाला जिथे अटक करून जबरदस्तीने नेण्यात आले त्याबद्दल ते म्हणतात, 'त्याबद्दल आमचा पत्रव्यवहार चालू आहे आणि दोन्ही सरकारांनी विचार करावा असे आम्ही सुचवत आहोत.'

अटलबिहारी वाजपेयी विचारतात : त्या भागात सुरक्षेच्या उपायांची अंमलबजावणी करण्यासाठी कोणती पावले उचलली आहेत? कोणते उपाय केले आहेत ते सांगण्याऐवजी पंडितजी दटावतात : 'हजारो मैलांची सीमा आहे, मा. सदस्याने प्रश्न विचारताना जरा अचूक असले पाहिजे. ते जर या विशिष्ट कोपऱ्याबद्दल, म्हणजे अक्साई चीनबद्दल बोलत असतील तर तो असा प्रदेश आहे की, त्यातील काही भागात, मी असं म्हणेन की काय स्थिती आहे ते स्पष्ट नाही. इतर ठिकाणी आपल्याला स्पष्ट आणि पक्की माहिती आहे. सीमा २५०० मैल लांब आहे...' सुशीला नायर विचारतात की, तो प्रदेश चीन त्यांचा म्हणून म्हणत आहे त्यातच या घटना घडत आहेत का आणि तसे असेल तर त्याचा भविष्यावर काय परिणाम होईल?

सभापती विचारतात, 'नकाशातील सीमांमध्ये घुसखोरीच्या आणखी घटना झाल्या आहेत का?'

पंडितजी सहज जाता जाता अशाप्रकारे आणखी थोडी चिंताजनक माहिती देतात : 'मी उत्तर दिले तो प्रश्न एका भागाशी संबंधित होता. *आणखीसुद्धा असे भाग आहेत जिथेसुद्धा अशा घटना घडल्या आणि खरे म्हणजे, आताही घडत आहेत.*' अर्थात हे सदस्यांच्याच हितासाठी आहे की ते वेगवेगळ्या घटना एकत्र करत नाहीयेत : 'मला ते याच्याबरोबर जोडायचे नव्हते. नाही तर मनात गोंधळ निर्माण होईल. ही २००० मैलांपेक्षाही लांब सीमा आहे.'

अटलबिहारी वाजपेयी : सीमा खूप लांबीची आहे हे सारखे सांगायची काय गरज आहे? आपल्याला तिचे रक्षण करता येत नाहीये का?

पंडितजी : 'मला एवढेच म्हणायचे होते की दोन-तीन ठिकाणच्या घटना एकत्र

केल्याने सदस्यांच्या मनात गोंधळ निर्माण होईल...'

पण चीन सरकार अजून प्रसिद्ध करत असलेल्या नकाशांचे काय? त्यांच्यात लडाखचे मोठे भाग चीनचे म्हणून दाखवलेले नाहीत का?

पंडितजींचे उत्तर नमुनेदार आहे :

> चीन सरकारचे नकाशे इतके लहान आहेत आणि त्यात रंगाचे फराटे इतके रुंद आहेत की लडाखचे काही भाग त्यात असल्यासारखे दिसतात; पण ते पुरेसे अचूक नाहीत. आपण ज्याच्याबद्दल चर्चा करत आहोत आणि ज्या प्रश्नाला मी उत्तर दिले ते दोन-तीन मैलांशी संबंधित आहेत. नकाशात दोन-तीन मैल दिसत नाहीत. पण हे खरे आहे की लडाखचा भाग नकाशात त्यांच्या रंगात दाखवला आहे.[१०]

याचे कारण नकाशे फार लहान मापाचे आहेत हे आहे? की हे लहान मापाचे नकाशे मुद्दाम काही उद्देशाने प्रसृत केले जात आहेत?

चीन सैन्य पाठवतो, आपण अर्ज पाठवतो

प्रश्नोत्तरांच्या तासानंतर लगेचच लोकसभा उत्तर-पूर्व सीमेवरील परिस्थितीबाबत अनेक सदस्यांनी दाखल केलेले तहकुबी ठराव चर्चेला घेते. या चर्चेदरम्यान पंडितजींना, १९६२ च्या मोठ्या आक्रमणाची नांदी म्हणावी अशी अतिशय गंभीर माहिती द्यावी लागते. ते लोकसभेला सांगतात की, चीनचे सैन्य मोठ्या संख्येने पूर्ण सीमेवर जमवण्यात आले आहे. ते सांगतात की उत्तर-पूर्वेत तीन ठिकाणी ते खोलपर्यंत आत आले आहे. लोंगजू खेड्यात धडक मारण्यात आली आहे.

'गेल्या दोन-तीन वर्षांच्या काळात चिनी सेनेच्या एखाददुसऱ्या तुकडीने घुसखोरी केल्याच्या घटना, अनेकदा नाही पण घडल्या आहेत,' पंडितजी म्हणतात, 'यात विशेष असे काही नव्हते; कारण सीमा रेखांकित केलेली नसल्यामुळे पथके इकडून तिकडे जातात. आम्ही १९५७/५८ मध्ये चीन सरकारचे याच्याकडे लक्ष वेधले आणि ते मागे गेले. ती गोष्ट तिथेच संपली.' आता दोन घटना घडल्या आहेत. एका घटनेत सुमारे २०० चिनी सैनिकांनी कामेंग विभागात आपली सीमा ओलांडली. आपल्या १०-१२ जवानांच्या पथकाला त्यांनी घेरले आणि मागे ढकलले. चिनी परत गेले. आपले पथक पुन्हा पूर्वीच्या जागी गेले. 'हे सगळे दोन मैलांच्या मुद्द्यावरून झाले,' पंडितजी म्हणतात. २५ ऑगस्टला मोठ्या संख्येने चिनी सैन्य आपल्या हद्दीत तीन-चार मैल घुसले आणि आपल्या डझनभर जवानांच्या तुकडीला

---

१०. 'लोकसभा डिबेट्स', २८ ऑगस्ट १९५९, स्तंभ ४७९३-८००

त्यांनी घेरले आणि कैद केले. त्यातले सात किंवा आठ जण निसटले आणि पुन्हा आपल्या चौकीत जाऊन बसले. चिनी सैनिकांनी त्यांना घेरले. बराच वेळ दोन्ही बाजूंनी गोळीबार झाला. पण संख्याबळ अपुरे असल्यामुळे आपल्या जवानांना लोंगजू खेड्यातली चौकी सोडावी लागली.

संपूर्ण नेफा (NEFA) प्रदेश लष्कराखाली आणण्यात आला आहे, असे पंडितजी सभागृहाला सांगतात. 'मी सांगण्याची गरज नाही, पण परिस्थिती घाबरून जाण्यासारखी नसली – तशा या लहान घटना आहेत – या किरकोळ घटनांच्या मागे काय आहे ते समजणे कठीण आहे. ते कसेही असले तरी आपल्याला जागरूक राहायला हवे आणि आपल्या सीमेचे शक्य तितक्या चांगल्या प्रकारे रक्षण करायला हवे.'

चीन, तिबेट आणि सीमांबद्दल आपण कोणते धोरण ठेवले आहे त्याचे पंडितजी विवेचन करतात. त्यांच्या नेहमीच्या पद्धतीप्रमाणे ते संतुलित दृष्टिकोन ठेवण्याचा आटोकाट प्रयत्न करतात, ज्याचे उद्दिष्ट शांततापूर्ण तोडगा काढणे हे असते, जे दुसऱ्या शब्दात सांगायचे तर अर्ज, विनवण्या पाठवणे हे असते. सीमेच्या अचूक आखणीबद्दलच्या मतभेदांप्रमाणेच सीमेवरील किरकोळ घटना चर्चेच्या माध्यमातून सोडवाव्यात. पण 'चिनी नकाशांचा रुंद आवाका ज्यामुळे शेकडो मैलांची भारतीय भूमी ब्रशच्या एकाच फराट्याने रंगवलेली आहे' हे 'पूर्णपणे उघडपणे अस्वीकार्य आहे आणि ते आम्ही स्पष्ट केले आहे.' '...त्यांच्या सैन्याने यायचे, आमच्या चौक्यांना घेरायचे आणि गोळीबार करून त्यांच्यावर कब्जा करायचा हा एखादा प्रश्न सोडवण्याचा नेहमीचा शांततामय मार्ग नाही. एखाद्या क्वचित घडणाऱ्या किंवा अनवधानाने घडणाऱ्या घटनेपेक्षा ही गोष्ट खूप जास्त गंभीर होते.'

'सदस्य मला विचारतात की याच्या मागे काय आहे,' असे पंडितजी म्हणतात. त्यांचे उत्तर महत्त्वाचे आहे :

मला सांगता येत नाही. नुसती कल्पना करणे योग्य होणार नाही– अर्थात ती कल्पनाच असणार– पण ही कोणत्याही गंभीर गोष्टीची पूर्वसूचना आहे अशी मला कल्पनाच करता येत नाही. कोणीही अशा प्रकारे काम करणे अगदी चीन सरकारनेसुद्धा, वेडेपणाचे वाटते आणि त्याबद्दल मी त्यांचे कौतुक करू शकत नाही. त्यामुळे ते असे करतील असे मला वाटत नाही. पण आपल्याबद्दल बोलायचे झाल्यास, आपण कोणत्याही प्रसंगासाठी तयार राहायला हवे आणि गाजावाजा न करता जागरूक राहिले पाहिजे.[११]

---

११. 'लोकसभा डिबेट्स', २८ ऑगस्ट १९५९, स्तंभ ४८६०-७१

मोठीच चूक ही : एखादी कृती आपल्याला वेडेपणाची वाटते म्हणून शत्रू ती करणार नाही असे गृहीत धरणे ही. आठवा, हाच विचार करून चीनने तिबेटवर आक्रमण करण्याची आणि नंतर तो कोरियन युद्धात सामील होण्याची शक्यता (पंडितजींनी) फेटाळली होती. ३१ ऑगस्ट १९५९ ला राज्यसभेत हा विषय येतो. घुसखोरीचे काय? अक्साई चीनमधील रस्त्याचे काय? पकडल्या गेलेल्या जवानांचे काय? पंडितजी सदस्यांना सांगतात की चीन सरकारच्या अधिकृत घोषणेनुसार तो रस्ता सप्टेंबर १९५७ मध्ये पूर्ण झाला– हे लक्षात घ्या की ही चर्चा ऑगस्ट १९५९ मध्ये होत आहे. नवी दिल्लीतील चिनी राजदूताला १८ ऑक्टोबर १९५८ रोजी एक पत्र देऊन चीनने भारतीय प्रदेशात रस्ता बांधला आणि भारतीय टेहळणी पथकाच्या १५ जणांना भारताच्या सीमेच्या आत अटक केली याकडे लक्ष वेधण्यात आले.

चीनच्या उत्तरात म्हटले होते की भारतीय पथकाला मुक्त करण्यात आले आहे आणि रस्ता चीनच्या भूमीवर आहे. 'चीनच्या दाव्याबद्दल आश्चर्य व्यक्त करणारे पत्र ८ नोव्हेंबर १९५८ ला चिनी अधिकाऱ्यांना देण्यात आले,' पंडितजी म्हणतात, 'नंतर स्मरणपत्रे पाठवण्यात आली. पण त्यानंतर उत्तर आलेली नाहीत.' लडाख किती उंचावर आहे आणि किती दूर आहे याचे ते वर्णन करू लागतात.

या घटनेबाबत संसदेला याआधी विश्वासात का घेतले नाही? – एक सदस्य डी. पी. सिंग विचारतात.

'विश्वासात घेण्यासारखे फार काही नव्हते, सर,' पंडितजी उत्तरात म्हणतात, 'आमच्या नकळत त्यांनी (चीनने) त्या अगदी टोकाच्या कोपऱ्यात रस्ता बांधला आहे आणि आम्ही त्याबद्दल पत्रव्यवहार करत आहोत. ज्यामुळे ही गोष्ट सभागृहापुढे आणावी असा काही खास प्रसंग आला नाही, कारण पत्रव्यवहाराने प्रगती होईल असे वाटले होते आणि योग्य वेळी संसदेला माहिती देऊ असे वाटले.'

या उत्तराने कोणाचेही समाधान होईल? डी. पी. सिंग विचारतात, 'ऑगस्टमध्ये पाठवलेल्या निषेधाला चीन सरकार उत्तरही देत नसेल तर आपण काय करायचे?'

सभापती त्यांची चूक सुधारतात : संसदेत या गोष्टींवर ऑगस्ट १९५९ मध्ये चर्चा होत आहे आणि निषेध पाठवला होता ऑगस्ट १९५८ मध्ये, त्यामुळे डी. पी. सिंग यांचा प्रश्न आणखीनच महत्त्वाचा होतो. पंडितजी म्हणतात, 'त्यानंतर आम्ही त्यांना स्मरणपत्रे पाठवली तर त्यांनाही त्यांनी उत्तरे दिली नाहीत, हे खरे आहे.'

'स्मरणपत्रे पाठवूनसुद्धा?' दुसरे एक सदस्य विचारतात.

पंडितजी, 'स्मरणपत्रे पाठवूनसुद्धा. आपण फक्त आणखी स्मरणपत्रे पाठवू शकतो.'

पण रस्ता तिथे राहणारच ना? तो भाग त्यांच्या ताब्यातच राहणार ना? 'रस्ता बांधला गेला,' पंडितजी कबूल करतात आणि लगेच जे झाले त्याचे महत्त्व कमी करण्याचा प्रयत्न करतात. 'सर, या भागातले रस्ते विशिष्ट प्रकारचे असतात. अशा उंच ठिकाणी जमीन इतकी कडक असते, नेहमीच्या सिमेंटपेक्षाही कडक, आणि रस्ता बांधण्यासाठी फक्त जमीन सपाट करायची आणि दगड-धोंडे व झुडपे बाजूला करायची एवढेच करावे लागते...'

डी. पी. सिंग यांच्या पुढच्या प्रश्नाला उत्तर देताना पंडितजींना मान्य करावे लागते की दुसऱ्या एका ठिकाणी, 'या भागापासून बऱ्याच अंतरावर,' एक चिनी तुकडी दिसली होती. 'ही घटना एका महिन्यात घडली आणि आम्ही त्या भागाबद्दलसुद्धा पत्रव्यवहार करत आहोत.'

दुसरे एक सदस्य, जसवंतसिंग विचारतात, 'पंतप्रधान थोड्या वेळापूर्वी म्हणाले की, लडाखचा तो भाग अगदी निर्मनुष्य आणि ओसाड आहे आणि तिथे गवताची एक काडीसुद्धा उगवत नाही. तरीही चीन त्या भागाला महत्त्व देत आहे आणि तिथे रस्ता बांधत आहे. मला असं विचारायचं आहे की, या ओसाड प्रदेशाला जर चीन इतके महत्त्व देत आहे तर तो प्रदेश आपला असून किंवा वादात असूनही आपण त्याला महत्त्व का देत नाही आहोत?'

पंडितजी : 'मी फक्त येचेंग प्रदेशाबद्दल बोललो. पूर्ण लडाखबद्दल नाही. जरी, एकंदरीतपणे, पूर्ण लडाख ११,००० ते १७,००० आणि २०,००० फूट उंच आहे. चीन त्या भागाला महत्त्व देत असावा, कारण कदाचित तो मार्ग चिनी तुर्कस्तानचे काही भाग आणि गारटोक येचेंग यांना जोडतो. तो महत्त्वाचा दुवा आहे.' इतर कोणत्याही कारणाव्यतिरिक्त, तो भाग चीनच्या दोन भागांमधील महत्त्वाचा दुवा आहे याच कारणामुळे तो आपल्यासाठी सामरिकदृष्ट्या महत्त्वाचा नाही का?

चीनने जे केले – त्यांनी बांधलेला रस्ता, त्यांनी बळकावलेला प्रदेश – त्याचे गांभीर्य कमी करण्याचा पंडितजींचा प्रयत्न अनिष्ट आहेच. पण ते पुढे जे म्हणतात तो बेफिकीरपणा वाटतो : *'तो केव्हा बांधला गेला ते मला अजूनही निश्चित सांगता येत नाही, पण मी म्हणालो त्याप्रमाणे, ती माहिती आम्हाला एका लहानशा चिनी नकाशावरून दोन वर्षांपूर्वी समजली.'* पंडितजी चीनच्या कृत्याचे नुसते गांभीर्यच कमी करत नाहीत. या चर्चेच्या दरम्यान तीनदा ते असे दाखवतात की वादग्रस्त भागावरील त्यांचा दावा आणि आपला दावा दोन्ही एकाच पातळीवर आहेत. हे ते, चीनच्या घुसखोरीचे गांभीर्य कमी करण्यासाठी आणि सरकारला त्या प्रदेशाचे रक्षण करण्यात आलेले अपयशाचे थातुरमातुर स्पष्टीकरण देण्यासाठी म्हणत आहेत. पण ते उच्चारत असलेल्या वाक्यांना आताच्या घुसखोरीच्या पलीकडे महत्त्व आहे.

'माननीय सदस्य सुरुवातीला म्हणाले की ही भारतीय भूमी आहे,' डी. पी. सिंग

यांच्या नेमक्या प्रश्नांना उत्तर देताना पंडितजी म्हणतात, 'पण चीनला ते मान्य नाही. हा विरोधाभास आहे. वस्तुस्थिती ही आहे की तो भारताचा भाग आहे आणि आम्ही तसा दावा करतो कारण आम्हाला असं वाटतं की पुरावे आमच्या बाजूने आहेत– नकाशे वगैरे. पण चीन त्यांचे स्वतःचे नकाशे दाखवतो, तितकेच जुने आणि ते त्यांच्या बाजूचे आहेत.' दोघांचे दावे समतोल असल्यामुळे त्या भागासाठी भांडण कशाला करा? हाच त्याचा स्पष्ट अर्थ.

इतकेच नाही. पंडितजी पुन्हा त्यांच्या 'तिथे गवताचे पातेसुद्धा उगवत नाही' या सिद्धान्ताकडे वळतात. 'आणि तो प्रदेश नापीक आहे. त्याचे वर्णन ओसाड, गवतही नसलेला, जीवसृष्टी नसलेला, १७००० फूट उंचीवरील प्रदेश असे केले आहे.'

अशा प्रकारे, तो रस्ता आणि ती घुसखोरी यांच्यामुळे इतके उद्दीपित न होण्याला एकच नाही तर दोन कारणे आहेत.

आणखी थोडी माहिती बाहेर पडते आणि पंडितजी तोच पवित्रा घेतात. डी. पी. सिंग विचारतात : 'रस्त्यामुळे अलग झालेल्या भागाशिवाय चीनने आणखी काही भाग व्यापले आहेत का?' पंडितजी टाळाटाळ करतात : 'त्या विशिष्ट भागात नाही. सर, पण मला वाटतं दुसरा एक प्रश्न आहे, मला निश्चित सांगता येणार नाही...'

पंडितजींचा आवाज कमी होत जाताना बघून अध्यक्षपदी असलेले डॉ. राधाकृष्णन विचारतात, 'आणखी प्रश्न आहे?'

पंडितजी : 'ते वेगळे आहे. त्याबद्दल प्रश्नच नाही. या महिन्यात एक बातमी आली, ऑगस्टमध्ये, या भागाबद्दल नाही, पण लडाखजवळच्या एका भागाबद्दल, या भागापासून खूप दूर, तिबेटच्या लडाख सीमेच्या पूर्व भागात, तिथे गस्तीवर असलेल्या एका छोट्या भारतीय पथकाने एक चिनी तुकडी बघितली. आणि अखेरीस मला वाटतं, ७, ८ किंवा १० जणांना– मला नक्की आकडा आठवत नाही– चीनच्या तुकडीने अटक केली आणि नंतर त्यांना सोडून दिले.' माहिती बाहेर पडल्यावर पंडितजी लागलीच तिचे महत्त्व कमी करण्याचा प्रयत्न करतात आणि तसे करून, दुसऱ्यांदा त्या भागावरील चीनचा दावा भारताच्या दाव्याच्या बरोबरीचा ठरवतात :

> इथेही तसाच दावा निर्माण होतो; ते म्हणतात हा आमचा प्रदेश आहे आणि आपण म्हणतो हा आमचा प्रदेश आहे. आणि हे, मी म्हणालो तसं, या महिन्यात झालं आणि आमचा पत्रव्यवहार चालू आहे, त्या भागाबद्दल. या जागा जमिनीवर आलेखित केलेल्या नाहीत. आपण आपल्या नकाशाप्रमाणे जातो त्याला चीनची मान्यता नाही आणि ते त्यांच्या नकाशाप्रमाणे जात

असावेत, जे काही त्यांच्याकडे असतील ते. आणि हे आपल्या नकाशाप्रमाणे ४ किंवा ५ मैल, कदाचित ७, ८ मैल असेल, चीनची तुकडी किती आत आली ते मला निश्चित माहीत नाही. आणि असं म्हणतात की त्यांनी आंतरराष्ट्रीय सीमेच्या आतल्या बाजूला थोडेसे आत एक छोटी चौकी स्थापन केली आहे, लडाखच्या पूर्वेकडील तिबेट सीमेवर. हे चुसुन नावाच्या गावाजवळ आहे ज्याच्याजवळ आपलीही एक चौकी आहे.

चर्चा उत्तर-पूर्वेकडे वळते. पंडितजी पाच दिवसांपूर्वी लोंगजू येथे झालेल्या चीनच्या घुसखोरीबद्दल सांगतात. 'आम्ही ताबडतोब निषेध केला,' ते म्हणतात. जमिनीवरील स्थिती स्पष्ट नाहीये : 'चिनी तुकड्यांनी लोंगजू व्यापले आहे की ते त्याच्याभोवती फिरत आहेत हे स्पष्ट नाही,' पंडितजी म्हणतात. आपले दोन सीमारक्षक निसटले आणि त्यांनी काय घडले ती हकिगत सांगितली, 'बाकीचे सहा जण कुठे आहेत याची मला कल्पना नाही...'

अशा प्रकारची घुसखोरी थांबण्यासाठी कोणते उपाय केले जात आहेत असे सदस्य विचारतात. पंडितजी सांगतात की, २००० मैलांच्या सीमेवर घुसखोरी कोणीच थांबवू शकणार नाही. 'आपण फार तर घुसखोरी झाली तर त्यांना मागे हटवणे एवढेच करू शकतो.' आपण दुहेरी धोरण अनुसरायला हवे : आपली संरक्षण व्यवस्था मजबूत करणे आणि त्याचबरोबर जेव्हा अशा घटना होतात तेव्हा त्या बैठकीच्या माध्यमातून सोडवणे.

एक सदस्य, जसवंतसिंग विचारतात : ही घुसखोरी जिथे झाली त्या जागेच्या मालकीबद्दल काही शंका आहे का? पंडितजी पुन्हा चीनचा दावा आणि आपले हक्क समान पातळीवर आणतात.

होय, जमिनीच्या त्या तुकड्यावरील (आपल्या मालकीविषयी) शंका आहेच आणि ते त्यांची मालकी असल्याचा दावा करतात. हे किती खरे आहे ते मला माहीत नाही, पण ते त्या जमिनीवर दावा सांगतात आणि ही जागा त्यांची आहे असे ते आपल्या लोकांना म्हणाले. त्यांचे हे म्हणणे न्याय्य आहे की नाही ती वेगळीच बाब आहे.[१२]

पंडितजी अशा प्रकारची विधाने, चीनने जे करणे सुरू केले आहे त्यांचे गांभीर्य कमी करण्यासाठी वापरतात. भूप्रदेशाचे स्वरूप आणि सीमा जमिनीवर आलेखित केलेली नाही यामुळे या घटना घडत आहेत हे सुचवण्यासाठी ते असे करतात. सरकारच्या

---

१२. 'राज्यसभा डिबेट्स', ३१ ऑगस्ट १९५९, स्तंभ २२८१-९२

निष्काळजीपणाचे समर्थन करण्यासाठी ते असे करतात.

तरीही दोन गोष्टी उघड आहेत. एक म्हणजे अगदी त्यांच्या मूल्यमापनाप्रमाणेसुद्धा दोन्ही देशांचे दावे समान पातळीवर नाहीत. तसेच, ते जाहीरपणे दाखवतात तसे, अस्पष्टही नाहीत. आपल्याला दिसणार आहे की ते मुख्यमंत्र्यांना या घटनांबद्दल जे लिहितात त्याचा सूर अगदी वेगळा असतो. दुसरे म्हणजे, त्यांच्या विधानांना आता घडलेल्या घटनांच्या पलीकडील महत्त्व असते. त्या क्षणी वाटणाऱ्या नामुष्कीतून बाहेर पडण्यासाठी पंडितजींनी केलेली विधाने पूर्ण सीमेवर आपली बाजू कमकुवत करतात.

अखेरीस ८ सप्टेंबर १९५९ ला भारत सरकार पाठवत असलेल्या पत्रांना आणि निषेध खलित्यांना चाऊ एन-लाय उत्तर देतात. ते निषेध किंवा दावे नुसते फेटाळून लावत नाहीत. ते ४०,००० चौरस मैलांपेक्षाही जास्त प्रदेश चीनचा आहे असा दावा करतात. पंडितजी त्यांच्या बाजूने हा दावा फेटाळतात. यावर तोडगा काढण्यासाठी दोन्ही बाजूंनी भेटावे आणि तोपर्यंत 'जैसे थे' स्थिती ठेवावी असे ते सुचवतात.

दोन दिवसांनी चिनी घुसखोरीवर राज्यसभा पुन्हा चर्चा करत आहे. नेहरूंबरोबर दीर्घकाळ संबंध असलेले डॉ. कुंझरूंसारखे जुने सदस्यसुद्धा म्हणतात की, या घटना आणि आता स्पष्ट झालेले चीनचे हेतू यांच्यामुळे आपल्या परराष्ट्र धोरणावर नव्याने विचार करण्याची वेळ आली आहे. आपल्या सीमांचे रक्षण करण्याची पुरेशी व्यवस्था न करता सरकार जी आश्वासने देत आली आहे ती चुकीची होती...

श्वेतपत्रिकेत दिलेल्या दोन्ही बाजूंकडील पत्रव्यवहाराचा आणि चाऊ एन-लाय यांच्याकडून नुकत्याच आलेल्या पत्राचा उल्लेख करून पंडितजी उत्तर द्यायला सुरुवात करतात. मुख्यमंत्र्यांना लिहिलेल्या पत्रामध्ये त्यांनी म्हटल्याप्रमाणे पंडितजी जी समस्या काही अंशी तरी भाषेमुळे निर्माण झाल्याचे म्हणतात! 'मला बरेच वेळा अशी शंका येते की भारत सरकार आणि चीन सरकार जरी एकच भाषा आणि तेच शब्द वापरत असलो तरी दोघांच्या मनात त्यांचा अर्थ एकच असतो की नाही,' ते सभागृहाला सांगतात. 'दुसरे म्हणजे, आणि याचा मला अनुभव आहे की, चिनी भाषेतून दुसऱ्या कोणत्याही भाषेत अनुवाद करणे फार कठीण असते...'

परराष्ट्र धोरणावर नव्याने विचार करणे पंडितजींना अजिबात मान्य नाही. डॉ. कुंझरूंचा उल्लेख करून ते म्हणतात, 'माझ्या बाबतीत किंवा आमच्या सरकारच्या बाबतीत बोलायचे झाले तर आमचे परराष्ट्र धोरण खडकासारखे अचल आहे आणि ते तसेच राहील. आताचे सरकार अलिप्ततावादालाच चिकटून राहील, कारण तो तत्त्वाचा प्रश्न आहे; रोजच्या संधीचा किंवा सोयीचा नाही. याचा अर्थ आपण जागरूक राहू नये किंवा आपण भारताच्या हितसंबंधांचे किंवा भारताच्या सीमांचे रक्षण करू नये असा नाही. तसा अर्थ काढणे वेडेपणाचे होईल...' पुन्हा 'सगळे घ्या

नाही तर काहीच मिळणार नाही' प्रकारचा प्रश्न. 'स्वातंत्र्य मिळाल्यानंतरच्या पहिल्या काही महिन्यांपासून मी संसदेत पुन:पुन्हा सांगत आलो आहे की मॅकमहोन रेषा, म्हणजे निर्धारित रेषा, हीच आपली सीमा,' पंडितजी म्हणतात, 'मी जेव्हा संसदेत काही बोलतो तेव्हा ते बाहेरच्या जगासाठीही असते, आणि या बाबतीत ते चीन सरकारसाठीही होते. हेच आम्ही चीन सरकारला तोंडी आणि इतर प्रकारेसुद्धा सांगितले. त्यांचे उत्तर मोघम असायचे.' पण प्रश्न वेगळा आहे : ज्याप्रकारे घटना घडत गेल्या तशा घडल्या नसत्या तरी केवळ आपले म्हणणे काय आहे ते सांगणेच पुरेसे होत नाही. चीनसारख्या देशाच्या बाबतीत तर नाहीच; प्रश्न हा आहे की आपण जाहीर केलेल्या धोरणाशी ठाम राहण्यासाठी आपण पुरेसे प्रयत्न केले की नाही?

पंडितजी प्रथमच स्वत:कडे जरा कमीपणा घेणारे विधान वापरतात : 'सात किंवा आठ वर्षांपूर्वी चीन सरकारशी सीमेबद्दल चर्चा करण्याचे मला कारणच दिसले नाही, कारण त्यात चर्चा करण्यासारखे काहीच नाही, असे समजून चालल्याचा वेडेपणा मी केला.'

ही बाब पूर्वीच चर्चेला घ्यायला हवी होती याबद्दलचा निर्णय चुकला, ही प्रचंड मोठी चूक होती एवढेच नाही. पुढील विवेचनावरून दिसून येईल की चीनच्या नकाशांवरून ज्या भागांबद्दल लाल दिवा दिसत होता तेच त्यांचे लक्ष्य निघाले. पंडितजी गृहाला सांगतात –

> एका वर्षापेक्षाही पूर्वी, १९५८ मध्ये, जेव्हा आम्हाला आढळले की लडाखच्या उत्तर-पूर्व भागात येचेंगमधून जाणारा रस्ता बांधण्यात आला आहे तेव्हा आम्हाला काळजी वाटली. तो कुठे होता ते आम्हाला माहीत नव्हते. सदस्यांनी विचारले की आम्हाला आधी का कळलं नाही. प्रश्न योग्य आहे, पण वस्तुस्थिती ही आहे की तो १७,००० फूट उंचीवरील वस्ती करण्यास अशक्य असा प्रदेश आहे. तो कोणत्याच प्रकारच्या प्रशासनाखाली नव्हता. तिथे कोणीच नव्हते. तो असा प्रदेश आहे जिथे गवताचे पातेसुद्धा उगवत नाही. तो सिंकियांगला लागून आहे...

आपण पाठवलेल्या पथकाचे काय झाले आणि त्यांना चीनने अटक कशी केली हे ते सांगू लागतात. ते दुसऱ्यांदा असे शब्द वापरतात की ज्यावरून आता घडणाऱ्या घटनांकडे गेल्या काही वर्षांतील त्यांच्याच दुराग्रहाचा परिणाम म्हणून बघत बसण्याशिवाय पर्याय उरलेला नाही हे स्पष्ट होते. 'वस्तुस्थिती जाणून घेण्यासाठी आपण एक छोटे पथक पाठवले, ८ ते १० जणांचे... त्यातील लोकांना नंतर सोडून देण्यात आले. आता ती गोष्ट संसदेपुढे ठेवली नाही ही माझी चूक झाली. आमची त्या वेळी समस्या

ही होती की आमचा चीनबरोबर पत्रव्यवहार चालला होता आणि त्या पथकातील लोक परत येऊन नक्की काय झालं ते सांगतील याची आम्ही वाट बघत होतो. त्यांना परतायला दोन-तीन महिने लागले. त्या वेळी आम्हाला असं वाटलं की त्या घटनेचा गाजावाजा केला नाही तर चीन सरकारशी चर्चा करणे सोपे होईल. आमची चूक झाली असेल, पण तो आणीबाणीचा प्रसंग नव्हता...'

पंडितजी एका टोकाकडून दुसऱ्या टोकाकडे जातात– एकाच वेळी ते शांततेला पर्याय नाही असे सांगतात आणि प्रश्नाचे गांभीर्य कमी करून दाखवतात :

> भारत आणि चीनसारख्या दोन महान राष्ट्रांनी डोंगराची काही शिखरे, मग ती कितीही सुंदर असोत किंवा एखादा वैराण प्रदेश, यांच्यासाठी मोठा संघर्ष किंवा युद्ध करणे याहून मोठी चुकीची गोष्ट नाही.

पुढच्याच भागात ते वरवर दिसणाऱ्या घटनांच्या खाली दडलेल्या गंभीर संकटावर भर देतात :

> पण हा एक-दोन मैलांचा प्रश्न नाही. ते शंभर किंवा हजार मैलांपेक्षा जास्त मौल्यवान असे काहीतरी आहे. लोकांच्या भावना उद्दीपित झाल्या आहेत ते आपल्या प्रदेशाच्या एखाद्या तुकड्यामुळे नाही तर आपल्याला या बाबतीत योग्य वागणूक मिळाली नाही आणि चीन सरकारने आपल्याला बेपर्वाईने वागवले तसेच आपल्यावर दबाव आणण्याचा प्रयत्न केला या भावनेमुळे.

'डोंगराची काही शिखरे', 'एखादा वैराण प्रदेश', 'प्रदेशाचा एखादा तुकडा' – ४०,००० चौरस मैलांवरचा दावा म्हणजे एवढेच?

पंडितजी त्यांच्या चाऊ एन-लायशी झालेल्या बोलण्याचा उल्लेख करतात : '...पंतप्रधान चाऊ पुढे म्हणाले होते की, ती रेषा वैध आहे असे त्यांना वाटत नाही आणि ब्रिटिशांनी ती पुढे पुढे सरकवत नेली; तरीही ती दीर्घकाळ वापरात असल्यामुळे आणि आपण मित्रदेश आहोत म्हणून ते तिला मान्यता देत आहेत.' 'ते ऐकल्यावर आपल्या समजुतीत काही चूक झालेली नाही ना याची मला खातरी करायची होती,' पंडितजी म्हणतात, 'म्हणून मी तो विषय पुन्हा तीनदा काढला आणि त्याचा त्यांना पुनरुच्चार करायला लावला आणि माझ्या दृष्टीने ती महत्त्वाची बाब असल्यामुळे मी परतल्यावर ती लिहून ठेवली.'

'मला अतिशय दुःख होतंय की आता त्याचा अगदी इन्कार जरी केला नसला तरी त्याच्याकडे डोळेझाक केली जात आहे आणि आता वेगळंच बोललं जातंय,' पंडितजी पुढे म्हणतात. आपण चाऊ एन-लायच्या शब्दांवर विश्वास ठेवण्यात चूक

केली नाही असे त्यांना अजून वाटत आहे : 'कदाचित चीनमध्ये अशा काही गोष्टी घडल्या असतील की धोरण बदलणे भाग पडले असेल,' ते म्हणतात, पण पुढच्याच वाक्यांमध्ये त्याच्या उलट बोलतात, 'हा बदल अचानक झालेला नाही. जे ती श्वेतपत्रिका वाचतील त्यांच्या लक्षात येईल की मॅकमहोन रेषेबद्दलचे उत्तर पंतप्रधान चाऊंच्या कालच्या पत्राएवढे ठाम आणि सकारात्मक नव्हते. या बाबतीतील चीनचे धोरण हळूहळू जास्त ताठर झाले आहे. का, ते मला माहीत नाही.'

चिनी सत्ताधाऱ्यांच्या शब्दांवर विश्वास कसा ठेवायचा, हा प्रश्न आहे. आणि जर त्यांच्या शब्दांवर विश्वास ठेवता येत नसेल तर त्याला पर्याय काय, या एका प्रश्नाला पंडितजींना सामोरे जायचे नाही. ते म्हणतात, 'आम्हाला ही चिंतेची बाब वाटते– तिच्या परिणामांमुळे नाही पण यासाठी की अशा घटनांमुळे एकमेकांच्या शब्दांवरचा आणि आश्वासनांवरचा विश्वास उडतो. काही सदस्य म्हणाले त्याप्रमाणे जमिनीवरच्या थोड्या चौरस यार्ड तुकड्यापेक्षा ते जास्त महत्त्वाचे.' – कोणत्याही सदस्यांनी, निदान जे सदस्य तुमचे पूर्ण धोरण ज्यावर उभारले आहे ती गृहीतके निराधार आहेत असा इशारा देत आले होते – त्यांच्यापैकी कोणीही 'थोडे चौरस यार्ड' असे म्हटले नव्हते.

ज्या नकाशांचे ते आतापर्यंत स्पष्टीकरण देत होते (ते नकाशे जुने आहेत असे त्यांनी पत्रकारांना सांगितल्याचे आठवा) – त्यांच्यामुळेच अनिश्चिततेत भर पडत आहे, असे आता ते म्हणतात : 'हे नकाशे घ्या, ज्यात भारताचे मोठे भाग चीनमध्ये असल्याप्रमाणे दाखवले आहेत. ते म्हणतात की ते नकाशे अचूक नाहीत आणि गरज पडल्यास बदलता येतील, पण मॅकमहोन रेषा सोडून. ती रेषा कुठे आहे याबद्दल त्यांच्या मनात काय आहे हे कोणालाच माहीत नाही. एका महान राष्ट्राने असे म्हणावे आश्चर्य आहे. ते जरी मान्य केले तरी मग ती गोष्ट अधांतरी राहील आणि त्यावरून गडबड होऊ शकते. आपल्या बाबतीत बोलायचे तर आपण शासकीय गोष्टींसाठी तिथे होतो. आपण काम करतो आणि अनेक वर्षे करत आहोत. आपले तिथे असणे म्हणजे अतिक्रमण आहे असे आम्हाला सांगणे विचित्र आहे.'

'तिबेटबद्दलचा पाच वर्षांपूर्वीचा चीन-भारत करार घ्या.' आणखी एका परिस्थितीजन्य घटकाकडे ते लक्ष वेधतात.

'त्या चर्चांचा संदर्भ हा होता की चीनबरोबरच्या त्या करारात आम्ही तिबेट आणि भारत यांच्यातले उरलेले सर्व प्रश्न हाताळायचे, आणि ते करताना, नंतर आपण तिबेट आणि भारतामधली पूर्ण सीमाच बदलणार आहोत हे मनात ठेवायचे हे सरळ आणि योग्य वाटत नाही.' यात दोन गृहीतके आहेत. दोन गृहीतके ज्यांना कोणताही आधार नाही अशी – आणि आपण बघितले त्याप्रमाणे, दोन्ही पंडितजींनीच लादलेली – पहिले हे की त्या करारात सीमेसकट उरलेले सर्व प्रश्न हाताळले गेले.

आणि दुसरे गृहीतक हे की चीनने सरळ आणि योग्य वागायचे कबूल केले होते. पंडितजींनी चीनच्या इतिहासावर वाचलेली इतकी पुस्तके आणि लेख बघता आणि चिनी कम्युनिस्टांनी ज्या पद्धती वापरून नुकतीच सत्ता हस्तगत केली होती ते बघता हे गृहीतक बाळगायचे कारणच नव्हते.

पुढे जो मुद्दा ते मांडतात तो निदेशक आणि जरा अडचणीचा आहे : आपण सुरुवातीला बघितलेल्या सरदार पटेलांच्या पत्रात हाच मुद्दा त्यांनी मांडला नव्हता? पण ब्रिटिशांचे साम्राज्यवादी धोरणच भारत पुढे चालू ठेवत आहे या चीनच्या कांगाव्याला ते समर्पक उत्तर आहे. पंडितजी म्हणतात :

> आता 'साम्राज्यवाद' हा चिनी अधिकाऱ्यांचा आवडता शब्द झाला आहे. मला असे दिसते की कधी-कधी सर्व पापे आणि सर्व काही झाकण्यासाठी तो वापरला जात आहे, जणू काही प्रत्येक प्रश्नाचे तेच मूळ आहे. चीन हे आज एक प्रचंड आणि महान राष्ट्र आहे. हे राष्ट्र आता आहे तसे ब्रह्माच्या मस्तकातून उत्पन्न झाले का? ते इतके मोठे आणि महान कसे झाले? निश्चितच, भूतकाळात त्यांच्या नागरिकांच्या क्षमतेमुळे आणि योद्ध्यांच्या पराक्रमामुळे. म्हणजेच, दुसऱ्या शब्दांत सांगायचे तर चिनी साम्राज्यवादामुळे. मी चीनच्या जास्त सुबुद्ध काळाबद्दल बोलत नाही, पूर्वीच्या काळाबद्दल बोलत आहे. तशाप्रकारेच चीनची वाढ झाली आणि ते तिबेटमध्ये आले.

पूर्वीपेक्षा अगदी वेगळा सूर. आणि मग आता त्यांना झालेली जाणीव, त्यांचे दुःख :

> या सर्व गोष्टींचा विचार केल्यावर असे जाणवते की चीनने भारताच्या मैत्रीला फारच थोडे महत्त्व दिले.

ते आपल्या मैत्रीला किती किंमत देतील हे सरदारांनी सांगितल्याप्रमाणेच निघाले.

पंडितजींचा समारोप हा समारोपाइतकाच कबुलीजबाबही आहे :

> 'अर्थात, युद्ध वगैरेंबद्दल बोलणे रम्य असते. तरीही ही बाब बरीच गंभीर आहे. ती गंभीर आहे याचे कारण चीनचे मन कसे काम करते, हे मला माहीत नाही. नुकत्याच झालेल्या घटनांबद्दल मला आश्चर्य वाटते. मला चिनी मनाबद्दल खूप आदर आहे – तर्कशुद्ध, वाजवी आणि तुलनेत शांत. पण या जुन्या गुणांचा प्रभाव कमी होत चालला आहे की काय, असा मला प्रश्न पडतो.'[१३]

---

१३. 'राज्यसभा डिबेट्स', १० सप्टेंबर १९५९, स्तंभ ३८४८-९१६

त्या शेवटच्या वाक्याकडे सध्या आपण दुर्लक्ष करू या – चीनच्या मैत्रीच्या स्वाभाविक इच्छेबद्दल आणि वर्तनाबद्दल त्यांनी काढलेले निष्कर्ष – जे त्यांच्या इतिहासाच्या गाढ्या अभ्यासातून त्यांनी काढले आणि जगजाहीर केले – ते बदलण्याबद्दलची त्यांची नाखुशी त्यावरून दिसून येते. लवकरच चीन निश्चितपणे ते निष्कर्ष सोडून द्यायला लावणार आहे.

आणखी दोन दिवस जातात. चाऊ एन-लायच्या पत्राचा गंभीर अर्थ आणि देशभरात उठलेली तीव्र प्रतिक्रिया यांचा परिणाम होतो. लोकसभेतील चर्चेला १२ सप्टेंबर १९५९ ला उत्तर देताना पंडितजी जे शब्द वापरतात ते जास्त स्पष्ट असतात. पूर्वी जिथे ते चीनच्या पवित्र्याची जगभर भलावण करत तेच आता त्यापासून प्रयत्नपूर्वक दूर राहत आहेत.

ते म्हणतात की, त्याच वेळी पेकिंगमध्ये भरत असलेल्या 'काँग्रेस'मध्ये चाऊ एन-लाय यांनी दिलेल्या भाषणाचे आणि इतर भाषणांचे वृत्तान्त मी वाचत आहे आणि त्या सगळ्यांचा सूर सारखाच आहे; तो म्हणजे 'श्री. नेहरू ब्रिटिश साम्राज्यवादाचे समर्थन करत आहेत हे बघून आश्चर्य वाटते... पंतप्रधान नेहरू आणि भारत सरकार ब्रिटिश साम्राज्यवाद्यांचे गेल्या शतकातील चीनविरुद्धचे आक्रमक कारस्थान ही घडून गेलेली गोष्ट आहे, असे समजतात. हे श्री. नेहरूंनी पुरस्कार केलेल्या पाच तत्त्वांमध्ये बसते का?'

'आता, चीनमध्ये आज काय घडत आहे?' पंडितजी विचारतात, 'मला कठोर शब्द वापरायचे नाहीत, पण त्यांच्या आपल्याविषयीच्या भाषेत व कृतीत आणि इतर अनेक गोष्टींमध्ये आढ्यता आणि सामर्थ्याचा मद दिसून येतो.'

पंडितजींनी चीनला दिलेल्या प्रस्तावावर – हा की सीमेबद्दलचे मतभेद मध्यस्थाकडे किंवा लवादाकडे सोपवावेत – कडक टीका होत आहे. 'मी जेव्हा मध्यस्थी किंवा तडजोड – आणि मी लवाद हा शब्दसुद्धा वापरला – यांच्याबद्दल बोललो तेव्हा मला असे म्हणायचे होते की लहान-मोठ्या बदलांबद्दल केव्हाही शांतीपूर्ण मार्गाने चर्चा केली जाऊ शकते. पण चीनच्या नकाशामध्ये जो दावा केलेला आहे, तोही प्रथमच, तो मोठा आहे. या दाव्याला पंतप्रधान चाऊ एन-लाय यांच्या शेवटच्या पत्रात आणि चीनच्या काँग्रेसमध्ये झालेल्या भाषणातून निश्चित स्वरूप येत आहे. पूर्वी जेव्हा जेव्हा नकाशांचा विषय आम्ही काढायचो तेव्हा ते नकाशे जुने आहेत आणि ते दुरुस्त केले जातील असे ते म्हणायचे. ते उत्तर अजिबात समाधानकारक नव्हते, पण ते एक प्रकारचे उत्तर होते – उत्तर देणे पुढे ढकलणे असे म्हणा हवे तर. पण आता जो दावा केला जात आहे तो स्पष्ट आहे.'

'त्यांची रेषा निश्चितपणे कुठे आहे हे आम्हाला माहीत नाही,' पंडितजी सभागृहाला सांगतात, कारण चीनने ती कधीच निर्देशित केलेली नाही, 'पण ते

तिला चिकटून आहेत. आमच्याकडून बळजबरीने घेतली, आक्रमण करून घेतली तर लहानशी जागा, अगदी यार्डभरसुद्धा, महत्त्वाची आहे. यार्डभर जमिनीचे महत्त्व नाही पण बळजबरीचा प्रश्न आहे. थोडे यार्ड जमीन या बाजूला काय किंवा त्या बाजूला काय चीनला किंवा भारताला फरक पडणार नाही. पण ते जर अपमानास्पद, आक्रमक किंवा हिंसक पद्धतीने केले, आम्ही काय किंवा त्यांनी काय, त्याने खूप फरक पडतो.'

इतिहासाचा आधार घेऊन त्यांच्या खास निवडक पद्धतीने आपला दावा खरा असल्याचे दाखवण्याच्या चीनच्या प्रयत्नाकडे ते वळतात. 'मागील शतकांमध्ये काय घडले त्याच्या आधारावर आपल्या मागण्या ठरवणे हे हास्यास्पद आणि विचित्रच आहे,' पंडितजी म्हणतात. 'जर हा आधार घेतला तर महान चीन राष्ट्राचा किती भाग शिल्लक राहील कोणास ठाऊक! हा असामान्य युक्तिवाद आपल्याला इतिहासाच्या प्राचीन युगांमध्ये घेऊन जाऊन सगळेच अस्थिर करतो. एखादी बलवान आणि आक्रमक सत्ताच असा युक्तिवाद करू शकते.'

आता पंडितजी चीनच्या धोरणाची आणि दाव्यांची योग्य अशी संभावना करतात. पण चीनने त्याच्या दाव्यांच्या समर्थनासाठी किती तयारी केली आहे हे मान्य करायला ते अजून तयार नसतात. तिबेटमधून येणारे आश्रित आणि इतर लोक माहिती देतात की, चीनची सेना आता तिबेटभर आणि अगदी आपल्या सीमेपर्यंत मोठ्या संख्येने पसरली आहे. या बातम्या पंडितजी धुडकावून लावतात :

> चीनच्या सैन्याचे मोठमोठे विभाग सीमेवर तळ ठोकून आहेत किंवा येत आहेत अशी समजूत वाढत चाललेली दिसत आहे. ही समजूत बरोबर नाही. असे करणे सोपे नाही आणि तसे झालेच तर त्याचा सामना केला जाईल.

ते आपले निवेदन सशर्त पश्चात्ताप व्यक्त करून संपवतात :

> मी यापूर्वी कागदपत्रे सदनाच्या पटलावर ठेवण्यात दिरंगाई करण्याची चूक केली असेन तर तशी चूक पुन्हा होणार नाही. पंतप्रधान चाऊ एन-लाय यांचे हे उत्तरच माझ्या पत्रानंतर सहा महिन्यांनी आले आहे. पण परिस्थिती अशी आहे की आपण देशाला आणि विशेषत: संसदेला होणाऱ्या घडामोडींची पूर्ण माहिती देत राहायला हवे. चीन सरकारच्या धोरणातील या दृश्य बदलाबरोबर आलेली त्यांची मागणी अशी आहे की तिचा विचार करणे अजिबात आणि जरासुद्धा शक्य नाही.[१४]

---

१४. 'लोकसभा डिबेट्स', १२ सप्टेंबर १९५९, स्तंभ ८१०८-१२९

या सबबी नाहीत, केवळ वस्तुस्थिती आहे

आता केवळ पंडितजींच्या आश्वासनांनी संसदेचे समाधान होत नाही. प्रचंड असमाधान आहे. तिबेट आणि चीनविषयीच्या ज्या धोरणाला आपण आतापर्यंत चिकटून राहिलो आहोत त्या सर्व धोरणांचे पुनर्विलोकन करावे, अशी ते मागणी करतात. पंडितजी एक श्वेतपत्रिका संसदेत सादर करतात. तिच्यात, आपण आणि चीनमध्ये १९५४ पासून झालेला पूर्ण पत्रव्यवहार असतो.

१ ऑक्टोबर १९५९ ला मुख्यमंत्र्यांना लिहिलेल्या पत्राचा मोठा भाग ते तिबेट आणि चीनच्या भूमीवर घडलेल्या घटनांना आणि ते अनुसरत आलेल्या धोरणांना देतात. ते संसदेला सादर केलेल्या श्वेतपत्रिकेचा उल्लेख करतात. आणखी एक श्वेतपत्रिका लवकरच काढली जाईल असे ते म्हणतात. निर्माण झालेला तणाव काळजी वाटावी असा आहे असे ते नमूद करतात. 'याचा अर्थ आपण घाबरून जावे किंवा याचे गंभीर परिणाम होणार आहेत असा नाही,' ते लिहितात. तरीही त्यांना पुढे असे म्हणावेच लागते की 'पण भारत आणि चीन यांच्यात बेबनाव झाला आहे हे खरे आहे आणि जरी सीमेवर कदाचित शांतता राहिली तरी ती एक प्रकारची *सशस्त्र शांतता* असेल आणि भविष्यकाळ तणावपूर्ण राहील असे दिसते. या भविष्याचीच मला काळजी वाटते, कारण त्यामुळे आपल्या देशाला भौतिक आणि मानसिक तणावाला सामोरे जावे लागणार आहे आणि त्याचा आपल्या मूलभूत धोरणांवर परिणाम होण्याची शक्यता आहे.'

'ती धोरणे, माझ्या मते योग्यच आहेत आणि त्यांच्यात बदल करायचे मला कोणतेच कारण दिसत नाही,' ते मुख्यमंत्र्यांना सांगतात. त्यांच्या विचारसरणीचे एक वैशिष्ट्य महत्त्वाचे आहे. धोरणांबद्दल कोणीही प्रश्न निर्माण केला की ते धोरण तीन विधानांमध्ये मांडतात आणि ही धोरणे सोडूनच द्यावीत अशी टीकाकाराची मागणी आहे असा त्याला रंग देतात : समस्यांवर शांततामय तोडगा शोधून युद्ध टाळणे; अलिप्ततावाद आणि शांततामय सहजीवन आणि मग त्या व्यक्तीची

हेटाळणी करणे. धोरण न बदलण्यासाठी आता पंडितजींना एक नवे कारण मिळते : 'पूर्वी कधीही धोरणात कोणताही बदल करणे चुकीचे झाले असते; आणि आता तर सगळे जग शांततामय तोडगे आणि कदाचित मोठे नि:शस्त्रीकरण या दिशेने जात असताना आपल्या धोरणात बदल करणे जास्तच दुर्दैवी आणि अनावश्यक होईल. त्यामुळे आपण याच धोरणाला चिकटून राहावे असे मला खातरीपूर्वक वाटते.'

वरील युक्तिवादावर कशा प्रतिक्रिया उमटतील याची कल्पना येऊन पंडितजी लिहितात : 'काही लोकांना हे जरा विचित्र आणि वास्तवाशी विसंगत वाटेल. त्या म्हणण्याचा असा अर्थ होईल की आपली आत्तापर्यंतची धोरणे तात्पुरती, संधिसाधू होती आणि परिस्थितीप्रमाणे बदलणारी होती.' ते फरक करतात : 'अर्थात कोणतेही धोरण ठाम आणि दुराग्रही असू नये; ते वेळोवेळी वास्तवाशी सुसंगत असे बदलावेच लागते. पण जर ही धोरणे काही भक्कम तत्त्वांवर आधारलेली असतील, जशी माझ्या मते आपली होती, तर तात्पुरत्या आणि संधिसाधू फायद्यासाठी ते तत्त्व सोडून देण्याचा प्रश्नच येऊ नये.' हे धोरणात बदल करण्याच्या प्रस्तावांची थट्टा करण्यासारखेच होते. पण पंडितजींच्या बाबतीत हे आता आपोआपच होऊ लागले होते; उदाहरणार्थ युतीच्या पद्धतीत थोडा लवचीकपणा आणावा, अशी कोणी सूचना केली की लगेच तो भारताला कोणत्या तरी सत्ता गटात घालण्याचा प्रयत्न करत आहे असा आरोप करून त्याचा धिक्कार केला जायचा... अशा विचारप्रणालीचा परिणाम म्हणजे अखेरीस आपण सोव्हिएत गटावर पूर्णपणे अवलंबून राहणार.

आणि मग अपेक्षित निष्कर्ष – जे बदल सुचवत आहेत ते त्यांच्या मनातील भीतीमुळे तसे करत आहेत. 'कोणतेही तत्त्व किंवा धोरण दुर्बलता किंवा भीतीचा परिणाम म्हणून अनुसरता येत नाही. चीन महान आणि बलवान असेल, पण मला त्याची भीती वाटत नाही. चीनचे भौतिक बल निश्चितच वाढणार आहे. पण तरीही आपण भीती बाळगण्याचे काही कारण नाही. किंबहुना भीती ही कधीच चांगला सोबती नसते. पण आपल्याला सतत जागरूक राहावे लागणार आहे आणि आपले धोरण चालू ठेवतानाच खंबीरही राहिले पाहिजे.'

चीन देत असलेला त्रास आणि चीनने, विशेषत: चाऊ एन-लाय यांनी दाखवलेल्या वेगळ्याच रूपामुळे, पंडितजी इतिहासाचा अर्थ चार महिन्यांपूर्वी जो लावायचे त्यापेक्षा वेगळा लावण्यास प्रवृत्त होऊ लागतात. आता त्यांना समस्येची जाणीव होऊ लागते, एक मूलभूत समस्या, जी गंभीर आहे आणि जी आपल्याला दीर्घकाळ त्रास देणार आहे अशी. 'सीमेवरील या कटकटींच्या मागे मला सर्व दिशांना आपला विस्तार करणारा, वाढत्या सामर्थ्याचा गर्व असणारा शक्तिशाली आणि एकसंध चीन ही मूलभूत समस्या दिसते,' असे ते लिहितात. आता ते

इतिहासापासून वेगळा निष्कर्ष काढतात : 'चीनच्या इतिहासात अशा प्रकारची गोष्ट अनेकदा घडली आहे. कम्युनिझम या आणखी एका घटकाची त्यात भर पडली आहे; पण खरे कारण इतिहासात आणि राष्ट्राच्या गुणधर्मात खोलवर रुजलेले दिसून येईल.' आता ही दोन मोठी राष्ट्रे – भारत आणि चीन – समोरासमोर आली आहेत. चीनची लोकसंख्या झपाट्याने वाढते आहे. चिनी लोक एकसंध आहेत. हे सर्व धोक्याचा इशारा देणारे आहे. आपण त्याचा सामना करू शकतो. किंबहुना त्यातून काही चांगलेसुद्धा निष्पन्न होईल... 'पण धोका दिसला की भारतातसुद्धा आता आहे त्यापेक्षा खूप जास्त ऐक्य निर्माण होईल. कदाचित या नव्या दुर्दैवी घटनेचे ते एक चांगले फळ असेल.'

त्यानंतर नेहमीचा युक्तिवाद : 'कोणत्याही परिस्थितीत आपण ठाम आणि जागरूक राहिले पाहिजे आणि त्याचबरोबर शांत आणि संयमी पण असायला हवे. आपण हे लक्षात घेतले पाहिजे की खरी शक्ती भडक भाषेतून येत नाही किंवा सैन्य वाढवण्यानेसुद्धा नाही, तर ती आपल्या राष्ट्राच्या सर्वंकष विकासातून, मोठ्या प्रमाणातील औद्यागिकीकरणातून आणि एकीतूनच येते. त्यामुळे आपण पंचवार्षिक योजना वगैरेंच्या माध्यमातून भारताची वाढ आणि विकास करणे याच गोष्टीकडे पुन्हा येतो...'

चीन जे मागत आहे त्याच्या सामरिक आणि खोल सांस्कृतिक परिणामांबाबतसुद्धा आपण सावध राहायला हवे. 'सीमेबद्दलच्या बारीकसारीक वादांना कदाचित महत्त्व नसेल,' पंडितजी म्हणतात, 'आपल्याला ज्याचा सामना करायचा आहे ते जास्त खोल आणि गंभीर आहे. ते म्हणजे विशेषत: नेफा (NEFA) मधील मोठ्या प्रदेशांची मागणी. या सगळ्याचा अर्थ हा की चीनला हिमालयाची भिंत ओलांडून या बाजूला यायचे आहे. याचे दोन अतिशय महत्त्वाचे पैलू आहेत : एक हा की कोणतीही परकीय सत्ता हिमालय ओलांडून या बाजूला येण्याने आपल्या मूलभूत सुरक्षिततेला मोठा धोका निर्माण होतो; दुसरा हा की युगानुयुगे भारताचा श्वासच असणारी एक भावना उद्ध्वस्त होते. ती भावना हिमालयाशी संबंधित आहे. मी संसदेत म्हटले त्याप्रमाणे आपण कोणालाही हिमालय भेट देणार नाही आहोत, मग त्याचे परिणाम काहीही होवोत.'[१]

पंधरा दिवसांनी मुख्यमंत्र्यांना लिहिलेल्या पत्रात आपण सध्याच्याच धोरणाला चिकटून का आहोत याचे ते पुन्हा स्पष्टीकरण देतात. त्याला पर्याय म्हणजे द्वेष आणि युद्ध एवढाच आहे असे ते म्हणतात. धोरण बदलले तर जगात आपण जी प्रतिष्ठा मिळवली आहे ती नाहीशी होईल... १६ ऑक्टोबर १९५९ च्या पत्रात

१. 'पत्रे', खंड ५, १ ऑक्टोबर १९५९ चे पत्र, विशेषत: पृष्ठ २५८-८८

पंडितजी मुख्यमंत्र्यांना लिहितात :

> एकाच वेळी कणखर, शोभनीय आणि तरीही मैत्रीपूर्ण असे धोरण अनुसरणे हे सोपे काम नाही. आणि तरीही ते आपण अनुसरावे असे वाजवी आणि परिपक्व असे एकमेव धोरण आहे.

मथितार्थ हा की आपल्या धोरणांचा पुनर्विचार करावा असे जे म्हणत आहेत ते देशाला अवाजवीपणा, अपरिपक्वता आणि अशोभनीयतेकडे लोटत आहेत. त्याहूनही वाईट म्हणजे –

> दुसरा पर्याय आपल्याला द्वेष आणि शीतयुद्धाच्या कटू सागरात लोटतो. गेल्या एका तपात आपण आपली मान ताठ ठेवली आहे आणि कधी कधी काही प्रमाणात पाकिस्तानची गोष्ट सोडली तर शीतयुद्धाच्या लाटांमध्ये बुडण्यापासून दूर राहिलो आहोत. त्यामुळेच आपण जगभर एक प्रकारची प्रतिष्ठा मिळवली आहे आणि ज्यांच्याशी आपले मतभेद आहेत त्यांच्यासुद्धा आदरास पात्र झालो आहोत.

'नुकतेच इराण आणि अफगाणिस्तानच्या लोकांनी माझे इतक्या प्रेमाने स्वागत का केले?' ते विचारतात. 'इतक्या वर्षांमध्ये मिळवलेल्या प्रतिष्ठेमुळे. रागाचा आणि भावनेचा एक क्षणसुद्धा तुम्हाला त्या शिखरावरून खाली आणू शकतो.' दुर्दैवाने भडक डोक्याचे लोक सर्वत्र असतात : 'पण काही लोकांना वाटते की भडक आणि भांडकुदळ भाषा वापरून आणि वल्गना करण्यानेच शक्ती व धैर्य दिसते...' एवढेच नाही, त्यांची निश्चित उद्दिष्टे असतात. 'आंतरराष्ट्रीय क्षेत्रात आपल्याला आपल्या अलिप्तपणाच्या धोरणापासून ढळवण्याचा प्रयत्न चाललेला दिसतो; देशांतर्गत क्षेत्रात काही सनातनी आणि प्रतिक्रियावादी गटांचा आपल्या काही मूलभूत धोरणांना विरोध करण्याचा प्रयत्न दिसून येतो. ही दुर्दैवी घटना आहे.' पण संयुक्त राष्ट्रसंघाचे काय? संयुक्त राष्ट्रांनी या प्रश्नावर चर्चा करण्याच्या आड का येत आहोत आपण? आयर्लंड आणि मलायाने हा विषय संयुक्त राष्ट्रांच्या आमसभेच्या विषयपत्रिकेवर ठेवावा, असा प्रस्ताव दिला आहे. १३ ऑक्टोबर १९५९ ला आपण या प्रश्नावर मत देणार नाही. पंडितजी म्हणतात की, हा विषय संयुक्त राष्ट्रांमध्ये न्यायचा नाही असे फार पूर्वीच ठरले होते; तसे त्यांनी दलाई लामांनासुद्धा सांगितले होते. आणि इतरही बहुतेक देशांचे मत, हा विषय संयुक्त राष्ट्रांत उपस्थित करणे इष्ट होणार नाही, असेच होते. 'पण शीतयुद्धाच्या निकडीमुळे काही जणांनी या प्रस्तावाला पाठिंबा दिला,' पंडितजी म्हणतात; – 'असे नाही का असू शकणार की या बाबतीत

पूर्वी भारताचे म्हणणे मान्य करण्यात आपली चूक झाली असे त्या देशांना वाटले असेल? पण ते 'शीतयुद्धाच्या निकडी'वर ढकलले गेले आणि आपल्या तिथल्या प्रतिनिधीने मत न देण्याचे ठरवले आणि मला वाटते ते योग्यच होते. पण त्यामुळे वृत्तपत्रांमध्ये बरीच टीका झाली. त्या टीकेचा बारकाईने विचार केला तर असे दिसून येईल की, ती या विशिष्ट घटनेवर (आपण मत न देण्याच्या) नसून ती आपल्या अलिप्ततावादाच्या मूळ धोरणावर आहे...'

ते कसेही असले तरी 'परिणाम विचारात न घेता अशा बाबींवर मोठी भाषणे देणे हा काही योग्य मार्ग नाही. तो भावनेचा आणि तर्करहित मार्ग आहे आणि तो अनुसरला तर तो आपल्याला शीतयुद्धाच्या खाईत घेऊन जाईल.'

त्याचप्रमाणे, इतिहासाच्या त्या जिज्ञासू विद्यार्थ्याला हे सहज समजायला हवे होते की भव्यदिव्य अशा पोकळ बाता मारण्यामुळे, परिस्थिती बदलत असताना आपण मात्र जुन्या विचारानाच चिकटून राहण्याने पराभवाच्या गर्तेकडेच वाटचाल करू.

सीमेवरील आपली स्थिती बळकट करणे हे मुख्य कर्तव्य आहे आणि त्यावर 'त्याच्या रक्षणासाठी पुरेशी पावले उचलण्यात आली आहेत. २५०० मैल लांबीच्या सीमेच्या परिपूर्ण सुरक्षेची हमी कोणीच देऊ शकत नाही. *पण वास्तवात ती पुरेशी संरक्षित आहे आणि आक्रमण करण्याचा कोणी प्रयत्न केला तर त्याला कठीण जाईल. मला त्या बाबतीत काळजी वाटत नाही आणि मोठा संघर्ष होईल असे वाटत नाही.'*[२]

आतापर्यंत नेफामधील लोंगजूवरील हल्ल्यानंतर लडाखमध्ये एक गंभीर घटना घडली आहे. गेल्या वर्षापर्यंत उत्तर-पूर्व लडाखमधील आपल्या सीमेच्या जवळपास चिनी सैन्य किंवा बांधकामे नव्हती. या वर्षी आपल्या गस्ती पथकांना सैनिक आणि बांधकामे दिसतात. गस्तीवर गेलेले एक पथक परत येत नाही. दुसरे पथक पाठवण्यात येते. त्याला खंदकात बसलेले चिनी सैनिक दिसतात. चिनी सैनिक हातबॉम्ब आणि इतर अस्त्रांनी हल्ला करतात. आपले काही जवान मरतात तर काही जायबंदी होतात. संख्येने बरेच जास्त असलेले चिनी सैनिक अनेकांना अटक करतात.

शेवटच्या पत्रानंतर पंधरा दिवसही झाले नाहीत तर पंडितजी २६ ऑक्टोबर १९५९ ला मुख्यमंत्र्यांना पुन्हा लिहितात. ते या नव्या वाढलेल्या घटनेविषयी लिहितात. ते मुख्यमंत्र्यांना सांगतात संपूर्ण सीमेच्या रक्षणाची जबाबदारी सेनेकडे देण्याचे ऑगस्टमध्ये ठरवण्यात आले.

ते लडाखचे वर्णन करतात : 'तिथे झाडे तर नाहीतच पण गवतसुद्धा नाही.

---

२. 'पत्रे', खंड ५, १६ ऑक्टोबर १९५९ चे पत्र, विशेषत: पृष्ठ २९४-९७

तो प्रदेश हिमालयाच्या मुख्य रांगेच्या पलीकडे आहे आणि तिथे पाऊस किंवा बर्फ क्वचितच पडतो. तो प्रदेश अतिशय भकास आणि खडकाळ आहे, पण त्याला एक वेगळेच सौंदर्य आहे...'

जिथे चकमकी झडल्या त्या जागेचे पंडितजी वर्णन करतात : 'जिथे चिनी लष्कराशी चकमक झाली त्या जागी पोहोचायला लेहपासून डोंगरी वाटेने तीन आठवडे लागतात. चुशुलला आपला एक विमानतळ आहे तो हवामान अनुकूल असले तर वापरता येतो; पण चुशुलसुद्धा चकमक झालेल्या ठिकाणापासून साठ मैलांवर आहे. पलीकडच्या बाजूला म्हणजे चीनच्या बाजूला, भूप्रदेश जरा बरा आहे. कारण आपण प्रमुख डोंगर आणि तिबेटचे पठार ओलांडलेले असतात आणि तिथे चिनी तुर्कस्तानचे उंच पठार आहे. त्या बाजूनेसुद्धा रस्ता सोपा नाही. पण इकडच्यापेक्षा तिकडून पोहोचणे बरेच सोपे आहे.'

चीनला तिकडे रस्ते वगैरे बांधणे सोपे का होते हे ते पुन्हा सांगतात : 'चीन तिबेटमध्ये, सीमेजवळ आणि सीमेच्या पलीकडे रस्ते बांधत असल्याचे आपण ऐकतो. हे रस्ते अगदी साध्या प्रकारचे आहेत. ते फक्त जमीन सपाट करतात आणि काही खुणा करतात. थंडीमुळे जमीन इतकी कडक असते की जवळ-जवळ दगड किंवा सिमेंटच. त्याच्यावर आणखी काही प्रक्रिया करावी लागत नाही. अर्थात हे रस्ते वापरायला कठीण असतात; पण ट्रक किंवा लॉऱ्यांना चालतात.' त्यांच्या बाजूचा भूप्रदेश कमी कठीण असल्यामुळे आपण जास्त प्रयत्न करायला हवे होते, असा निष्कर्ष काढायला नको का?

त्या भागात चिनी सैन्य मोठ्या संख्येने गोळा झाले आहे हे ते मान्य करतात. पण विशेष परिस्थिती त्याला कारणीभूत असल्याचे ते सांगतात – तिबेटमध्ये झालेले बंड – जणू काही विशेष परिस्थितीमुळे झालेली जमवाजमव तात्पुरती राहणार आणि म्हणून त्यापासून आपल्याला काही धोका नाही. 'या वर्षाच्या वसंत ऋतूत सुरू झालेल्या बंडाच्या आधी तिबेटमधील चीनच्या सैन्याचे संख्याबळ फार नव्हते आणि ते जास्त करून मध्य आणि पूर्व तिबेटमध्ये होते. पश्चिम तिबेटमध्येही कदाचित थोडेसे असतील. बंड झाल्यावर चीनने तिबेटमध्ये मोठ्या संख्येने सैन्य आणले आणि बंड चिरडून टाकण्यासाठी ते सर्वत्र विखुरले. अशा प्रकारे त्यांचे सैन्य तिबेटच्या दक्षिण आणि पश्चिम सीमेपर्यंत म्हणजे आपल्या सीमेपर्यंत पोहोचले. सुदैवाने आपण त्या भागात अनेक चौक्या स्थापन केल्या होत्या आणि चीनच्या सैन्याला संघर्ष केल्याशिवाय पुढे येणे शक्य नव्हते...'

त्यामुळेच लोंगजूव्यतिरिक्त नेफा सीमेवर इतरत्र कुठेही मोठा संघर्ष झाला नाही. लडाख प्रदेशात, तो भाग निर्मनुष्य आहे. सीमा जमिनीवर आखलेली नाही. आपण चौक्या स्थापन करत आहोत, पण अजून त्या थोड्या आहेत... 'गेल्या काही

वर्षांत या चौक्या स्थापन करणे हे फार कठीण आणि धाडसी काम होते. त्यासाठी आपल्या लोकांना वेगवेगळ्या प्रकारच्या धोक्यांना तोंड द्यावे लागले आणि त्यांच्यात उच्च कौशल्य आणि चिवटपणाही असणे आवश्यक होते.'

चीन कोणते तरी निश्चित धोरण अनुसरत आहे, याची पंडितजींना गेल्या काही महिन्यात जाणीव होऊ लागली होती : 'आपल्या सैन्याला हळूहळू पुढे सरकवायचे आणि जिथे प्रतिकार होणार नाही असे भाग व्यापायचे असे चीन सरकारचे धोरण असावे असे दिसते.' तिबेटमधील बंड दाबून टाकल्यावर त्यांनी त्यांचे सैन्य लडाखमध्ये हलवले. पंडितजी म्हणतात, 'संघर्ष न करावा लागता या निर्मनुष्य आणि ओसाड प्रदेशाचा जेवढा भाग व्यापता येईल तेवढा व्यापायचा आणि तिथे आपला जम बसवायचा असा त्यांचा हेतू असावा. असे करणे त्यांना फार कठीण नव्हते; कारण तो भूप्रदेश त्यांना अनुकूल होता आणि पश्चिम तिबेटमधील काही लष्करी ठाणी तिथून फार अंतरावर नव्हती.'

अशा स्पष्टीकरणामुळे कोणते प्रश्न विचारले जातील याची त्यांना लगेच जाणीव होते. 'आपण तिथे आधी का गेलो नाही असा प्रश्न कोणी करेल. आणि हा प्रश्न वाजवी आहे,' ते मान्य करतात. पण मध्य लडाखमध्ये असलेल्या आतल्या तळापासून इतके दूर जाणे आणि त्यांना रसद पुरवणे सोपे झाले नसते. पण घडलेल्या घटनांमुळे निर्माण झालेल्या शंकांचे या उत्तराने समाधान झाले नसते, हे ते ओळखतात. म्हणून ते तो मुद्दा अर्धवटच ठेवतात : 'आपल्या सेनेचा मोठा भाग अशा ठिकाणी वेगळा ठेवायचा आणि तिथे अडकून राहू द्यायचा याबद्दल भिन्न मते असू शकतात,' ते म्हणतात.

'ते कसेही असले तरी आहे त्या परिस्थितीला आपल्याला तोंड द्यायचे आहे,' पंडितजी म्हणतात. 'खरे म्हणजे, त्यांच्या मते जी त्यांची जुनी सीमा आहे तिथपर्यंत अणि कदाचित तिच्याही पलीकडे आपले सैन्य पसरवण्याचा हेतू असणाऱ्या एका शक्तिशाली देशाशी आपल्याला सामना करायचा आहे.' त्यांना चीन आणि चीनचा इतिहास यांच्या आणखी एका वैशिष्ट्याची आठवण होते : 'इतिहासात चीनची नेहमी अशी समजूत राहिली आहे की त्यांनी पूर्वी एखादा प्रदेश व्यापला असेल तर नंतर तो कायमचा त्यांच्या मालकीचा होतो. त्यांच्यात सामर्थ्य नसेल तर ते तो बळकावणार नाहीत, पण त्यावरील आपला हक्क सांगणे सोडणार नाहीत. जर सामर्थ्य असेल तर आपला विचार योग्य आहे आणि ती आपलीच मालमत्ता आहे, असे म्हणून ते ती ताब्यात घेतात. बहुतेक देशांचा, त्याचे हक्क आणि जबाबदाऱ्या यांच्या बाबतीत एकतर्फी विचार असतो असे मला वाटते. आणि चीनचा तर असा एकतर्फी विचार प्रकर्षाने असतो. असा पूर्वीचा दृष्टिकोन सध्याच्या कम्युनिस्ट सरकारनेही अंगीकारलेला दिसतोय आणि त्यात त्यांच्या वाढत्या शक्तीच्या जाणिवेची

भर पडून त्यांच्यात आणखी मगरुरी आली आहे.' सरदार पटेलांनी दहा वर्षांपूर्वी त्यांना जवळ-जवळ हाच इशारा दिला होता – आणि त्या दहा वर्षांत आपल्याला भरपूर तयारी करता आली असती. पण त्या वेळी चीनच्या इतिहासाची इतर वैशिष्ट्येच पंडितजींच्या नजरेत होती आणि चीनमधील कम्युनिझमच्या उदयावरून ते विरुद्ध निष्कर्ष काढत होते. आणि हल्ली 'कम्युनिझम' हा शब्द त्यांच्या बोलण्यात किती वेळा येतो ते लक्षात घ्या, जो शब्द वापरल्याबद्दल त्यांनी पूर्वी एका अधिकाऱ्याला झापले होते. असे शब्द वापरण्याने 'सुबुद्ध विचार येण्याला प्रत्यवाय होतो,' असे थोड्याच काळापूर्वी ते म्हणाले होते.

'चीन भारताबरोबर आपणहून संघर्ष करणार नाही,' चीनच्या धोरणाचे पैलू ते समजावून सांगतात. 'पण त्याचबरोबर केवळ भारताला किंवा आणखी कोणालाही खूश करण्यासाठी ते त्यांचे पायाभूत धोरण बदलणार नाहीत. कम्युनिझममुळे किंवा कम्युनिझम असूनसुद्धा त्यांची विचारसरणी चीनच्या जुन्या साम्राज्यवादी काळातील विचारसरणीकडे झुकली आहे– त्या काळात चीन स्वत:ला 'मधले साम्राज्य' समजायचा; संस्कृती व ज्ञानाचे केंद्र आणि त्यांच्या सभोवारच्या देशांनी चीनचे वर्चस्व मान्य करायचे आणि चीनने त्यांना एका वरिष्ठाच्या नात्याने वागवायचे.' आणि म्हणूनच, आता ते म्हणतात, सध्याची परिस्थिती कठीण आहेच पण 'मला ज्याची जास्त काळजी वाटते ती, आता जे उलगडत आहे, त्या भविष्याबद्दल. त्याबद्दल माझ्या मनात कोणतीही भीती नाही, पण प्रचंड काळजी अवश्य वाटते.'

पंडितजी असे म्हणतात, पण मनाने अजून त्यांची परिस्थितीशी सामना करायची तयारी नसते. अखेरीस परिस्थितीची जाणीव असल्याचे नुसते बोलून दाखवणे म्हणजे सामना करण्याची तयारी असणे नव्हे. तयारी असण्याचा अर्थ नेत्याने परिस्थितीला आवश्यक अशी पावले उचलणे, मग ते त्याच्या पसंतीच्या कितीही विरुद्ध का असेना. त्या कृतीच्या परिणामांची जबाबदारी स्वीकारणे आणि त्यांच्या सहकाऱ्यांना ती स्वीकारायला लावणे. त्याऐवजी पंडितजी हॅम्लेटसारखा पवित्रा घेतात; 'पण भारत व चीन यांच्यात सतत तणाव असण्याची आणि संभाव्य संघर्षाची कल्पना मला आवडत नाही. याचे कारण मी चीनमुळे भारावून गेलो असे नाही, पण माझे भारतावर आणि शांततेवर प्रेम आहे हे आहे. बलवान राष्ट्राबरोबर प्रचंड लांबीच्या सीमेवर सतत घर्षण असण्याचे ओझे मोठे असतेच आणि त्या ओझ्यापेक्षाही वाईट असते ती शत्रुत्वाची भावना जी आपल्याला चुकीच्या दिशेने विचार करायला लावते.' अशा डळमळीत आवाहनाला कोण प्रतिसाद देईल?

'पण आमचे चीन सरकारबरोबर मैत्री प्रस्थापित करण्याचे प्रयत्न अयशस्वी झाले आहेत ही वस्तुस्थिती आहे; तसेच वातावरणात प्रत्यक्ष आणि संभाव्य संघर्ष आहे' पंडितजी मान्य करतात. त्यांचा निष्कर्ष हा आहे की त्यांनी आतापर्यंत

अनुसरलेल्या धोरणालाच आपण आणखी चिकटून बसायला हवे. त्या धोरणांना ते नेहमी 'अलिप्तता' आणि 'शांततामय सहजीवन' म्हणतात. पण त्या चौकटीतसुद्धा काही पावले उचलणे निश्चितच शक्य झाले असते. ते नेहमी प्रश्न 'हे सर्व नाही तर काही नाही' अशा प्रकारे विचारत असल्यामुळे – उदा. निवड अलिप्तता किंवा एखाद्या सत्तागटात सामील होणे ही आहे. 'निवड शांतता आणि युद्ध (आणि यापुढे कदाचित महायुद्ध) यात करायची आहे' – त्यांना कोणतेही पर्याय उडवून लावणे कठीण जात नाही. 'भावनेच्या भरात आपण शीतयुद्धाचा पुरस्कार करणाऱ्यांमध्ये सामील व्हायचे आणि लष्करी करार करायचे हे आपल्या धोरणाचेच नव्हे तर जी मूल्ये भारत मानतो त्यांचे अपयश होईल.' आणि कोणताही देश आपल्यावर संकट आले असता, आपल्याला मदत करण्यासाठी स्वत:च्या हितसंबंधांवर पाणी सोडणार नाही. उलट जर चीन व भारत यांच्यात युद्ध झालेच आणि आपला एखाद्या सत्तागटाबरोबर लष्करी करार असला तर 'कदाचित असे होईल की त्या युद्धाचे रूपांतर जागतिक महायुद्धात होईल. प्रचंड विनाश आणि अगदी वंशनाशसुद्धा होऊ शकेल. अशी मदत काय कामाची?' कवीने म्हटले आहे त्याप्रमाणे –

'किसी आनेवाले तूफान का रोना रो कर
नाखुदा ने मुझे साहिल पर डुबोना चाहा...'

आणि जगात शांतीचे वारे वाहत आहेत, नाही का? सोव्हिएत आणि अमेरिकेत लोक जवळ येत आहेत. हे खरे की 'चीन सरकारला या प्रवाहांच्या यशात फार आस्था नाही.' पण सोव्हिएत युनियन आणि चीन यांच्यात फूट पडली आहे... आणि तसेही महासत्तासुद्धा जागतिक शांततेसाठी काम करत असताना 'हे काम फिसकटेल असे काहीही करणे आपल्या आणि जगाच्या दृष्टीने अनिष्ट ठरेल...'[३]

त्यामुळे आपण आपल्या धोरणानुसार चालावे. जनतेच्या टीकेला उधाण येते. जी परिस्थिती निर्माण झाली आहे ती टीकाकार जे म्हणत होते तशीच आहे. टीकाकार पहिल्यापासून म्हणत होते की, चीनच्या राज्यकर्त्यांवर विश्वास ठेवणे, पंचाशीलसारख्या कागदाच्या तुकड्यावर विश्वास ठेवणे, अशा पंडितजींच्या धोरणामुळे हे अटळ होते. पंडितजी त्यांना दटावून गप्प करत होते आणि आता त्यांना वाटत होती ती भीती खरी ठरली आहे.

या सबबी नाहीत, वस्तुस्थिती आहे

मुख्यमंत्र्यांना ४ नोव्हेंबर १९५९ ला लिहिलेल्या पत्राची सुरुवात पंडितजी शांती,

---

३. 'पत्रे', खंड ५, २६ ऑक्टोबर १९५९ चे पत्र, पृष्ठ ३०४-१३

नि:शस्त्रीकरण, सहकार्य या आधीच्या पत्रात उल्लेख केलेल्या प्रवाहाकडे त्यांचे लक्ष वेधून करतात. ते म्हणतात की, चीन सरकार याला अपवाद आहे आणि 'चीनच्या भांडखोर वृत्तीची विशेषत: भारताला झळ पोहोचत आहे' ते दुप्पट दुर्दैवी आहे : 'आपले एकंदरीत धोरण जगाच्या इतर अनेक भागांत यशस्वी होत असताना आपल्याला स्वत:ला विरुद्ध दिशेला ढकलणाऱ्या परिस्थितीला तोंड द्यावे लागत आहे हे विचित्र आहे. परिणामत: आपल्याला आवडो किंवा न आवडो, भारत आणि चीन यांच्यात शीतयुद्धासारखे वातावरण निर्माण होत आहे...'

१९५४ चा चीनबरोबरचा करार, ज्याखाली आपण आपले तिबेटमधील विशेष स्थान आणि उपस्थिती विनाकारण सोडून दिली, टीकेचे विशेष लक्ष्य होत आहे. पंडितजी संतापले आहेत. ते मुख्यमंत्र्यांना सांगतात, 'तो करार योग्य तर होताच, पण प्राप्त परिस्थितीत तर्कसंगत आणि अटळ होता. त्याने मूलभूत परिस्थितीचा स्वीकार करण्यात आला आणि तिच्याकडे डोळेझाक करणे अतार्किक झाले असते. आणि ते काहीही असले तरी त्यामुळे आताचे संकट टळले तर नसतेच, उलट ते आधी आले असते.'

लष्करी तयारीच्या बाबतीत ते म्हणतात, 'आपण केले त्यापेक्षा जास्त करू शकलो असतो, पण फार नाही, कारण सीमेवर आणि सैन्य वाढवण्यावर आपण लक्ष केंद्रित केले असते तर सामाजिक आणि आर्थिक क्षेत्रात आपण जी प्रगती केली तिच्यावर परिणाम झाला असता...' आपल्याला औद्योगिकीकरण आणि पंचवार्षिक योजनांना – जे कोणत्याही देशाच्या दूरगामी शक्तीचा पाया आहेत – त्यांना कात्री लावावी लागली असती. 'आपल्या हजारो मैल लांबीच्या सीमेवर मोठे सैन्य ठेवण्याने खरा कोणताही लाभ न होता आपल्या उपलब्ध साधनसंपत्तीवर आणि आपण साध्य केलेल्या मूलभूत प्रगतीवर परिणाम झाला असता. आणि कालांतराने आपण पूर्वीपेक्षाही दुर्बळ झालो असतो.'

पण आपण निदान सीमेवरील रस्ते आणि इतर संबंधित सुविधांच्या बाबतीत तरी जास्त करायला नको होते? 'आपण या रस्त्यांवर लक्ष जास्त केंद्रित करणे शक्य होते,' पंडितजी कबूल करतात, 'आपण तसे करायला हवे होते; पण हेही विसरू नये की आपण जे केले ते बरेच होते.'

'या सबबी नाहीत, केवळ वस्तुस्थिती आहे,' पंडितजी म्हणतात. चीनला जास्त अनुकूल असा भूप्रदेश हाताळायचा होता. त्यांचे सैन्य तळांपासून कमी अंतरावर होते. तिबेटमधील बंड दाबून टाकण्यासाठी त्यांनी आधीच मोठ्या संख्येने सैन्य तिथे आणले होते– तिबेटमध्ये चीन सैन्याची जमवाजमव करत आहे असे काही काळापूर्वी अप्पा पंत यांनी कळवल्यावर त्यांच्यावर पंडितजी कसे बरसले होते ते आठवा. 'हे सर्व होत असताना आपण इतके स्वस्थ बसायला नको होते असे

म्हणता येईल?' पंडितजी म्हणतात, 'आम्ही केव्हाही स्वस्थ बसलो होतो असे मला नाही वाटत. पण अशा प्रकारे आपत्कालीन स्थिती निर्माण होईल आणि तीही इतक्या झपाट्याने, अशी आम्ही अपेक्षा केली नव्हती, हे खरे आहे.'

सेनेच्या एका शूर माजी प्रमुखांसह काही लोक म्हणू लागले आहेत की, आपण मोठ्या संख्येने आपली सेना सीमेवर पाठवून चिन्यांना हाकलून द्यायला हवे.[४] 'या सूचनांमध्ये काही अर्थ नाही,' पंडितजी शेरा मारतात. सध्याचे लष्करी सल्लागार असे करण्याच्या विरुद्ध आहेत, ते म्हणतात, 'अशा बाबतीत सेनेचा सल्ला मानावा आणि तेच आम्ही करत आहोत. त्यांनी आवश्यक आणि शक्य म्हणून सांगितलेले सावधगिरीचे सर्व उपाय करत आहोत. त्यात आपली सेना तातडीने सगळीकडे विखरून तिला अडचणीत आणणार नाही आहोत. तसे केले नाही तर ते उगाच धोक्यात येतील आणि तेही आपल्याला कोणताही लाभ न होता. लढाया असे साहस करून लढल्या जात नाहीत किंवा संभाव्य संघर्षाची तयारीसुद्धा अशा प्रकारे केली जात नाही.'

जनरल करिअप्पा किंवा इतर कोणीही 'आपली सेना तातडीने सगळीकडे पाठवा' असे सुचवले होते? नेहमीप्रमाणे पंडितजी त्यांना मान्य नसलेला प्रस्ताव अतिरंजित करून सांगतात आणि त्याची खिल्ली उडवतात.

'जरी मोठे सैन्य सीमेवर ठेवले तरी ते काही घुसखोरी पूर्णपणे थांबवू शकणार नाही,' पंडितजी मुख्यमंत्र्यांना सांगतात. हे जास्त सुसज्ज, जास्त चांगल्या प्रकारे प्रशिक्षित, वातावरणाची जास्त सवय झालेल्या 'मोठ्यापेक्षा जरा लहान' सेनेच्या बाबतीतसुद्धा लागू पडेल? ते पुढे दिलासा देतात : 'पण मी तुम्हाला एका गोष्टीची हमी देतो, जशी माझ्या अधिकाऱ्यांनी मला दिली आहे. ती म्हणजे आपली सीमा ओलांडून मोठ्या प्रमाणावर आक्रमण करण्याचा प्रयत्न कधी झालाच तर त्याचा समर्थपणे आणि यशस्वीरीत्या सामना केला जाईल. तसे करण्यासाठी लागणारे बळ आपल्याकडे आहे आणि साहजिकच आपण ते वाढवणारच. जर आणि जेव्हा कधी असे आक्रमण होईल तेव्हा आपली बाजू क्रमाक्रमाने वरचढ होत जाईल.'

'क्रमाक्रमाने'चा अर्थ काय? वेळेच्या दृष्टीने की जागेच्या दृष्टीने? असे का की आतापासून आक्रमण होण्याच्या दरम्यानचा काळ जितका जास्त, तितके आपल्या

---

४. वर उल्लेख केलेले प्रमुख म्हणजे जनरल (जे नंतर फील्ड मार्शल झाले) करिअप्पा. यापूर्वी त्यांना आक्रमकांपासून काश्मीर वाचवण्यासाठी पंडितजींचा डळमळीतपणा आणि त्यांच्या वरिष्ठ ब्रिटिश अधिकाऱ्याचा अंतस्थ हेतू यांच्याकडे दुर्लक्ष करावे लागले होते.

फायद्याचे, कारण आता आपण जी तयारी करत आहोत ती चीनपेक्षा जास्त वेगाने करत आहोत? की चिनी आपल्या प्रदेशात जितके आत येतील तितके त्यांना हाताळणे आपल्याला सोपे जाईल?

भविष्याच्या बाबतीत पंडितजी तेच पर्याय सांगतात – अलिप्तता किंवा एखाद्या लष्करी सत्तागटात सामील होणे – आणि तेच निष्कर्ष काढतात. आपण अलिप्ततेलाच चिकटून राहायचे. असे करण्यासाठी ते एक नवे कारण देतात : 'मी आधी म्हटल्याप्रमाणे हे धोरण अतिशय यशस्वी राहिले आहे. एका अर्थाने, अंशत: असेल, पण असे म्हणता येईल की त्यामुळे चीन एकटा पडला आहे.'५

पंडितजी ७ नोव्हेंबर १९५९ ला चाऊ एन-लायना लिहितात : लडाखच्या सीमेवर संघर्ष होण्याची शक्यता शक्य तितकी कमी करण्याच्या दृष्टीने भारतीय सेनेने चीनने आपल्या म्हणून दाखवलेल्या सीमारेषेच्या पश्चिमेपर्यंत मागे यावे आणि चिनी सेनेने भारत सरकारच्या खलित्यांमध्ये आंतरराष्ट्रीय सीमा म्हणून दाखवलेल्या रेषेच्या पूर्वेपर्यंत मागे जावे...

सात आठवड्यांनी, १५ डिसेंबर १९५९ ला जेव्हा पंडितजी मुख्यमंत्र्यांना लिहितात तेव्हा त्यांना एका महत्त्वाच्या गोष्टीचा उल्लेख करावा लागतो : एक महिन्यापेक्षा जास्त काळ जाऊनसुद्धा चाऊ एन-लाय यांनी उत्तर दिलेले नाही. दोन दिवसांनी चाऊ पत्र पाठवतात. ते पंडितजींचे प्रस्ताव निर्णायकपणे फेटाळतात.

लडाखमध्ये पकडलेल्या भारताच्या जवानांना चीन सोडून देतो. आपल्याला कसे क्रूरपणे वागवण्यात आले ते जवान सांगतात. त्यांनी केलेले वर्णन किती 'गंभीर आणि क्लेशकारक' आहे असे पंडितजी म्हणतात. चीन आपल्यावर लादत असलेल्या परिस्थितीला तोंड देण्याची त्यांची अजूनही इच्छा नाही. ते लिहितात :

> एखाद्याला युद्ध करायला भाग पाडले जाऊ शकते, पण ते कोणत्याही देशाला नको असते. भारतीयांना तर नसतेच नसते. असे कोणतेही युद्ध दोघांच्याही दृष्टीने विनाशकारी होईल, आपल्या तसेच बहुतेक चीनच्यासुद्धा. ती एका मोठ्या युद्धाची नांदी असेल. या सर्वांमुळे आपली प्रगती आणि जागतिक शांतता यांच्याबद्दल आपण ज्या आशा बाळगून आहोत त्या धुळीला मिळतील.

हे खरे आहे की कोणत्याही देशाला युद्ध नको असते. पण दुसऱ्या देशाने ते आपल्यावर लादले तर काय करायचे?

'एक अगदी नवी स्थिती निर्माण झाली आहे,' केवळ आपल्यासाठीच नाही तर

---

५. 'पत्रे', खंड ५, ४ नोव्हेंबर १९५९ चे पत्र, पृष्ठ ३२३-३०

आशियातील इतर देशांसाठीसुद्धा, पंडितजी लिहितात, 'चीनबरोबरची दीर्घ सीमा ही 'मृतवत् सीमा' होती.' 'आता ती जिवंत आणि महत्त्वाची झाली आहे. आणि चांगल्या परिस्थितीतसुद्धा ती धोकादायक शक्यता असलेली सीमा राहील.'

'ही काही नवी घटना नाही आणि या शक्यतेची आम्हाला गेली कमीत कमी सात-आठ वर्षे तरी कल्पना होती,' पंडितजी म्हणतात. आपल्याला या शक्यतेची सात-आठ वर्षांपासून कल्पना होती आणि तरीही आपण पुरेशी तयारी केली नाही?

नाही, आपण चौक्या उभारायला सुरुवात केली होती. 'किंबहुना याचमुळे आपण काही वर्षांपूर्वी चौक्या स्थापन करणे आणि संपर्क व्यवस्था सुधारण्यासाठी पावले उचलली. हे खरे आहे की तिबेटच्या बाजूला ज्या वेगाने घटना घडल्या, तसे होईल अशी आपली अपेक्षा नव्हती आणि दूरदृष्टी न दाखवल्याबद्दल आमच्यावर टीका केली जाईल. पण सीमेचा विकास, संरक्षण यांच्यावर जास्त लक्ष केंद्रित केले असते तर त्याप्रमाणात संपूर्ण देशातील विकास कार्यक्रमाची गती कमी झाली असती. अगदी संरक्षणाच्या दृष्टिकोनातूनसुद्धा पंचवार्षिक योजना अतिशय महत्त्वाच्या होत्या. तात्पुरत्या व्यवस्थेसाठी त्यांच्यावर कसे पाणी सोडता आले असते आणि तसे करून आपली मूलभूत संरक्षण क्षमता वाढवण्यावरही परिणाम झाला असता.'

सीमेवर जी पावले उचलायला हवी होती त्यांना केवळ 'तात्पुरती व्यवस्था' म्हणून झटकून टाकणे योग्य आहे? शिवाय, अखेरीस देशाचे बल विकास कार्यक्रमांवर अवलंबून असते हे जरी अगदी खरे असले तरी त्या कारणाने आताच्या तातडीच्या समस्येकडे दुर्लक्ष करणे योग्य आहे? पंडितजींना स्वत:लाच तो समतोल बदलणे भाग पडणार आहे.

ते, अर्थात, एक ग्राह्य आणि महत्त्वाचा मुद्दा मांडतात : हे काम फक्त सरकारचीच जबाबदारी नाही; जनतेनेसुद्धा त्याग करण्याची तयारी ठेवावी लागते आणि सरकारने असे करावे, तसे करावे वगैरे सांगत असताना जनता आणि राजकीय गट मात्र नेहमीचे व्यवहार करण्यात व्यस्त आहेत. 'चीनच्या संकटामुळे मोठी खळबळ माजली आहे, लोकांमध्ये उत्साह आणि भावनांचा उद्रेक झाला आहे,' ते लिहितात, 'पण उत्साह आणि भावना असूनसुद्धा बहुतेक लोकांना परिस्थितीचे गांभीर्य आणि गरजा यांची कल्पना नाही. आपली भांडणे आणि बेशिस्तपणा चालूच राहतील. आपण देशासाठी प्राण द्यायची तयारी असल्याचे बोलतो, पण त्याच्यासाठी श्रम करायला तयार नसतो.'[६] संसदेत धान्याच्या आणि साखरेच्या तुटवड्यावरून आरडाओरड होते. ते त्यांना सुनावतात : 'तुम्हाला लढायचे आहे आणि तरी साखरेत थोडीशी कपात खपवून घ्यायची नाही... आणखी

---

६. 'पत्रे', खंड ५, १५ डिसेंबर १९५९ चे पत्र, पृष्ठ ३३५-३९

एक धडा आपण शिकलेलो नाही. आपले नेते निश्चितच अजून शिकलेले नाहीत. आपल्याला स्वातंत्र्य नको आहे असे नाही. गांधीजी एकदा म्हणाल्याचं मला आठवतं; पण त्यासाठी कशाचाही त्याग करायची आपली तयारी नाही. इतकेच नाही, तर ते मिळवताना थोडे पैसेही करता आले तर फारच छान.' पण आपण पंडितजींच्या पत्राकडे पुन्हा वळू या.

संबंध बिघडणे चालूच राहते. चाऊ एन-लाय आणि पंडितजी एप्रिल १९६० मध्ये दिल्लीत भेटतात. दोन्ही बाजूच्या अधिकाऱ्यांनी भेटून दोन्ही बाजूंच्या दाव्यांसंबंधातील परस्परांकडील कागदपत्रांची तपासणी करावी असे ते ठरवतात.

पंडितजी देशातील आणि परदेशातील समस्यांमध्ये गुंतलेले राहतात. त्यांच्या प्रेरणेने जिनिव्हा येथे नि:शस्त्रीकरण परिषद बोलावण्यात भारत पुढाकार घेत आहे. परिषदेत अपेक्षेप्रमाणे प्रगती होत नाही. परिषद अयशस्वी झाली तर होणाऱ्या परिणामांची पंडितजी आणि राष्ट्राध्यक्ष नासर जाणीव करून देतात. पंडितजी मुख्यमंत्र्यांना लिहितात की, 'संबंध तुटल्याबद्दल चीनचे नेते नुसताच आनंद व्यक्त करत नाहीत तर भारताची निंदा करण्याचाही प्रयत्न करत आहेत. भारत आणि सोव्हिएत युनियनमधील मैत्रीपूर्ण संबंध त्यांच्या धोरणात अडथळा आणतात म्हणून ते तोडण्याचा प्रयत्न ते करत आहेत...'[७]

---

७. 'पत्रे', खंड ५, ८ जून १९६० चे पत्र, पृष्ठ ३७०-७१

प्रपात

जूनमध्ये आणि पुन्हा ऑक्टोबरमध्ये चिनी सैन्य घुसखोरी करते – नेफामध्ये आणि नंतर सिक्कीममध्ये. पंडितजींना उलगडत जाणाऱ्या घटनांना सामोरे जावेच लागते. भारताने सीमातंटा चीनच्या अटींवर सोडवण्याची तयारी दाखवेपर्यंत आत घुसत जायचे असा चीनचा डाव असल्याचे लक्षात न येणे अशक्य आहे. दुर्दैवाने देशाला स्पष्ट आवाहन करायला पंडितजी अजून तयार नाहीत. संघर्ष वाढला तर केवढा आर्थिक बोजा येईल इकडेच ते अजून बोट दाखवत आहेत. २३ ऑक्टोबर १९६० च्या त्यांच्या पत्रात ते जगाच्या वेगवेगळ्या भागांतील समस्या आणि तणावांबद्दल विस्तृत माहिती देतात आणि मग लिहितात, 'आजच्या जगाचे पूर्ण आकलन व्हावे यासाठी मी हे सर्व तुम्हाला लिहीत आहे. कम्युनिस्ट देश आणि पाश्चिमात्य देश यांच्यातील शीतयुद्धापासून धोका आहे. चीनभोवतालची परिस्थिती आणि चीनचे मूलभूत धोरण यांच्यापासून धोका आहे. जर्मनी आणि बर्लिनमधील परिस्थितीत धोका आहे, इंडो-चायनामध्ये आणि अगदी लहानशा क्युबामध्येसुद्धा धोका आहे. आणि शिवाय आफ्रिका आहे – त्यांची स्फोट होऊ पाहणारी गतिशीलता जी अनेकदा अनियंत्रित असते...'[१] जर लोकांच्या कंबर कसण्याने जग आणखी जास्त वेगाने विनाशाकडे जाणार असले तर लोकांनी तयारी करावीच का?

जाणारा प्रत्येक महिना समस्या, यश, संधी, निराशा... काश्मीर, गोवा, संयुक्त राष्ट्रसंघातील चर्चा यांनी भरलेला असतो. जाणाऱ्या प्रत्येक महिन्याबरोबर चीनची भाषा जास्त भांडखोर होते. पंडितजींच्या मुख्यमंत्र्यांना लिहिलेल्या पत्रांचा संपादक म्हणतो त्याप्रमाणे, मे १९६२ मध्ये चीन भारताला इशारा देतो की लोंगजूच्या बाबतीत आम्ही नुसते 'गुपचूप उभे राहणार नाही.' दोन आठवड्यांनी ते भारतावर 'महासत्ता असल्याच्या ताठ्या'चे धोरण ठेवत असल्याचा आरोप करतात. आणखी तीन आठवड्यांत ते भारतावर त्यांच्या 'हवाई हद्दीचा वाढत्या प्रमाणात'

---

१. 'पत्रे', खंड ५, २३ ऑक्टोबर १९६० चे पत्र, पृष्ठ ४१३-१६

भंग करत असल्याचा आरोप करतात. सरकार हे 'बिनबुडाचे आरोप' फेटाळून लावते आणि चीननेच भारतीय प्रदेश अयोग्यपणे व्यापल्याच्या आरोपाचा पुनरुच्चार करते.[२]

१० जुलै, १९६२ च्या पत्रात पंडितजी पुन्हा म्हणतात की, आक्रमणाचा सामना करायची तयारी करत असतानाच पाकिस्तानप्रमाणेच चीनबरोबरचे तंटे शांततामय मार्गाने सोडवण्याचा प्रयत्न करण्याचे धोरण आम्ही अनुसरत राहू. ते म्हणतात : आपण आपली स्थिती मजबूत करत आहोत आणि त्यांची कमजोर करत आहोत हे बघून चीनचे सरकार आपल्याला पाठवत असलेल्या संदेशांमध्ये जास्त आक्रमकता आणत आहे. 'हे कसले चिन्ह आहे ते मला माहीत नाही. आपल्याला अगदी जागरूक आणि सावध राहायला हवे.' 'पण मी पुन्हा असे म्हणेन की उच्च नैतिकतेव्यतिरिक्त पाकिस्तान आणि चीनच्या बाबतीत आपण शीतयुद्धाच्या सापळ्यात न सापडणे हे सुबुद्धपणाचे लक्षण होईल,' असे पंडितजी मुख्यमंत्र्यांना लिहितात. 'त्यांची सरकारे जरी (आपली) शत्रू असली तरी त्यांचे लोक आपले शत्रू आहेत असे आपण समजता कामा नये,' असे मला वाटते. जेव्हा सरकारे जे करतात त्यात लोकांचा काहीच सहभाग नसतो हे बघता हा सल्ला निरर्थक आहे असे मला वाटते.[३]

२२ ऑगस्ट, १९६२ ला राज्यसभा चीनच्या सीमेवरील हालचाली आणि त्यांची वाढती विषारी निवेदने यांच्यावर चर्चा करते. पंडितजींच्या उत्तरांमध्ये आतापर्यंत परिचित झालेली विधाने आहेत. लडाख प्रदेश काश्मीरच्या महाराजांच्या अमलाखाली कसा होता, तो कसा शांततापूर्ण प्रदेश होता याची ते आठवण करतात. दैनंदिन प्रशासनाची यंत्रणा सीमेपर्यंत नेण्याचा प्रसंगच आला नव्हता. अगदी महाराजांच्या सत्तेलासुद्धा तिबेटमध्ये हक्क कसे होते त्याचे ते वर्णन करतात : 'इतकेच नाही तर, लडाख सीमेपासून दूर, तिबेटच्या अंतर्भागात असलेली चार-पाच खेडी काश्मीरची *जमीनदारी* होती आणि आपला *जमीनदारी* हक्क बजावण्यासाठी काश्मीर सरकार दर दोन-तीन वर्षांनी आपले प्रतिनिधी पाठवून त्या खेड्यांमधून १०० किंवा २०० रुपये कर वसूल करत असे. हे सर्व शांततेत चालायचे. महाराजांच्या काळात त्या सीमेवर कोणतीही संरक्षण यंत्रणा ठेवण्याचा प्रश्नच उद्भवला नाही.'

पंडितजी सभागृहाला सांगतात की, चिनी सैन्याच्या जमवाजमवीची घटना त्यांनी स्वतः चाऊ एन-लाय यांच्या निदर्शनाला आणली होती आणि तीसुद्धा त्यांच्या चुशुलच्या भेटीत त्यांनी स्वतः जे काही पाहिले त्यावरून. ज्या दोन वेळा त्यांनी त्या दूरच्या भागाला आणि तिथल्या आपल्या विमानतळाला भेट दिली त्याचे

---

२. 'पत्रे', खंड ५, १० जुलै १९६२ चे पत्र, पृष्ठ ५०८
३. 'पत्रे', खंड ५, १० जुलै १९६२ चे पत्र, पृष्ठ ५०८-११

ते वर्णन करतात :

सुमारे सहा-सात वर्षांपूर्वी मी त्या विमानतळाला भेट दिली. त्यामुळे मी श्री. चाऊ एन-लायना म्हणालो की इतरांव्यतिरिक्त स्वत:च्या अनुभवावरून मी सांगू शकतो की, त्या विमानतळाच्या जवळपास कुठेही त्यांचे लोक दिसले नव्हते; मी दुसऱ्यांदा गेलो तेव्हा जवळच्या एका टेकडीच्या माथ्यावर मला त्यांचे लोक दिसले आणि त्या (पहिल्या भेटी)नंतर ते आलेले होते. याला त्यांच्याकडे खास उत्तर नव्हते.

'मुख्य गोष्ट ही की इतिहासावर आधारित कोणत्याही दाव्याव्यतिरिक्त पूर्वी तिथे चिनी (सैनिक) नव्हते आणि आता ते आहेत.'[४]

'पत्रे'चा संपादक म्हणतो की २७ ऑगस्ट १९६२ ला चीन सरकार जाहीर करते की, 'भारत सरकारचे, त्यांचे (आमच्या) प्रदेशावरील महत्त्वाकांक्षी दावे बळजबरीने प्रत्यक्षात आणण्याचे आणि चीनला शरणागती पत्करायला लावण्याचे प्रयत्न अयशस्वीच होणार.' 'जर भारताने अशा कारवाया चालूच ठेवल्या तर चीनला स्वसंरक्षणाचे उपाय करावे लागतील आणि त्याच्या परिणामांची जबाबदारी भारतावर राहील.' २८ ऑगस्टला ते एक पाऊल आणखी पुढे गेले. ते म्हणाले की, स्वत:च्या आक्रमक कारवायांवर पांघरूण घालण्यासाठीच भारत चीनवर भारताचा प्रदेश व्यापल्याचा आरोप करत आहे. 'आम्ही हे भोंगळ प्रयत्न फार काळापासून जाणून आहोत आणि ते अजिबात यशस्वी होणार नाहीत.'[५]

अशा वाढत्या प्रमाणातील खोट्या आणि बनावट आरोपांच्या मागील संगती कोणाच्या लक्षात येणार नाही? हल्ला करण्यासाठी कारण म्हणून चीन पार्श्वभूमी तयार करीत आहे हे स्पष्ट होते. चीनच्या अशा विधानांवरून आणि सीमेवर त्यांचे सैन्य मोठ्या संख्येत जमत असल्याच्या वृत्तांवरून पंडितजींनासुद्धा चीनच्या हेतूची कल्पना येते. ते एखादा आशेचा किरण दिसतो का, चर्चा करून काही तोडगा निघेल का हे बघत आहेत... 'पण परिस्थिती गंभीरच राहते आणि चीन सरकारकडून येणाऱ्या खलित्यांची भाषा जास्त आक्रस्ताळी आणि शिवराळ होते' असे ते म्हणतात. 'हे कशाचे निदर्शक आहे ते सांगणे कठीण आहे. पण हे मला साहजिक दिसते आहे की आपण सावध राहून देशाचे रक्षण करायला हवे. त्याचबरोबर

---

४. 'राज्यसभा डिबेट्स', २२ ऑगस्ट १९६२, स्तंभ २८७६-८२, २९८१-३००२

५. 'पत्रे', खंड ५, ३ सप्टेंबर १९६२च्या पत्रावरील संपादकाची टिप्पणी, पृष्ठ ५२३

आपल्याला दीर्घकाळ तणावपूर्ण आणि लहान-मोठ्या संघर्षांच्या काळाची तयारी ठेवावी लागणार आहे. – जर मोठा संघर्ष झाला नाही तर.'[६]

हे पत्र पाठवल्यावर तीन दिवसांतच चीनचे सैन्य उत्तर-पूर्वेत थागला खिंड ओलांडते, काही चौरस मैल बळकावते आणि तिथे तळ ठोकते. 'ही नवी घटना होती आणि त्यामुळे निर्माण झालेली परिस्थिती हाताळण्यासाठी आम्हाला ताबडतोब पावले उचलावी लागली,' पंडितजी त्यांच्या १२ ऑक्टोबर १९६२ च्या पत्रात लिहितात. चीनची तयारी आणि आपण अर्धवट उचललेली पावले यांच्यातील प्रचंड फरक पंडितजींच्या डोळ्यात भरतो. ते लिहितात, 'इतर ठिकाणांप्रमाणेच, चीनकडे दळणवळणाच्या सोयींचा मोठा फायदा आहे. त्यांच्याकडे जवळ-जवळ तिबेटच्या आंतरराष्ट्रीय सीमेपर्यंत रस्ते आहेत, तर आपल्या लोकांना खडतर डोंगराळ प्रदेशातून लांब अंतर जावे लागते.' पण हा दोष कोणाचा? आणि या एकमेव भागाचाही प्रश्न नाहीये. पंडितजी स्वत:च म्हणताहेत : 'इतर ठिकाणांप्रमाणेच चीनकडे दळणवळणाच्या सोयींचा मोठा फायदा आहे...'

'ही घटना आणि इतर गोष्टींवरून चीन या भागात त्यांच्या सैन्याचे बळ खूपच वाढवीत होता हे उजेडात आले,' पंडितजी म्हणतात. तसे असल्यामुळे निष्कर्ष हा निघतो की या गोष्टीची माहिती आपल्या सरकारपर्यंत पोहोचलीच नव्हती किंवा तिच्याकडे दुर्लक्ष करण्यात आले.

पंडितजींना अनिष्टसूचक भविष्य दिसू लागते : 'उत्तर-पूर्व सीमेवरील स्थिती निश्चितच धोक्याची आहे आणि तिच्यातून मोठे संघर्ष निर्माण होऊ शकतात.' पंडितजी म्हणतात : गेल्या सप्टेंबरपर्यंत मॅकमहोन रेषेच्या पलीकडे चिनी सैन्य नव्हते. त्यामुळे त्यांचे खिंड ओलांडणे आणि प्रदेश व्यापणे हे दुसरे काही नसून नवे आक्रमण आहे.[७]

'एक शक्तिमान आणि बेमुवर्तखोर विरोधक'

पंडितजींचे पुढचे पत्र, जे ते २१ ऑक्टोबर १९६२ ला लिहितात, ते तुलनेने त्रोटक आहे. आणि त्याला कारणही तसेच आहे. १६ ऑक्टोबरला चिनी सैन्य नेफामधील धोला येथे मोठा हल्ला चढवतात. २० ऑक्टोबरला ते उत्तर-पूर्वेतील अनेक ठिकाणी आणि पश्चिम सीमेवरसुद्धा प्रचंड मोठा हल्ला चढवतात.

त्यांच्या नेहमीच्या पद्धतीप्रमाणे, हल्ला केल्याबरोबरच चीन जाहीर करतो की भारतीय सेनेने चीनच्या ठाण्यांवर मोठा हल्ला केला आणि शूर चिनी सैनिकांनी

६. 'पत्रे', खंड ५, ३ सप्टेंबर १९६२ च्या पत्रावरील संपादकाची टिप्पणी पृष्ठ ५२३
७. 'पत्रे', खंड ५, १२ ऑक्टोबर १९६२ चे पत्र, पृष्ठ ५३०-३२

त्यांना पिटाळून लावले! ज्या जागा त्यांनी बळकावल्या त्या आपण 'परत घेतल्या' असे ते म्हणतात. हे धक्के सर्वांच्या मनात असताना आणि त्यांच्या धोरणाची फाटून लक्तरे झाल्यामुळे पंडितजींच्या हातात गोंधळ आणि खेद व्यक्त करण्याव्यतिरिक्त दुसरे काही नसते : 'धादांत खोट्या बातम्या पसरवण्यात चीन कोणत्या टोकाला जात आहे ते आश्चर्यकारक आहे... त्यांना जे करायचे असते त्याचा दोष दुसऱ्याच्या माथी मारणे ही चीनची सवयच झाली आहे... आक्रमण करून व्यापलेला प्रत्येक प्रदेश ही आपलीच भूमी आहे असे समजणे ही त्यांची सवयच दिसते...'८

दुसऱ्या दिवशी, २२ ऑक्टोबर १९६२ ला, पंडितजी ऑल इंडिया रेडिओवरून देशाला उद्देशून भाषण करतात. ते चीनच्या हल्ल्याचे वर्णन करतात. तंटा वाटाघाटी करून सोडवण्यासाठी आपण केलेले प्रयत्न ते सांगतात. परंतु आपल्या सीमेच्या बाबतीत आमचे सर्व प्रयत्न निष्फळ झाले. एक शक्तिशाली आणि बेमुर्वतखोर विरोधक : जो शांतता आणि शांततामय पद्धतींची पर्वा करत नाही. त्याने आपल्याला सतत धमक्या दिल्या आणि त्या प्रत्यक्षातसुद्धा आणल्या, असा. देशाचे स्वातंत्र्य धोक्यात आणणाऱ्या या संकटाची आपण पूर्ण जाणीव ठेवायला हवी.

'एक शक्तिशाली आणि बेमुर्वतखोर विरोधक', 'देशाचे स्वातंत्र्य धोक्यात आणणारे संकट' – चीनने त्यांना वस्तुस्थिती साध्या शब्दांत सांगणे भाग पाडले. 'चीनने गेल्या पाच वर्षांत सतत केलेले आक्रमण आणि भाषणे व वादविवाद करून सतत खोटे बोलून त्याचे समर्थन करण्याचा त्यांनी सतत केलेला प्रयत्न आणि आपल्या देशाविरुद्ध बदनामी करण्याची आणि गरळ ओकण्याची त्यांची मोहीम यांचा दीर्घ इतिहास सांगण्याचा माझा इरादा नाही,' ते जनतेला सांगतात. 'इतिहासात बहुतेक अशी अगदी छोटी उदाहरणे असतील की जसे एका देशाने, म्हणजे भारताने वाट वाकडी करून चीनचे सरकार आणि जनता यांच्याशी मैत्री करण्याचा, सहकार्य करण्याचा प्रयत्न केला, जागतिक संघटनांमध्ये त्यांची बाजू मांडली आणि चीन सरकारने चांगल्याची फेड वाइटाने केली. इतकेच नाही तर आपल्या पवित्र भूमीवर आक्रमण केले. कोणताही स्वाभिमानी देश हे सहन करणार नाही, स्वातंत्र्यप्रेमी भारत तर नाहीच नाही, मग त्याचे परिणाम काहीही होवोत...'९

४ नोव्हेंबर १९६२ ला आक्रमण चालूच असताना पंडितजी राष्ट्रीय विकास परिषदेपुढे भाषण देत आहेत : नेत्यांपुढे नेहमी हा प्रश्न असतो. कार्यक्रम आधी ठरलेले असतात. अचानक मोठे संकट येते. जरी या नव्या प्रकारच्या संकटाचा

---

८. 'पत्रे', खंड ५, २१ ऑक्टोबर १९६२ चे पत्र, पृष्ठ ५३४-३९
९. 'जवाहरलाल नेहरूज स्पीचेस', सप्टेंबर १९५७ एप्रिल १९६३, खंड ४ पृ. २२६-३०

विचार केला तरी आधी ठरवलेला कार्यक्रम रद्द करू नये असेच बहुधा ठरवले जाते. याला कारण हे दिले जाते की आधी ठरवलेले कार्यक्रम रद्द करणे चालू केले तर आपण घाबरलो आहोत असे त्यांना वाटेल. आताच्या संकटात लोक ज्याप्रकारे प्रतिसाद देतात त्यामुळे पंडितजींना दिलासा मिळतो. 'चीनच्या आक्रमणाचा दर्जा आणि आवाका हे जवळ-जवळ वीज कोसळल्याप्रमाणे होते,' ते जमलेल्या मंत्र्यांना आणि मुख्यमंत्र्यांना सांगतात, 'आणि भारतातून आलेल्या प्रतिक्रियासुद्धा तितक्याच अनपेक्षित आहेत. देशभरातील सर्व स्तरांतील, सर्व भागांतील लोकांचा प्रतिसाद खरोखरीच उत्कृष्ट आणि आश्चर्यकारक आहे. आपल्या वृत्तपत्रांमध्ये दिसणारे तंटे आणि समस्या गायब झाल्या आहेत. त्यावरूनच आपल्या लोकांचा खरा कस दिसून येतो. बारीकसारीक गोष्टींवरून वाद करणे वेगळे आणि मोठे संकट येताच ते मागे टाकून एक होणे वेगळे. निराशा वाटावी असे भूतकाळात बरेच घडलेले आहे, पण आता जे होत आहे त्यामुळे माझा ऊर भरून आला आहे आणि मला खातरी आहे की तुम्हालाही तसेच वाटत असेल.'[१०]

सर्व लोक एक झाले. अर्थात, ते तसे झाले नसते तर फारच अनिष्ट झाले असते. पण अगदी असा उत्कृष्ट प्रतिसादसुद्धा प्रत्यक्ष सीमेवर फार उपयोगी पडत नाही.

'घ्यावा असा अनुभव'

चार दिवसांनंतर, ८ नोव्हेंबर १९६२ ला, पंडितजी संसदेत एक ठराव मांडतात. त्यात भारताने चीनशी मैत्री करण्यासाठी केलेले प्रयत्न; सीमेबाबत जे वाद आहेत तसे वाद वाटाघाटी करून सोडवले जावेत यासाठी केलेले प्रयत्न नमूद केले आहेत. तो ठराव देशाला आणि संसदेला एका पक्क्या शपथेने बांधतो :

> आशा आणि श्रद्धा बाळगून हे सभागृह भारतीय जनतेचा दृढनिश्चय व्यक्त करत आहे की कितीही काळ लागला आणि कितीही तीव्र संघर्ष करावा लागला तरी भारताच्या पवित्र भूमीवर आक्रमण करणाऱ्यांना बाहेर हाकलले जाईल.

हा ठराव मांडतानाचे पंडितजींचे भाषण मिश्र आहे : त्यात दगा दिला गेल्याचा संताप आहे; सीमेचे रक्षण करण्यासाठी जास्त उपाय का केले नाहीत त्याचे स्पष्टीकरण आणि टीकाकारांवर – ज्यांचे भाकीत खरे ठरले होते त्या – त्यांच्या परिचित शैलीत

---

१०. 'जवाहरलाल नेहरू स्पीचेस', सप्टेंबर १९५७ एप्रिल १९६४, खंड ४, पृष्ठ १५३

ओढलेले फटकारे यांचे मिश्रण.

'पाच वर्षे आपण चीनने उत्तरेकडीस सीमेपलीकडून केलेल्या आक्रमणाचे बळी झालो आहोत,' पंडितजी म्हणतात. सुरुवातीला आक्रमणाचे स्वरूप छुपे होते. आज 'आपल्या भूमीवर मोठ्या संख्येतील सेनेने प्रचंड आक्रमण केले आहे.'

'...चमत्कारिक गोष्ट म्हणजे साम्राज्यवाद विरोधकांचे पुरस्कर्ते, म्हणजे पीपल्स गव्हर्नमेंट ऑफ चायना – चीन सरकार – साम्राज्यवादी आक्रमण आणि विस्तारवादाचा अवलंब करत आहे,' पंडितजी म्हणतात. या 'प्रचंड आक्रमणा'ने 'आम्हाला धक्का बसला आहे.' 'आमचे स्वातंत्र्य आणि ऐक्याला निर्माण झालेला हा धोका...' 'या क्रूर आणि रानटी आक्रमणामुळे आम्हाला धक्का बसला आहे...' पंडितजी नुकत्याच झालेल्या घटनांची उजळणी करतात... थागला रिज, धोला... १३ सप्टेंबरला त्यांनी एक धमकावणारे उत्तर पाठवले...

'त्यांची तथाकथित सीमा फारच हलती आहे,' पंडितजी आता म्हणतात – १९५९ मध्ये चीनचे आणि आपले दावे एकाच मापाने तोलण्याचा निष्पक्षपातीपणा दाखवला होता त्याच्या उलट. 'त्यांना हवी तिथे ते सीमा दाखवतात आणि या बाबतीतसुद्धा ते परस्परविरोधी विधाने करत आहेत...' पंडितजी चीनची वाटाघाटी करण्याची क्लृप्ती सांगतात, 'अनेकदा आमच्या चर्चेदरम्यान आम्हाला सांगण्यात यायचे ते स्पष्ट नसायचे. आता आमच्या लक्षात आले आहे की ते जे शब्द बोलायचे त्यांना दोन अर्थ असायचे. त्यांचा अर्थ कसाही काढावा असे. आम्हाला एक आश्वासन द्यायचे आणि नंतर आम्ही तसे काही आश्वासन दिलेच नाही असे म्हणायचे...'

पंडितजी त्यांची चाऊ एन-लाय यांच्याबरोबर मॅकमहोन रेषेसंबंधी जी दीर्घ बोलणी झाली होती ती आठवतात. 'आमचे दीर्घ बोलणे झाले आणि ते विसरू नये म्हणून ते झाल्याबरोबर मी ते लिहून काढले,' पंडितजी सभागृहाला सांगतात, 'त्यानंतर बऱ्याच काळाने मी माझ्या टिपणाचा सारांश चीन सरकारला पाठवला आणि त्यांनी त्याची सत्यताच नाकारली!'

'मला फार आश्चर्य वाटले आणि मी दुखावलोही गेलो; कारण माझी खातरी होती,' पंडितजी म्हणाले, 'आम्ही बोलत होतो तेव्हा मी एकदाच नाही विचारलं, मी तोच प्रश्न दोनदा, तीनदा विचारला होता आणि त्यांनी निश्चित तेच उत्तर दिले होते...' चाऊ एन-लाय यांनी मॅकमहोन रेषेबद्दल काय सांगितले होते ते पंडितजी सांगतात – चीनच्या दृष्टीने ते न्याय्य नसले तरी चीन सरकारने ती स्वीकारायचे ठरवले होते, कारण ती निर्णय झालेली बाब होती आणि चीन व भारत यांच्यात आता मैत्रीचे संबंध आहेत म्हणून...

नेफामधील ताज्या घटनांबद्दल चीनचे म्हणणे त्याच प्रकारात मोडते. 'भारताने

हल्ला केला आणि त्यांच्या सीमेवरील रक्षकांनी स्वत:चे केवळ रक्षण केले... मी कबूल करतो की सत्याचे हे पूर्ण विकृतीकरण आणि खोटे आहे. ते खरे आणि खरे आहे ते खोटे भासवण्याचा प्रयत्न बघून मी आश्चर्यचकित झालो आहे; कारण ते म्हणत आहेत त्याहून निराधार काहीही नसेल...'

'आम्ही चीनच्या भूमीवर आक्रमण करत आहोत असे म्हणणे हे एकप्रकारे दुतोंडी बोलणे आहे जे माझ्यासारख्या सरळ मनाच्या माणसाला समजणे कठीण आहे,' पंडितजी काहीसे पश्चात्तापाने आणि काही स्वत:च्या समर्थनासाठी म्हणतात.

नवी परिस्थिती फक्त भारतासाठीच नाही तर पूर्ण जगासाठी धोक्याची आहे... 'एक विस्तारवादी, साम्राज्यवादी मन असलेले राष्ट्र एका नव्या राष्ट्रात आक्रमण करत आहे... उघड आक्रमण...'

गेल्या काही महिन्यांत चीनने सीमेपलीकडे त्याच्या सैन्याची जमवाजमव कशी केली याचे पंडितजी वर्णन करतात : '...आता त्यांना हे करणे सोपे होते, कारण तिबेटमध्ये त्यांची मोठी फौज आहे – चीन सैन्य जमवत असल्याच्या पूर्वीच्या अहवालाबद्दल त्यांनी कसा अविश्वास दाखवला होता ते आठवा. 'किती आहे ते मला माहीत नाही. त्यांच्या ११ डिव्हिजन असायच्या आणि आता तिबेटमध्ये त्यांच्या १३ किंवा १४ डिव्हिजन आहेत असे मला समजते. एकट्या तिबेटमध्येच त्यांचे केवळ प्रचंड सैन्य आहे याची कल्पना करा.'

कर्नाळचे सदस्य स्वामी रामेश्वरानंद मध्येच बोलतात : 'चिन्यांची मनोवृत्ती कशी आहे याची आता तरी तुम्हाला जाणीव व्हायला हवी.'

पंडितजी : 'मला वाटतं माननीय सदस्यांना त्याबद्दल एवढे वाढत असेल तर आपण त्यांना सीमेवर पाठवू. कदाचित भाषणांमुळे चीनची खातरी पटेल...'

चीनला भूप्रदेशाचा फायदा कसा होता; त्यांच्या सैन्याला दीर्घकाळ तिथे असल्यामुळे उंचीवरच्या वातावरणाची सवय कशी झाली आहे; 'गेल्या काही वर्षांत त्यांनी तिबेटभर रस्ते बांधले आहेत; आणि त्या अतिशय कठोर हवामानात रस्ते बांधायचे म्हणजे फक्त जमीन सपाट करायची आणि दगडधोंडे दूर करायचे...' पंडितजी सांगतात. तसेच चीनने आपल्या सैन्याच्या विरुद्ध किती प्रचंड सेना उभी केली आहे आणि आपल्या एका जवानाच्या मागे त्यांचे 'सहा, सात, आठ पट सैनिक कसे आहेत याबद्दल पंडितजी बोलतात.

सदस्य त्यांना मध्येच थांबवतात. जुने संसद सदस्य एच. व्ही. कामत मर्मभेदकपणे विचारतात, 'आम्हाला तुम्हाला थांबवायचे नाही, तुम्ही तुमच्या पद्धतीने उत्तर देणे चालू ठेवा.'

'मला वाटतं बहुतेक बोलणे अज्ञानातून येत आहे,' पंडितजी फटकारतात. ते काही अंशी खरे आहे – उदाहरणार्थ, आपले तिथे जे सैन्य होते त्याच्यावर चिनी

सैन्याच्या दोन किंवा तीन डिव्हिजन हल्ला करतील याला आपली तयारी नव्हती...
'मला सांगा की *तुम्ही* काय करत होतात?' स्वामी रामेश्वरानंद मध्येच विचारतात. अनेक लोक बोलू लागतात. गोंधळ माजतो.
'मला एवढेच जाणून घ्यायचे आहे की ते काय करत होते?' रामेश्वरानंद आग्रह धरतात. 'ते आपल्यावर आक्रमण करत होते तेव्हा हे काय करत होते?'
पंडितजी : 'स्वामीजींना अजून...'
एक सदस्य हिंदीत बोलतात : 'अडचण अशी आहे की स्वामीजींना ही भाषा समजत नाही. तुम्ही त्यांना समजावून सांगा.'
'मी अगदी तेच म्हणत होतो,' पंडितजी पुढे बोलतात –
या वेळेस हिंदीत – 'की स्वामीजींना काहीच समजत नाही.' आपल्या सैन्याकडे पुरेशी शस्त्रास्त्रे नव्हती या टीकेकडे पंडितजी वळतात. अनेक सदस्य मध्ये बोलतात.
'अनेक जण, ज्यांना शस्त्रांविषयी काहीही माहिती नाही ते शस्त्रांविषयी बोलत आहेत,' पंडितजी हताश होऊन बोलतात. गोंधळ चालूच राहतो.
पंडितजी थोडे नमते घेतात : 'मला तपशिलात शिरायचे नाही. मला एवढेच म्हणायचे होते की जी टीका होत आहे ती अंशत: योग्य आहे. पण बहुतेक अयोग्य आहे.' सरकारचे शस्त्रास्त्रे मिळवण्याबाबतचे धोरण ते समजावून सांगतात – ती परदेशांकडून विकत घेण्याऐवजी आपण स्वत: आपल्या देशात ती कशी बनवावीत; शिवाय आपण ती विकत घेतली असती तर 'आपल्याला प्रचंड पैसा खर्च करावा लागेल. आपले सगळे नियोजन वगैरे केरात जाईल... तो काही कोटी रुपयांचा प्रश्न नाही, हजारो कोटी लागले असते आणि आपली अर्थव्यवस्था ढासळली असती...' या क्षेत्रात शास्त्रीय संशोधन सुरू करण्यासाठी काय केले याची ते माहिती देतात... 'ते काहीही असले तरी जर चुका झाल्या असतील, दिरंगाई झाली असेल तर त्याबद्दल मला आताच बोलायचे नाही. अमुक-अमुक अधिकारी किंवा अमुक-अमुक मंत्री दोषी आहे असे म्हणणे चांगले नाही. एकप्रकारे आपण सगळे दोषाला पात्र आहोत.' सदस्यांना हे पटत नाही. त्यांना मध्येच तोडले जाते...[११]
चर्चा नंतरचे काही दिवस चालू राहते. एकशे पासष्ट सदस्य बोलतात.
१४ नोव्हेंबरला पंडितजी उत्तर देतात. तो त्यांच्यासाठी आनंदरहित वाढदिवस असतो. पंडितजी खूप विस्ताराने बोलतात – एकामागून एक स्पष्टीकरणे देतात, पण गेल्या काही आठवड्यांतील धक्कादायक घटनांमुळे ती निरर्थक बनतात.
ते एक लांबलचक ठराव मांडतात, ज्याचे, त्यांच्या मते सभागृह स्वागत करेल आणि तो स्वीकारेल. ते म्हणतात, 'ठरावात चीनने आपल्यावर आक्रमण केल्याबद्दल

---

११. 'लोकसभा डिबेट्स', ८ नोव्हेंबर १९६२, स्तंभ १०६-२६

त्यांचे आभार मानणारा एक छोटा परिच्छेद घालणे योग्य झाले असते; कारण त्यांच्या कृतीमुळे भारताच्या चेहऱ्यावरील पडदा दूर झाला आहे...'

जनतेची प्रतिक्रिया ज्याप्रकारे आली त्याचे ते वर्णन करतात आणि धीरोदात्तपणाचे शक्य तेवढे अवसान आणून ते वाहवत जातात. पंडितजी म्हणतात, 'हा आपण सर्वांनी घ्यावा असाच अनुभव होता आणि आपल्या भावना आणि अनुभवात सहभागी होणे हा मोठा मान राहिला आहे...'

'*घ्यावा असाच?*' ज्या भेदक पराभवातून हा प्रतिसाद निर्माण झाला त्यापासून तो अलग करता येत नाही आणि राष्ट्राच्या सामुदायिक आठवणीत जो कायम राहणार आहे तो हा प्रतिसाद नाही, तर पराभवच.

'आमची कुठे कुठे चूक झाली असेल,' पंडितजी म्हणतात, 'कदाचित या आक्रमणाला तोंड देण्यासाठी आमची तयारी झाली नव्हती. आमची मानसिकता शांततेला महत्त्व देणारी झाली असेल.' आणि तेच मूलभूत कारण होते. आपली सज्जता नसण्यावर केलेल्या काही टीकेबद्दल पंडितजी म्हणतात, 'वेगवेगळे आरोप करून सदस्यांनी अन्याय केला आहे तो कोणा मंत्र्यावर किंवा आणखी कोणावर नाही तर आपल्या सशस्त्र दलांवर...' मूळ मुद्दा हा आहे की 'आपल्या पूर्ण मानसिकतेवर शांततेच्या मार्गाचा प्रभाव आहे. याचा अर्थ आम्ही युद्धाचा किंवा आपल्या देशाचे रक्षण करण्याचा विचार केला नाही असे नाही. ते अर्थातच सतत आमच्या मनात होतेच. पण कशाचा तरी नकळत पगडा असतो आणि मला वाटतं, अगदी अजूनसुद्धा आमच्यावर तोच पगडा आहे.'

क्षणभर हे खरे आहे असे समजू या. यापासून हा धडा घेणे आवश्यक आहे की १९६२च्या पराभवासारखी मनावर आघात करणारी गोष्ट टाळायची असेल तर देशाच्या जनतेने आणि नेत्यांनी असा पगडा झुगारून दिला पाहिजे.

पंडितजी एक शब्द पकडतात. एक सदस्य, फ्रँक अँथनी, त्यांच्या भाषणात म्हणाले आहेत की भारताने स्वत:ला थोडे क्रूर बनवले पाहिजे, नेहरूंनी जरा निर्दय बनायला हवे. 'मला अशी आशा आहे की माझ्यासारखा तुच्छ प्राणी तर सोडूनच द्या, पण आपला देश कधीही निर्दय होणार नाही, कारण निर्दय असण्यानेच कोणी बलवान होतो ही कल्पना विचित्र आहे...' त्यावरून आपली सांस्कृतिक मूल्ये, गांधीजी हे मूर्तिमंत नम्रता आणि शांती होते पण तरीही कणखर कसे होते...

त्यानंतर चीनचे सरकार आणि चीनची जनता यांच्यातील फरकाबद्दल...

अखेरीस पंडितजी एकदाचे सज्जतेकडे वळतात. केवळ शस्त्रास्त्रे आणि सशस्त्र दल असणे म्हणजे सज्ज असणे कसे नव्हे; आताची युद्धे ही सर्वांगीण युद्धे असतात – ती सर्वसमावेशक असतात, त्यांच्यासाठी संपूर्ण राष्ट्राची ऊर्जा आणि

मनोबल एकवटणे आवश्यक असते...

आतुरतेच्या भरात जो दोष त्यांच्यावर ठेवता येईल तो ते इतरांना देत आहेत असे दिसते. पंडितजी म्हणतात, '२० ऑक्टोबरच्या आधी कोणते संकट आपल्यावर येऊ शकते याची आम जनतेला कल्पना नव्हती. त्यांच्या डोळ्यांसमोर फक्त सीमेवरील घटना होत्या. या सभागृहाच्या माननीय सदस्यांनी चिन्यांना लडाखमधून घालवून न दिल्याबद्दल आमच्यावर टीका केली. तसे करणे सोपे नव्हते याची त्यांना जाणीव नव्हती. या गोष्टी इतक्या सोप्या नसतात. त्यासाठी केवळ ताकदच नाही तर तिचा योग्य वापर, प्रचंड पूर्वतयारी आणि लष्करी घटकांची जाण लागते हे आता कदाचित त्यांना समजले असेल...'

अन्याय्य! देशापुढे येऊ शकणाऱ्या धोक्यांचे गांभीर्य जर कोणी पुरेसे ओळखले नसेल तर पंडितजींनी.

बसलेल्या धक्क्याचे एक कारण भौगोलिक होते; शुद्ध लष्करी मूल्यमापन असे होते की आपण आपला बचाव सीमेवरच करण्याऐवजी सीमेपासून जरा आत करावा... या मूल्यमापनानुसार करणे हे अगदी लष्करासाठीसुद्धा कसे कठीण होते...

चीनने तैनात केलेल्या लष्कराचे प्रचंड संख्याबळ. त्यांच्याकडे 'जरा जास्त चांगली शस्त्रे होती...' आपल्या जवानांकडे पुरेसे कपडे नव्हते किंवा त्यांची शस्त्रे पुरेशी आणि योग्य नव्हती असे म्हणणे अगदी चुकीचे आहे. प्रत्येक जवानासाठी चार ब्लँकेट होती, पण जेव्हा त्यांना वर जावे लागले तेव्हा ती मागे ठेवावी लागली, कारण त्यांना सामानात खूप जागा लागायची. त्यामुळे ती विमानातून टाकावी लागली. ते करणे त्या भूप्रदेशात फार कठीण होते. अनेक गठ्ठे सेनेपासून दूर पडले आणि हरवले... जवानांचे बूट आणि कपडे चांगल्या दर्जाचे होते... फक्त काय झाले की चिनी सैन्याच्या प्रचंड संख्येची कल्पना आल्यावर आयत्या वेळी काही तुकड्यांना उन्हाळी पोशाखात पाठवावे लागले...

त्यांची शस्त्रे चांगली होती... अगदी इंग्लंडमध्येसुद्धा अर्ध-स्वयंचलित शस्त्रे आत्ता आत्ताच आली आहेत. आणि मग शस्त्रांची निवड करण्यातील समस्या, ती विकत घेणे किंवा त्यांचे उत्पादन करण्यातील अडचणी... याच अडचणी आजही ऐकू येतात. 'गेली चार वर्षे आम्ही त्या गोष्टींवर विचार आणि चर्चा करतोय,' पंडितजी म्हणतात, 'अनेक प्रकारच्या अडचणी आल्या. मते वेगळी होती.'

> तयार वस्तू मागवणे हा सर्वांत सोपा मार्ग. पण सोपा मार्ग नेहमी चांगलाच असतो असे नाही. आपली सततची जी समस्या आहे – परदेशी चलन नसणे – देश बलशाली करण्याचा हा मार्ग नव्हे. आज आपण कोणाकडून

> शस्त्रे घेतली तर नंतर सर्व काळ आपण दारूगोळ्यासाठी परदेशावर अवलंबून राहतो. आणि त्यातही जर अपल्याला परदेशातील खासगी पुरवठादारांबरोबर व्यवहार करावा लागला तर शस्त्रास्त्रांचे 'रॅकेट' हे सर्वांत वाईट 'रॅकट' असते हे सभागृहाला माहीत आहे. कारण तुम्हाला कशाची गरज पडली तर त्याची किंमत चुकवताना नाकी नऊ येतात..

हे शब्द ताजे वाटतात यावरून आपली निर्णय घेण्याची पद्धत बदललेली नाही हे लक्षात येते. 'या युक्तिवादांमुळे निर्णय व्हायला, विशेषत: शांततेच्या काळात, वेळ लागतो. अर्थात हे संकट यापूर्वी आले असते तर आपण जास्त चांगल्या प्रकारे काम केले असते. पण कोणत्याही प्रकारची (शस्त्रे) हवी ते ठरवण्यात दोन-तीन वर्षे गेली' – रायफल कोणत्या प्रकारची घ्यावी याबद्दल ते बोलत आहेत. 'अखेरीस आम्ही उत्पादन प्रक्रियेचा पहिला भाग चालू केला आणि आता आपण अशा स्थितीत आलो आहोत की तीन ते चार आठवड्यात – खरं म्हणजे काही नमुने तयारही झाले आहेत...'

जे त्या वेळी रायफलच्या बाबतीत लागू होते तेच आज अनेक अस्त्र प्रणालींबाबत होत आहे.

या गोष्टींबद्दल आजच्या परिस्थितीवरून मत बनवू नका, पंडितजी म्हणतात. एकदा का देशावर संकट आले की आपल्याला जिथून मिळतील तिथून शस्त्रे घ्यावी लागतात आणि निर्णय पटकन घेता येतो. पण शांततेच्या काळात, नेहमीच्या पद्धतीने... त्याउलट चीन सतत लढतच आहे. अगदी सुरुवातीपासून त्यांनी आपले लष्करी बळ वाढवण्यावर लक्ष केंद्रित केले...

अशा प्रकारे आपल्याला लागणाऱ्या शस्त्रांचे आपणच उत्पादन करावे अशा विचाराने आम्ही गेलो. आणि शस्त्रे बनवण्याची क्षमता असण्यासाठी औद्योगिकीकरण हवे... आणि त्यासाठी आपल्याला आपल्या पंचवार्षिक योजना यशस्वी करायला हव्या... आणि त्यासाठी शिक्षण...

आपल्या राजनीतीवर होणारी टीका चुकीची आहे. इतर देश काही फक्त आपल्या सांगण्यावर जाणार नाहीत... यू ए आर आणि घाना त्यांनी आता जे प्रस्ताव दिले आहेत ते आपल्या (प्रस्तावा)शी जुळते आहेत... 'मित्र असलेला देश आणि साथीदार देश' यांच्यापैकी कोणाची बाजू घ्यावी अशा कठीण परिस्थितीत सोव्हिएत युनियन सापडला आहे.[१२]

लांबलचक भाषण, फारच लांब – लोकांचे प्रेम असलेल्या महान व्यक्तीला,

---

१२. 'लोकसभा डिबेट्स', १४ नोव्हेंबर १९६२, स्तंभ १६४४-७१

झालेल्या घटनांमुळे, बूट आणि ब्लँकेटसारख्या गोष्टींवर स्पष्टीकरण द्यावे लागत आहे...

एकामागून एक विभागात भारतीय सैन्य मागे ढकलले जात आहे. पंडितजी उद्विग्न आहेत : 'माझ्या भावना आसामच्या जनतेबरोबर आहेत,' ते निःश्वास सोडतात – दिल्लीला आमची पर्वा नाही, पंडितजी आम्हाला आक्रमकांच्या तोंडी द्यायला तयार होते, याचा पुरावा म्हणून आजही आसामची जनता या वाक्याकडे बोट दाखवते. योग्य तयारी नसलेल्या, योग्य शस्त्रास्त्रे नसलेल्या भारतीय सैन्याला नामोहरम केल्यानंतर २१ नोव्हेंबरला चीन युद्धविराम जाहीर करतो आणि आपण २० किलोमीटर मागे जाणार असल्याचेही जाहीर करतो.

आपल्या सेनेचा असा पराभव कधीच झाला नव्हता. देशाला धक्का बसतो आणि नामुष्कीला सामोरे जावे लागते.

अखेरीस हे समजून चुकते : *चीन सरकारच्या शब्दावर विश्वास ठेवता येत नाही.*

दोन आठवड्यांनी, १० डिसेंबर १९६२ ला, पंडितजी लोकसभेला उद्देशून भाषण करत आहेत. 'गेल्या काही वर्षांच्या आणि विशेषत: गेल्या काही महिन्यांच्या इतिहासाचा अभ्यास करणारा कोणीही या निष्कर्षाला येईल की वेगवेगळ्या सीमारेषांबद्दल चीनचे मत परिस्थितीनुसार बदलते आणि त्यांना सर्वांत सोयीची असेल ती रेषा ते स्वीकारतात. कधी-कधी ते रेषेचा काही भागच स्वीकारतात आणि उरलेला त्यांना गैरसोयीचा वाटणारा भाग मान्य करत नाहीत...'

अखेरीस चीनच्या धोरणाबद्दल ते स्पष्टपणे बोलतात – ज्यांच्या शब्दांवर, इशाऱ्यांवर इशारे आणि पुराव्यांवर पुरावे देऊनसुद्धा त्यांनी विश्वास ठेवला होता. पंडितजी सभागृहाला सांगतात :

> चीनकडून आश्चर्यकारक दुष्टपणा आणि दुतोंडीपणा झालेला आहे. इतिहासात कधीही नव्हते अशा ठिकाणी ते येतात, आणि ते साम्राज्यवादाच्या विरोधात भाषणे देतात आणि स्वत:च जुन्या साम्राज्यवादी आणि विस्तारवादी पद्धतीने वागतात. त्यांचे धोरण पूर्णपणे स्वार्थी आणि दुसऱ्याचा द्वेष यावर आधारित दिसते. 'स्वत:च्या बचावासाठी' असे म्हणत त्यांनी भारताची आणखी २०,००० चौरस मैल भूमी व्यापली. हे विचित्र आहे. हे सगळे उघड उघड अयोग्य आणि चुकीचे आहे आणि त्यात शब्दांचा विपर्यास करण्यात आला आहे. दुतोंडीपणा करणाऱ्याबरोबर व्यवहार करणे जरा कठीण आहे. चीन सरकारच्या शब्दावर विश्वास ठेवता येत नाही, असा निष्कर्ष काढणे भाग पडत आहे, असे मला खेदाने म्हणावे लागत आहे...

> चीनचे साम्राज्यवादी आणि विस्तारवादी आव्हान हे आंतरराष्ट्रीय कायदा आणि प्रथा यांचे धडधडीत उल्लंघन असल्यामुळे फक्त आपल्यालाच नाही तर साऱ्या जगालाच आव्हान आहे.'[१३]

देशाला पराभवाच्या भावनेने पछाडलेले असल्यामुळे पंडितजींना उद्ध्वस्त मन:स्थितीतील जनतेचे मनोधैर्य सुधारावे लागते. त्यांच्या २२ डिसेंबर १९६२ च्या मुख्यमंत्र्यांना लिहिलेल्या पत्रात ते नामुष्कीकारक पराभवाचा धीर देणारा अर्थ सुचवण्याचा प्रयत्न करतात. 'चांगल्याची भरपाई दुष्टपणाने करत चीनने भारतावर अचानकपणे केलेले आक्रमण अखेरीस देशाच्या फायद्याचेच ठरेल,' ते पोकळ वाटणाऱ्या शब्दात लिहितात, 'मला असे खूप वाटते आणि म्हणून मी निराश झालेलो नाही. किंबहुना, आपल्याला एक होऊन आणि धीराने या संकटाला तोंड द्यायचे आहे या जाणिवेने मला आनंद आणि समाधानच होत आहे. यातून आपण सर्व दृष्टींनी जास्त बलवान होऊ आणि जो अनुभव आपण घेतला तसेच जो येणार आहे त्यातून आपण धडा शिकू.'

'प्रसिद्ध ३०३ रायफल'

प्रत्येकाच्या ओठांवर असलेल्या आरोपांचा त्यांना सामना करावा लागतो. 'शस्त्रांच्या बाबतीत बोलायचे झाल्यास आपल्या सेनेकडे प्रसिद्ध ३०३ रायफली होत्या, ज्या बहुतेक देश अजून वापरत आहेत आणि ती चांगली रायफल आहे,' ते एका दयनीय परिच्छेदात लिहितात. 'अगदी ग्रेट ब्रिटनमध्येसुद्धा या वर्षीपर्यंत या सर्व रायफलींच्या जागी स्वयंचलित रायफली आलेल्या नाहीत...' ते आपल्या पराभवाची दोन कारणे देतात, एक म्हणजे चीनला असलेला भूप्रदेशाचा फायदा आणि दुसरे म्हणजे चीनच्या सैन्याला तिथल्या वातावरणाची सवय झालेली होती. त्याउलट आपल्याला आपले सैन्य जरा घाईने पठारी प्रदेशातून उंच डोंगरात हलवावे लागले. 'आपण याचा आधीच विचार करून आपले सेनादल पूर्वीच त्या उंचीवर नेऊन ठेवायला हवे होते असे म्हणता येईल.' ते मान्य करतात आणि त्यासाठी ते अशी कारणे देतात ज्यांच्यावर कोणाचाही विश्वास बसत नाही. 'तेसुद्धा शक्य नव्हते कारण तसे केले असते तर त्या पूर्ण सैन्याला लागणारे सर्व साहित्य विमानातून टाकून पुरवावे लागले असते. त्याला एकच पर्याय होता तो म्हणजे सीमेपर्यंत चांगले रस्ते बांधणे. ते काम दोनएक वर्षांपूर्वी सुरू करण्यात आले आणि अनेक रस्ते बांधण्यातही आले आहेत. पण ते काम पूर्ण झाले नाही. तो भूप्रदेश अतिशय कठीण आहे आणि रस्ते

---

१३. 'लोकसभा डिबेट्स', १० डिसेंबर १९६२, स्तंभ ५०८३-९४, ५१९५-२२

बांधण्यासाठी उत्तम इंजिनिअरिंग कौशल्य लागते. त्याला वेळ लागतो...' याचा अर्थ हाच की आपण ते काम आणखी पूर्वी चालू करायला हवे होते, त्या कामावर जास्त माणसे लावायला हवी होती, जास्त मालाची व्यवस्था करायला हवी होती.

पंडितजींचे सहकारी आणि संरक्षणमंत्री कृष्ण मेनन आणि त्यांनी ज्यांना एकदम बढती दिली ते अधिकारी, यांच्याबद्दल संपूर्ण देशात तीव्र असंतोष आहे. पंडितजी त्यांचा बचाव करतात : 'ज्या चुका झाल्या त्या सेनादलाच्या स्थानिक कमांडर्सच्या होत्या, ज्यांना प्रचंड संख्येत शत्रू एकदम आल्यामुळे काय करावे ते त्या क्षणी ठरवावे लागले. सेनादलाचे प्रमुख आणि सेनेचे इतर अधिकारी, ज्यांनी राजीनामे दिले आहेत ते प्रत्यक्ष जबाबदार होते असे म्हणता येत नाही. ते सक्षम आणि शूर होते आणि जे त्यांच्या नियंत्रणाबाहेरच्या अनेक घटकांमुळे झाले त्याबद्दल त्यांच्यावर आरोप करणे योग्य होणार नाही.'[१४]

त्या 'प्रसिद्ध, ३०३ रायफल'बद्दल एक टिप्पणी उचित होईल : १९८७ मध्ये, एल.टी.टी.ई.ने भारतीय सेनेला शस्त्रांच्या बाबतीत निष्प्रभ केले. आणि १९९९ मध्ये कारगिल युद्धातसुद्धा आपल्या सेनेकडे योग्य असे कपडे आणि बूट नव्हते.

---

१४. 'पत्रे', खंड ५, २२ डिसेंबर १९५५ चे पत्र, पृष्ठ ५४०-५८

एक द्राविडी प्राणायाम

अपराधीपणाची भावना, पश्चात्ताप, पराभव यांचे ओझे त्यांच्या मनावर असल्याचे स्पष्ट दिसते : डिसेंबर १९६२ च्या तिसऱ्या आठवड्यात त्यांनी लिहिलेले हे पत्र त्यांच्या लांबलचक पत्रांपैकी एक आहे. त्यात वरिष्ठ अधिकाऱ्यांचा बचाव करण्याव्यतिरिक्त चीनने भारतावर आक्रमण करायचे का ठरवले, याचे स्पष्टीकरण पंडितजी देतात. ते म्हणतात की, त्यांचे विश्लेषण, युगोस्लाव्हियाचे भेटीवर असलेले उपराष्ट्राध्यक्ष आणि एक प्रसिद्ध अरब नेते यांनी त्यांना जे सांगितले त्यावर आधारित आहे. तो खरोखरीच एक द्राविडी प्राणायामाचा प्रकार आहे.

पंडितजी लिहितात : एक म्हणजे जगभरातील लोकांना शांततेची आस आहे. आणि ती मिळवण्याचा मार्ग म्हणजे शांततामय सहजीवन. खुश्चेव्हच्या नेतृत्वाखालील रशियाचे हेच मत आहे. चीनचा या विचाराला तीव्र विरोध आहे – त्यांच्या मते युद्ध अटळ आहे आणि असे युद्ध किंवा अणुयुद्ध यांच्यामुळे जगभर क्रांती लवकर होईल. जगातील देश अणुयुद्ध टाळण्याचा प्रयत्न करत असल्यामुळे ज्या माध्यमातून चीनला क्रांतिकारक बदल घडवून आणायचे आहेत ते युद्ध किंवा हिंसा घडवण्याची शक्यता कमी होत आहे. त्यामुळे 'त्यांच्यात एक हताशपणाची भावना आली आहे.'

म्हणून चीनला देशाचे पूर्ण ध्रुवीकरण होईल असे करायचे आहे. त्यासाठी, इतर कम्युनिस्ट राष्ट्रांनी खुश्चेव्हच्या शांततामय सहजीवनाचे धोरण अनुसरू नये अशी त्यांची इच्छा आहे. त्यांनी ध्रुवीकरणाच्या माध्यमातून क्रांतीच्या मार्गाला चिकटून राहावे अशी त्यांची इच्छा आहे. त्याचबरोबर अलिप्त राष्ट्रांनी एक तर पश्चिमी राष्ट्रांच्या गोटात जावे नाही तर कम्युनिस्ट गोटात यावे, अशी त्यांची इच्छा आहे. तसे झाले की खुश्चेव्हचे धोरण अयशस्वी होईल... एका नमुनेदार उताऱ्यात पंडितजी लिहितात, 'सोव्हिएत धोरण चुकीचे आहे असे चीनला दाखवायचे होते. ते दाखवता आले की कम्युनिस्ट देश आणि त्यांची अनुयायी राष्ट्रे चीनचा दृष्टिकोन स्वीकारतील आणि तो गट प्रभावी होईल. त्याच वेळी आशिया आणि आफ्रिकेतील

राष्ट्रांना एक गट निवडावा लागेल. त्यांच्यापैकी अनेकांच्या मनात चीनबद्दल भीती असेल. अशा परिस्थितीत सोव्हिएत युनियन आणि त्यांनी मित्रराष्ट्रे यांच्याकडून चीनला जास्त मदत मिळेल आणि त्यामुळे चीनच्या औद्योगिकीकरणाचा वेग वाढेल. युद्ध झाले तर बरेच आहे; नाही झाले तर कम्युनिस्ट आणि मित्रराष्ट्रांचे बळ वाढेल आणि सोव्हिएत युनियन आणि चीन परस्परावलंबी होतील.'

हे स्वप्न प्रत्यक्षात येण्यात प्रमुख अडथळा भारताचा असेल; कारण भारत शांततामय सहजीवन आणि अलिप्तता यांचा पुरस्कार करणाऱ्यांत आघाडीवर आहे. सोव्हिएत युनियनचासुद्धा भारताबद्दलचा दृष्टिकोन अनुकूल होत आहे. 'भारताची मानहानी करता आली, पराभव करता आला आणि शक्य झाल्यास त्याला पाश्चात्त्य राष्ट्रांच्या गोटात जाणे भाग पाडता आले तर इतर राष्ट्रांचीसुद्धा अलिप्तता संपुष्टता येईल आणि रशियाचे धोरण धुळीला मिळेल. शीतयुद्ध तीव्र होईल आणि रशियाला चीनला मोठ्या प्रमाणावर मदत करणे आणि शीतयुद्धात त्यांच्या बाजूने पूर्णपणे सामील न झालेल्या राष्ट्रांची मदत बंद करणे भाग पडेल.' म्हणून भारताची नामुष्की करणे आवश्यक आहे.

दुसराही एक अंदाज आहे. चीनला काही अंतर्गत समस्या आहेत. त्यांच्या औद्योगिकीकरणाच्या संथ गतीमुळे ते हताश झाले आहेत. ही गती वाढवण्यासाठी त्यांना सोव्हिएत मदतीची गरज आहे. पण ही मदत, जर जगाचे ध्रुवीकरण झाले आणि तणाव वाढले तरच मिळेल. मग सोव्हिएत युनियनला या मधल्या देशांना मदत करणे बंद करून त्यांची मदत चीनवर केंद्रित करावी लागेल आणि चीनच्या औद्योगिकीकरणाचा वेग वाढेल.

'मला वाटतं, युगोस्लाव्ह उपराष्ट्राध्यक्षांनी आणि त्या अरब नेत्यांनी मला जे सांगितले त्यात बरेच तथ्य असावे,' पंडितजी म्हणतात, 'परिस्थितीचे हे विश्लेषण अंशत: अमेरिकेने केलेल्या मूल्यमापनावर आधारित आहे,' पंडितजी पुढे म्हणतात, 'विश्लेषणाप्रमाणे भारतावरील हल्ला हा निदान काही अंशी तरी ख्रुश्चेव्हच्या धोरणावर प्रतीकात्मक हल्लाच आहे. भारत अनेक बाबतीत चीनच्या इच्छेनुसार वागत नसल्यामुळे चीनची भारतावर नाराजी होतीच. आपल्या तिबेटवरील धोरणामुळे, दलाई लामांना आश्रय दिल्यामुळे, सीमेबाबत आपल्या कणखर धोरणामुळे आणि इतरही अनेक गोष्टींमुळे नाराजी होती... चीनचा सोव्हिएत युनियनबरोबरचा विसंवाद सोव्हिएत युनियनच्या भारताबद्दलच्या वेगळ्या कल्पनांमुळे होता.'

आणि म्हणून त्यांनी भारतावर हल्ला केला...

हा द्राविडी प्राणायामासारखा सिद्धान्त पंडितजी विस्तृतपणे मांडतात.[१]

---

१. 'पत्रे', खंड ५, २२ डिसेंबर १९६२ चे पत्र, पृष्ठ ५४०-५८

नेमका विकल्प

ज्यांच्यावर पंडितजींनी काही वर्षांपूर्वीपर्यंत एवढा विश्वास ठेवला ते चाऊ एन-लाय हे जास्त नेमके स्पष्टीकरण देतात. त्यांच्या किसिंजर यांच्याबरोबरच्या संभाषणात ते खुश्चेव्ह आणि नेहरू यांचा संबंध जोडतात – पण दोघेही अयशस्वी झाले या अर्थी. पंडितजींच्या बाबतीत चाऊ म्हणाले की, ते (पंडितजी) फार आढ्यताखोर झाले होते आणि चीनने त्यांचा तोरा उतरवायचे ठरवले. भारतावरील आक्रमणानंतर ११ वर्षांनी बोलताना चाऊ किसिंजरना म्हणतात : '...आणि बरोबर त्याच वेळी खुश्चेव्ह कोसळणार होते आणि नेहरू फार शिष्ट बनत चालले होते. त्यांना आम्हाला धडा शिकवायचा होता आणि आम्ही त्यांचा तोरा उतरवायचा प्रयत्न केला. खुश्चेव्हने त्यांना पाठिंबा दिला. त्यामुळे इतिहास असा झाला की दोघेही अयशस्वी झाले...'[२]

१९७९ मध्ये अमेरिकेचे राष्ट्राध्यक्ष जिमी कार्टर यांच्याबरोबरच्या बैठकीत व्हिएतनामवरील नियोजित आक्रमणाबद्दल सांगत असताना डेंग झियाओपिंग तितकेच स्पष्ट आहेत : भारताला १९६२ मध्ये धडा शिकवताना केले त्याप्रमाणेच व्हिएतनामच्या बाबतीतसुद्धा आम्ही मर्यादित प्रमाणात आणि मर्यादित काळ आक्रमण करायचे ठरवले आहे, असे डेंग कार्टरना सांगतात...[३] माओ, चाऊ एन-लाय आणि इतरांना भारताबद्दल आणि भारतीयांबद्दल वाटणारी तुच्छता हासुद्धा एक परिणामकारक घटक निश्चितच असावा. हे चिनी नेत्यांच्या वेगवेगळ्या संभाषणांवरून पुन:पुन्हा दिसून येते.

- पूर्व पाकिस्तानात समस्या निर्माण करायला भारत जबाबदार आहे, भारताला पायबंद घालण्यासाठी चीन आणि अमेरिकेने मिळून काय करावे; भारताची परंपरा – फसवणूक, दुसऱ्याला दोष देणे – आणि भारताचा स्वभाव – कृतघ्नता – याबाबतीतसुद्धा दोघांचे एकमत आहे;[४] नंतर किसिंजर यांच्या चीनच्या संयुक्त राष्ट्रांतील कायम प्रतिनिधीबरोबर झालेल्या चर्चेतसुद्धा ही तुच्छता आणि सुसूत्रता दिसून येते. त्या बोलण्यामध्ये हुआंग हुआ यांना किसिंजर सांगतात की भारताला पाकिस्तानवरील हल्ल्यापासून परावृत्त करण्यासाठी चीनने

---

२. परराष्ट्र खाते, अमेरिका सरकार, 'मेमोरँडम ऑफ कॉन्व्हर्सेशन' १३ नोव्हेंबर १९७६, http:/www.gwu.edu/nsarchiv/nsa/publications/DOC-readers/kissinger/docs/01-02.htm

३. या बैठकीच्या पूर्ण वृत्तान्तासाठी झिन्यू ब्रेझिन्स्की, 'पॉवर अॅन्ड प्रिन्सिपल, मेमॉयर्स ऑफ द नॅशनल सिक्युरिटी अॅडव्हायझर, १९७७-१८१' निकोल्सन, लंडन, १९८३, पृष्ठ ४०९-४११

४. १० जुलै १९७१ च्या संभाषणाचा वृत्तान्त, http:/www.gwu.edu/nsarchiv/NSAEBB/NSABB 70/#11

भारतावर काही लष्करी कारवाई केली तर अमेरिका रशियाला थोपवून धरेल.[५]

- निक्सन, पॉम्पिदू आणि किसिंजर जागतिक स्थितीबद्दल मतांची देवघेव करत आहेत. निक्सन चीनचे मूल्यमापन थोडक्यात सांगतात... 'चीनचे त्यांच्या शेजाऱ्यांबद्दलचे धोरण थोडक्यात असे सांगता येईल. ते रशियाचा द्वेष करतात आणि त्यांना भितात. त्या खालोखाल त्यांना जपानची भीती वाटते, पण त्यांचा ते द्वेष करत नाहीत. भारतीयांबद्दल त्यांना तिरस्कार वाटतो, पण ते तसे आहेत आणि त्यांना रशियाचा पाठिंबा आहे.'[६]
- माओ किसिंजरना सांगतात : भारतीय तत्त्वज्ञान म्हणजे 'नुसते पोकळ शब्द' आहेत.[७]
- माओ किसिंजरना सांगतात : 'भारताने स्वातंत्र्य मिळवलेले नाही. ते ब्रिटनचे तरी शेपूट धरतात नाही तर रशियाचे. आणि त्यांची अर्ध्यापेक्षा जास्त अर्थव्यवस्था तुमच्यावर अवलंबून आहे...'[८]
- एका महत्त्वाच्या अभ्यासात गार्वर माओची एक कविता उद्‌धृत करतात, जिच्यात भारत म्हणजे पाठीवर अस्वल – सोव्हिएत युनियन – बसलेली गाय, असा उल्लेख आहे.

  त्या कवितेचे माओने केलेले स्पष्टीकरण गार्वर सांगतात, ज्यात भारताच्या उल्लेखाबद्दल असे म्हटले आहे : 'चेअरमन माओ यांनी भारताला दिलेली गाईची उपमा अगदी योग्य आहे. भारत आणि गाईत काहीही फरक नाही. तिचा उपयोग फक्त खाद्य म्हणून किंवा लोकांना वाहून नेण्यासाठी किंवा खटारे ओढण्यासाठीच; तिच्याकडे कोणतेही विशिष्ट असे कौशल्य नसते. मालकाने खायला दिले नाही तर गाय उपाशी मरेल... या गाईला मोठ्या महत्त्वाकांक्षा असल्या तरी त्या निरर्थक आहेत.'[९] वगैरे, वगैरे.

थोडक्यात म्हणजे, १९६२ चे कारण पंडितजींनी सांगितलेल्या द्राविडी प्राणायामासारख्या सिद्धान्ताऐवजी सोप्या प्रकारे सांगता येईल :

५. विल्यम बर (संपादक), 'द किसिंजर ट्रान्सस्क्रिप्ट्स, द टॉप सिक्रेट टॉक्स विथ बीजिंग ॲन्ड मॉस्को,' द न्यू यॉर्क प्रेस, न्यू यॉर्क, १९९८, पृष्ठ ४८-५७
६. वरीलप्रमाणे पृष्ठ ४२
७. वरीलप्रमाणे पृष्ठ १९५
८. वरीलप्रमाणे पृष्ठ १९५-९६
९. जॉन डब्ल्यू गार्वर, 'प्रॉट्रॅक्टेड कॉन्टेस्ट, सायनो-इंडियन रायव्हलरी इन द ट्वेंटिएथ सेंच्युरी,' युनिव्हर्सिटी ऑफ वॉशिंग्टन प्रेस, सिएटल, २००१, पृष्ठ ११२-१३

- चीनने तिबेटवर बळजबरीने ताबा मिळवला आहे.
- त्यांना दिसले की भारतीय नेते कोणताही अडथळा आणत नाहीयेत; किंबहुना त्यांनी ते भारतीय जनतेच्या गळी उतरवले. ते आक्रमण साहजिक आणि अटळ होते आणि त्या अर्थाने समर्थनीय होते असे पटवले. (आठवा – तिबेटमध्ये सरंजामशाही असून भारत तिचा रक्षक होऊ शकत नाही या अर्थाची विधाने.)
- चीनने स्वत:ची तिबेटमधील आणि सीमेवरील स्थिती मजबूत केली आहे.
- त्यांनी लडाखमध्ये भारतीय प्रदेशात रस्ते बांधले; भारतीय नेत्यांनी ही माहिती त्यांच्या लोकांपासून आणि संसदेपासून लपवून ठेवली; जेव्हा माहिती उघड झाली तेव्हा त्यांनी तिचे गांभीर्य कमी करण्याचा प्रयत्न केला – 'तिथे गवताचे पातेसुद्धा उगवत नाही.'
- त्यांनी काही तकलादू चौक्या स्थापन केल्या. त्यांनी काही रस्ते बांधायला सुरुवात केली आहे; पण हे अर्धवट उपाय आहेत. त्या चौक्यांना लष्करी संरक्षण नाही. रस्ते नुकतेच सुरू झाले आहेत.
- तरीही नेते आढ्यताखोर आहेत आणि सगळ्यांना उपदेश करत बसतात.
- या संधीचा फायदा घेऊन भारताला त्याची जागा का दाखवू नये?
- तसे केल्याने सीमातंटा चीनच्या अटींवर सोडवणे त्यांना भाग पडेल.
- त्यांचा होणारा पराभव आणि सीमावाद सोडवण्यासाठी त्यांना चीनच्या अटी मान्य कराव्या लागल्या यावरून त्या भागातील देशांना कोणाचे स्थान कोणते ते कळेल.

भारतावरील हल्ला हा प्रत्यक्षात ख्रुश्चेव्हला धडा शिकवण्यासाठी होता या सिद्धान्ताचा विचार केल्यास तो भारतावर हल्ला करण्याचा अप्रत्यक्ष फायदा होता– माओला पंडितजी आणि भारताबद्दल जेवढा दु:स्वास होता तेवढाच ख्रुश्चेव्हबद्दलही होता. पण आता असे म्हटले जात आहे की ख्रुश्चेव्हने क्युबात अण्वस्त्रे ठेवण्याचे सर्वांत धाडसी पाऊल उचलण्यामागचा एक हेतू माओने आपल्यावर पाठीमागून हल्ला करू नये हा होता. आणि म्हणून त्याने चीनला भारतावर आक्रमण केल्यास पाठिंबा देण्याचा प्रस्ताव दिला होता असे म्हटले जाते.[१०] पण आपण आपल्या कथेत पुढे आलो आहोत.

---

१०. जंग चँग आणि जॉन हॅलिडे, 'माओ, द अनटोल्ड स्टोरी,' जोनाथन केप, लंडन, पृष्ठ ४८६-८७

सततचा धोका

चीनने भारतावर हल्ला का केला असावा याच्या संभाव्य कारणांचे विवरण करून झाल्यावर पंडितजी आता काय करायला हवे या प्रश्नाकडे वळतात. आपण अलिप्ततेचे धोरण चालूच ठेवायचे. कोणत्याही देशाचे खरे बल दुसऱ्या देशाकडून मिळालेल्या शस्त्रांमध्ये नसून त्यांचे स्वत: उत्पादन करण्याच्या क्षमतेत असते. म्हणून, पंचवार्षिक योजना. आणि देशाचे एकंदरीत मनोधैर्य... म्हणून...

कोलंबो (परिषदेतील) देश प्रस्ताव मांडतात. तो चीनने पूर्णपणे स्वीकारावा या अटीवर भारत त्याला मान्यता देतो. चीन तो प्रथम 'तात्त्विकदृष्ट्या' स्वीकारतो आणि मग नाकारतो. २ फेब्रुवारी १९६२ च्या पत्रात पंडितजी म्हणतात की, हा संघर्ष काही भूप्रदेशाकरता आहे असे समजणे भाबडेपणाचे होईल. ते म्हणतात की, तो चीनच्या प्रभुत्व मिळवण्याच्या उद्दिष्टातून निर्माण झाला आहे. संघर्ष दीर्घकाळ टिकणार आहे आणि म्हणून आपण आपले सर्वांगीण बळ वाढवले पाहिजे. रशिया आणि चीन यांच्यामधील वाढत्या तणावाचा उल्लेख करून ते म्हणतात, 'आपल्या दृष्टीने सुदैवाची गोष्ट म्हणजे चीन जगापासून बाजूला पडत आहे...'

आपण काय साध्य करणे इष्ट होईल याचा ते पुनरुच्चार करतात– शेतीची आणि औद्योगिक वाढ, स्वत: शस्त्रास्त्रे तयार करण्याची क्षमता वाढवणे, आणि देशाला शक्तिशाली बनवणारे इतर सर्व... पण आता केवळ दूरच्या भविष्यकाळावर लक्ष केंद्रित करून चालणार नाही : 'त्याच वेळी आपल्याला केव्हाही लागणाऱ्या लष्करी सामर्थ्याचाही विचार करायला हवा. आपल्या दूरच्या भविष्यासाठीचे प्रयत्न सफल होईपर्यंत आपल्याला थांबता येणार नाही. त्यामुळे आपण आपली लष्करी यंत्रणा गतिमान करणे गरजेचे आहे– भारतातील उत्पादनाच्या बाबतीत आणि मित्रराष्ट्रांकडून ताबडतोब मिळेल अशी मदत घेऊन. या सगळ्याचा आपल्या अर्थव्यवस्थेवर मोठा बोजा पडणार आहे, पण त्याला दुसरा इलाज नाही. संकटात असलेल्या कुठल्याही राष्ट्राप्रमाणे आपल्याला ते केलेच पाहिजे.'[११]

चीन एकामागून एक प्रस्ताव फेटाळत राहतो. पंडितजींचा चीन आणि त्यांच्या नेत्यांवरील विश्वास आता नाहीसा झाला आहे. ते अखेरीस म्हणतात :

आमचा चीन सरकारच्या प्रामाणिकपणावरील विश्वास नष्ट झाला आहे. कोणत्याही गोष्टीला विचित्र वळण देण्याची – अगदी त्यांनीच पूर्वी जे म्हटले असेल त्यालाही – त्यांची पद्धत विचित्र आहे. त्यामुळे आपल्याला या सततच्या धोक्याला तोंड द्यावे लागणार आहे आणि त्याबाबतीत

---

११. 'पत्रे', खंड ५, २ फेब्रुवारी १९६३ चे पत्र, पृष्ठ ५६३-७४

त्यांच्यावर विश्वास ठेवून चालणार नाही. आपल्याला दीर्घकाळ हे ओझे वाहावे लागणार आहे. ही किंमत आपल्या स्वातंत्र्यासाठी आपल्याला मोजावी लागणार आहे.[१२]

ते आता 'चीनची धमकी...' असे म्हणू लागतात.[१३]

'चीन सरकार त्यांचा स्वत:चा निंदानालस्ती करण्याचा विक्रम मोडत आहे,' पंडितजी म्हणतात. ते १९ जून १९६३ ला पत्रकारांना उद्देशून बोलत असतात. ते चीनच्या ताज्या कपोलकल्पित आरोपाबद्दल बोलत असतात – हा की भारत सरकार भारतात राहणाऱ्या चिनी नागरिकांचा छळ करत आहे, ते त्यांना चीनला परत जाण्यास प्रतिबंध करत आहेत, आणि त्याचबरोबर हेसुद्धा की ते चिनी नागरिकांना भारत सोडून जायला भाग पाडत आहेत! पंडितजी प्रत्यक्षात काय घडत आहे ते सांगतात– की भारतात राहणाऱ्या चिनी लोकांना येथे राहण्याचे किंवा जाण्याचे पूर्ण स्वातंत्र्य आहे. 'ही वस्तुस्थिती लक्षात घेता चीनचा प्रचार – रोजचे खोटे आरोप – विचित्र आहेत,' ते म्हणतात.

रोजच्या चिखलफेकीचे आपण लक्ष्य झाले आहोत याकडे ते लक्ष वेधतात. 'भारत आणि भारत सरकार यांच्या व्यतिरिक्त त्यांची माझ्यावर विशेष नाराजी आहे,' ते पत्रकारांना सांगतात, 'नेहरू तत्त्वज्ञानाबद्दल किंवा जे काही असेल ते, चीनने लांबलचक निबंध लिहिले आहेत. अतिशय कार्यक्षम आणि विस्तृत प्रकारे त्यांचा प्रचार चालू आहे. त्यात सत्याचा थोडाही अंश कसा नसतो याचे मला आश्चर्य वाटते. मला वाटतं की त्यांना भारत हा त्यांच्या मार्गातला अडथळा वाटतो आणि तो त्यांना काढून टाकायचा आहे किंवा तो दुर्बल करायचा आहे.'

एक पत्रकार विचारतो, 'त्यांच्या कोणत्या मार्गातील? आशियावर प्रभुत्व गाजवण्याच्या?'

आधी एखाद्याला फटकारायचे आणि नंतर तेच म्हणायचे ही पंडितजींची सवय गेलेली नाही. 'जगावर प्रभुत्व किंवा आशियावर प्रभुत्व असे बोलू नका,' ते उत्तर देतात. 'ते फार मोठे शब्द आहेत. जगावर सोडून द्या, आशियावर प्रभुत्व गाजवणे सोपे नाही. इतर देशांवरील आपला प्रभाव वाढवण्याचा त्यांचा प्रयत्न आहे असे मला म्हणायचे होते. त्यांचे अंतिम ध्येय काहीही असो, या गोष्टी चालू ठेवल्या तर मोठा संघर्ष होणे अटळ आहे.'

त्यांच्या १९५४ मधील चीनभेटीनंतर चिनी जनतेचे चारित्र्य आणि स्वभाव यांच्याबद्दल झालेले त्यांचे मत खूपच बदलले आहे : 'चीन हे लष्करी मानसिकता

---

१२. 'पत्रे', खंड ५, १४ एप्रिल १९६३ चे पत्र, पृष्ठ ५८३-८७
१३. 'पत्रे', खंड ५, २१ मे १९६३ चे पत्र, पृष्ठ ५९२

असलेले राष्ट्र आहे, त्यांचा लष्करी सज्जतेवर नेहमीच भर असतो,' ते म्हणतात, 'त्याचा परिणाम असा होतो की त्यांना लष्करी सज्जतेचा आपल्याप्रमाणे बाऊ करावा लागत नाही. आपण वेगळ्या विचारसरणीचे आणि वेगळ्या पातळीवर काम करतो. सध्याच्या सरकारच्या अगदी सुरुवातीपासूनच चीनने लष्करी यंत्रणा जास्त बलवान करण्यावर लक्ष केंद्रित केले आहे. खरे म्हणजे हे त्यांच्या पूर्वीच्या नागरी युद्धांचाच विस्तार आहे. ते सहसा बलवान असतात आणि लष्कराच्या तुकड्या कुठे कुठे पाठवत असतात. त्यामुळे ते हल्ला करण्याच्या उद्देशाने लष्करी तयारी करत आहेत असे म्हणणे कठीण होते. त्यांची मानसिकता आणि स्वभाव साधारणत:च तसा आहे.'[१४]

त्यांची 'लष्करी मानसिकता आहे,' ते 'सहसा बलवान असतात,' आणि 'लष्कराच्या तुकड्या कुठे कुठे पाठवत असतात,' 'त्यामुळे ते हल्ला करण्याच्या उद्देशाने लष्करी तयारी करत आहेत असे म्हणणे कठीण आहे'? याच कारणामुळे आपण जास्त सावध राहायला नको? एस. सिन्हा, बी. के. कपूर, अप्पा पंत यांच्यासारख्या अधिकाऱ्यांना नाउमेद करण्यासाठी पंडितजींनी वापरलेल्या हातोट्या, किंवा जो उच्च अभिनिवेश वापरून त्यांनी सरदार पटेल, राजाजी, आचार्य कृपलानी, श्यामा प्रसाद मुखर्जी, वाजपेयी, एन. जी. गोरे यांच्यासारखे समाजवादी नेते आणि इतर अनेक जण जे सांगत होते ते उडवून लावले ते आता कसे दिसते? किंबहुना ज्याची पंडितजींनी भोळसट, अनभिज्ञ म्हणून संभावना केली त्यांचीच भाषा बोलणे आता चीनमुळे त्यांना भाग पडत आहे. 'संपूर्ण तिबेट लष्करी छावणीप्रमाणे झाला आहे,' ते म्हणतात. हेच जेव्हा अप्पा पंतांनी सांगायचा प्रयत्न केला होता तेव्हा पंडितजी त्यांच्यावर डाफरले होते – 'तुम्हाला ही माहिती कुठून मिळाली?' 'त्यांनी तिथे बरेच रस्ते बांधले आहेत, त्यामुळे ते त्यांच्या फौजा अगदी सहजपणे आणि जलदपणे, तिबेटमध्ये कुठेही किंवा कोणत्याही सीमेवर नेऊ शकतात...' अगदी बरोबर : २० ऑक्टोबर १९६२ पूर्वी ते सहज लक्षात यायला नको होते? *आज तरी ते सरकारच्या सहज लक्षात यायला नको?*

१६ ऑगस्ट १०६३ ला पंडितजी लोकसभेत आणखी एक विस्तृत निवेदन करतात. ते सांगतात की, भारताने चार महिन्यांपूर्वी पाठवलेल्या प्रस्तावांना चाऊ एन-लाय यांनी अजून उत्तर पाठवलेले नाही, त्या काळात संपूर्ण सीमेवर चौक्या बांधणे त्यांनी चालू ठेवले आहे; त्यांनी तिबेटमध्ये आणि आपल्या सीमेवर आणखी सैन्य एकवटले आहे; त्यांनी आपल्या सीमेलगत नवे रस्ते, विमानतळ आणि रसद

---

१४. 'जवाहरलाल नेहरूज स्पीचेस', खंड ५, मार्च १९६३-मे १९६४ प्रकाशन विभाग, दिल्ली, १९६८, पृष्ठ १६१-६६

पाठवण्याची कोठारे बांधली आहेत...[१५]

पंधरा दिवसांनी, २ सप्टेंबर १९६२ ला, ते तसेच निवेदन राज्यसभेत करतात. रचनात्मक प्रस्ताव असलेले पत्र पाठवूनसुद्धा, नंतर स्मरणपत्र पाठवूनसुद्धा... आपण एप्रिलमध्ये पाठवलेल्या पत्राला उत्तर आलेले नाही. इतर बाबींबद्दल मात्र ते पत्रे पाठवत आहेत, खोटा प्रचार रोज करत आहेत...

२२ डिसेंबर १९६२ ला मुख्यमंत्र्यांना पाठवलेल्या पत्रात दिलेला सिद्धान्त पंडितजी पुन्हा मांडतात : भारतावरील हल्ल्याचा चीन-रशिया तणावाशी संबंध आहे, कम्युनिस्ट जगतात रशियाच्या विचारसरणीचा पराभव करण्याच्या डावाचा तो भाग आहे. 'चीनला भारत अलिप्त राहायला नको आहे,' ते सभागृहाला सांगतात, 'आपण अलिप्त असणे, आपले शांततामय सहजीवनाबद्दल बोलणे त्यांच्या धोरणाच्या पूर्णपणे विरुद्ध आहे. त्यांच्या मते कोणतेही राष्ट्र एकतर त्यांच्या बाजूने असू शकते किंवा त्यांच्या विरुद्ध. मधला मार्ग त्यांना मंजूर नाही, आणि त्यांचे रशियाबरोबर बिनसण्याचे ते एक कारण आहे. आपण अलिप्त राहू शकणार नाही अशी परिस्थिती निर्माण केली की रशियावर परिणाम होईल आणि रशियाचे धोरण चुकीचे आहे हे सिद्ध होईल. त्यांच्या विचारसरणीनुसार, जे देश त्यांच्याबरोबर नाहीत त्यांच्याबरोबर शांततामय सहजीवन किंवा खरा अलिप्ततावाद असूच शकत नाही. कोणताही महान देश त्यांच्याजवळ असलेला त्यांना सहन होत नाही, विशेषत: वेगळी शासनपद्धती आणि वेगळे आर्थिक धोरण असलेला देश...'[१६]

पण पंडितजींचे प्रयत्न व्यर्थ आहेत. या सिद्धान्तामध्ये कोणालाही रस नाही. साधी वस्तुस्थिति ही आहे की सुरुवातीपासूनच चीनचा आपल्या प्रदेशावर डोळा होता; आक्रमण करण्यासाठी त्यांनी उघड उघड आपली स्थिती बळकट केली; पंडितजी आणि त्यांच्या निकटच्या अधिकाऱ्यांनी चीनच्या कारवायांविषयी डोळे घट्ट बंद केले; आणि देश आता त्याची किंमत मोजत आहे... वेगवेगळे सिद्धान्त म्हणजे केवळ पोकळ कारणे आहेत...

पंडितजींचा उत्साह मावळला आहे.

ज्या देशावर आपण एवढे प्रेम केले, ज्याची सेवा केली त्याच्यावर एवढे चुकीचे आडाखे आपण लादले याची त्यांना जाणीव झाली असणार.

त्यांना पुन्हा उभारी आली नाही.

हाँ, खबरदार के इक लग्जिश-इ-पा से कभी
सारी तारीख की रफ्तार बदल जाती है।

---

१५. 'लोकसभा डिबेट्स', १६ ऑगस्ट १९६३, स्तंभ ६७८-९६
१६. 'राज्यसभा डिबेट्स', २ सप्टेंबर १९६३, स्तंभ २३५१-६२

दरी

अविश्वसनीय वाटेल, पण अगदी १९८० मध्ये, जेव्हा चीनमध्ये डेंगच्या सुधारणा अमलात येणे नुकतेच चालू झाले होते तेव्हा, एका मोजमापानुसार – क्रयक्षमता समतोल करून देशाच्या GDPच्या केलेल्या मूल्यमापनानुसार भारताचा GDP चीनच्या GDPपेक्षा जास्त होता : आपला GDP २८,६०० कोटी अमेरिकन डॉलर होता, तर चीनचा २४,८०० कोटी अमेरिकन डॉलर होता. आताच्या स्थितीबद्दल चौकशी केल्यावर 'मॉर्गन स्टॅन्ले रीसर्च'चे चेतन अह्या आणि उपासना चच्रा यांनी दिलेल्या माहितीनुसार २०१२ मध्ये, त्याच मोजपट्टीने चीनचा GDP १२.४ ट्रिलियन (१२.४ लाख कोटी) डॉलर आहे, तर आपला ४.७ ट्रिलियन (४.७ लाख कोटी) डॉलर इतका आहे. म्हणजेच त्यांचा GDP आपल्या अडीच पट झाला आहे. त्यानुसार चीनचे दरडोई (परकॅपिटा) उत्पन्न १९८० मध्ये २५१ अमेरिकन डॉलर होते आणि आपले ४१९ डॉलर होते. तेच २०१२ मध्ये त्यांचे ९,१६२ डॉलर होते तर आपले ३,८३० डॉलर होते.

चीनचे कच्चे पोलाद आणि सिमेंटचे उत्पादन आपल्या जवळ-जवळ *साडेनऊ पट आहे*. ते ४.९ ट्रिलियन (४.९ लाख कोटी) युनिट्स इतके विजेचे उत्पादन करतात तर आपले उत्पादन चांगल्या वर्षात ०.९१२ लाख कोटी युनिट्स होते. त्यांनी मूलभूत सुविधांवर (इन्फ्रास्ट्रक्चरवर) ०.६१६ लक्ष कोटी अमेरिकन डॉलर खर्च केला तर आपण ०.१५५ लक्ष कोटी डॉलर. रस्त्यांवर त्यांनी ०.२०९ लक्ष कोटी डॉलर खर्च केला तर आपण ०.१५ लक्ष कोटीपेक्षाही कमी खर्च केला – तोही एका 'ऊर्जावंत' मंत्र्याच्या जागी दुसरा त्याहूनही जास्त 'ऊर्जावंत मंत्री' असून.

शेतीच्या क्षेत्रातील फरक जरा वेगळा आहे. त्यांची दर हेक्टरी गव्हाची उत्पादकता (yield) आपल्यापेक्षा पन्नास टक्क्यांनी जास्त आहे, तांदळाची उत्पादकता *आपल्या जवळ-जवळ तिप्पट* आहे आणि कापसाची *अडीच पट* आहे.

सामाजिक निर्देशकांच्या बाबतीत तुलनात्मक आकडे असेच फरक दाखवणारे

आहेत. भारतात १००० जन्मलेल्या बालकांपैकी ४७ बालकांचा मृत्यू होतो, तर चीनमध्ये १२ बालकांचा. भारतात, ५ वर्षे वयाची होईपर्यंत १००० पैकी ६१ बालके मरण पावतात, तर चीनमध्ये १४. कुपोषणाचा एक दर्शक म्हणजे जन्माच्या वेळी बालकाचे वजन. चीनमध्ये सुमारे ३ टक्के बालकांचे जन्माच्या वेळचे वजन असायला हवे त्यापेक्षा कमी असते, तर भारतात २८ टक्के बालकांचे. पूर्व प्राथमिक शाळांमधील नोंदणीचे प्रमाण दोन्ही देशांत जवळ-जवळ सारखे आहे. चीनमध्ये फक्त ०.७५ टक्के मुले प्राथमिक शाळेतून शिक्षण सोडतात, तर भारतात हे प्रमाण २९ टक्के आहे. हेच सर्व जनतेच्या कल्याणाची पातळी दाखवते.

त्यावरूनच सत्ताधाऱ्यांची आणि शासन प्रणालीची वैधता दिसून येते.

आणि त्यातूनच बळ निर्माण होते. अगदी १९९० मध्ये त्यांची वस्तू आणि सेवा यांची निर्यात ५,७०० कोटी अमेरिकन डॉलर होती आणि आपली सुमारे २,००० कोटी डॉलर. २०१२ पर्यंत त्यांची निर्यात २,२३,९०० कोटी डॉलरवर पोहोचली होती, तर आपली ४४,००० कोटी डॉलर म्हणजे त्यांच्या एक पंचमांश. २०१२ मध्ये आपली परकीय चलन गंगाजळी २९,६०० कोटी अमेरिकन डॉलर होती. त्यांची ३.३ लक्ष कोटी. अमेरिकन चलनाचा सर्वांत मोठा साठा त्यांच्याकडे आहे. ते अमेरिकन सरकारची तूट भरून काढतात; २००८-०९ मध्ये जेव्हा अमेरिकेत आर्थिक आणि औद्योगिक संकट आले तेव्हा अमेरिकन सरकारला त्यांच्या मदतीशिवाय अर्थव्यवस्थेला चालना देणाऱ्या योजनांची रुजवात करणे कठीण झाले असते. आणि अमेरिकेच्या प्रत्येक अर्थमंत्र्याला (ट्रेझरी सेक्रेटरीला) याची जाणीव असते. बीजिंगची वारी करणाऱ्या एकामागून एक आलेल्या अमेरिकन अर्थमंत्र्यांची नम्रता बघत राहावी अशी असते. युरोपियन युनियनच्या ऑक्टोबर २०११ मधील एका शिखर परिषदेनंतर (फ्रान्सचे) अध्यक्ष सार्कोझी, ज्यांनी फ्रान्स बीजिंग ऑलिम्पिकमध्ये भाग न घेण्याची शक्यता आहे असे म्हटले होते, त्यांना चीनचे राष्ट्राध्यक्ष हु जिंताओ यांना फोन करून युरोपियन युनियनची आर्थिक संकटातून सुटका होण्यासाठी प्रचंड मोठे कर्ज मागण्याची वेळ आली. त्याचप्रमाणे, मध्य आशियात प्रभाव निर्माण करण्याच्या स्पर्धेत आज रशियाला शक्य नाही इतक्या प्रमाणावर चीन कुठेही सैन्य पाठवू शकतो. त्यामुळे आणि मध्य आशियातील पाच राष्ट्रांमध्ये अमेरिकेला शिरकाव करू न देण्याची तीव्र इच्छा असल्यामुळे रशियाला त्या भागात चीनचा कनिष्ठ भागीदार होणे स्वीकारावे लागत आहे. तैवानचा प्रत्येक सातवा कामगार चीनमध्ये काम करतो आणि तैवानमधील कंपन्यांपैकी बहुसंख्य कंपन्यांनी आपले कारखाने चीनमध्ये हलवले आहेत, असे असताना चीनला तैवान खालसा करण्यासाठी लष्करी मार्गाचा अवलंब कशाला करावा लागेल? आणि आपण आपलेच उदाहरण विसरू नये : तिबेटमध्ये चीन जे करत आहे – लोकांवर जुलूम, देशाची संस्कृती

आणि धर्म यांचा विनाश करणे, पठाराचे लष्करीकरण करणे – त्याबद्दल आपण बाळगलेले मौन बघा. तसेच चिनी कंपन्यांना आपल्या मूलभूत सुविधा निर्माण करण्यासाठी आणि त्यात गुंतवणूक करण्यासाठी आपण आमंत्रण द्यावे, असा जो प्रस्ताव ऐकू येऊ लागला आहे त्याचे कारण काय दिले जात आहे? 'पैसा असलेले आता तेच आहेत,' असे सांगितले जाते.

राष्ट्रांच्या बाबतीत जर असे, तर साध्या कंपन्यांची काय कथा? कॅफू, प्यूजो, सिट्रन, क्रिस्टीन डिओर यांनी आपल्या चुकांची भरपाई कशी केली; चीनची बाजारपेठ आपल्यासाठी बंद होईल अशी नुसती शंका येताच त्यांनी स्पष्टीकरणे काय दिली, माफी काय मागितली! आपल्या दृष्टीने महत्त्वाचे उदाहरण संजीव सन्याल देतात– गूगलच्या वेबसाइटवरील नकाशांमध्ये आपली सीमा कशी दाखवली आहे ते पाहा. चीन सोडून इतर इंटरनेट-दर्शकांसाठी जम्मू काश्मीर आणि अरुणाचल 'वादग्रस्त प्रदेश' म्हणून दाखवले आहेत. 'विशेषत: अरुणाचल प्रदेशाच्या बाबतीत ते अतिशय जाणवते,' सन्याल म्हणतात, 'कारण तो पूर्वापारपासून भारताच्या नियंत्रणाखाली आहे आणि जवळ-जवळ सर्व राष्ट्रांनी तो भारताचा भाग असल्याचे मान्य केले आहे. अगदी चीननेसुद्धा, नुकताच तो प्रश्न उकरून काढेपर्यंत तो सोडून दिल्यासारखे दिसत होते.' पण एवढेच नाही: 'पण वाईट म्हणजे गूगल नकाशाच्या चिनी आवृत्तीत अरुणाचल आणि अक्साई चीन हे स्पष्टपणे चीनचे भाग दाखवले आहेत. (याबाबत वाद नाही)'[१]

आर्थिक विकास हा फक्त आर्थिक विकासच असतो?

'आमच्या अंदाजाप्रमाणे, चीनने २००३ पासून लॅटिन अमेरिकन देशांना ७,५०० कोटी अमेरिकन डॉलर्सची कर्जे देण्याचे कबूल केले आहे,' असे चीनच्या कर्ज योजनेवरील एका लेखात सुरुवातीला म्हटले आहे. 'चीनने २०१० मध्ये दिलेल्या कर्जाच्या आश्वासनाची एकूण रक्कम – ३,७०० कोटी डॉलर – ही त्या वर्षात जागतिक बँक, इंटर-अमेरिकन डेव्हलपमेंट बँक आणि युनायटेड स्टेट्स एक्स्पोर्ट इम्पोर्ट बँक यांनी दिलेल्या कर्जांच्या एकत्रित रकमेपेक्षा जास्त होती...'[२] जेव्हा

१. संजीव सन्याल, 'चायनाज राइज अ‍ॅन्ड इट्स इम्प्लिकेशन्स फॉर इंडिया,' वर्किंग पेपर, इंडियन काउन्सिल फॉर इंटरनॅशनल अफेअर्स २०१०

२. केव्हिन पी गॅलॅघर, अ‍ॅमॉस आयर्विन, कॅथेरिन कोलेस्की, *'द न्यू बँक्स इन टाउन : चायनीज फायनान्स इन लॅटिन अमेरिका,'* इंटर-अमेरिकन डायलॉग, मार्च २०१२. अहवालात पुढे असे सूचित केले आहे की, चीनने दिलेल्या कर्जांची रक्कम २००८ ते २०१० च्या दरम्यान दरवर्षी जशी दुप्पट झाली तसे आता होण्याची शक्यता नाही; *कारण आता कर्जाला मागणीच राहिलेली नाही.*

आर्थिक मदतीची आवश्यकता असलेल्या राष्ट्रांचे प्रमुख हे ऐकतात तेव्हा ते चीनची मर्जी संपादन करण्याचा प्रयत्न नाही करणार? आणि हेही लक्षात घ्यावे की इक्वेडोर आणि व्हेनेझुएलाच्या बाबतीत जसे झाले तसे, ज्या राष्ट्रांना आंतरराष्ट्रीय आर्थिक संस्थांकडून कर्ज मिळणे कठीण असते अशा राष्ट्रांना चीन आवर्जून कर्ज देते. असे असल्यावर ते चीनच्या जास्तच प्रभावाखाली राहणार नाहीत का? जेव्हा आफ्रिका आणि लॅटिन अमेरिकेतील सत्ताधीश हे वाचतात की चीन, त्यांनी निवडलेल्या देशांना आर्थिक आधार देण्यासाठी पन्नास हजार कोटी डॉलरचा निधी स्थापन करण्याचा विचार करत आहे, तेव्हा संयुक्त राष्ट्रांच्या सुरक्षा परिषदेच्या फेररचनेच्या बाबतीत ते चीनच्या इशाऱ्याप्रमाणे करतील की आपल्या म्हणण्याप्रमाणे?

चीनकडे असलेल्या प्रचंड साधनसंपत्तीमुळेच ते स्वत:च्या खर्चाने म्यानमारमध्ये, बांगलादेशात, श्रीलंकेत, पाकिस्तानमध्ये नौदलासाठीची बंदरे बांधू शकतात. त्यामुळेच १०,००० कोटी डॉलर ओतून चीन इराणमध्ये तेलविहिरी खणू शकतो – आणि त्यातून निघणारे तेल पूर्णपणे चीनला विकावे लागणार आहे. त्यामुळेच ते कझाकस्तानमधील विस्तीर्ण क्षेत्रात तेल शोधण्याचे हक्क मिळवू शकतात आणि त्या देशातील अतिराऊ पासून झिनजियांगपर्यंत आणि त्यापुढेही चीनच्या अंतर्भागात दरवर्षी २ कोटी टन तेल वाहून नेणारी, ७,३०० कोटी डॉलर खर्चाची २२३० किलोमीटर लांबीची पाइपलाइन बांधू शकतात; १२,३०० कोटी डॉलर खर्चाची रशियातील तायशेतहून उत्तर चीनमधील दाकिंग येथे तेल नेणारी पाइपलाइन बांधू शकतात; दरवर्षी ४,००० कोटी घनमीटर गॅस मध्य आशियातील तुर्कमेनिस्तानातून झिनजियांग आणि पुढे चीनच्या अंतर्भागात वाहून नेणारी १८८० किलोमीटर लांबीची ७,५०० कोटी खर्चाची पाइपलाइन बांधून शकतात; बंगालच्या उपसागरातील सितवेपासून पूर्व चीनमधील कुनमिंग आणि पुढे गुइचू आणि गुवांक्सीपर्यंत २८०० किलोमीटर लांबीची १.२ कोटी क्युबिक मीटर म्यानमारचा नैसर्गिक वायू वाहून नेणारी पाइपलाइन; आणि दुसरी ७७० किलोमीटर लांबीची, मध्य पूर्वेतून मलक्का सामुद्रधुनीला वळसा घालून (कारण, चकमकी सुरू झाल्या तर अमेरिका आणि त्यांची मित्रराष्ट्रे यांना पाइपलाइन बंद करण्याचा मोह होऊ नये म्हणून) म्यानमारमधून चीनमध्ये जाणारी पाइपलाइन – या दोन पाइपलायनींचा एकूण खर्च २,७०० कोटी डॉलर असेल.

मी जेव्हा बीएनपी पारिबासच्या अभिजित राहा यांना, चीनने गेल्या दशकात इतर देशांमध्ये खरेदी केलेल्या तेल आणि गॅस साठ्यांचा तक्ता बनवण्यासाठी मदत करण्याची विनंती केली तेव्हा त्यांचे सहकारी गौतम मेहता आणि बाएनपी पारिबासमधील संशोधन विभागाचे प्रमुख मनिषी रायचौधरी, हे एक चक्रावून टाकेल अशी यादी पाठवतात. असे दिसते की केवळ २००९ पासून चिनी कंपन्यांनी ऊर्जेचे स्रोत

मिळवणे आणि संयुक्त प्रकल्पांवर ९,२०० कोटी डॉलर खर्च केले आहेत – फक्त २०१२ मध्ये त्यांनी ३,५०० कोटी खर्च केले.

हे प्रचंड प्रमाण भविष्याचे निर्देशक आहे. गुंतवणुकी जगभरात आहेत – अंगोला, ब्राझील, सुदान, मेक्सिकोचे आखात, कॅनडा, अमेरिकेतील अनेक राज्ये : चीनने कोलेरॅडो, लुइसियाना, मिशिगन, ओहायो, टेक्सास, वायोमिंग या राज्यांमधील कंपन्यांमध्ये अल्पशेअर घेण्यात आणि संयुक्त प्रकल्पांमध्ये १५ लक्ष कोटी डॉलर खर्च केले आहेत. काही ठिकाणी आपल्या कंपन्यांनी– उदा. 'ओएनजीसी' विदेश– सुद्धा तेच साठे घेण्याचा प्रयत्न केला होता. पण त्यांच्याहून मोठी बोली करून त्यांना हरवले गेले : इक्वेडोरमध्ये चीनच्या सायनोपेक आणि सीएनपीसी यांनी 'ओएनजीसी'ला हरवून १४.३ कोटी टन निश्चित तेलसाठ्यावर ताबा मिळवला; अंगोलामध्ये, शेलचा ऑफशोअर धंदा आपण घेण्याचे जवळ-जवळ निश्चित झाले होते, चीनने त्या देशाला २०० कोटी डॉलरचे सवलतीच्या दरात कर्ज देऊन ते मिळवले. अनेक व्यवहारांमध्ये ते केवळ पैशाचा विचार करत नाहीत : बी एन पी पारिबासमधील विश्लेषकांनी मला सांगितले की 'उदाहरणार्थ, 'सीएनओओसी'ने नेक्सेनला दिलेले १५,१०० कोटी डॉलर हे नेक्सेनच्या शेअरच्या किमतीवर ६० टक्के प्रीमियमची रक्कम होती.'

'अहो, पण चीन आपला सर्वांत मोठा व्यापारी भागीदार आहे,' असे आपल्याला सांगितले जाते. 'आपला (चीनबरोबरचा) व्यापार आधीच ७५०० कोटी डॉलरच्या वर गेला आहे. पुढच्या चार-पाच वर्षांत तो बहुतेक १०,००० डॉलरच्या वर जाईल.' आता, पहिली गोष्ट म्हणजे व्यापारात मोठा असमतोल आहे – २०१२ मध्ये आपली चीनला निर्यात १८०० कोटी डॉलर होती, तर चीनहून आयात ५,७५० कोटी डॉलर होती. अर्थात याचे एक मोठे कारण हे की आपण आपल्या उद्योगांचा जेवढा विकास करणे शक्य होते तेवढा केलेला नाही. पण व्यापारातील असमतोलाचे एक मोठे कारण, जे इतर देशांच्या चीनबरोबरच्या व्यापाराच्या बाबतीतही लागू आहे, ते म्हणजे युआनचे वास्तवापेक्षा कमी ठेवलेले मूल्य आणि चिनी बाजारपेठेतील अडथळे. दुसरे म्हणजे आपल्या दोन देशांतील व्यापाराचे स्वरूप पूर्वी वसाहती आणि साम्राज्यवादी राष्ट्रे यांच्यामधील व्यापारात असायचे तसे आहे. आपल्या चीनला होणाऱ्या निर्यातीचा जवळ-जवळ दोनतृतीयांश हिस्सा हा खनिज, कापूस, मीठ, प्राणिजन्य किंवा वनस्पती तेले आणि चरबी अशा प्रकारचा, म्हणजे ज्याचे मूल्यवर्धन फार कमी असते, असा असतो. चीनच्या भारताला होणाऱ्या निर्यातीत अशा प्रकारचा माल फक्त ५ ते ७ टक्के असतो. आपण त्यांना खनिज विकतो आणि त्यांच्याकडून प्रक्रिया केलेले पदार्थ घेतो. दादाभाई नौरोजींपासून पुढच्या नेत्यांनी ज्याच्याविरुद्ध कठोर लढा दिला त्या व्यापाराचे स्वरूप असेच

नव्हते का? आपण जेव्हा फक्त एकूण आकडा सांगतो – ७५०० कोटी डॉलर वरून १०,००० कोटी डॉलरवर – तेव्हा आपण या दोन घटकांकडे डोळेझाक करत नाही?

थोडक्यात म्हणजे, चीनच्या आर्थिक प्रगतीकडे केवळ आर्थिक प्रगती म्हणून बघणे ही स्वत:ची फसवणूक करून घेणे आहे. अर्थिक बलामुळे चीनला जगभर आपला प्रभाव पाडणे शक्य होते. त्यामुळे त्यांना दुर्मीळ नैसर्गिक स्रोतांवर नियंत्रण मिळवणे शक्य होते– तेल आणि गॅस ही केवळ दोन उदाहरणे झाली. युरोपातील आणि इतर सरकारे जेव्हा थोडासुद्धा निषेधाचा सूर काढतात – चीनच्या व्यापार पद्धतीबद्दल; युआनच्या योग्य मूल्याबद्दल (तिबेटची संस्कृती आणि लोकांचे किंवा उइघर लोकांचे ते काय करत आहेत हे तर सोडूनच द्या) – तेव्हा चीन त्यांची तोंडे बंद करू शकतो.

चीनला उपलब्ध असलेली साधनसंपत्ती आणि स्वत:साठी ठरवलेले उद्दिष्ट साध्य करण्यासाठी ते ज्याप्रकारे लक्ष केंद्रित करतात त्यामुळे चीनच्या सशस्त्र दलाचे नूतनीकरण, कोणत्याही देशाच्या हेरखात्याने पूर्वी कल्पना केली नसेल अशा गतीने पुढे जात आहे. शिवाय, 'आर्थिक विकास' म्हणून जो दिसतो त्याचा लष्करी बळाशी थेट संबंध असतो. किंबहुना, लष्करी बळ वाढवण्यासाठी म्हणून जे केले जाते तोच आर्थिक विकास समजला जातो. उदा. क्रूझ आणि बॅलिस्टिक क्षेपणास्त्रे बनवण्याचे कारखाने; अंतराळयाने, शत्रूचे उपग्रह नष्ट करण्याची साधने; इलेक्ट्रॉनिक युद्धासाठी लागणारी उपकरणे आणि मनुष्यबळ. चीनने यापैकी प्रत्येक क्षेत्रात मोठी प्रगती केली आहे आणि ती सर्व 'आर्थिक विकास' या सदरात मोडते. १६००० मैल अंतरावरील ल्हासाला जाणारी ट्रेन केवळ पर्यटकांसाठी नाही, सेनादल आणि त्यांची सामग्री वाहून नेण्यासाठीसुद्धा तिचा उपयोग आहे. तिबेटमध्ये अगदी आपल्या सीमेपर्यंत त्यांनी बांधलेले बारमाही वापराचे रस्ते; दक्षिण-पश्चिम चीनच्या किनाऱ्याजवळील हैनान बेटावर जमिनीखाली बांधलेला, पाणबुड्यांसाठीचा नाविक तळ; चीनला थायलंड, मलेशिया, सिंगापूर, लाओस, कंबोडिया यांच्याशी जोडणारी आणि तसे करून त्यांच्याशी विविध प्रकारे संबंध वाढवणारी द्रुतगती रेल्वे लाइन– हे सर्व 'आर्थिक विकासा'च्या माहितीत समाविष्ट आहे.

आपल्यात आणि चीनमध्ये आधीच निर्माण झालेल्या दरीपेक्षाही जास्त महत्त्वाची गोष्ट म्हणजे नजीकच्या भविष्यकाळात भारत आणि चीन यांचे तौलनिक स्थान काय असेल ते अवलंबून असणाऱ्या घटकांच्या बाबतीत चीन फार वेगाने पुढे जात आहे. एकच उदाहरण पुरे होईल.

भविष्यकाळ

२००६ च्या सुमारास, डॉ. आर. ए. माशेलकर यांनी त्यावेळच्या पंतप्रधानांसमोर नव्या ज्ञानविश्वाबरोबर राहण्यासाठी भारताने काय करणे आवश्यक आहे, यावर सादरीकरण केले. काही काळाने ते सादरीकरण वाचल्यावर मला दोन अभ्यास आणि त्यांच्यात दाखवलेले बौद्धिक निर्मितीचे निर्देशांक यांची माहिती मिळाली– *'सायन्स ॲन्ड इंजिनिअरिंग इंडिकेटर्स, २००६'*[३] आणि आर. एन. कोस्टॉफ, डी. जॉन्सन, सी. ए. बोल्स आणि एस. दोडेबेले, *'ॲसेसमेंट ऑफ इंडियाज रीसर्च लिटरेचर'.*[४] त्यावरून आपण किती भयानकपणे मागे पडत आहोत – प्रयत्न, उपलब्धी, दर्जा आणि त्यामुळे परिणाम – यात ते दिसून आले.

एकाच निर्देशांकाचा विचार करा; तो म्हणजे चीन आणि भारतातून उच्च दर्जाच्या प्रकाशनांमधून– जी प्रकाशने *'सायन्स सायटेशन इंडेक्स'* आणि *'सोशल सायन्स सायटेशन इंडेक्स'* बघतात ती– प्रकाशित होणारे प्रबंध. कोस्टॉफच्या संशोधनातून दिसून आले की १९८० मध्ये चीनमधून प्रकाशित झालेल्या प्रबंधांची संख्या भारतातून प्रकाशित झालेल्या प्रबंधांच्या संख्येच्या एकपंधरांश होती. १९९५ मध्ये त्या संख्या जवळ-जवळ समान झाल्या. २००५ मध्ये चीनची प्रबंधांची संख्या भारताच्या तिप्पट झाली. या काळात भारतातील प्रबंधांची संख्या अडीच पटीने वाढली होती तर चीनमधील प्रबंध दहा पटीने वाढले होते. कोस्टॉफ आणि त्यांच्या सहकाऱ्यांनी दाखवून दिले की सात-आठ वर्षांपूर्वीपर्यंत दक्षिण कोरियाच्या शास्त्रीय प्रबंधांची संख्या भारताच्या प्रबंधांपेक्षा जास्त झाली होती; तर तैवान आणि ब्राझील झपाट्याने भारताच्या बरोबरीला येत होते. डॉ. माशेलकरांचे सहकारी चित्रलेखा यादव आणि अरविंद चिंचुरे यांनी एल्सेवियर संग्रहामधून मला ताजी माहिती पाठवली आहे ती अशी : चीन आणि भारत यांच्यातील फरक वाढला आहे. २०१० मध्ये चीनने भारताच्या चौपट प्रबंध प्रकाशित केले. भारताचे २,३३,०२७ होते, तर चीनचे ९,६९,३१५.

आणि हे काही आपोआप घडले नाही. चीनच्या झेपेच्या मागील एकाग्रपणे केलेले प्रयत्न अमेरिकेच्या नॅशनल सायन्स बोर्डाच्या *'सायन्स ॲन्ड इंजिनिअरिंग इंडिकेटर्स'*ने दाखवून दिले आहेत. १९९१ मध्ये चीन संशोधनकार्यावर १,२००

---

३. 'सायन्स ॲन्ड इंजिनिअरिंग इंडिकेटर्स', खंड १, २; नॅशनल सायन्स बोर्ड, आर्लिंगटन, व्ही ए, २००६

४. आर. एन. कोस्टॉफ, डी. जॉन्सन, सी. ए. बोल्स आणि एस. दोडबेले, 'असेसमेंट ऑफ इंडियाज रीसर्च लिटरेचर,' ऑफिस ऑफ नेव्हल रीसर्च ॲन्ड नॉर्थरॉप ग्रुमन, आर्लिंगटन, व्ही ए, २००६

कोटी डॉलर खर्च करत होता. २००३ पर्यंत हाच खर्च ८,५०० कोटी डॉलर एवढा होता. आपला संशोधन कार्यावरील एकूण खर्च ५०० कोटी डॉलर एवढा होता. या काळात चीनच्या केवळ शैक्षणिक संस्थांमधील संशोधन कार्यावरील खर्चात १० पट वाढ झाली होती. प्रबंधात असे म्हटले आहे की 'चीनचा संशोधन कार्यावरील खर्च झपाट्याने जपानच्या बरोबरीने येत आहे आणि जपान हा संशोधनावर खर्च करण्यात जगात दुसऱ्या क्रमांकाचा देश आहे. ओईसीडीच्या माहितीनुसार १९९१ मध्ये चीनचा खर्च जपानच्या खर्चाच्या १७ टक्के होता तोच २००३ मध्ये ७४ टक्के झाला.' नॅशनल सायन्स बोर्डाच्या विश्लेषणानुसार, 'संशोधन कार्य करणाऱ्या देशांच्या आणि प्रदेशांमध्ये अग्रभागी असलेल्यांना इतक्या वेगाने मागे टाकण्याचे हे उदाहरण अलीकडच्या इतिहासात अभूतपूर्व आहे.' २०११ पर्यंत चीनचा संशोधन कार्यावरील खर्च जपानच्याही पुढे गेला होता आणि तो फक्त अमेरिकेच्या मागे दुसऱ्या स्थानावर पोहोचला होता– भारताच्या दहा पट (चीनच्या संशोधनावरील खर्च १७,४०० कोटी डॉलर, भारताचा १,६५० कोटी डॉलर.) आताच्या अंदाजानुसार, गेल्या पाच वर्षांतील आर्थिक अडचणींमुळे अमेरिकेला या खर्चात जी कपात करावी लागली आहे त्यामुळे संशोधनवरील खर्चाच्या बाबतीत येत्या दहा वर्षांत चीन अमेरिकेलाही मागे टाकेल असे चित्र दिसते.

आणि चिनी संशोधकांचे प्रबंध केवळ प्रभावशाली प्रकाशनांमध्ये छापूनच येत होते असे नाही, तर त्यातून प्रत्यक्ष उत्पादनांची निर्मितीसुद्धा होत होती. उच्च तंत्रज्ञान लागणाऱ्या पाच उद्योगांवर अभ्यास केंद्रित करून *'सायन्स ॲन्ड इंजिनिअरिंग इंडिकेटर्स'*ने दाखवले की उच्च तंत्रज्ञान लागणाऱ्या उत्पादनांच्या बाबतीत २००७ पर्यंत चीनने जपानलाही मागे टाकले. आणि या उच्च तंत्रज्ञान उद्योगांपैकी अनेक उद्योग लष्करी बळ वाढवतात.

माशेलकरांनी पंतप्रधान आणि त्यांच्या सहकाऱ्यांच्या हे निदर्शनाला आणले होते की चीनने जागतिक दर्जाची शंभर विश्वविद्यापीठे स्थापन करण्याचे उद्दिष्ट स्वत:पुढे ठेवले आहे. यासाठी चीन त्यांच्या आघाडीच्या दहा विश्वविद्यापीठांना प्रत्येकी साडेबारा कोटी डॉलर – सुमारे ५५० कोटी रुपये – त्यांच्या प्रयोगशाळा आणि इतर सुविधांचा दर्जा उंचावण्यासाठी देत आहे. आघाडीच्या दोन विश्वविद्यापीठांना – बीजिंग आणि त्सिंगहुआ – १२.५० कोटी डॉलर दिले जात नव्हते. त्यांना प्रत्येकी २२.५० कोटी डॉलर, म्हणजे जवळ-जवळ १२०० कोटी रुपये– दिले जात होते! दुसऱ्या टप्प्यात असेच अनुदान तीस विश्वविद्यापीठांना द्यायचे चीनने ठरवले होते. आपण आपल्या मार्गाने जात राहिलो : आयआयएम आणि आयआयटी सारखीची उत्कृष्टतेची काही बेटे उरली होती त्यांच्याकडेसुद्धा दुर्लक्ष करत राहिलो.

थॉमसन रॉयटर्सच्या दोन ताज्या अहवालांमधील – एक विज्ञान आणि तंत्रज्ञान

विभागासाठी केलेला आणि दुसरा ब्राझील, राशिया, भारत, चीन आणि दक्षिण कोरिया यांच्यातील संशोधन कार्याविषयीचा – माहितीवरून ही दरी वाढतच आहे.[५] संशोधनात गुंतलेले मनुष्यबळ (पूर्णवेळ काम करणाऱ्यात परिवर्तित करून) २००० मध्ये चीनमध्ये ६,९५,००० होते आणि भारतात १,१६,००० होते. २००८ मध्ये हेच आकडे चीन १५,९२,००० तर भारत १, ७०,००० होते. (आपल्या एक-विसांश एवढीच लोकसंख्या असणाऱ्या दक्षिण कोरियात, संशोधकांची संख्या (पूर्णवेळ काम करणाऱ्यात परावर्तित करून) २,४४,००० आहे. अगदी १९९५च्या सुमारास भारत संशोधनावर GDPच्या चीनपेक्षा जास्त प्रमाणात खर्च करत होता : भारत ०.६४ टक्के, चीन ०.५७ टक्के. २०१० पर्यंत चीनचा संशोधनावरील एकूण खर्च GDPच्या १.७५ टक्के होता तर भारताचा जवळ-जवळ ०.७८ टक्के होता. (दक्षिण कोरियात GDPच्या ३.७४ टक्के होता.)

साहजिकच या फरकांचा उत्पादनावर परिणाम झाला. २००७-२०११ या अगदी आताच्या पाच वर्षांच्या काळात जागतिक संशोधन प्रकाशनांमध्ये चीन ११ टक्के होता, भारत ३.४ टक्के आणि द. कोरिया (त्यांची लोकसंख्या आपल्या एक-विसांश आहे हे लक्षात ठेवा.) ३.१ टक्के. रसायनशास्त्रात प्रत्येक पाचवा प्रबंध चीनचा होता तर भारताचा प्रत्येक सोळावा. भौतिकशास्त्रात प्रत्येक पाचवा किंवा सहावा प्रबंध चीनचा होता तर आपला पंचविसावा. इंजिनिअरिंगमध्ये हेच आकडे होते; प्रत्येक सहावा प्रबंध आणि पंचविसावा असा फरक होता. फक्त तीन-चार क्षेत्रात– उदा. शेतकी विज्ञान – आपण चीनच्या जवळपास किंवा वर होतो. अगदी कॉम्प्युटर शास्त्रातसुद्धा त्यांचे प्रमाण आपल्या जवळ-जवळ अडीचपट होते.

संशोधनाच्या दर्जाच्या बाबतीतसुद्धा आपल्याला समाधान वाटावे अशी स्थिती नाही. प्रकाशित झालेल्या संशोधन प्रबंधाच्या बाबतीत वापरले जाणारे मोजमाप, जे ढोबळपणे दर्जाचे निर्देशक म्हणता येईल ते म्हणजे त्या प्रबंधाच्या नंतरच्या किती प्रबंधांमध्ये त्या प्रबंधाचा संदर्भ दिला गेला हे (सायटेशन इम्पॅक्ट). साहजिकच, हा आकडा संशोधन शाखेनुसार बदलतो; तो काळानुसारही बदलतो– या वर्षी प्रकाशित झालेला प्रबंध इतरांच्या नजरेत येण्यासाठी वेळ जावा लागतो. या दोन घटकांचे एकत्रीकरण करून जागतिक सरासरी १ मानली तर २०११ मध्ये चीनचा सायटेशन इम्पॅक्ट ०.७८ होता तर भारताचा ०.६९ (द. कोरियाचा ०.८० होता.) असाच

५. जोनाथन ॲडम्स, डेव्हिड पेंडलबरी आणि बॉब स्टेमब्रिज, *'बिल्डिंग ब्रिक्स : एक्सप्लोरिंग द ग्लोबल रीसर्च ॲन्ड इनोव्हेशन इम्पॅक्ट ऑफ ब्राझिल, रशिया, इंडिया, चायना आणि साऊथ कोरिया'*, थॉमसन रॉयटर्स, फेब्रुवारी २०१३. अहवालातील आलेखांमागील माहितीबद्दल मी थॉमसन रॉयटर्स आणि अहवालकर्त्यांचा आभारी आहे.

फरक संशोधनाचा दर्जा अप्रत्यक्षपणे दाखवणाऱ्या आणखी एका निर्देशांकात दिसतो. त्याची जागतिक सरासरी १ मानली तर २०११ मध्ये प्रकाशित झालेल्या एकूण प्रबंधांपैकी वारंवार उल्लेख केल्या गेलेल्या प्रबंधांचे प्रमाण चीनच्या बाबतीत ०.७२, भारताच्या बाबतीत ०.५२ आणि द. कोरियाच्या बाबतीत ०.७४ आहे.

माहितीवरून असेही दिसते की, संशोधन व विकास यांचा दर्जा आणि संख्या चीनमध्ये जास्त परिणामकारकपणे वापरली जाते. २०११ मध्ये दाखल केलेल्या पेटंट्सची संख्या आणि नागरिकांना दिल्या गेलेल्या पेटंट्सची संख्या या दोन्ही बाबतीत चीनने अमेरिकेवरसुद्धा आघाडी घेतली आहे. त्या वर्षी चीनमध्ये ५,२६,४१२ पेटंट अर्ज दाखल झाले तर अमेरिकेत ५,०३,५८२. त्या वर्षी चिनी नागरिकांना १,१२,३४७ पेटंट दिली गेली, तर अमेरिकेतील नागरिकांना १,०८,६२६– फक्त जपान (१,९७,५९४) चीनच्या पुढे होता.

या बाबतीतील भारताचे आकडे फारच निराशाजनक आहेत. २०१० मध्ये (भारतातील आकडेवारी या वर्षापर्यंतच उपलब्ध आहे) चीनमध्ये पेटंटसाठी दाखल झालेल्या अर्जांची संख्या ३,९१,१७७ होती तर भारतात ३९,४०० – जवळ-जवळ एकदशांश. पुढच्या एकाच वर्षात, आपण वर बघितल्याप्रमाणे, चीनचा आकडा एकतृतीयांशाने वाढून ५,२६,४१२ झाला.[६]

---

६. वर उल्लेख केल्याप्रमाणे, वर दिलेली आकडेवारी थॉमसन रॉयटर्सच्या *'बिल्डिंग ब्रिक्स'* यावरून घेतली आहे. भारताचा संशोधन प्रयत्न आणि त्याची परिणामकारकता आणि त्याची इतर देशांशी तुलना यासाठी पहा : थॉमसन रॉयटर्स, *'ए बायब्लियोमेट्रिक स्टडी ऑफ इंडियाज रिसर्च आउटपुट अॅन्ड कोलॅबोरेशन, फेज १'*, विज्ञान व तंत्रज्ञान विभाग, भारत सरकार, डिसेंबर २०११. अहवालावरून दिसते की, भारतातील संशोधन कार्यात सुधारणा होत आहे पण अजून आपण जागतिक सरासरीच्या खाली आहोत आणि तेही केवळ संख्येच्या बाबतीत नाही. 'उदयाला येणाऱ्या संशोधन अर्थव्यवस्थांमधे संशोधन कार्याच्या 'सायटेशन इम्पॅक्ट'च्या बाबतीत सुरुवातीच्या काळात दिसून येणारा प्रवाह अजूनही दिसतो– त्यात भारत रशियाच्या खाली आहे.' असे त्या अहवालात म्हटले आहे. अहवाल म्हणतो की उदयाला येणाऱ्या अर्थव्यवस्थांचा 'सायटेशन इम्पॅक्ट' सुधारत आहे, पण सरासरी मूल्याच्या मागे मोठे बदल आहेत : जागतिक सरासरी १ धरली तर सिंगापूरचा 'सायटेशन इम्पॅक्ट' १९९४-९८ दरम्यान ०.८६ होता तो २००६-१० या काळात १.२३ इतका वाढला; आणि त्याच काळात दक्षिण आफ्रिकेच्या इंडेक्सने जागतिक सरासरी ओलांडली. आपला इंडेक्स ०.६९ होता : (थॉमसन रॉयटर्स, *'ए बायब्लियोमेट्रिक स्टडी ऑफ इंडियाज रिसर्च आउटपुट अॅन्ड कोलॅबोरेशन,*

तळटीप पुढील पानावर चालू...

याही बाबतीत, धोरण स्पष्ट असणे आणि त्याच्या विविध अंगांची अनेक दशके सातत्याने निग्रहपूर्वक अंमलबजावणी करणे या गोष्टींमुळे चीनने आघाडी घेतली आहे– ती धोरणे आणि ज्या प्रकारे त्यांची अंमलबजावणी केली गेली त्यापासून आपण शिकायला हवे. आपण आत्मसात करावा अशा एकमेव पैलूवरून फरक लक्षात यावा– एखाद्या बाबतीत आपण कसे निष्क्रिय राहतो आणि चीनने एकाग्रतेने अंमलबजावणी कशी केली हा. मार्टिन जॅकस म्हणते.

> परदेशी गेलेल्या चिनी लोकांनी मायदेशी परतावे यासाठी चीन सरकार वाढते प्रयत्न करत आहे; आता चायनीय ॲकॅडमी ऑफ सायन्सेसचे ८१ टक्के सदस्य आणि चायनीय ॲकॅडमी ऑफ इंजिनिअरिंगचे ५४ टक्के सदस्य परदेशातून परतलेले लोक आहेत. एकंदरीतपणे, परदेशात काम करत असणाऱ्या चिनी व्यावसायिकांपैकी २० टक्के लोक आतापर्यंत चीनला परतले आहेत असा अंदाज आहे– पूर्वी कोरियन नागरिकांच्या बाबतीतसुद्धा असेच झाले होते.[७]

कल्पना करा की भारताच्या एखाद्या सरकारने अमेरिका आणि युरोपातील विश्वविद्यापीठांमध्ये काम करणाऱ्या प्रसिद्ध भारतीय लोकांना परत येऊन इथल्या संस्थांमध्ये काम करावे यासाठी मन वळवण्याचा प्रयत्न केला तर? निवेदने, निदर्शने, कदाचित संप, वेतनश्रेणीच्या समानतेबद्दल प्रश्न तर निश्चितच, न्यायालयात सार्वजनिक हिताचे दावे, 'केवळ हे लोक परदेशात काम करत होते' म्हणून वेगवेगळ्या सोयी– प्रयोगशाळा वगैरे का म्हणून निर्माण केल्या जात आहेत असे सवाल... एवढेच कशाला, व्यवस्थापन क्षेत्रातील प्रसिद्ध गुरू सी. के. प्रल्हाद यांनी मला एकदा सांगितलेले आठवते – अमेरिकेत प्रसिद्धी मिळवलेल्या भारतीय वंशाच्या शिक्षणक्षेत्रातील लोक आणि तंत्रज्ञ यांच्या मदतीचा उपयोग करून घ्यावा यासाठी अनेक पंतप्रधान आणि मंत्र्यांचे मन वळवण्याचा प्रयत्न करण्याचे त्यांनी अनेक वर्षे प्रयत्न कसे केले; त्या प्राध्यापकांनी आणि तंत्रज्ञांनी देशासाठी आपली सेवा जवळ-जवळ फुकटात कशी देऊ केली; एकामागून एक भारतीय अधिकाऱ्यांनी

तळटीप ६ पुढे चालू...

फेज वन', पृ. ३९). सिंगापूरसारख्या लहानशा देशातील संशोधन कार्याचा 'सायटेशन इंडेक्स' आपल्यापेक्षा इतका जास्त असावा. दक्षिण आफ्रिकेने जागतिक सरासरी ओलांडावी आणि आपला आकडा जागतिक सरासरीच्या केवळ ६९ टक्के असावा हे अतिशय खेदजनक आहे, नाही का?

७. मार्टिन जॅकस, 'व्हेन चायना रुल्स द वर्ल्ड' पेंग्विन, लंडन २०१२, पृ. २१७

त्यांना दिलेल्या आश्वासनापलीकडे काहीच निष्पन्न कसे झाले नाही; आणि हा सर्व खटाटोप करून अखेरीस ते कसे हताश झाले...

चीनच्या समस्या

अर्थात, चीनपुढेही समस्या आहेतच– व्यक्तींमध्ये, कुटुंबांमध्ये, किनाऱ्यावरील प्रदेश आणि आतले प्रदेश यांच्यातील वाढणारी असमानता, भ्रष्टाचार, वशिलेबाजी, देशाच्या पर्यावरणाचे नुकसान, ग्रामीण भागातील आरोग्य आणि शिक्षण क्षेत्रातील पायाभूत सुविधांचा तीव्र ऱ्हास, परावलंबित्वाचे वाढते प्रमाण आणि पारदर्शकतेच्या अभावामुळे निर्माण होणारी अनिश्चिता. चीन उधारीवर जगणारा देश होत आहे का? बँकिंग क्षेत्राबाहेरची कर्जे हाताबाहेर जात आहेत का? अर्थव्यवस्था कोलमडून न पडता स्थानिक प्रशासनांनी पैसा उभा करण्याला लगाम घालता येईल का? पैसे उभे करण्याचे नवे प्रकार आणि पश्चिमी देशांमधील आर्थिक संस्था आणि बाजारपेठा ज्यामुळे अखेरीस डबघाईला आल्या ते प्रकार, यांच्यात प्रचंड साम्य दिसत नाहीये का? उधारीचा पिरॅमिड किती प्रमाणात परस्परांना दिलेल्या हमींवर उभा आहे– प्रगतिशील बाजारपेठेत, सावधपणा वाऱ्यावर सोडून सतत कर्जे काढता यावीत यासाठी कंपन्यांनी एकमेकांबद्दल हमी देणे? चीनच्या वाढीमागील एक महत्त्वाचा घटक म्हणजे बांधकाम क्षेत्रातील प्रचंड वाढ– पण तो बुडबुडा तर नाही? नवे नेतृत्व, निर्यात आणि गुंतवणूक यांच्यावर अवलंबून असलेल्या अर्थव्यवस्थेला नवी दिशा देऊ शकेल का, की या प्रकारच्या विकासातील संस्थांचे आणि व्यक्तींचे हितसंबंध (उदा. ट्रॉफी प्रकल्पांतून मिळणारे लाभ) इतके घट्ट पाय रोवून बसले आहेत की अखेरीस सरकार नेहमीचेच औषध देत राहील का– ते म्हणजे 'स्थानिक सरकारांच्या गुंतवणूक योजना त्वरेने मंजूर करणे, भरभराटीत असलेल्या प्रतिरूप बँक व्यवस्थेने बहुतेक सर्व भांडवल पुरवणे, आणि बँक ऑफ चायनाने अर्थबाजारपेठेत अभूतपूर्व पैसा ओतणे...?' वगैरे वगैरे. या चर्चा जितक्या निकराच्या तितक्याच अनिर्णित असतात.[८]

---

८. चीनच्या उधारी पद्धतीतील ताज्या घडामोडींच्या त्याच्याबरोबर उलट मूल्यमापनासाठी पहा : एडवर्ड चॅन्सेलर आणि माईक मॉनेली, *'फीडिंग द ड्रॅगन; व्हाय चायनाज क्रेडिट सिस्टिम लुक्स व्हल्नरेबल'* जीएमओ (ग्रंथन मेयो ओटरलू), व्हाइट पेपर, जानेवारी २०१३, आणि जोनाथन अँडरसन, *'हाऊ टु थिंक अबाऊट चायना, खंड ४'* इमर्जिंग ॲडव्हायझर्स ग्रुप, १ फेब्रुवारी २०१३. व्यवस्थेतील सुधारणांच्या गरजेबाबत, एक प्रतिनिधिक प्रबंध, चेन झिंग डोंग, केन पेंग आणि जॅकेलिन रोंग,

तळटीप पुढील पानावर चालू..

म्हणजे समस्या आहेत. अनिश्चितता आहे. आणि सर्वांत महत्त्वाचे म्हणजे असा एक घटक आहे की ज्याच्याकडे आपण आता वळणार आहोत : वाढत्या संख्येने लोक जिला नवी परोपजीवी (predatory) सत्ता मानतात तिच्या प्रभावातील अभूतपूर्व वाढीला आणि २००८-२००९ पासून चीनच्या धसमुसळ्या राजनीतीला सुरू झालेली प्रतिक्रिया.

हे सर्व खरे, पण

- चीन आणि भारत यांच्यातील तफावत आधीच इतकी प्रचंड झाली आहे की, काही अनपेक्षित उत्पात घडले नाहीत तर चीनच्या समोरील सध्याच्या समस्या चीनच्या प्रगतीचा वेग इतका मंद करणार नाहीत जेणेकरून आपल्यातील तफावत आपोआप कमी होईल.
- चीनच्या समोर समस्या आहेत म्हणून त्यामुळे आपल्या समस्या सुटणार नाहीयेत किंवा त्यामुळे कामे मार्गी लावण्याची आपली क्षमता वाढणार नाहीये.
- चीनपुढील समस्यांमुळे फक्त एकच शक्यता आहे ती म्हणजे जर त्यांच्यामुळे चीन अडखळला, तर सध्या ज्याप्रमाणे गोष्टी घडत आहेत त्यामुळे, आपल्याला थोडा जास्त वेळ मिळेल.

तसेच आपल्या प्रतिस्पर्ध्याच्या समस्या निपटण्याच्या क्षमतेबद्दल आपण साशंक राहू नये : अखेरीस, चीनच्या नेतृत्वाच्या बाबतीत गेल्या तीस वर्षांत दिसून आलेल्या प्रभाव पाडणाऱ्या गोष्टींपैकी सर्वांत जास्त छाप पाडणारी गोष्ट म्हणजे ज्याप्रकारे त्यांनी चीनचा राष्ट्र म्हणून कायापालट घडवून आणला ती.[९]

तळटीप ८ पुढे चालू...

'चॅलेंजेस, रिफॉर्म अॅन्ड पोटेन्शियल,' बी एन पी पारिबास, चायना कॉन्फरन्स, ३१ ऑक्टोबर– १ नोव्हेंबर २०१२, कमिंग. नुकत्याच आणि भविष्यातील कमी होणाऱ्या गतीवर, २०११-१२ मधे दिल्या गेलेल्या 'पारंपरिक औषधा'ची मोठी किंमत आणि 'धोरणांसंबंधीच्या विकल्पांची न आवडणारी सूची' जिचा नव्या नेतृत्वाला २०१३ च्या मध्यावर सामना करावा लागत आहे, त्यासाठी : रिचर्ड आयले, *'चायना : रनिंग आउट ऑफ रोड,'* बीएनपी पारिबास, २७ मे २०१३.

९. मी आधी उल्लेख केलेल्या बी एन पी पारिबासच्या विश्लेषणातून एक उदाहरण पुढे येते – चीनने घेतलेले तेल आणि वायू यांचे प्रचंड स्रोत. २००५ मधे चीन सरकारच्या मालकीच्या सीएनओओसी या कंपनीने उनोकॅल ही अमेरिकन कंपनी

तळटीप पुढील पानावर चालू...

आणि मग समस्यांचा प्रश्न उपस्थित होतो. क्षणभर असे गृहीत धरा की चीनपुढे खरोखरीच काही मोठ्या समस्या उभ्या राहिल्या – उदा. त्यांच्या अर्थव्यवस्थेचा वेग मंदावला किंवा झिन जियांग आणि तिबेटमध्ये बंडाळी सुरू झाली किंवा जनतेत असंतोषाचा उद्रेक झाला – अशावेळी चिनी राज्यकर्ते काय करतील? परदेशात एखादे साहस करून जनतेत एकी निर्माण करण्याचा मोह होणार नाही का – जसे १९६२ मधील भारतावरील हल्ल्यामुळे 'महान झेप' (ग्रेट लीप) मुळे निर्माण झालेल्या अनर्थावरून जनतेचे लक्ष दुसरीकडे वळवता आले?

प्रत्यक्ष चिनी लोकांकडूनच शिकावे! सन त्झूचा आपण आधी उल्लेख केलेला सल्ला आठवा[१०] : चीनच्या समस्या प्रचंड प्रमाणात वाढतील या आशेवर न राहता, त्यांनी समस्यांवर मात केल्यावरच्या स्थितीला तोंड देण्यासाठी आपण तयारी करत आहोत का? चीनपुढेसुद्धा समस्या आहेत यात समाधान मानण्याऐवजी त्यांनी आधीच मिळवलेल्या बळाचा आणि त्याचा आपल्यावर काय परिणाम होऊ शकेल याचा विचार करावा.

या बाबतीत अनुकरण करण्यासारखे उत्तम उदाहरण म्हणजे गांधीजींची कॅथेरिन

तळटीप ९ पुढे चालू...

विकत घेण्यासाठी, खूप प्रसिद्धी केलेली १८,५०० कोटी डॉलरची बोली. अमेरिकेच्या काँग्रेसने त्यावर बंदी घातली. चीन धडा शिकला आणि त्याने डेंगच्या धोरणाचा अवलंब केला : 'अल्प मालकी मिळवा, अप्रत्यक्षपणे भूमिका करा आणि अमेरिकेच्या प्रगत तंत्रज्ञानापासून चीनच्या प्रतिनिधींना हाताच्या अंतरावर ठेवा. हे धोरण ठेवून, आपण वर बघितल्याप्रमाणे, त्यांनी अमेरिकन आणि कॅनेडियन तेल आणि वायू कंपन्यांमधील १,७०० कोटी डॉलरची मालकी मिळवली आहे. अशीच धोरणात्मक तडजोड करून त्यांनी ऑस्ट्रेलियाच्या डेअरी उद्योगात प्रवेश मिळवला आहे. ऑस्ट्रेलियन डेअरी कंपन्यांवर ताबा मिळवण्याच्या चीनच्या प्रयत्नांना तीव्र विरोध झाला– विशेषत: शेतकऱ्यांकडून. ऑस्ट्रेलियाच्या पंतप्रधानांनी जाहीर केले की त्या आता 'परदेशीयांच्या जमीन मालकीचे रजिस्टर सुरू करतील.' विरोधी पक्षाच्या नेत्याने जाहीर केले की, 'जर ते निवडून आले तर शेतीक्षेत्रात परदेशीयांची गुंतवणूक ज्या पातळीच्या वर गेली तर चौकशी केली जाते ती पातळी खाली आणण्याचा विचार करतील.' त्याबरोबर चीनने आपले धोरण बदलून उत्पादन खरेदी करार, संयुक्त प्रकल्प आणि कंपनीच्या कारभाराचा ताबा ऑस्ट्रेलियन लोकांकडे राहू देणे सुरू केले.'
संदर्भ : http://blogs.wsj.com/dealjournalaustralia/2013/01/25/australia-backlash-makes-chinese-dairy-investors-wary/

१०. वरीलप्रमाणे, पृ. १३१

मेयोच्या 'मदर इंडिया' या निंदेने भरलेल्या पुस्तकावरील प्रतिक्रिया. गांधीजींनी तिने केलेली अतिशयोक्ती, खोटेपणा दाखवून दिला आणि ते त्यांनी तिच्या पुस्तकाचे समालोचन करून केले. पण त्यांचा सल्ला असा होता : 'कोणाही परदेशीय व्यक्तीने हे वाचू नये; प्रत्येक भारतीयाने वाचावे.' कारण त्यामुळे परदेशी वाचकांची दिशाभूल होईल, भारतीयांच्या बाबतीत ते उपयुक्त होईल– आपण ज्या चुकीच्या गोष्टी करतो त्या परकीयांना कशा वाटतात हे आपल्याला समजेल आणि त्या आपल्या इतक्या अंगवळणी पडलेल्या असतात की आपण त्यांच्याकडे दुर्लक्ष करतो.

तीच गोष्ट चीनचा विकास आणि त्यामुळे त्यांचे वाढलेले बळ यांनाही लागू पडते. चीनपुढे ज्या समस्या आहेत त्यांचे काय करायचे हे त्यांच्यावर सोडा. त्यांच्या बळाचा आपल्यावर काय परिणाम होऊ शकतो, याचा आपण विचार करावा आणि त्यांच्या यशाच्या खालील कारणांचे अनुकरण करावे :

- लक्ष केंद्रित करणे
- निश्चित केलेले उद्दिष्ट साध्य करण्यासाठी उपलब्ध असलेली सर्व साधने वापरणे
- ध्येय साध्य करण्यासाठी चिकाटीने प्रयत्न करणे– वर्षानुवर्षे
- अंमलबजावणी
- प्रमाण

परदेशातून सर्वांत चांगल्या आणि हुशार चिनी नागरिकांना चीनमध्ये काम करण्यासाठी परत आणण्यामुळे चीनला आंतर्देशीय प्रकाशनांमध्ये जास्त प्रबंध प्रकाशित करणे किंवा जास्त पेटंट मिळवणे एवढेच शक्य नाही तर त्यांच्या चीनमध्ये चीनसाठी काम करण्यामुळे तांत्रिक प्रगतीला थेट हातभार लागतो. त्याचा उपयोग लष्करी ताकद वाढवण्यासाठी होतो आणि चीनचा आर्थिक विकास हा केवळ आर्थिक विकासच न राहता त्याचे थेट लष्करी बळात रूपांतर होते.

लष्करी बळ

कोणत्याही मार्गाने प्रगत शस्त्रास्त्र तंत्रज्ञान मिळवण्यासाठी चीन कसा जिद्दीने सुसूत्रितरीतीने यशस्वी प्रयत्न करत आहे हे अनेक अहवालांमध्ये नमूद केलेले दिसते. उदा. परदेशी कंपन्यांबरोबर संशोधन कार्यासाठी स्थापन केलेले संयुक्त प्रकल्प; ज्या परदेशी कंपन्यांनी त्यांचे उत्पादन आणि संशोधन कार्य चीनमध्ये हलवले आहे त्यांना उच्च तंत्रज्ञान देण्यासाठी त्यांचे 'मन वळवणे', औद्योगिक हेरगिरीची सरळ सरळ चोरी, वगैरे. हे सर्व

करण्यात त्यांनी मोठ्या कौशल्याने परेदशी कंपन्या आणि व्यक्तींचे, त्यांच्या कळत किंवा नकळत सहकार्य मिळवले आहे.[११]

चीनच्या लष्करी बळातील वाढ आणि बदल याबरोबरच चीनच्या लष्करी तत्त्वज्ञानातही बदल झाला आहे. बऱ्याच काळापूर्वी, जेव्हा 'जनतेच्या संग्रामा'ने (पीपल्स वॉर) चीनच्या विचारसरणीवर पगडा बसवला होता तेव्हा चीनची जाहीर केलेली मुख्य भीती होती ती म्हणजे कोणती तरी महासत्ता चीनच्या मुख्य भूमीवर हल्ला करणार आहे. हा हल्ला केव्हाही होऊ शकेल, आणि कधी कधी तर हल्ला कोणत्याही क्षणी होईल असे म्हणत राहिले. त्यासाठी त्यांची योजना अशी होती की शत्रूला बरेच आत येऊ द्यायचे आणि मग, मुक्तिसंग्रामात विकसित केलेल्या तंत्राचा वापर करून त्यांची दमछाक करून त्याला हरवायचे. असे म्हणता येईल की वरील डावपेच बचावात्मक स्वरूपाचे आहेत आणि त्यामुळे चीनवर हल्ला करण्याचा इरादा नसणाऱ्या देशांना त्यामुळे काही प्रमाणात सुरक्षितताच मिळणार होती. अर्थात हा निष्कर्ष जरा भोळेपणाचा होता. अखेरीस त्या काळात इतर देशांना क्रांतीची 'निर्यात' करणे हे आपले ऐतिहासिक कर्तव्य आहे अशी चीनची भावना होती. भारत आणि व्हिएतनामसारख्या देशांवर, त्यांना धडा शिकवण्यासाठी हल्ला करण्याला त्या तत्त्वज्ञानाची आडकाठी नसावी असे दिसते.

---

११. कॉक्स कमिटीच्या अहवालात चीनने हस्तगत केलेल्या अनेक सिस्टिम्सचे आणि त्या मिळवण्यासाठी वापरलेल्या हुशार पद्धतींचे विस्तृत वर्णन आहे. *'यू. एस. नॅशनल सिक्युरिटी अँन्ड मिलिटरी/कमर्शियल कन्सर्न्स विथ द पीपल्स रिपब्लिक ऑफ चायना'*, यू. एस. हाउस ऑफ रेप्रेझेंटेटिव्ह्ज सिलेक्ट कमिटी ऑन नॅशनल सिक्युरिटी अॅन्ड मिलिटरी/कमर्शियल कन्सर्न्स विथ द पीपल्स रिपब्लिक ऑफ चायना, वॉशिंग्टन डी सी, यू. एस. गव्हर्नमेंट प्रिंटिंग ऑफिस, १९९९. अमेरिकेच्या संरक्षण सचिवांच्या अमेरिकेच्या संसदेला सादर केलेल्या अहवालात आणखी काही उदाहरणे आहेत : ऑफिस ऑफ द सेक्रेटरी ऑफ डिफेन्स, *'अॅन्युअल रिपोर्ट टु कॉंग्रेस : मिलिटरी अॅन्ड सिक्युरिटी डेव्हलपमेंट्स इन्व्हॉल्व्हिंग द पीपल्स रिपब्लिक ऑफ चायना'*, वॉशिंग्टन डी सी, २०१३, पृ. १२-१३. आणि आताचा माहितीपूर्ण प्रबंध, विल्यम सी. हॅनास, जेम्स मल्वेनन आणि ॲना बी. पगलिसी, *'चायनीज इंडस्ट्रियल एस्पायनाज : टेक्नॉलॉजी ॲक्विझिशन अॅन्ड मिलिटरी मॉडर्नायझेशन,'* एशियन स्टडीज सीरीज, रुटलेज, २०१३, यात आणखी बरेच आहे : परदेशातील संस्था आणि व्यक्ती यांच्या जाळ्याचा इतर देशांनी विकसित केलेले तंत्रज्ञान मिळवण्यासाठी चीन कसा वापर करतो; आणि यात मदत करण्यासाठी चीन परदेशातील चिनी लोकांच्या देशभक्तीच्या भावनेला कशी साद घालतो.

ते काहीही असले तरी डेंगच्या राजवटीत वरील विचार बदलला. सरळ सरळ आक्रमणाची नव्या जागतिक युद्धाप्रमाणे– शक्यता नाही असे वाटू लागले. त्यामुळे शत्रूशी सीमेवरच सामना करण्याच्या दृष्टीने प्रयत्न सुरू झाले. कोसोवो युद्धानंतर आणि विशेषत: आखाती युद्धानंतर या बदललेल्या प्रयत्नांना बळकटी आली. या दोन्ही युद्धांचा आणि टेलिव्हिजनवर थेट दाखवण्यात येणाऱ्या अचूक आणि शत्रूच्या प्रदेशात खोलवर केलेल्या बॉम्बिंगच्या दृश्यांचा चीनचे डावपेच ठरवणाऱ्या आणि लष्करी नियोजन करणाऱ्या लोकांवर मोठा प्रभाव पडला. आता चीनचे प्रयत्न उच्च तंत्रज्ञानाचा वापर असलेली स्थानिक युद्धे जिंकणे या उद्दिष्टाकडे वळले.

'लष्करी कारभारात संपूर्ण क्रांती' हे घोषवाक्य झाले.

चीनला 'अनिर्बंध युद्ध', 'संपर्करहित युद्धकला' यांची तयारी करावी असे सुचवणारी पुस्तके, निबंध, प्रबंध, सामरिक तत्त्वज्ञ, लष्करी अधिकारी आणि इतरांनी प्रसिद्ध केले. त्यांचे असे म्हणणे होते की, देशाच्या सीमेपलीकडे सैन्य पाठवणे, शत्रुदेशातील शहरांवर व्यापक बॉम्बफेक करणे असे प्रकार युद्धशास्त्रात कालबाह्य झाले आहेत– आधुनिक परिस्थितीत इतर एखादे राष्ट्र शत्रूच्या मदतीला वेगाने धावत येऊ शकते किंवा आंतरराष्ट्रीय संघटना त्वरेने युद्धबंदीची मागणी करू शकतात. शिवाय जुनी पद्धत वापरल्यास मिळणारे यश मर्यादितच असेल. त्यामुळे, डावपेच तज्ज्ञांनी सुचवले की संपूर्ण शत्रुराष्ट्राला काही मिनिटांत शरण आणता येईल, अशी क्षमता चीनने विकसित करायला हवी. यासाठी शत्रूचे 'अक्युपंक्चर पॉइंट्स' (मर्मस्थळे) एकाच फटक्यात निकामी करण्याची क्षमता विकसित करावी. यामागील मुद्दा असा आहे की एखादा समाज जितका आधुनिक होतो तितक्या त्याच्या प्रणाली (systems) परस्परांशी जोडलेल्या आणि एकसंध होतात. त्यामुळे, हवाई वाहतूक नियंत्रण आणि व्यवस्थापन यंत्रणा, रेल्वे वाहतूक, दूरसंपर्क व्यवस्था, रेडिओ/टीव्ही प्रक्षेपणाचे जाळे, बँकिंग आणि वित्त व्यवहार, राष्ट्रीय वीज वितरण जाळे यांचे काम बंद पाडणे, शत्रुराष्ट्राचे उपग्रह निकामी करून किंवा त्यांची नियंत्रण यंत्रणा नष्ट करून शत्रूला 'आंधळा व बहिरा' करायचे. माहिती युद्ध हे खुनी माणसाच्या खंजिराप्रमाणे आहे; ते अशा प्रकारे वापरून चीन शत्रुराष्ट्राला काही मिनिटांत दिशाहीन आणि निष्क्रिय करू शकेल. अशा हल्ल्याचे अनेक फायदे आहेत असे विश्लेषक निदर्शनाला आणतात. त्याने जे प्रचंड नुकसान होईल (पूर्ण जाळे आणि पूर्व विभागांचे देशभरातील कामकाज थंडावेल) ते कोणत्याही बॉम्बहल्ल्यापेक्षा खूप जास्त असेल; आणि तेसुद्धा अतिशय अल्प खर्चात. शिवाय, हे 'लोकांचे युद्ध' (पीपल्स वॉर) या संकल्पनेला अगदी जवळचे होईल. कारण सामान्य नागरिक त्यांच्या घरात किंवा ऑफिसात बसून दूरवरच्या शत्रूच्या प्रदेशातील व्यवस्था आणि विभाग नष्ट करण्याच्या कामात सहभागी होऊ शकतील. शिवाय, असा हल्ला छुपेपणे करता येईल : दूरवरच्या तिसऱ्याच देशातील कॉम्प्युटरांवर

ताबा मिळवून त्यांच्या माध्यमातून हा हल्ला करता येईल. १९९०च्या दशकाच्या शेवटीच, चीनने 'हॅकर्स'ची सेना उभारणे आधीच सुरूच केले आहे, अशा बातम्या येऊ लागल्या होत्या.

या नव्या क्षमतांना, त्या 'बचावात्मक' आहेत असे कोणीही म्हणू शकणार नाही. उलट दर काही महिन्यांनी, चीनने आधीच विविध प्रकारच्या क्षमता विकसित केल्या असल्याचे वृत्त येत आहे – शत्रुराष्ट्राला आंधळे आणि बहिरे बनवण्याच्या दुसऱ्यांच्या माहिती-जाळ्यात शिरकाव करण्याच्या; अतिगोपनीय माहिती चोरण्याच्या, महत्त्वाची माहिती आणि आकडेवारी नष्ट करण्याच्या किंवा बदलण्याच्या क्षमता यांचा त्यात समावेश होतो. अनेक हल्ल्यांच्या बाबतीत लक्ष्याला धोक्याचा इशारा मिळू शकतो– जसे अमेरिकेचे संरक्षण खाते आणि संरक्षणाशी संबंधित प्रकल्प हाताळणाऱ्या अनेक कंपन्यांवरील 'टायटन रेन' या यशस्वी हल्ल्याच्या बाबतीत झाले.

एक जागे करणारा इशारा – जो मिळूनही आपण झोपलेले राहिलो

आपल्या बाबतीत मंक सेंटरचा अहवाल हा नेमका आणि थेट असा जागे करणारा इशारा होता. तिबेटच्या परागंदा सरकारमधील काही लोकांना संशय आला. एखाद्या व्यक्तीला, समजा ऑस्ट्रियामध्ये राहणाऱ्या, दलाई लामांच्या भेटीची अमुक एका तारखेची अमुक एक वेळ दिली की त्या व्यक्तीला लवकरच धमकीचे फोन येऊ लागत. तिबेटी अधिकाऱ्यांनी टोरोंटो विश्वविद्यापीठाच्या मंक सेंटरकडे (जे युद्धशास्त्रातील नव्या घटनांचा माग ठेवते) मदत मागितली.

जून २००८ ते मार्च २००९ या काळात दलाई लामांचे खासगी कार्यालय, तिबेटच्या परागंदा सरकाराचे कार्यालय आणि तिबेटी सामाजिक संस्थांच्या कार्यालयातील कॉप्युटर्सवर आणि त्यांच्यातील संदेश वाहतुकीवर लक्ष ठेवले गेले. लवकरच असे दिसून आले की एका विशिष्ट सॉफ्टवेअरच्या साहाय्याने त्यांच्यातून – अगदी दलाई लामांच्या खासगी कार्यालयातील कॉम्प्युटरमधूनसुद्धा – डॉक्युमेंट पळवले जात होते. त्यात तिबेटच्या परागंदा सरकारच्या चीनबरोबरच्या चाललेल्या वाटाघाटींबद्दलचे डॉक्युमेंट आणि कोणत्या पर्यायांचा ते सरकार विचार करत आहे, अशी अतिशय गोपनीय माहिती होती. या तपासातून असे सिद्ध झाले की–

> बाधित (इन्फेक्टेड) कॉम्प्युटर्सना हल्ला करणाऱ्यांच्या नियंत्रणाखालील अतिरिक्त कमांड सर्व्हर्समधून फाइल डाउनलोड करायचा आदेश दिला जातो. काही वेळा हे सर्व्हरच स्वतः नियंत्रक सर्व्हरचे काम करतात; काही सर्व्हर बाधित कॉम्प्युटर्सनी ज्या फायली डाऊनलोड करायच्या असतात

> त्या ठेवण्याचेच काम करतात. हल्ला करणारा नियंत्रण सर्व्हरवर आदेश ठेवतो ज्यानुसार बाधित कॉम्प्युटर्सना 'घोस्ट आरएटी' सारखे दूरस्थ प्रशासक 'ट्रोजन' डाउनलोड करतो आणि त्यामुळे हल्ला करणाऱ्या बाधित कॉम्प्युटरवर नियंत्रण मिळवता येते.

वेगवेगळ्या तंत्रांचा वापर करून (उदा. हनिपॉट अकाउंट प्रस्थापित करणे) बाधित कॉप्युटरवरील माहिती चोरणे आणि मॅलवेअर प्रस्थापित करणे यांचा माग चार नियंत्रक सर्व्हर आणि सहा कमांड सर्व्हर्सकडे गेला. अहवालातून निष्पन्न झाले की 'चार नियंत्रक सर्व्हर्सपैकी तीन सर्व्हर्स चीनमध्ये तीन वेगवेगळ्या ठिकाणी आहेत : हैनान, गुवांगडोंग आणि सिचुआन. एक सर्व्हर अमेरिकेत वेब होस्टिंग कंपनीत आहे. सहापैकी पाच कमांड सर्व्हर मेनलॅन्ड चीनमध्ये आहेत. (हैनान, गुवांगडोंग, सिचुआन आणि जियांगसू) आणि एक हाँगकाँग येथे.' आयपी पत्त्यांचासुद्धा माग काढला गेला; तेसुद्धा चीनमधलेच होते. प्रत्येक बाबतीत, पळवलेले डॉक्युमेंट एकापेक्षा जास्त सर्व्हरना पाठवण्यात येत होते. प्रत्येक बाबतीत 'ट्रॅफिक' नेहमीच्या http:// पद्धतीची दिसेल अशी काळजी घेतली जात होती.

तपासात १०३ देशांमध्ये असलेले १२९५ बाधित 'होस्ट' सापडले. यापैकी एकतृतीयांश होस्ट अतिमहत्त्वाचे होते. ज्या कॉप्युटर्समधून डॉक्युमेंट चोरले जात होते आणि ज्यांच्यावर लक्ष ठेवण्यात आले होते आणि जे या एकाच तपासात उघडकीला आले ते भारताच्या बेल्जियम, सर्बिया, इटली, कुवेत, अमेरिका आणि झिंबाब्वे येथील वकिलाती आणि सायप्रस आणि इंग्लंडमधील हायकमिशनांचे होते.

अहवालाचा निष्कर्ष अंगावर काटा आणेल असा होता :

> घोस्टनेट हे जगभरातील अनेक देशांतील अतिमहत्त्वाच्या राजकीय, आर्थिक आणि माध्यमांचे केंद्रस्थान असलेल्या ठिकाणच्या बाधित कॉम्प्युटर्सच्या नेटवर्कचे प्रतिनिधित्व करते. सध्या या संस्थांना त्यांच्या खासगी/गोपनीयतेचा भंग झालेला आहे याची कल्पना नाही हे जवळ-जवळ निश्चित आहे. राजनैतिक अधिकारी, लष्करी अधिकारी, पत्रकार, व्यक्तिगत मदतनीस, पंतप्रधानांचे सचिव यांचे आणि इतरही लोकांचे कॉम्प्युटर अज्ञात हल्लेखोरांच्या नियंत्रणाखाली आहेत.
>
> धर्मशाळा येथे इतरत्र कॉम्प्युटर्सबद्दलची माहिती व गोपनीय डॉक्युमेंट्स काढले जाताना आम्ही बघितले आहेत. आमच्या प्रयोगशाळेत आम्ही आमच्या स्वत:च्या 'आमिष' म्हणून वापरण्यात येणाऱ्या (हनिपॉट) बाधित कॉम्प्युटरचे विश्लेषण केले आहे आणि त्यावरून असे दिसून आले की

> घोस्टनेटची क्षमता अतिशय व्यापक आणि प्रचंड आहे. जवळ-जवळ निश्चितपणे, 'लक्ष्या'च्या नकळत डॉक्युमेंट्स पळवले जात आहेत, की स्ट्रोक्सची नोंद आहे, वेब कॅमेरे आवाज न करता चालू केले जात आहेत आणि ध्वनिरूप माहिती (ऑडिओ इनपुट्स) गुप्तपणे नोंदली जात आहे.

तपास करणाऱ्यांनी हे नमूद केले की या बाबतीत अनेक शक्यता असू शकतात– बाधित कॉम्प्युटर कसेही निवडण्यात आले असू शकतील. किंवा काही व्यक्तींनी खंडणी वसूल करण्याच्या उद्देशाने बाधित कॉम्प्युटर्सवर 'मालवेअर' घालून त्यावरील मौल्यवान माहिती गोळा करत असतील किंवा एखाद्या तिसऱ्याच देशाने चीनच्या कॉम्प्युटरवर (चीनच्या नकळत) ताबा मिळवून त्यांच्या हेरगिरीसाठी वापर करत असेल, वगैरे. सर्व शक्यतांचा विचार करून तपास करणारांनी खालील निष्कर्ष काढला :

> सर्वांत उघड शक्यता, जिला परिस्थितीजन्य पुराव्याचाही आधार आहे ती म्हणजे या उच्चस्तरीय कॉम्प्युटर्सवर चीन सरकारने लष्करी आणि सामरिक माहिती मिळवण्यासाठी नियंत्रण मिळवले आहे. किंबहुना, वर नमूद केल्याप्रमाणे आम्ही शोधून काढलेल्या गोपनीय आणि उच्चस्तरीय लक्ष्यांपैकी अनेक चीनच्या परदेश आणि संरक्षण धोरणाशी– विशेषतः दक्षिण आणि दक्षिण-पूर्व आशियाशी संबंधित धोरणाशी– संलग्न आहेत. रडारने चीनच्या दक्षिण सीमेवरून झोत फिरवावा तशी बाधित केंद्रांची कमान दिसून येते– भारत, भूतान, बांगलादेश, व्हिएतनाम पासून लाओस, ब्रूनाई, फिलिपिन्स, हाँगकाँग, तैवान अशी उच्चस्तरीय लक्ष्यांपैकी अनेक लक्ष्ये चीनला त्रासदायक वाटणाऱ्या – तिबेट आणि तैवानसह – परदेशनीती आणि संरक्षणविषयक धोरण यांच्याशी संबंधित आहेत. याशिवाय हल्ला करणाऱ्यांचे आयपी स्रोत (IP Addresses) आपल्याला अनेकदा, लिंगशुई सिग्नल्स इंटेलिजन्स यंत्रणा आणि पीपल्स लिबरेशन आर्मीच्या 'थर्ड टेक्निकल डिपाटमेंट' यांचे केंद्र असलेल्या हैनान बेटाकडे नेतात.[१२]

आणि यावर आपण काय केले? वर्तमानपत्रांमध्ये वरील अहवाल एकेदिवशी प्रकाशित झाला आणि बस, तेवढेच. मी जेव्हा चौकशी केली की नऊ वर्षांपूर्वी, जेव्हा माझा या गोष्टींशी थोडा संबंध होता त्या वेळी आघाडीच्या गणितज्ञांच्या आणि

---

१२. वरील भागासाठी पहा : *'ट्रॅकिंग घोस्टनेट : इन्व्हेस्टिगेटिंग ए सायबर एस्पानाज नेटवर्क'* इन्फर्मेशन वॉरफेअर मॉनिटर, मेक सेंटर फॉर इंटरनॅशनल स्टडीज, युनिव्हर्सिटी ऑफ टोरोंटो, मार्च २००९.

या क्षेत्रातील इतर तज्ज्ञांच्या मदतीने सुरू केलेल्या आपल्या पायाभूत सुविधांचे 'फायरवॉलिंग' करण्याच्या कामाचे काय झाले तेव्हा मला सांगण्यात आले की जवळ-जवळ होते त्याच स्थितीत आहे. आपल्या संरक्षण दलांमध्ये प्रस्थापित केलेल्या 'सायबर प्रणालीं'च्या भोवती जे संरक्षक 'कुंपण' घालण्यात आले आहे त्याबद्दल मी विचारल्यावर ते अगदी 'प्राथमिक दर्जाचे' आहे, असे सांगण्यात आले.

आवश्यक बलाचा अंदाज

चीनच्या संरक्षणावरील नव्या श्वेतपत्रिकेत ('द डायव्हर्सिफाइड एम्लॉयमेंट ऑफ चायनाज आर्म्ड फोर्सेस')[१३] त्यांची नवी विचारसरणी दिलेली आहे– उच्च तंत्रज्ञानाला प्राधान्य देणे, विशेषत: सेनादलाचे 'माहितीकरण' (Informationization) करणे आणि त्यांनी साध्य करायची उद्दिष्टे : सेनादलाचे आधुनिकीकरण, त्यांचे 'माहितीकरण' आणि बल अजमावयाची क्षमता विकसित करणे. 'चीनच्या सेनादलाने राष्ट्रीय संरक्षणविषयक धोरण आणि लष्करी डावपेच यांच्याबद्दलची आपली दृष्टी जास्त रुंद करावी आणि 'माहितीकरणा'च्या वातावरणात स्थानिक युद्धे जिंकण्याचे उद्दिष्ट ठेवावे.'[१४]

आणि संपूर्ण धोरणाच्या निवेदनात आपल्याला लागणाऱ्या बळाचा अंदाज

---

१३. 'द डायव्हर्सिफाइड एम्लॉयमेंट ऑफ चायनाज आर्म्ड फोर्सेस' इन्फॉर्मेशन ऑफिस, स्टेट काउन्सिल, द पीपल्स रिपब्लिक ऑफ चायना, बीजिंग, एप्रिल २०१३.

१४. वरीलप्रमाणे, पॅरा I.६. हाच विषय इतर अनेक संदर्भात पुन्हा मांडण्यात आला आहे. पॅरा I.८ असे म्हणतो : 'चीनचे सेनादल आपली लष्करी सज्जता माहितीकरणाच्या वातावरणात स्थानिक युद्धे जिंकण्यावर आधारते; सर्व सामरिक दिशांना लष्करी सज्जता वाढवण्यासाठी सर्वंकष आणि सुसूत्रित योजना बनवते; विविध दलांचा आणि शस्त्रास्त्रांचा एकत्रित वापर वाढवते आणि माहिती प्रणालींच्या आधाराने युद्ध लढण्याची क्षमता वाढवते...' खंड २, पॅरा २ मध्ये – 'गेल्या काही वर्षांमध्ये, पी एल ए (चीनची सेना) आपली कर्तव्ये आणि ध्येये यांच्या दृष्टीने आवश्यक असणाऱ्या सुधारणा आणत आहे आणि माहितीकरण झालेले सेनादल निर्माण करत आहे...' अशीच विधाने, क्षेपणास्त्र रक्षण, पोलीस दल यांच्या संदर्भातही पुन:पुन्हा करण्यात आली आहेत. आणि 'समारोपाच्या निरीक्षणात' पुन्हा : 'या नव्या शतकातील नव्या कालखंडात, चीनच्या सशस्त्र दलांनी त्यांची नवी ऐतिहासिक उद्दिष्टे परिणामकारकपणे साध्य केली आहेत आणि माहितीकरणाच्या वातावरणात स्थानिक युद्धे जिंकण्याबरोबरच विविध प्रकारच्या लष्करी कामगिऱ्या पुऱ्या करण्याची क्षमता वाढवली आहे...'

करण्याचा प्रयत्न दिसून येतो. चिनी दलांची उद्दिष्टे सांगताना 'श्वेतपत्रिका' म्हणते : 'चीनच्या आधुनिकीकरणाच्या मोहिमेचे हे व्यूहात्मक कर्तव्य आहे *आणि चीनची आंतरराष्ट्रीय प्रतिष्ठा व सुरक्षा आणि विकासाच्या गरजा पुऱ्या करण्यासाठी आवश्यक असे बलवान सशस्त्र दल निर्माण करणे यासाठी चीनच्या शांततापूर्ण विकासाची भक्कम हमी आहे.*'[१५]

याचा अर्थ चीनने सेनादल (१) चीनच्या आंतरराष्ट्रीय प्रतिष्ठेला अनुरूप असे आणि (२) त्याच्या सुरक्षा आणि विकास यांच्यातील हितसंबंधाच्या गरजा पूर्ण करण्यासाठी निर्माण करायचे आहे. 'विकासातील हितसंबंधां'ना दोन परिच्छेदांच्या नंतर विशिष्ट परिमाण देण्यात आले आहे : '...चीनच्या परदेशातील हितसंबंधांना सुरक्षेचा धोका वाढत आहे...'[१६] साहजिकच 'चीनची आंतरराष्ट्रीय प्रतिष्ठा' तसेच 'विकास हितसंबंध' आणि चीनच्या परदेशातील हितसंबंधांना वाढता धोका आहे, हे सर्व लक्षात घेता चीनच्या सेनादलाकडे जगाच्या कानाकोपऱ्यात असलेली तेल संपत्ती किंवा पंचखंडांमध्ये काम करत असलेले चिनी तंत्रज्ञ आणि कामगार यांचे रक्षण करण्यासाठी किती क्षमता लागेल याचा हिशेब करण्याची क्षमता असावी. हे, 'सपोर्टिंग नॅशनल इकॉनॉमिक आणि सोशल डेव्हलपमेंट' (राष्ट्रीय आर्थिक आणि सामाजिक विकासाला आधार) या श्वेतपत्रिकेच्या भाग ४ मध्ये अगदी स्पष्ट दिसते. त्यात चीनच्या 'परदेशातील हितसंबंधां'चे रक्षण करण्याच्या संदर्भात असे सांगितले जाते की, 'जशी चीनची अर्थव्यवस्था जागतिक अर्थव्यवस्थेत क्रमाक्रमाने एकत्रित होत आहे तसे *परदेशातील हितसंबंध हे चीनच्या राष्ट्रीय हितसंबंधांचाच घटक बनले आहेत.* परदेशातील ऊर्जा आणि ऊर्जास्रोत, दूरसंचाराच्या समुद्रातून टाकलेल्या केबल्स व परदेशस्थ चिनी नागरिक आणि कायदेशीर व्यक्ती यांच्यामुळे सुरक्षेशी संबंधित प्रश्न महत्त्वाचे आहेत...' यातील 'कायदेशीर व्यक्ती' याचा अर्थ परदेशातील काम करणाऱ्या चिनी कंपन्या.

जाता जाता, या विधानातून निर्माण होणारे आणि आपल्या सुरक्षेशी संबंध असणारे दोन मुद्दे आपण बघू. एक म्हणजे श्वेतपत्रिकेतून गाळण्यात आलेली एक गोष्ट – ती म्हणजे अण्वस्त्राचा वापर करणाऱ्यात आपण प्रथम असणार नाही ही

---

१५. भर देण्यासाठी ही कलमे अनेकदा येतात : 'चीनचा राष्ट्रीय विकास आणि सुरक्षा धोरण यांच्या नव्या गरजा चीनचे सेनादल पुरे करते... चीनचे सेनादल राष्ट्रीय विकासाला सुरक्षेची हमी आणि सामाजिक पाठबळ देते. जागतिक शांतता आणि विभागीय समतोल राहावेत यासाठी आवश्यक ते योगदान देते.' '*द डायव्हर्सिफाइड एम्प्लॉयमेंट ऑफ चायनाज आर्म्ड फोर्सेस*', पॅरा. I.३

१६. वरीलप्रमाणे पॅरा I.५

चीनने अनेकदा घेतलेली शपथ. या गाळण्याचे महत्त्व लक्षात घेण्यासाठी, बीजिंगहून वरील श्वेतपत्रिका प्रसिद्ध होण्याच्या थोडेच आधी अमेरिकेच्या संरक्षण सचिवांनी अमेरिकेच्या काँग्रेसपुढे अण्वस्त्रांचा वापर करण्याबद्दल चीनचे विचार समजावून सांगितले. दरवर्षी सादर कराव्या लागणाऱ्या, चीनची लष्करी क्षमता आणि तिचा विकास यावरील अहवालात त्यांनी अमेरिकन काँग्रेसला सांगितले–

> चीन सतत असे म्हणत आलेला आहे की, ते 'प्रथम वापरणार नाही' हे म्हणजे चीनवर कोणी अण्वस्त्र हल्ला केला तरच त्याला उत्तर म्हणून चीन अण्वस्त्र वापरेल, हे धोरण अनुसरतात. चीनच्या 'प्रथम वापरणार नाही' या शपथेत दोन शपथा आहेत : चीन कोणत्याही अण्वस्त्रसज्ज राष्ट्राविरुद्ध अण्वस्त्राचा वापर करणार नाही. अण्वस्त्रे नसलेल्या देशाविरुद्ध किंवा अण्वस्त्रमुक्त प्रदेशाविरुद्ध चीन कधीही अण्वस्त्राचा वापर करणार नाही किंवा वापर करण्याची धमकीही देणार नाही.

त्या रचनेतील महत्त्वाच्या मोघमपणाची अहवालात नोंद घेण्यात आली :

> पण चीनचे 'प्रथम वापरणार नाही' धोरण कोणत्या परिस्थितीत लागू होईल, त्यात, जी भूमी आपली आहे असे चीन समजतो त्यावर झालेला हल्ला, प्रात्यक्षिक म्हणून केलेला हल्ला किंवा अतिशय उंचीवरील स्फोट यांचा प्रथम हल्ल्यात समावेश आहे की नाही यावर अनिश्चितता आहे. शिवाय चिनी सेनेच्या अधिकाऱ्यांनी जाहीरपणे, कोणत्या परिस्थितीत चीनला प्रथम अण्वस्त्रांचा वापर करावा लागेल–
> उदाहरणार्थ एखाद्या शत्रूच्या पारंपरिक शस्त्रांनी केलेल्या हल्ल्यामुळे चीनच्या अण्वस्त्र दलाचे अस्तित्व किंवा अगदी सरकारचेच अस्तित्व धोक्यात आले– तर काय करावे ते स्पष्ट करण्याची गरज आहे, अशी मागणी केली आहे. पण अशा बारीकसारीक शंका आणि अटींचा चीनच्या 'प्रथम वापरणार नाही' धोरणात समावेश करण्यास राष्ट्रीय नेते तयार असल्याचे चिन्ह नाही.[१७]

'श्वेतपत्रिके'त सर्व काही मोघम आहे. तिच्यातून 'शपथ' गाळण्यात आली आहे. तिच्यात असे म्हटले आहे :

---

१७. ऑफिस ऑफ द सेक्रेटरी ऑफ डिफेन्स, 'अॅन्युअल रिपोर्ट टु काँग्रेस : मिलिटरी अॅन्ड सिक्युरिटी डेव्हलपमेंट्स इन्व्हॉल्व्हिंग द पीपल्स रिपब्लिक ऑफ चायना', वॉशिंग्टन, डीसी, २०१३, पृष्ठ ३०

जर चीनवर अण्वस्त्र हल्ल्याची शक्यता वाटली तर अण्वस्त्र दल सी एम सीच्या आदेशानुसार कृती करेल, सज्जतेच्या वरच्या पातळीवर जाईल आणि शत्रूला चीनवर अण्वस्त्र हल्ला करण्यापासून रोखण्यासाठी अण्वस्त्र प्रतिहल्ल्यासाठी सज्ज होईल. जर चीनवर अण्वस्त्र हल्ला झाला तर 'प्लासाफ'चे (PLASAF) अण्वस्त्र दल आण्विक क्षेपणास्त्रांचा वापर करून स्वतंत्रपणे किंवा इतर दलांच्या अण्वस्त्र दलांबरोबर निकराचा प्रतिहल्ला करेल...१८

चीनवर हल्ला झाला तरच्या स्थितीच्या संदर्भात जे वर म्हटले आहे त्याचा कोणी असा अर्थ लावू शकेल की, फक्त चीनवर हल्ला झाला तरच चीन त्याच्या अण्वस्त्रांचा मारा करेल आणि म्हणून या 'श्वेतपत्रिके'त मूळची 'शपथ' ध्वनित आहे. अशी निवेदने किती काळजीपूर्वक बनवली जातात हे आणि विशेषत: चीन मोघमपणाला देत असलेले महत्त्व लक्षात घेता, 'श्वेतपत्रिके'त 'शपथे'चा आवर्जून उल्लेख नसल्याचे सर्वांच्या लक्षात आले आहे.

दुसरे वैशिष्ट्य, ज्याप्रकारे निवेदनाचा शेवट केला आहे हे लक्षात घेण्याजोगे आहे : 'जर चीनवर अण्वस्त्रहल्ला झाला, तर 'प्लासाफ'चे (PLASAF) अण्वस्त्र दल आण्विक क्षेपणास्त्रांचा वापर करून *स्वतंत्रपणे किंवा इतर दलांच्या अण्वस्त्र दलांबरोबर* निकराचा प्रतिहल्ला करेल.' याचा अर्थ चिनी सेनेच्या इतर शाखांकडेसुद्धा – उदा. भूदल आणि नौदल यांच्याकडेसुद्धा अण्वस्त्रे आहेत.

शेवटी आशिया-पॅसिफिक प्रदेशातील नव्या घटनांमुळे निर्माण होणाऱ्या चिंतेबद्दल. या प्रदेशाबद्दल आणि त्यातील क्रियाशील देशांबद्दल 'श्वेतपत्रिका' असे म्हणते :

आशिया-पॅसिफिक हे जागतिक आर्थिक विकास आणि मोठ्या सत्तांमधील व्यासपीठ झाले आहे. अमेरिका आपल्या आशिया-पॅसिफिक सुरक्षा धोरणात बदल करत आहे आणि प्रादेशिक चित्रात मोठे बदल होत आहेत... एका देशाने त्याची आशिया-पॅसिफिक लष्करी आघाडी मजबूत केली आहे, त्या प्रदेशातील स्वत:चे लष्करी अस्तित्व विस्तारले आहे आणि तो वरचेवर तिथले वातावरण जास्त तणावपूर्ण करतो. चीनचे प्रादेशिक सार्वभौमत्व आणि सागरी हक्क व हितसंबंध यांच्याबाबतीत काही शेजारी राष्ट्रे अशी कृती करत आहेत की ज्यामुळे परिस्थिती गुंतागुंतीची होऊन तणाव वाढत आहे आणि जपान दायोयू बेटांच्या प्रश्नावर अडचणी निर्माण करत आहे...१९

---

१८. 'द डायव्हर्सिफाइड एम्प्लॉयमेंट ऑफ चायनाज आर्म्ड फोर्सेस', III.१२
१९. वरीलप्रमाणे पॅरा, I.२

यातील 'एक देश' म्हणजे अमेरिका. जपानचा विशेष उल्लेख आहे. पण त्या प्रदेशातील इतर देशांना– उदा. व्हिएतनाम, फिलिपिन्स, इंडोनेशिया, ऑस्ट्रेलिया ज्यांच्यापैकी प्रत्येकाने, चीनचे नवे स्वरूप आणि आक्रमक चाली बघून परस्पर मदतीचे करार केले आहेत– चीनचा रोख कळलाच असणार. आणि आपण याच देशांबरोबर प्रयत्नांची सुसूत्रता साधण्याच्या प्रयत्नात आहोत, त्यामुळे आपणही त्याची दखल घ्यायला हवी.

अटळ असणे हीच आपली आशा?

डेंगच्या मताप्रमाणे २००८ पर्यंत चालत होते. त्यांच्या मते चीन अजून गरीब आणि कमजोर असल्यामुळे त्याने स्थानिक युद्धांमध्ये पडू नये, मग ती प्रभावक्षेत्राबद्दलची असोत किंवा नैसर्गिक संपत्तीसाठी असोत. 'दूरच्या काळावर नजर ठेवून आज नमते घ्यावे,' असा त्याने सल्ला दिल्याचे म्हणतात. नेते म्हणून मिरवू नका, 'आपली मान कशात अडकवू नका.' अर्थात, व्हिएतनामला 'धडा शिकवण्यासाठी' त्यांच्यावर हल्ला करताना त्याने हे सर्व विचार गुंडाळून ठेवले.

'चमकणारे असेल ते लपवा; सामान्यपणा जोपासा,' असे डेंग सांगायचा किंवा त्यांच्या चौपदी वचनाच्या अधिकृत अनुवादानुसार 'आपली वेळ येण्याची वाट बघा, (दरम्यान) आपली क्षमता वाढवा.'[१] याला, ॲकॅडमी ऑफ मिलिटरी सायन्सच्या एका तत्कालीन उपप्रमुखाने पुस्ती जोडली : 'आपली वेळ येण्याची वाट बघा, आपली क्षमता वाढवा, सुडाच्या इच्छेचे गुपचूप जतन करा.' जोडलेले शेवटचे पद खूप बोलके आहे. पण त्याव्यतिरिक्त यात एक नवे वास्तव लपलेले होते.

जसा चीनच्या विकासाला वेग आला आणि विशेषत: पश्चिमी देशांच्या अर्थव्यवस्थांवर २००८-०९ मध्ये आलेल्या संकटांनंतर, तसा चीनमधील अधिकाऱ्यांनी आता आपली वेळ आली आहे, असा निष्कर्ष काढला. त्यांचे राजदूत उच्चरवात बोलू लागले.[२] त्यांच्या दाव्यांचा परीघ वाढू लागला– उदा. उत्तरेतील सेंकाकू

---

१ वरील उक्तीसाठी : मायकेल पिल्सबरी, 'चायना डिबेट्स द फ्यूचर सिक्युरिटी एन्व्हायर्नमेंट,' नॅशनल डिफेन्स युनिव्हर्सिटी प्रेस, वॉशिंग्टन डी सी, २०००. http://www.fas.ord/nuke/guide/china/doctrine/pills2

२. मला स्वत:ला या गोष्टीचा थोडा अनुभव आला! २००९ मध्ये, मला लंडन स्कूल ऑफ इकॉनॉमिक्सच्या प्रांगणात एक भाषण देण्यासाठी आमंत्रण आले होते. तिथून मी ब्रुसेल्सला शहरातील एका विचारवंत गटापुढे भाषण देण्यासाठी गेलो. विषय अतिशय साधा होता : संस्थांची निर्मिती करणे आणि त्या चालू ठेवणे. भाषण

तळटीप पुढील पानावर चालू...

बेटावरील दावा आणि दक्षिणेतील स्प्रॅटली बेटे, पॅरॅसेल्स आणि नातुना बेटांवरील दावे. भारताबरोबरच्या सीमाप्रश्नावरील वाटाघाटींच्या तत्त्वांबद्दलच्या कराराचा एकाएकी असा अर्थ लावला गेला की ज्यामुळे तोपर्यंत झालेले समझोते निकालात निघाले. सीमेवरील बोलणी ठप्प झाली. घुसखोरी अनेक पट वाढली. चीनचे सैनिक भारतात आणखी आत आले. परदेशात केवळ आर्थिक मालमत्ता घेणेच नव्हे तर नौदल आणि लष्करासाठी सोयी, सवलती मिळवणेही चीनने सुरू केले.

लटवाकच्या 'द राइज ऑफ चायना व्हर्सेस द लॉजिक ऑफ स्ट्रॅटेजी'[३] या नव्या महत्त्वपूर्ण ग्रंथात तो अर्थात हे निदर्शनाला आणतो की, हे काही अजाणतेपणे होत नाहीये. त्यामागे हेतू आहे, प्रभावशाली होण्याची इच्छा आहे : '२००८ नंतरच्या चीनच्या प्रक्षोभक वागणुकीच्या घटनांमुळे चीनच्या उदयावरील प्रतिक्रिया त्वरेने येऊ लागल्या. पण त्या प्रतिक्रिया प्रक्षोभक कृत्यांमुळे उठल्या नव्हत्या आणि मनधरणी करणे, झालेले नुकसान भरून काढण्यासाठी उच्चपदस्थांनी देशाला भेट देणे, किंवा फुंकर घालणारी भाषा वापरणे, अशा कारणांनी त्या बंद करता येण्यासारख्या नव्हत्या. कारण त्यांचा संबंध चीनच्या कृत्यांशी नव्हता तर प्रभाव पाडण्याच्या इच्छेशी होता.'[४]

एडवर्ड लटवाक म्हणतो की–

- स्फोटसदृश आर्थिक वाढ, झपाट्याने वाढलेले लष्करी बळ आणि राजनैतिक प्रभाव हे एकत्र असूच शकत नाहीत.
- चीनची वाढ अतिझपाट्याने होत आहे, ते आपले लष्करी बळ अतिवेगाने आणि इतरांच्या नजरेत भरेल असे वाढवत आहे, त्यामुळे त्याचे शेजारी सावध होऊन त्यांना काळजी वाटणे साहजिक आहे.

तळटीप २ पुढे चालू...

झाले, प्रश्नोत्तराची वेळ आली. सुरुवात झाल्यावर एक चिनी राजनैतिक अधिकारी मोठ्या आवाजात माझी निर्भर्त्सना करू लागला. त्याच्या बरोबरचा दुसरा एक चिनी अधिकारीसुद्धा त्याला साथ देऊ लागला. मी आश्चर्यचकित झालो. मी असे काय बोललो की ज्यामुळे ते दोघे संतापले ते मला समजेना. माझ्या शेजारी बसलेला माझा यजमान माझ्या कानात कुजबुजला, 'काळजी करू नका. याचा तुमच्याशी काहीच संबंध नाही. गेल्या काही दिवसात ब्रुसेल्समधील आणखी दोन सभांमध्येही असेच झाले. हा नवा चीन आहे.'

३. एडवर्ड एन लटविक, *'द राइज ऑफ चायना व्हर्सेस द लॉजिक ऑफ स्ट्रॅटेजी,'* द बेलनॅप प्रेस, हार्वर्ड युनिव्हर्सिटी प्रेस, केंब्रिज, मॅस, २०१२

४. वरीलप्रमाणे पृ. ३८

- चीनच्या स्थितीत असलेल्या राष्ट्रासाठी, लष्करी बळ शक्य तेवढे कमी करणे सुज्ञपणाचे होईल. ते त्यांचा मूलभूत सिद्धान्त असा मांडतात :

> डावपेचांचे विरोधाभासात्मक तर्कशास्त्र सारासार विवेकाच्या उलट असते : फक्त डावपेचांच्याच बाबतीत 'जास्त'पेक्षा 'कमी' चांगले असू शकते. अगदी नेमके म्हणायचे तर कमी बल असलेली सेना आणि नौदल जास्त बलवान सेना आणि नौदलापेक्षा जास्त चांगले असतात, आणि ते आवश्यक पातळीपेक्षा जास्त असतील तर प्रतिस्पर्ध्याची प्रतिक्रिया प्रमाणाच्या बाहेर असते... उदयाला येणाऱ्या महासत्तेचे बल जसे वाढत राहते तसे मित्र असलेली शेजारी राष्ट्रे जास्त सावधपणा बाळगतात, मित्रराष्ट्रे तटस्थपणाकडे झुकू लागतात, पूर्वी तटस्थ असलेली राष्ट्रे शत्रुवत् होतात आणि आधीच शत्रू असलेली राष्ट्रे त्यांच्यातील मतभेद मिटवून, फार वेगाने वर येणाऱ्या महासत्तेच्या विरुद्ध एकत्र येतात. स्वतंत्र राष्ट्रांच्या जगात उदयाला येणारी बलवान सत्तासुद्धा तिच्या वाढत्या बलामुळे एकत्र आलेल्या शत्रूंकडून पराभूत होऊ शकते.[५]

थोडक्यात म्हणजे, त्याच्या मते चीन त्याच्या वाढत्या बळामुळेच कमजोर होईल. त्यामुळे चीनने 'शक्य तितक्या धिम्या गतीने लष्करी बळ वाढवणेच' त्याच्यासाठी सुज्ञपणाचे होईल.[६]

- पण असे कधीच होऊ दिले जाणार नाही : नेते आणि जनतासुद्धा तसे होऊ देणार नाहीत; शिवाय त्यात प्रस्थापित संस्थांचे तसेच व्यक्तींचे हितसंबंध गुंतलेले असतात – उदा. निर्णय घेण्याच्या प्रक्रियेतील सेनेचा प्रभाव, ज्यांचे वजन आणि भविष्य चीनच्या सशस्त्र दलाचे बल जास्तीत जास्त वाढण्यावर अवलंबून असते असे राजकीय नेते आणि लष्करी अधिकारी; आणि आता, स्वतःच्या मोठेपणासाठी विस्तारवादाचा अवलंब करण्याची इच्छा आणि क्षमता असलेल्या अनेक इतर संस्था आहेत : उदाहरणादाखल जास्त संघर्षवादी असणाऱ्या पुढील संस्थांची लटविक नावे देतो : मच्छीमारी आणि मच्छीमारी बंदर देखरेख प्रशासन, द चायना मेरीटाइम सर्व्हेलेन्स, द मेरीटाइम सेफ्टी ॲडमिनिस्ट्रेशन. सुज्ञपणा आणि संयम नसणारी ऐतिहासिक आणि सांस्कृतिक कारणे अशी : आपल्यामुळे इतर राष्ट्रांमध्ये निर्माण होणाऱ्या भावनांबद्दल संवेदनशील असण्याची महासत्तेची अक्षमता (ज्याला लटविक

---

५. वरीलप्रमाणे, पृ. ६६-६७

६. वरीलप्रमाणे पृ. ६८

'महासत्तेचा स्वयंकेंद्रीपणा' म्हणतो); चिनी लोकांची आपली डावपेचात्मक विचारक्षमता इतरांपेक्षा जास्त चांगली असल्याचा निराधार अभिमान (गेल्या हजार वर्षांत हण घराण्याने चीनवर फक्त २८० वर्षे राज्य केले. उरलेल्या काळात, ते ज्यांना रानटी मानायचे, अशा लोकांनी राज्य केले), प्राचीन वाङ्मयामध्ये आढळणारा श्रेष्ठ सामरिक ज्ञानाबद्दलचा अनाठायी गर्व आणि 'चीन हुशार युक्त्या वापरून शत्रूचा नेहमी पराभवच करणार असा त्यातून निर्माण होणारा ठाम विश्वास.'

लटविक पुढे म्हणतो की, त्यात भर म्हणजे चिनी कम्युनिस्ट पार्टीच्या नेत्यांमधील असुरक्षिततेची भावना – त्यांच्या सत्तेला लोकतांत्रिक पाठबळही नाही किंवा त्यांच्या आधीच्या नेत्यांना असलेली तात्त्विक वैधताही नाही – मग त्या तत्त्वज्ञानाचे वस्तुनिष्ठ गुण कसेही असोत. याचा परिणाम म्हणजे चीनच्या नेत्यांना, त्यांच्या सत्तेच्या स्थैर्याला लहानसा जरी धोका दिसला तरी, तो प्रचंड मोठा असल्याचा भास होतो; त्यामुळे अगदी लहान-सहान, किंबहुना अस्तित्वात नसलेल्या आव्हानांनासुद्धा त्यांची प्रतिक्रिया फार मोठी असते. या आणि इतर कारणांमुळे चीन त्याचे लष्करी बल जास्तीत जास्त वेगाने आणि जितके वाढवता येईल तितके वाढवेल. आपल्या विश्लेषणाच्या समर्थनासाठी लटविकने मोठ्या प्रमाणात आकडेवारी आणि युक्तिवाद दिला आहे.

म्हणून प्रतिक्रिया अटळ आहे.

ती आधीच सुरू झाली आहे.

तिचे परिणाम झाल्याशिवाय राहणार नाहीत : अनेक लिलिपुटियन एकत्र येऊन गलिव्हरला बांधून ठेवू शकतात. एका वेगळ्या क्षेत्रातील असेच उदाहरण आहे. अमेरिकेने अनेक दशके लॅटिन अमेरिकेत हुकुमशाही सरकारे आणि भ्रष्ट, गुंड राजकर्त्यांना आधार दिला होता. पूर्वीच्या साम्राज्यवादी सत्तांनीसुद्धा आफ्रिकेत अनेक दशके तशाच भ्रष्ट राज्यकर्त्यांना आणि सरकारांना आधार दिला होता. आपली सत्ता टिकवण्यासाठी या राज्यकर्त्यांनी जनतेवर जुलूम केला त्यामुळे अमेरिका आणि इतर साम्राज्यवादी राष्ट्रे जनतेच्या द्वेषाचे धनी झाले. मध्य-पूर्वेतसुद्धा जवळ-जवळ तसेच झाले होते. जेव्हा चीन, अंगोलामध्ये जोस एडवर्डो डोस सांतोस, झिम्बाब्वेमध्ये रॉबर्ट मुगाबे, डेमोक्रॅटिक रिपब्लिक ऑफ कॉंगोमध्ये जोसेफ कबिला, सुदानमधील आतापर्यंत होऊन गेलेले जुलमी सत्ताधारी, यांच्या पाठीशी उभा राहतो तेव्हा त्यालाही केव्हातरी तशाच द्वेषाला तोंड द्यावे लागणार नाही?

प्रतिक्रिया

प्रतिक्रिया सुरू झाली आहे आणि संबंधित विभागातील देश कोणते विविध उपाय योजत आहेत ते लटवाक सांगतो. त्या विभागातील प्रत्येक राष्ट्र आपली सशस्त्र दले बलवान करीत आहेत. अनेक देशांमध्ये लष्करी देवाणघेवाण आणि अनेक ठिकाणी औपचारिक करार करण्यात आले आहेत : त्यामध्ये जपान, भारत, व्हिएतनाम, सिंगापूर, इंडोनेशिया, मलेशिया, ऑस्ट्रेलिया हे आहेत. या समझोत्यांमध्ये आणि करारांमध्ये प्रशिक्षण, संयुक्त सराव, गोपनीय माहितीची देवाणघेवाण आणि मूल्यमापन यांचा समावेश आहे.

जनमतातसुद्धा बदल झाला आहे. १९९२ मध्ये फिलिपिन्सने सुबिक बे येथील नौदलाचा तळ आणि क्लार्क हवाईदलाचा तळ बंद केले. पण चीनने स्प्रॅटली आणि पॅरॅसेल बेटांवर आपला हक्क सांगायला सुरुवात केल्यापासून फिलिपिन्स लष्करी सहकार्यासाठी आणि चीनचे दावे हाताळण्यासाठी ASEAN भूमिका बजावण्याला राजी झाला आहे. ऑस्ट्रेलियाने अमेरिकन सेनादलांना उत्तर भागात तळ ठेवायला मान्यता देऊ असे जाहीर केले आहे. सेंकाकू बेटांभोवतीच्या चीनच्या आक्रमक हालचालीनंतर जपानमधील जनमतात मोठा बदल घडला आहे : अमेरिकेचे तळ बंद करण्याची मागणी ओसरली आहे. जर चीनच्या बोटी जपानच्या सागरी सीमेत किंवा सेंकाकू बेटावर आल्या तर सरकार काय करेल, असे जपानचे नवे पंतप्रधान शिंझो आबे यांना जपानच्या संसदेत विचारले गेल्यावर त्यांनी जपानची सेनादले बळाचा वापर करतील असा इशारा दिला. भारताने १९९८ मध्ये अण्वस्त्र चाचण्या केल्यापासून प्रथमच जपानने भारताला लष्करी सामग्री विकण्याचा विचार करण्याचे कबूल केले आहे. मोठ्या संख्येने असलेल्या चिनी वंशाच्या लोकांकडे नेहमीच संशयाने बघणारा इंडोनेशिया, नऊ टिंबांची रेषा नतुना बेटांपर्यंत आल्यावर हादरला आहे. भारतातील जनमतातसुद्धा बदल झाला आहे हे आपण बघितले आहे : देशाला मुख्य धोका चीनपासून आहे इकडे आता जनमत झुकू लागले आहे; आपण फार काळ वाया घालवला आहे, आपण चीनला आता एकट्याने तोंड देऊ शकणार नाही आणि म्हणून इतर राष्ट्रांबरोबर समझोते करायला हवेत असे लोकांना वाटू लागले आहे– अमेरिकेविरुद्धची ओरड आता मंद झाली आहे. स्वत: अमेरिकेनेसुद्धा जाहीर केले आहे की त्यांच्या दलांना डावपेचात्मक दृष्टीने तैनात करताना आशिया-पॅसिफिक हे केंद्र धरले जाईल.

ही प्रतिक्रिया चीनच्या सभोवार त्याला लागून असलेल्या देशांपुरतीच आणि केवळ लष्करी व भूप्रदेशाशी संबंधित बाबींपुरती मर्यादित नाही. चीनच्या बांधकाम कंपन्यांची कधीही न संपणारी गरज भागवण्यासाठी आपली जंगले किती झपाट्याने

आणि बेपर्वाईने तोडली जात आहेत हे इंडोनेशियन लोक बघत आहेत. व्हिएतनाम सरकारने एक अध्यादेश काढून काम करण्याचा परवाना नसलेला, तीन महिन्यांपेक्षा जास्त राहिलेला परदेशी नागरिक सापडल्यास, त्याला परत पाठवण्याचे अधिकार स्थानिक अधिकाऱ्यांना दिले आहेत. तसेच ज्या जागांसाठी स्थानिक लोक उपलब्ध नाहीत त्या जागांसाठी आपल्याकडे पात्रता आहे असे आता परदेशी अर्जदाराला सिद्ध करावे लागते. हा अध्यादेश काढण्याचा आणि नियम कडक करण्याचा उद्देश चीनमधून येणाऱ्या कामगारांना पायबंद घालणे हा आहे, असे सांगितले जाते. तिबेटमधून येणाऱ्या मेकाँग नदीचे पाणी नजीकच्या काळात उत्तर आणि पूर्व चीनकडे वळवण्याच्या उद्देशाने चीन त्या नदीवर तिबेटमध्ये धरणे बांधत आहे हे बघून त्या नदीवर अवलंबून असलेले देश आता जागे झाले असून आपल्या हितसंबंधांचे रक्षण कसे करता येईल याचा विचार करू लागले आहेत. दूरवरच्या ब्राझीलमध्ये, देशाच्या काही भागाची आणि काही जनतेची सुबत्ता झपाट्याने होणाऱ्या विकासाशी निगडित होत असताना, त्यांनी परदेशी नागरिकांनी जमिनी खरेदी करण्यावर बंधने आणणारा कायदा संमत केला आहे. अर्जेंटिनानेही तसाच कायदा संमत केला आहे. दोन्ही देशांच्या बाबतीत चिनी कंपन्यांनी मोठ्या प्रमाणात जमिनी घेतल्यामुळे असे करण्यात आले, असे लटविक निदर्शनाला आणतो.

आफ्रिकेतसुद्धा, जिथे गेल्या काही वर्षांतील प्रगतीचे मोठे श्रेय चीनची गुंतवणूक आणि प्रकल्प यांना आहे, विशेषत: जिथे उच्चवर्गीयांची भरभराट मुख्यत: चीनच्या प्रचंड गुंतवणुकीमुळे झाली तिथेसुद्धा चीनशी असलेले आर्थिक संबंधसुद्धा पूर्वीच्या साम्राज्यशाही देशांनी लादलेल्या संबंधांपेक्षा वेगळे नाहीत– जी खनिजे आणि तेल आफ्रिकेने स्वत:च्या औद्योगिकीकरणासाठी राखून ठेवायला हवे ते चीन घेऊन जात आहे आणि दुसऱ्या बाजूला ते जी स्वत:ची उत्पादने कमी किमतीला इथल्या बाजारात ओतत आहेत त्यामुळे त्या उद्योगांनासुद्धा धोका निर्माण होत आहे– अगदी द. आफ्रिकेसारख्या बऱ्यापैकी औद्योगिकीकरण झालेल्या देशालासुद्धा. झांबियाचे राष्ट्राध्यक्ष मायकेल साता, चीनविरोधाचा मुद्दा घेऊनच २०११ची निवडणूक पुन्हा लढले : झांबियन कामगारांना नीट वागणूक देत नाहीत म्हणून मी चिनी गुंतवणूकदारांना हाकलून देईल असे त्यांनी जाहीर केले; चिनी लोक गुंतवणूकदार नाहीत, बांडगुळे आहेत असे ते म्हणाले. ते जिंकले. झांबियाने चिनी मालकीच्या 'कोलम' कोळसा खाणीचा परवाना कंपनीवर, पर्यावरण आणि सुरक्षेच्या नियमांचा भंग केल्याचे आणि रॉयल्टीची रक्कम न दिल्याचे कारण देऊन रद्द केला. मालावीमध्ये जून २०१२ मध्ये, उत्तरेतील करोंगा गावात चिनी किरकोळ विक्री दुकानांविरुद्ध निषेधाचे आंदोलन झाले. त्या सरकारने परदेशी किरकोळ विक्रीच्या दुकानांना फक्त मोठ्या शहरांमध्येच परवानगी देणाऱ्या कायद्याचा आधार घेतला. नामिबियाने मध्यम आकाराच्या सार्वजनिक

वाहतूक कंपन्यांमध्ये आणि कटिंग आणि ब्यूटी सलूनमध्ये परदेशी गुंतवणुकीला बंदी घातली आहे. ब्लूम्बर्गने संबंधित मंत्र्यांचे वक्तव्य दिले आहे : 'चिनी व्यापाऱ्यांच्या कारनाम्यांमुळे असे करावे लागत आहे.' गॅबॉनने चिनी खनिज उत्खनन कंपन्यांचा समूह कॉमिबेल याच्याशी बेलिंगा लोह खनिज साठ्यांसंबंधी पुन्हा वाटाघाटी सुरू केल्या आहेत. अनेक देशांनी मच्छीमारी करणाऱ्या चिनी खलाशांनी बंदरात येणे, मासळी विक्री करणे आणि पैसे चीनला पाठवणे यावर बंधने घातली आहेत. दक्षिण सुदानमधून चिनी-मलेशियन तेल कंपनीच्या प्रमुखाला तेलचोरीबद्दल हद्दपार करणे, दोन चिनी कंपन्यांवर भ्रष्टाचार केल्याबद्दल सार्वजनिक निविदांमध्ये बोली लावण्यावर अल्जिरियात बंदी घालणे, अशा घटना घडत आहेत.

करोंगामधील निषेध आणि परदेशी दुकाने फक्त मोठ्या शहरांपुरतीच मर्यादित ठेवण्यासाठी मालावी सरकारने जुन्या कायद्याचा आधार घेणे यासंबंधीचे वृत्त देताना रॉयटरने सामान्य जनतेच्या पातळीवरील विरोधाचा उल्लेख केला– जिथे चिनी व्यापारी आणि गुंतवणूकदार यांच्याविरुद्ध कारवाई करायला सरकार कचरते, तिथे आता सूत्रे आपल्या हातात घेऊन आपणच लढा दिला पाहिजे, असा विचार सामान्य नागरिक करू लागले आहेत. हिंसक घटना घडू लागल्या आहेत :

> दोघांमधील (चीन आणि आफ्रिका यांच्यातील) संबंध अनेक बाबतीत इतके घनिष्ट कधीच नव्हते. द्विपक्षीय व्यापार गेल्या तीन वर्षांत जवळ-जवळ दुप्पट झाला आहे : २००९ मध्ये ९१०० कोटी डॉलर, २०११ मध्ये १६,६०० कोटी डॉलर. जुलैमध्ये चीनचे राष्ट्राध्यक्ष हु जिंताओ यांनी आफ्रिकेसाठी पुढील तीन वर्षांत २००० कोटी डॉलरची स्वस्त कर्जे देऊ केली. ते म्हणाले, चीन आफ्रिकेचा कायमचा 'चांगला मित्र, चांगला भागीदार आणि चांगला बंधू' असेल. पण आफ्रिकेतील १०० कोटी लोकांपैकी या बाबतीत फार आशावादी नसणाऱ्यांची संख्या वाढत आहे. गेल्या नोव्हेंबरमध्ये दक्षिण आफ्रिकेतील ग्रामीण भागात चार चिनी नागरिकांना त्यांच्या घरासकट जिवंत जाळण्यात आले. गेल्या महिन्यात, झांबियामध्ये पगाराबाबतच्या तंट्यावरून कामगारांनी एका चिनी सुपरवायझरला ट्रकने चिरडून मारले. घानामध्ये सशस्त्र चिनी खाणवाले आणि स्थानिक तरुणांमध्ये संघर्ष झाला आणि सरकारला कडक कारवाई करावी लागली. चीनच्या झिनहुआ न्यूज एजन्सीच्या वृत्तानुसार अंगोलामध्ये काही आठवड्यांपूर्वी लोकांना पेट्रोलने पेटवून देऊन मग त्यांना जिवतपणी पुरून टाकणारी टोळी चालवण्याच्या संशयावरून ३७ चिनी लोकांना चीनला परत पाठवण्यात आले. आणि पश्चिमेला सेनेगलपासून पूर्वेला केनियापर्यंत गुंतवणुकीच्या

लाटेवर आरूढ होऊन आफ्रिकेत आलेल्या चिनी व्यापाऱ्यांकडून होणाऱ्या अन्याय्य स्पर्धेविरुद्ध स्थानिक व्यापाऱ्यांनी उठाव केला आहे...'[७]

'द इकॉनॉमिस्ट'नेही अशाच प्रकारचे वृत्त दिले आहे.

'चीनला लागणाऱ्या तेलाच्या ३० टक्के तेल आता आफ्रिका पुरवते. द्विपक्षीय व्यापार गेल्या वर्षी ३९ टक्क्यांनी वाढला. गुंतवणुकीची नितांत गरज असलेल्या खंडाबरोबर सहकार्य सुरू केल्याबद्दल चीन प्रशंसेस पात्र आहे. लाखो आफ्रिकन लोक चिनी कंपन्यांनी बांधलेले रस्ते, शाळा आणि इस्पितळे वापरत आहेत. त्यामुळे अनेक आफ्रिकन नेत्यांनी चीनचे स्वागत केले आहे– विशेषतः मूलभूत सुविधांसाठी मोठी कर्जे देऊ केल्याबद्दल. नेते म्हणतात की, त्याउलट पाश्चिमात्य राष्ट्रांची सरकारे कारभार चांगला कसा करावा, या विषयावर उपदेश करण्यापलीकडे काहीही करत नाहीत. पण (चीनबरोबरचा) मधुचंद्र आता संपत आला आहे. पूर्वेकडून आलेल्या 'तारणहारां'च्या विरुद्ध जाणाऱ्या आफ्रिकन लोकांची संख्या वाढत आहे. त्यांची तक्रार आहे की लागणाऱ्या कच्च्या मालासाठी ते राष्ट्रीय उद्याने नष्ट करत आहेत आणि ते कधीच सुरक्षिततेचे अगदी साधे नियमसुद्धा पाळत नाहीत. जवळ-जवळ रोज अनेक कामगार अपघातांमध्ये मरत आहेत. काहींना तर मॅनेजर सरळ गोळ्या घालून मारतात. जिथे चीन स्वतःच्या कंपन्यांना सवलतीची कर्जे देतो तिथे आफ्रिकन कंपन्यांना स्पर्धेत टिकून राहण्यासाठी झगडावे लागते. चिनी कंपन्यांनी बांधलेले रस्ते आणि हॉस्पिटले बरेचदा सदोष असतात– आणि तेही स्थानिक अधिकाऱ्यांना आणि इन्स्पेक्टरना लाच दिल्यामुळे नव्हे. आफ्रिकेत भ्रष्टाचाराची समस्या जुनी असली तरी चिनी लोक ती आणखी वाईट करत आहेत, अशी लोकांची तक्रार आहे.'

'इकॉनॉमिस्ट' म्हणतो की, अशा प्रतिक्रियांमुळे चीनला चिंता वाटावी त्याचे एक कारण म्हणजे आफ्रिकेतील असंतोषामुळे चीनला इतरत्र प्रकल्प मिळण्यात अडचणी येत आहेत :

'या विद्वेषाच्या भावनेमुळे चीन सरकारला चिंता वाटावी. हे खरे की त्यामुळे चीन तिथल्या साधनसंपत्तीला मुकणार नाही, कारण तिच्यावर

---

७. 'इनसाइट : इन आफ्रिकाज वॉर्म हार्ट, ए कोल्ड वेलकम फॉर चायनीज' http://www.reuters.com/article/2012/09/18/us-africa-china-pushback-idUSBRE88HOCR20120918

नियंत्रण असणाऱ्या हुकुमशहांचा चीनच्या आगमनामुळे व्यक्तिगत लाभ झालेला होता. पण चीनची महत्त्वाकांक्षा साधनसंपत्ती मिळवण्याच्या खूप पलीकडची आहे. खासगी, तसेच सार्वजनिक मालकीच्या चिनी कंपन्या शेती, उत्पादन आणि दुकानदारी या क्षेत्रामध्ये गुंतवणूक करत आहेत. त्यापैकी अनेकांना स्थानिक लोकांच्या सहकार्यावर अवलंबून राहावे लागते, ज्यांची नाराजी वाढत आहे. टांझानियाची राजधानी दारेसलाममध्ये चिनी कंपन्यांना बाजारात माल विकण्याची बंदी आहे. द. आफ्रिकेत कामगार संघटनांमधील असंतोषामुळे अनेक कंपन्या बंद पडण्याच्या मार्गावर आहेत. शिवाय चीनची गुंतवणूक आफ्रिकेव्यतिरिक्त इतरही अनेक ठिकाणी आहे. चीनच्या प्रतिष्ठेवरील कलंकाचा परिणाम इतर ठिकाणच्या त्यांच्या व्यापारी योजनांवर होत आहे– आणि इतर देशातील सरकारे चीनच्या मार्गात अडथळे निर्माण करण्यात आफ्रिकेतील सरकारांपेक्षा जास्त उत्सुक असणार. पोलंडमधील रस्त्यासाठीच्या एका कामासाठी प्रयत्न करणाऱ्या चिनी बांधकाम कंपनीला त्यांनी अंगोलामध्ये बांधलेले एक हॉस्पिटल उद्घाटनानंतर काही महिन्यांतच बंद पडल्यामुळे, बरेच ऐकून घ्यावे लागले...'[८]

'इंटरनॅशनल हेराल्ड ट्रिब्यून' म्हणतो, 'घाना चीनला सर्वांत महत्त्वाच्या आर्थिक भागीदारांपैकी एक मानतो. त्यांच्याकडे तेल आणि महत्त्वाची खनिजे आहेत आणि चिनी कंपन्या तिथे सरकारी खात्यांच्या इमारती, एक प्रचंड धरण आणि एक स्टेडियमसुद्धा बांधण्यात गुंतले आहे.' अशा देशात, सोन्याच्या खाणी खणण्यासाठी आलेल्या चिनी कामगार आणि व्यवस्थापकांना मिलिटरी पोलीस पाठलाग करून गोळा करत आहेत. 'त्यातील जे नशीबवान आहेत ते कोकोच्या मळ्यात किंवा चिनी मालकीच्या कारखान्यांमध्ये लपले आहेत. घानाच्या सुरक्षा दलाच्या हातात पडण्याच्या भीतीने त्यांचा थरकाप होत आहे, त्यामुळे ते याम आणि पाण्यावर दिवस काढून सतत जागा बदलत आहेत. तेवढे सुदैवी नसलेल्यांना लुबाडले जाऊन मारहाणीला तोंड द्यावे लागले,' एका शेतात लपलेली आणि भयंकर घाबरलेली एक स्त्री कामगार म्हणते : 'आम्हाला खायला अन्न नाही, प्यायला पाणी नाही आणि झोपसुद्धा नाहीये. प्रत्येक जण चीनला परत जाण्याच्या प्रयत्नात आहे.' मिलिटरी पोलीस एकदम छापा घालतात; सोने, पैसे आणि इतर चीजवस्तू लुटून नेतात;

---

८. 'रम्बल इन द जंगल,' http://www.economist.con/node/98586678
वरील विषयांवर मला नवे माग काढण्यास मदत केल्याबद्दल मी गौतम मेहता आणि बी एन पी पारिबासच्या संशोधन भागाची प्रमुख मनिषी रायचौधरी यांचा आभारी आहे

कारसुद्धा घेऊन जातात. 'मग आम्ही साइटवर जनरेटरसाठी जे डिझेल ठेवतो ते ओतून त्यांनी आमची खोदकामाची यंत्रे आणि कॅम्प पेटवून दिले;' तशा एका प्रसंगाचे वर्णन करत एक खाणकामगार बोलला. हेराल्ड ट्रिब्यून वार्ताहर लिहितो : 'झाडाझुडपातून लपतछपत चालत तो राजी ओब्वासी इथल्या एका चिनी मालकीच्या कंपनीत पोहोचला. त्यांनी त्याला आसरा देऊन अधिकाऱ्यांपासून वाचवले. 'आम्ही रात्री उंदराप्रमाणे पळत रस्ते ओलांडत त्या कंपनीत पोहोचलो.' 'घानामधील विश्लेषक म्हणाले की, बेकायदा खाणकाम करणाऱ्यांविरुद्ध कारवाई करण्यावाचून आम्हाला गत्यंतर नाही.' कारण? 'लोकांमधील द्वेषभावना', 'बहुतांश चिनी आणि काही भारतीय, मध्यम आकाराच्या, विनाशकारी आणि बांडगुळासारख्या कंपन्यांविरुद्ध झगडा...' 'पोलिसांच्या छाप्यांमुळे चीनहून आलेल्या लोकांमध्ये भीती आणि चीनमध्ये संताप निर्माण होत आहे, आणि एका लोकप्रिय मायक्रो ब्लॉगवर दहा लाखांपेक्षा जास्त 'पोस्ट' केल्या गेल्या...'[९]

म्हणजे प्रतिक्रिया आहे हे निश्चित. भीती आहे– याचे विशेष कारण म्हणजे चीन हे एक लुटारू राष्ट्र समजले जाते, कारण जे चीन मानतो तेच इतरही मानतात : हेच की चिनी दूरचा विचार करतात, डावपेचात्मक विचार करण्यात आणि ते प्रत्यक्षात उतरवण्यात ते इतरांपेक्षा सरस आहेत; ते धूर्तपणा आणि फसवणुकीत निपुण आहेत.

प्रतिक्रियेचा लाभ उठवणे

या प्रतिक्रियेचा, भीतीचा लाभ घ्यायचा असेल तर आपण प्रयत्न करणे आवश्यक आहे. आपण ज्याप्रकारे काम करतो, किंवा करत नाही, त्यावरून असे वाटते की आपल्याला कोणी तरी घास आपल्या तोंडात घालायला हवा असतो, इतकेच नाही तर चावण्यासाठी जबडाही हलवायला हवा असतो. सुरक्षेसंबंधी घडामोडींवर बारीक लक्ष ठेवणारे आपले एक निरीक्षक सी. राजा मोहन, सिंगापूरमधील शांग्रीला चर्चेबद्दल – दक्षिण-पूर्व आशियात नव्याने वर आलेल्या एका महत्त्वाच्या व्यासपीठाबद्दल (हा वार्षिक कार्यक्रम असतो. ज्यात या प्रदेशातील सर्व महत्त्वाच्या देशांचे संरक्षणमंत्री भाग घेतात.) असे म्हणतात : 'सुरुवातीला या व्यासपीठाच्या विरोधात असणारा चीन आता त्यासाठी मोठे शिष्टमंडळ पाठवतो,' राजा मोहन लिहितात, २०१३ ची चर्चा मेमध्ये झाली. आणि भारत? राजा मोहन यांच्या अहवालातील काही परिच्छेद खाली दिले आहेत ते बघा आणि ते वाचत असताना स्वत:ला विचारा, 'आपण

---

९. ॲडॅम नोसिटर आणि यितिंग सन, 'चायनीज ऑन द रम इन घाना.' *'इंटरनॅशनल हेराल्ड ट्रिब्यून'*, १२ जून २०१३

आपल्या जबाबदाऱ्यांच्या बाबतीत असे केले तर (चीनविरुद्धच्या) प्रतिक्रियांचा थोडा तरी लाभ घेऊ शकू?'

'शांग्रीला चर्चेविषयीचे संरक्षण खात्याचे धोरण अव्यावसायिक राहिले आहे,' राजा मोहन लिहितात. 'नवी दिल्लीचे निर्णय भारताच्या हिताचा काळजीपूर्वक विचार करून घेण्याऐवजी व्यक्तिगत लहरींवर घेतले जातात.' भारताचे संरक्षणमंत्री कधी येतात, कधी येत नाहीत – २०१३ मध्ये ते आले नाहीत; जरी ते दुसऱ्याच दिवशी ऑस्ट्रेलिया आणि थायलंडच्या भेटीवरून परतताना सिंगापूरला थांबले यावरून त्यांना येता आले असते असे दिसते. एखाद्या वर्षी राज्यमंत्री येतात तर कधी राष्ट्रीय सुरक्षा सल्लागार येतात. या वर्षी नौदलप्रमुख आले होते. आणि या बैठकीला भारताच्या वतीने कोण हजर राहणार याचा निर्णय शेवटच्या क्षणी घेतला जातो.

आणि आपण निवड कशी करतो त्याचा परिणाम होतो : राजा मोहन लिहितात, 'मंत्र्यांपेक्षा खालच्या दर्जाचा माणूस पाठवला तर भाषणांच्या क्रमवारीमध्ये आणि बैठकीशिवाय इतर वेळी होणाऱ्या अनौपचारिक चर्चेमध्ये शिष्टाचाराची समस्या निर्माण होते. या वर्षीच्या मानाच्या बैठकीत खुल्या अधिवेशनात भारतातर्फे वक्ताच नव्हता.' अशा अक्षम्य निष्काळजीपणाची कल्पना येण्यासाठी राजा मोहन यांच्याच शब्दांत काही परिच्छेद वाचणे योग्य होईल :

> आपले विदेश मंत्रालय 'पूर्वेकडे बघा' (लुक ईस्ट) धोरणावर उच्च विचारांनी युक्त अशा निवेदनांवर पंतप्रधानांकडून सही करवून घेऊ शकतात आणि ASEAN राष्ट्रांबरोबर सामरिक भागीदारीची घोषणा करतात. पण जेव्हा आपले दक्षिण-पूर्वेतील साथीदार संरक्षण मंत्रालयाकडे पुढील कार्यवाहीसाठी जातात तेव्हा त्यांना प्रतिसाद मिळत नाही.
>
> दुसऱ्या पातळीवरील चर्चांमध्ये ASEAN चे धोरण ठरवणारे, आपल्या संरक्षण मंत्रालयाबरोबर काम करण्याचा हताश करणारा अनुभव दोन देशांच्या तसेच सर्व देशांच्या पातळीवर व्यक्त करतात. ASEAN देशांबरोबरचे संरक्षण सहकार्याबाबतचे अनेक करार तसेच पडून आहेत; कारण संरक्षण मंत्रालयाला त्यांची अंमलबजावणी करता येत नाहीये.
>
> त्याहूनही वाईट म्हणजे, आपली सर्व सशस्त्र दले आशियाई देशांच्या सेनादलांशी आणि परराष्ट्र मंत्रालयाशी (जे संरक्षण राजनीतीला आपल्या भात्यातील नवा बाण मानते) जास्त घनिष्ट संबंध प्रस्थापित करण्यास उत्सुक आहेत यावरून संरक्षण मंत्रालयाच्या मनात संशय निर्माण होतो. चीन आणि अमेरिकेने आशियाई संरक्षण राजनीतीवर जास्त भर द्यायला सुरुवात केली असताना आपले संरक्षण मंत्रालय झोपा काढत आहे...

संरक्षण मंत्रालयाचे सध्याचे नेतृत्व – राजकीय आणि प्रशासकीय – ASEANच्या बाबतीत काही धाडसी पावले उचलेल, अशी अपेक्षा कोणीच ठेवत नाहीये. दक्षिण-पूर्व आशियातील देशांना आश्चर्य वाटते ते ASEANच्या वेगवेगळ्या व्यासपीठांवरील संरक्षण मंत्रालयाच्या सहभागाच्या निरुत्साही असंबद्धतेचे – नेतृत्व करायचीही तयारी नाही आणि प्रतिसाद देण्याचीसुद्धा. काही जण संरक्षण मंत्रालयाच्या निष्क्रिय संरक्षण राजनीतीचे भारताच्या डावपेचात्मक स्वयंशासनाचा भाग म्हणून समर्थन करण्याचा प्रयत्न करतात. प्रयत्न चांगला आहे. खरी समस्या आहे ती म्हणजे आशियातील संरक्षण राजनीतीला गंभीरपणे घेण्यासाठी लागणाऱ्या राजकीय इच्छाशक्तीचा दिल्लीतील अभाव...१०

होय, चीनच्या आक्रमकतेला प्रतिक्रिया आहे. होय, चीनच्या सभोवारचे सर्व देश आणि अमेरिका यांना भारताला बरोबर घेऊन संरक्षणात्मक उपाय योजायची इच्छा आहे. पण संधीचा लाभ घेण्याची ही पद्धत आहे?

आणि अर्थात, ही निष्क्रियता, हा अक्षम्य निष्काळजीपणा हा केवळ दक्षिण-पूर्वेतील प्रस्तावांना प्रतिसाद देण्यापुरताच मर्यादित नाही. तो नेहमीचाच आहे. याबद्दल जी असंख्य उदाहरणे देता येतील त्यापैकी एक पुरेसे होईल : २००९ मध्ये माजी सेनापती वेद मलिक यांनी, सेनादलाने तयार केलेला राष्ट्रीय डावपेचात्मक धोरणासंबंधीचा प्रस्ताव राष्ट्रीय सुरक्षा सल्लागारांच्या कार्यालयात जानेवारी २००७ पासून धूळ खात पडून आहे याकडे लक्ष वेधले.११

मी हे लिहीत असताना आपण आता मे २०१३ मध्ये आहोत. दरम्यानच्या काळात तो प्रस्ताव मंजूर झाला आहे? की तो अजून कोणाच्या तरी टेबलावर पडून आहे? चौकशी करता, सेना मुख्यालय म्हणते, 'राष्ट्रीय सुरक्षेवरील डावपेचांसंबंधीचा प्रस्ताव अजून सेनादलांचे संयुक्त प्रमुख/राष्ट्रीय सुरक्षा सल्लागार यांच्याकडून आलेला नाही– याचा अर्थ त्या प्रस्तावावर कृती न करण्याचा निर्णय घेण्यात आला आहे किंवा तो प्रस्ताव कुठेतरी तसाच पडला आहे.' आणखी चौकशी केल्यावर पूर्वी सेनेत असणारे आणि आता एक आघाडीचे संरक्षण विश्लेषक अजय शुक्ल म्हणतात :

(क) एकत्रित संरक्षण कार्यालयाने राष्ट्रीय संरक्षण डावपेचांवरील प्रबंधाचा तो मुसदा राष्ट्रीय संरक्षण सल्लागार एम. के. नारायणन यांच्या विनंतीवरून

---

१०. सी. राजा मोहन, 'मिसिंग शांग्रीला' द इंडियन एक्स्प्रेस, ५ जून २०१३
११. 'द ट्रिब्यून', २५ एप्रिल २००९

बनवला होता असे दिसते आणि तो चीफ्स ऑफ स्टाफ कमिटीच्या अध्यक्षांना सादर करण्यात आला.
(ख) तो प्रबंध सादर केल्यानंतर सेनादलाला त्याबद्दल काहीही कळलेले नाही. (सेनादलाच्या एका अतिशय वरिष्ठ आणि माननीय अधिकाऱ्याने) चौकशी केली असता (या बाबतीत माहिती असणे शक्य असलेल्या NSCS मधील) एक व्यक्ती म्हणाली की, त्याबद्दल कोणालाही कोणतीही माहिती नाही.
(ग) परंतु, दोन वर्षांपूर्वी एका भाषणात/निवेदनात सध्याचे राष्ट्रीय सुरक्षा सल्लागार शिव शंकर मेनन असे म्हणाले की, असा प्रबंध होता आणि तो सर्व संबंधितांना पाठवून पक्का करायला हवा. पण त्याबद्दल पुढे काहीही ऐकिवात आलेले नाही.

काय कारण असू शकेल? अजय शुक्ला कल्पना करायचा प्रयत्न करतात : 'तो प्रबंध कोणीच लक्ष न दिल्याने तसाच राहिला असेल किंवा असेही शक्य आहे की, राष्ट्रीय सुरक्षा सल्लागारांच्या कार्यालयावर त्याचा प्रभाव पडला नसेल. सेनादलाच्या लोकांनी बनवला असल्यामुळे तो लष्करी बाबींवर केंद्रित असावा आणि कदाचित त्यात राजनैतिक बाजू विचारात घेतली नसेल. राजनैतिक बाबींची लष्करी बाबींशी सांगड घालण्याऐवजी राष्ट्रीय सुरक्षा सल्लागार कार्यालयाने तो तसाच ठेवला असेल.'[१२]

सहा वर्षे जाऊनसुद्धा तो मसुदा अजून पक्का करण्यात आलेला नाही हा या बाबीचा एक पैलू झाला. त्याहून जास्त निरुत्साहित करणारी गोष्ट ही की, ज्याचा मुसदा त्यांना बनवायला सांगण्यात आला होता त्या राष्ट्रीय सुरक्षेवरील प्रबंधाचे काय झाले हे त्यांना कळलेलेच नाही. अशा प्रकारचे काम हाताळण्याची ही पद्धत आहे? सेनादलांना वागणूक देण्याची ही पद्धत आहे का?

अशा परिस्थितीत संरक्षण राजनीतीला काही अर्थ आहे?

'इतिहासाला मदतीचा हात देण्यासाठी'

थोडक्यात म्हणजे,
- आपले सर्वंकष राष्ट्रीय बळ वाढवण्यात आपण गंभीर असणे आणि तसे आहोत हे दिसणे आवश्यक आहे.
- आपल्या हितसंबंधांच्या रक्षणासाठी त्याचा वापर करण्यात आपण गंभीर

---

१२. वैयक्तिक संदेश

असणे आणि तसे दिसणे आवश्यक आहे.

- इतर राष्ट्रे आपल्याशी हातमिळवणी करण्यास जेवढे उत्सुक आहेत तेवढीच उत्सुकता आपणही दाखवली पाहिजे.
- संयुक्त आघाडी (Alliance) मधील आपली जबाबदारी पार पाडायला आपण तयार असायला हवे.
- सध्या आपण इतर देशांसाठी आणि इतर देशांमध्ये जे करत आहोत त्यापेक्षा आपण खूप जास्त केले पाहिजे. आणि आपण वेगळ्या गोष्टी करायला हव्यात. चीन लोकांसाठी सभागृहे बांधतो? मग आपण आफ्रिकेतील प्रत्येक देशात मुलांसाठी हॉस्पिटले स्थापन करावीत. ते कामगारांना मारहाण करतात, चीनमधून कामगार आणतात? आपण स्थानिक लोकांना काम शिकवावे.
- यापैकी एकही गोष्ट होण्यासाठी आपण इथे कंबर कसायला हवी.

जेव्हा संभाव्य मित्रराष्ट्रे आपल्या कारभारातील गोंधळ बघतात; जेव्हा प्रत्येक वेळी त्यांना प्रतिसाद न देण्यासाठी आपण कारणे शोधत बसतो; जेव्हा आपले सेनादलाचे नूतनीकरण आणि शस्त्रास्त्रे मिळवण्याचे प्रयत्न कसे ढेपाळतात हे ते बघतात; जेव्हा चीनने ज्या प्रदेशावर दावा केलेला आहे, त्या अरुणाचल प्रदेशातसुद्धा मूलभूत सुविधा निर्माण करण्याची कामे वेगवेगळ्या मंत्रालयांमधील कुरबुरींमुळे रखडताना बघतात; कोणी तरी घाशी राम काहीतरी आरोप करतो, त्यामुळे चौकशा सुरू होतात आणि दौलतबेग ओल्डीला जाणाऱ्या रस्त्याचे काम ठप्प होते हे जेव्हा बघतात; जेव्हा ते हे बघतात की भारतीय सेनेच्या एका लेफ्टनंट जनरलला, बॉर्डर रोड्स ऑर्गनायझेशनच्या नागरी कर्मचाऱ्यांच्या बायका, त्या संस्थेचे नियंत्रण नागरी अधिकाऱ्यांना, म्हणजे त्यांच्या नवऱ्यांना द्यावे या मागणीसाठी (त्यामुळे रस्त्यांच्या बांधकामाचा वेग वाढेल यासाठी की दुसऱ्या उघड कारणासाठी?) त्यांच्या कार्यालयात प्रवेश करू देत नाहीत; सिंगापूरचे त्यावेळचे पंतप्रधान गो चोक टोंग यांच्यासारख्या दक्षिण-पूर्व आशियातील नेत्यांनी आपण त्यांच्याशी संबंध ठेवावेत, जलद प्रगती करण्यावर लक्ष केंद्रित करावे, या केलेल्या मैत्रीपूर्ण सूचनांना आपण कसा निरुत्साही प्रतिसाद दिला हे जेव्हा ते बघतात (आणि ही सूचना त्या नेत्यांनी इतक्या सौजन्यपूर्ण रीतीने केली की जणू काही ते ती त्यांच्या फायद्यासाठीच करत होते – उड्डाण करण्यासाठी सिंगापूरला दोन पंखांची गरज आहे); जेव्हा ते आपल्या नागरी-लष्करी संबंधाची स्थिती बघतात – जेव्हा लोक हे सर्व बघतात, तेव्हा आपल्या बळाचा विकास करण्याच्या बाबतीत भारत गंभीर आहे, असा निष्कर्ष ते काढतील? चीनने धक्का दिला तर भारत आपल्यासाठी उभा राहील असा विश्वास त्यांना वाटेल? आपल्याबरोबर सहकार्य करण्यात भारताला खरोखरीच रस आहे असे त्यांना

वाटेल? आपण स्वत: काय निष्कर्ष काढू?

त्यामुळे, जरी चीनच्या अफ्रिकेतील आणि इतर ठिकाणच्या वागणुकीला प्रतिकूल प्रतिक्रिया असली; जरी चीनच्या शेजारी राष्ट्रांनी लष्करी देवाणघेवाण सुरू केलेली असली; जरी करार झाले असले (हे मोठे पाऊल आहे यात शंका नाही पण ते केवळ पहिलेच पाऊल आहे), तरी वस्तुस्थिती ही आहे की आपल्या भूप्रदेशाचे चीनपासून रक्षण करण्यासाठी कोणताही देश आपल्या मदतीला येणार नाही. चीनऐवजी आपले हितसंबंध जपण्यासाठी कोणतेही राष्ट्र चीनचा रोष ओढवून घेणार नाही. १९६२ मध्ये फक्त एका देशाने तटस्थ पण सक्रिय भूमिका घेऊन समझोता घडवून आणण्यात मदत केली. तो देश होता श्रीलंका. आपल्या श्रीलंकेविषयीच्या धोरणाचा तामिळनाडूमधील राजकीय पक्षांनी जो 'फुटबॉल' केला आहे तो बघता, आज पुन्हा १९६२ सारखा प्रसंग उद्भवला तर एक देशसुद्धा पुन्हा तशी भूमिका करेल?

प्रतिक्रिया सुरू झाली आहे. ती अटळ असू शकेल. पण तिचा लाभ घेण्यासाठी आपल्याला काही करायला नको? आपण 'इतिहासाला मदतीचा हात द्यायला हवा.'

त्यासाठी, आपले लक्ष केंद्रित हवे. काय महत्त्वाचे आहे आणि काय नाही हे आपल्या मनात स्पष्ट हवे. तसे आपण आहोत?

शिल्पा शेट्टी पुन्हा एकदा अरुणाचलला मागे टाकते

नोव्हेंबर २१, २००७ : आम्ही सर्व जण भाजप खासदारांच्या साप्ताहिक बैठकीत होतो. श्री. एल. के अडवानी अध्यक्षस्थानी होते. त्या वेळी लोकसभेत अरुणाचलचे प्रतिनिधित्व आमचे दोन सहकारी करत होते– तपीर गाओ आणि किरण रिजिजू. त्यांनी या गोष्टीकडे आमचे लक्ष वेधले की चीनची अरुणाचलमधील घुसखोरी नुसती चालू आहे इतकेच नव्हे तर तिचे प्रमाण वाढले आहे आणि चिनी सैनिक आपल्या हद्दीत जास्त आत येत आहेत. सीमेवर तैनात आपल्या दलाचा प्रमुख असलेल्या एका वरिष्ठ अधिकाऱ्याच्या विधानाकडे त्यांनी लक्ष वेधले : केवळ २००७ मध्ये चीनने १४६ वेळा घुसखोरी केली असे एका जाहीर निवेदनात सांगण्याशिवाय गत्यंतर नाही असे त्याला वाटले. त्या खासदारांना त्या भागाची चांगली माहिती होती, ते राज्यात बरेच फिरायचे आणि तिथले रहिवासी त्यांना नेहमी बातम्या सांगायचे. ते खासदार म्हणाले की आता चिनी सैनिक, स्थानिक लोकांना ते पूर्वी जिथे जनावरे चरायला घेऊन जायचे, तिथे जाऊ देत नाहीत आणि त्यांना आता चिनी दुकानातून माल पुरवण्यात येत आहे...

त्यांनी, तीनच आठवड्यांपूर्वी घडलेल्या एका घटनेकडे विशेष लक्ष वेधले. सर्वांना आठवते त्या काळापासून भारतीय प्रदेशात, सीमेपासून बराच आत बुद्धाचा एक पुतळा होता. स्थानिक रहिवासी त्या पुतळ्यापाशी जाऊन प्रार्थना करायचे आणि फुले वगैरे अर्पण करायचे. चिनी सेनेच्या तिथल्या प्रमुखाने भारतीय जवानांना, हा पुतळा हलवला पाहिजे असे सांगितले. आपल्या सैनिकांनी त्यांना सांगितले की, पुतळा भारतीय हद्दीत आहे आणि त्यामुळे तो हलवण्याचा प्रश्न उद्भवत नाही. चिनी सैनिक आले आणि त्यांनी पुतळा उद्ध्वस्त केला.

मी बोलण्याची परवानगी मिळवण्यासाठी हात वर केला. असे होते की मी त्या वेळी 'हार्म द ब्लिज' या प्रसिद्ध भूगोलतज्ज्ञाचे 'व्हाय जिऑग्राफी

मॅटर्स'[१] हे पुस्तक वाचत होतो. ब्लिजने म्हटले होते की, नकाशांवरून महत्त्वाची अनुमाने काढता येतात. आणि त्यांच्याकडे लक्ष देणे महत्त्वाचे असते– विशेषत: ते जर सरकारने प्रकाशित केले असतील तर. त्याला १९९० मध्ये आलेला एक बोलका अनुभव आठवला. बगदाद विश्वविद्यापीठात काम करत असलेल्या त्याच्या एका सहकाऱ्याने इराक सरकारने प्रकाशित केलेला एक नकाशा त्याला पाठवला. त्या नकाशात कुवेत हा इराकचा १९वा प्रांत म्हणून दाखवण्यात आला होता. वॉशिंग्टनमधील एका बैठकीत ब्लिजने अमेरिकेच्या हाउस ऑफ रिप्रेझेंटेटिव्हच्या परराष्ट्र संबंध समितीच्या तत्कालीन अध्यक्षांचे त्या नकाशाकडे आणि त्याच्या अर्थाकडे लक्ष वेधले. त्यांनी ब्लिजला, 'तुम्ही काळजी करू नका, अमेरिकन राजदूत हे प्रकरण हाताळत आहे' असे सांगितले. त्यानंतर थोड्याच दिवसांत इराकचे सैन्य कुवेतमध्ये घुसले. पहिले आखाती युद्ध...

पण त्यानंतरचा परिच्छेद आपल्या दृष्टीने महत्त्वाचा आहे आणि मी तो वाचून दाखवण्याची परवानगी श्री. अडवाणींकडे मागितली. ब्लिजने लिहिले होते :

> नकाशाच्या माध्यमातून केलेले आक्रमण वेगवेगळ्या स्वरूपात असते. काही वेळा ते उघड उघड असते, इराकच्या बाबतीत होते तसे, तर काही वेळा ते प्रच्छन्न असते. १९९३ मध्ये मला, बीजिंगला १९८६ मध्ये प्रकाशित झालेले, झाओ सोनकियाओ याने लिहिलेले 'फिजिकल जिऑग्राफी ऑफ चायना' हे पुस्तक मिळाले. मुखपृष्ठावर चीनचा नकाशा होता. पण सरावलेल्या वाचकाला तो नकाशा जरा विचित्र वाटला असता. का? कारण दक्षिणेला भारताचे जवळ-जवळ संपूर्ण अरुणाचल प्रदेश हे राज्य आणि आसाम राज्याचा काही भाग चीनमध्ये दाखवला होता. आता, ते पुस्तक चीनच्या राजकीय भूगोलावर नव्हते आणि भारताच्या चीनमध्ये दाखवलेल्या प्रदेशाबद्दल त्याच्यात उल्लेखही नव्हता. चीनची सीमारेषा भारतीय प्रदेशाच्या बरीच आत असल्याचे गृहीत धरण्यात येऊन, त्यातील डोंगरदऱ्या चीनच्याच आहेत असे गृहीत धरून त्यांच्यावर चर्चा केली होती. हे लक्षात घ्या की असा नकाशा, निदान १९८० मध्ये प्रकाशित झालेला, सरकारी संमतीशिवाय प्रकाशित केला गेला नसता. त्याची केवळ भारतानेच नाही तर जगातील सर्व देशांनी एक संभाव्य तंट्याचा

---

१ हार्म द ब्लिज, *'व्हाय जिऑग्राफी मॅटर्स, थ्री चॅलेंजेस फेसिंग अमेरिका : क्लायमेट चेंज, द राइज ऑफ चायना अ‍ॅन्ड ग्लोबल टेररिझम,'* ऑक्सफर्ड युनिव्हर्सिटी प्रेस, न्यू यॉर्क २००५

मुद्दा म्हणून नोंद घ्यावी.[२]

त्या काळात भाजप खासदार देशाच्या सीमांशी संबंधित प्रश्नांच्या बाबतीत खूप जागरूक असत. एका बाजूला राज्यातील दोन खासदार अरुणाचलमध्ये चीन काय करत होते ते सांगत होते आणि दुसऱ्या बाजूला काय चालले आहे त्याबद्दल इशारा देणारे हे पुस्तक होते– जे दूरवर प्रकाशित झाले होते आणि ज्याच्या लेखकाला चीनला दोष देण्यात किंवा भारताच्या बाजूचे समर्थन करण्यात कोणताही रस नव्हता. परिणाम जाणवण्यासारखा होता. श्री. अडवाणी म्हणाले की, त्या दोघा खासदारांनी आणि मी दुपारच्या भाजपच्या पत्रकार परिषदेत बोलावे आणि या घटनांकडे माध्यमांचे लक्ष वेधावे. अडवाणीजींनी असेही सुचवले की वस्तुस्थिती सांगण्याबरोबर पुस्तकातील तो उताराही मी वाचून दाखववावा.

संसदेचे अधिवेशन चालू असले की रोज दुपारी पत्रकार परिषद घेण्यात येत असे. ती मोठी खोली पत्रकारांनी भरली होती. संसदेच्या दोन सभागृहांतील नेत्यांनी संसदेतील त्या दिवशीच्या कारभाराची माहिती दिल्यानंतर तपीर गाओ आणि किरण रिजिजू यांनी वस्तुस्थितीचे वर्णन केले. मी संदर्भ देऊन पुस्तकातील वर दिलेला उतारा वाचून दाखवला.

माझे वाचून संपताच नेहमीच्या काँग्रेसच्या आणि डाव्यांच्या बाजूच्या गटाने गडबड सुरू केली. 'हे पुस्तक कधी प्रकाशित झाले?' एकाने विचारले. मला प्रश्नाचा रोख समजला नाही; 'पुस्तक केव्हा प्रकाशित झाले याचा लेखकाने दिलेल्या इशाऱ्याशी काय संबंध आहे – विशेषत: या दोघा खासदारांनी दिलेल्या माहितीनंतर?' मी विचारले.

'नाही, नाही. रालोआ सत्तेवर असतानासुद्धा हे पुस्तक असणार, मग तुमच्या सरकारने त्याबद्दल काय केले?' मी पुस्तकाच्या प्रकाशनाची तारीख बघितली नव्हती, ती आता बघितली. माझ्या हातात जी प्रत होती ती २००७ मध्ये प्रकाशित झाली होती आणि पुस्तकाचे पहिले प्रकाशन २००५ मध्ये झाले होते! रालोआ सरकार २००४ पर्यंत सत्तेवर होते. तो पत्रकार थंड झाला. त्याचे नैराश्य थोडे कमी करण्याचा प्रयत्न करत मी म्हणालो की, मुद्दा पुस्तकात काय म्हटले आहे हा नसून पुस्तकात जे म्हटले आहे त्यावरून हे दिसते की इतरांना चिंता वाटत आहे आणि आपण मात्र झोपलेले आहोत. प्रत्यक्षात काय घडत आहे ते महत्त्वाचे आहे आणि ते माझ्या सहकाऱ्यांनी, जे त्या राज्याचे संसदेत प्रतिनिधित्व करतात, त्यांनी सांगितले.

---

२. वरीलप्रमाणे, पृष्ठ ४४-४५

'पण रालोआने घुसखोरीबद्दल काय केले?' त्याच गटातील एकाने विचारले. पहिली गोष्ट म्हणजे सीमेवरील सेनाप्रमुख घुसखोरीबद्दल प्रथम याच वर्षी, २००७ मध्ये बोलले हे मी त्यांच्या निदर्शनाला आणले. पण त्या वेळीसुद्धा घुसखोरी होत होती आणि रालोआ सरकारने काहीही केले नाही असे धरून चाला. आज काहीही न करण्याला ते समर्थन होऊ शकते का? आपल्या देशाचा जरा विचार करा, मी म्हणालो. इथे चीन आपल्या प्रदेशावर दावा सांगतोय आणि तो प्रत्यक्ष बळकावण्याच्या दृष्टीने पावले उचलतोय. त्याच्याकडे लक्ष देण्याऐवजी आपण 'तू तू मै मै, रालोआ की यूपीए' करत बसणार आहोत?

'मिस्टर शौरी, तसे नाही,' डाव्यांच्या बाजूचा पत्रकार बोलला, 'भारत आणि चीनमध्ये संमत अशी आंतरराष्ट्रीय सीमा नाही हे तुम्ही मान्य करायलाच हवे. त्यामुळे...'

'ते चीनचे म्हणणे आहे, जे तुमचा पेपर नेहमी मांडत असतो,' मी म्हणालो. प्रत्यक्ष नियंत्रणरेषेची आखणी कोणती बाजू करू देत नाहीये? विशेष प्रतिनिधींमधील बोलण्यांमध्ये प्रगती होऊ नये असे कोणती बाजू करते आहे?

तोपर्यंत विषयाला बरेच फाटे फोडण्यात आले होते. पत्रकार परिषद लवकरच संपली. माझे अरुणाचल प्रदेशातील मित्र अर्थातच नाउमेद झाले – 'देशातील वृत्तपत्रांना देशाबद्दल अशी काळजी असेल...' मला संताप आला होता. असे गट अशा प्रकारे जीवन-मरणाच्या विषयापासून लक्ष दुसरीकडे वळवताना मी अनेक वर्षे बघत होतो. हे आणखी एक संतापजनक उदाहरण होते.

आताचा प्रश्न देशासाठी अतिशय महत्त्वाचा होताच, पण इतिहासात नुकतेच घडलेले एक ढळढळीत उदाहरण आपल्या नजरेसमोर होते : जेव्हा आचार्य कृपलानी, राम मनोहर लोहिया, के. एम. मुन्शी आणि इतर लोकांशी भारतीय भूमीचे मोठे भाग चीनमध्ये दाखवणाऱ्या नकाशांकडे लक्ष वेधले होते तेव्हा पंडितजी म्हणाले होते की, त्यांनी चीनपुढे ती बाब उपस्थित केली आहे. त्यांचे चीनचे म्हणणे होते की हे नकाशे जुने आणि चुकीचे आहेत; आम्ही आत्ताच सत्तेवर आलो असल्यामुळे ते दुरुस्त करायला आम्हाला वेळ मिळालेला नाही. नंतर त्याच नकाशांचा उपयोग, ते भाग पूर्वीपासून चीनचेच आहेत असा दावा करण्याकरता केला गेला. त्या वेळी माओ जाहीरपणे म्हणाला की, 'तिबेट म्हणजे चीनचा तळहात आहे आणि हिमालयातील राज्ये ही त्याची बोटे आहेत.' पत्रकारांना हे काहीच आठवत नव्हते?

एका वृत्तवाहिनीच्या अँकरचा मला फोन आला. तो म्हणाला, मी तुमची पत्रकार परिषद पाहिली. आम्ही या 'स्टोरी'चा गेले अनेक महिने पाठपुरावा करत आहोत. तुम्ही आमच्या स्टुडिओमध्ये याल का? मी म्हणालो, नाही. झाल्या

प्रकाराने मी फार उद्विग्न झालो आहे. 'पण मी तुम्हाला माझा शब्द देतो,' तो म्हणाला, आमच्या मते ही फार महत्त्वाची गोष्ट आहे आणि पुढेही आम्ही तिचा पाठपुरावा करत राहणार आहोत. मी एक 'ओबी व्हॅन तुमच्या घरी पाठवतो,' तो म्हणाला.

व्हॅन आली. रात्री उशिराच्या बातम्या. माझ्या कानात इअरपीस. सगळी तयारी झाली. खोळंबा— समजू शकतो. नंदीग्राममध्ये नव्याने दंगल झाली आहे. शेवटी एकदाचे अँकर आणि मी बोलू लागलो.

'पण काय घडले त्याबद्दल तुमची खातरी आहे का, की हे भाजपचे नेहमीचे भीती निर्माण करायचे राजकारण आहे?' अँकरने विचारले. त्या भागाचे प्रतिनिधित्व करणाऱ्या दोघा खासदारांकडून तुम्ही खातरी का नाही करून घेत? मी उत्तर दिले. त्याहून चांगले म्हणजे तुम्ही तुमचे स्वतःचे वार्ताहर आणि फोटोग्राफर त्या ठिकाणी का नाही पाठवत? मी विचारले. 'पाठवू, पाठवू, मी शब्द देतो,' तो म्हणाला, 'मी नुसती खातरी करून घेत होतो.'

'ते काहीही असो, पण चीनचा राजदूत स्वतः काय म्हणाला ते बघा,' मी म्हणालो. 'तुम्हाला आठवतं, चीनचे राष्ट्राध्यक्ष हु जिंताओ भारतभेटीसाठी यायच्या थोडे दिवस आधी, इथे, भारताच्या भूमीवर चीनच्या राजदूताने जाहीर केले की अरुणाचल हा चीनचा भाग आहे...'

अँकरने मला मध्येच तोडले : 'तो कदाचित काही तरी सनसनाटी बोलण्यासाठी तसे म्हणाला असेल,' तो म्हणाला. *सनसनाटी निर्माण करण्यासाठी?* माझ्या हृदयाचा ठोका चुकला. टीव्ही चॅनेल्सप्रमाणे चिनी राजदूतसुद्धा टीआरपीच्या मागे आहे की काय? एक राजदूत अशा गोष्टी केवळ खळबळ माजवण्यासाठी करेल? आणि तोसुद्धा *चीनचा राजदूत?* तुम्हाला असे म्हणायचे आहे की *एक राजदूत* तोही दुसऱ्या कोणत्याही देशाचा नाही, तर *चीनचा राजदूत,* त्याची ज्या देशात नेमणूक झाली आहे त्या देशाच्या भूमीवर, केवळ खळबळ माजवण्यासाठी हक्क सांगेल? त्या देशाच्या एका संपूर्ण राज्यावर हक्क सांगेल? मी विचारले. आणि लक्षात घ्या की त्याने तोच दावा नंतर पुन्हा चंदीगडला केला. आणि चीनच्या सरकारकडे बघा— त्यांनी राजदूताच्या दाव्याशी आपला संबंध नसल्याचे म्हटलेले नाही. उलट, राजदूताने तसे विधान केल्यानंतर त्यांच्या 'थिंक टँक'ने त्यावर 'चर्चासत्रे' घेतली; त्यात 'विद्वान' आणि 'राजनीतीज्ञ' आणि 'सामरिक विचारवंत' या सर्वांनी एका सुरात अरुणाचल हा भारताने बळजबरीने व्यापलेला चीनचा भूप्रदेश आहे,' असे जाहीर केले; तो 'चीनचा तवांग प्रदेश आहे'; तो दक्षिण तिबेटचा प्रशासकीय विभाग असून तो तिबेट स्वयंशासित विभागाच्या नियंत्रणाखाली आणायला हवा असे जाहीर केले. आणि याला तुम्ही 'केवळ खळबळ माजवण्यासाठी' म्हणता? हा वेडेपणा आहे!

अँकर पुढल्या मुद्द्याकडे वळला : 'ते काय असेल ते असो... आणखी एक वाद... थँक यू मिस्टर शौरी. तुमच्याशी बोलताना नेहमीच आनंद होतो. आता आपण जरा कमी वादाच्या 'स्टोरी'कडे वळू या...'

'शिल्पा शेट्टी' आवाज मोठा करत तो म्हणाला, 'रिचर्ड गेरेच्या चुंबनानंतर ती प्रकाशझोतात नाहीये, पण ती इथे आली आहे. ती बघा, शिल्पा शेट्टी...'

माझ्या इअरपीसमधला आवाज बंद झाला. शिल्पा शेट्टीने पुन्हा एकदा अरुणाचलला मागे टाकले होते!

दोन्ही संभाषणे– पत्रकार परिषदेतील आणि टीव्ही चॅनेलवरील – नमुनेदार होती. काही अंशी, अतिरेकी आणि उघड उघड पक्षपात ही समस्या आहे आणि ती दोन रूपांत दिसते. एक म्हणजे, त्या डाव्या पत्रकारासारखी : भारताचे म्हणणे कधीच बरोबर असू शकत नाही. मुशर्रफ आणि त्याच्या धूर्त योजनांना आपल्याकडील अनेक नियतकालिकांमध्ये मिळालेली प्रसिद्धी बघा. कारगिलसंबंधीच्या त्यांच्या धडधडीत थापा आठवा : प्रथम, त्या कारवाईत पाकिस्तानी सैनिक नव्हते ही थाप, इतकी की त्यावेळच्या पाकिस्तानी सेनादलाच्या प्रमुखाने त्यांच्या मारल्या गेलेल्या सैनिकांची शवे स्वीकारायलासुद्धा नकार दिला होता. मग त्यांच्या आत्मचरित्रातील, कारगिल हे पाकिस्तानी सेनेच्या सर्वांत यशस्वी कारवायांपैकी एक होते, हा दावा. अशा प्रकारची थापेबाजी आठवा आणि भारतीय माध्यमांनी तिच्याकडे कसे दुर्लक्ष केले ते बघा. एके दिवशी खुशामत करायची तर दुसऱ्या दिवशी विसरून जायचे, यामागचे गृहीतक हे आहे की काश्मीरच्या बाबतीत आपली बाजू चुकीची आहे त्यामुळे आपण नमते घेतले पाहिजे आणि पाकिस्तानचे समाधान होईपर्यंत तसे केले पाहिजे. ही विचारसरणी इतर अनेक बाबतीत आणखी तीव्र होते : आमच्या अनेक सहकाऱ्यांना चीनच्या सर्व बाबतीतील पवित्रा योग्य आहे असे वाटत असणार याची खातरी बाळगा. याचा दुसरा प्रकार म्हणजे आपले लोक काही गोष्टी गृहीत धरतात त्या : उदा. अरुणाचलच्या वरील उदाहरणात, 'भाजप म्हणजे मूर्तिमंत वाईट, हा प्रश्न भाजपने उपस्थित केला आहे त्यामुळे त्याच्यावर विश्वास ठेवता कामा नये.' बांगलादेशी घुसखोरांचा जीवघेणा धोकासुद्धा अशाच प्रकारे आरडाओरडा करून दाबला गेला. अशाच प्रकारे काश्मीरमधील अनेकांच्या दुतोंडी देशविरोधी राजकारणाकडे दुर्लक्ष केले जाते. अशाच प्रकारे मतांसाठी लहान लहान गटांमध्ये केलेल्या लांगूलचालनाला सामाजिक न्याय समजले जाते. अशाचप्रकारे, अरुणाचलमध्ये जे घडत होते ते आरडाओरड करून दाबून टाकण्यात येते.

आणि त्याशिवाय आपल्या माध्यमांचा जो स्वभाव झाला आहे तो : एका बाजूला एक दाखवायचे आणि त्याचवेळी 'ब्रेकिंग न्यूज' दाखवायची. काश्मीर, अणुकरार, चीन ज्याप्रकारे त्याच्या आर्थिक बलाचे लष्करी बलात रूपांतर करत

आहे ते, अशा प्रकारच्या समस्या हाताळण्यासाठी नुसत्या 'साउंड बाइट'पेक्षा आणखी काही लागते. माध्यमांना त्यासाठी वेळ नाही.

त्याचप्रमाणे, चीनशी सामना करण्यासाठी, पाकिस्तानच्या 'बदली' वॉरचा सामना करण्यासाठी देशाने एकच धोरण वीस-तीस वर्षे अनुसरायला हवे. आणि त्यासाठी त्यावर वाचकांचे आणि प्रेक्षकांचे लक्ष अनेक दशके केंद्रित करणे आवश्यक असते. पण माध्यमांचे लक्ष चालू शिफ्टमध्ये 'ब्रेकिंग न्यूज' म्हणून काय दाखवता येईल इतकेच असते – गेल्या शिफ्टमध्ये जे 'ब्रेकिंग न्यूज' होते ते पुढच्या शिफ्टमध्ये जुने झालेले असते.

पक्षपातीपणा आणि माध्यमांचे पुढील 'ब्रेकिंग न्यूज'चे वेड यांच्यापेक्षासुद्धा मोठी समस्या आढ्यतेची झाली आहे– तेच आजचे तत्त्वज्ञान झाले आहे. हे मला एके दिवशी प्रकर्षाने जाणवले. मुंबईला जात असताना देशातील एका प्रमुख वृत्तपत्राच्या मालकाची आणि माझी विमानात गाठ पडली. मी त्यांना, त्यांचे वृत्तपत्र काश्मीरविषयी जे छापत होते त्याबद्दल विचारले– कोणाही फुटीरतावाद्याने आपल्या देशाबद्दल काही गरळ ओकले की ते त्यांच्या वृत्तपत्रात सत्य म्हणून पहिल्या पानावर छापले जात होते. काश्मीरविषयी तुमचे वृत्तपत्र छापत असलेला बकवास – आणि तोही धोकादायक बकवास – तुम्ही वाचत नाही का, असे मी विचारले. आणि मी गेल्या काही दिवसांमधील उदाहरणे दिली. चेहऱ्यावर एक प्रकारचे सहनशील स्मित आणून त्यांनी ते ऐकून घेतले; आणि म्हणाले, 'अरुणभाई, यही तो फर्क है आपमें और हममें. आप अभीभी हमारा पेपर पढते हो!'

तो स्वत:चे वृत्तपत्र वाचत नाही हा केवळ बहाणा होता. त्याला खरे म्हणायचे होते, 'काय म्हणालात तुम्ही? काश्मीर? मी तसल्या फालतू गोष्टी लक्षात घेत नाही...'

अशाने आक्रमण करणाऱ्याला मोह होणार नाही? जेव्हा पत्रकार स्वत:च 'लाइफस्टाइल पत्रकारिते'त गुंग असतात, जेव्हा स्थानिक उमदेवार ते पाठवत असलेली 'किंमत मोजलेली बातमी' छापून आणता येते; जेव्हा कंपन्या 'खासगी करार' करून त्यांची प्रसिद्धी करवून घेऊ शकतात, जेव्हा पाच-सहा पत्रकारांच्या जोरावर वृत्तपत्रांना आणि माध्यमांना आपल्या तालावर नाचवू शकतात – परकीय सरकारे ही संधी हेरून तिचा फायदा घेणार नाहीत?

लक्षात ठेवा : चीनचे या सगळ्याकडे लक्ष असते. जेव्हा जेव्हा तो एखादा दावा करतो तेव्हा आपले सरकार, आणि त्याहून वाईट म्हणजे, आपला समाज, कशी गोंधळलेली, मिळमिळीत, परस्परविरोधी प्रतिक्रिया देतो हे ते बघत असतो. आणि तो आपले धोरण अमलात आणतो :

- दावा करायचा.
- पुन:पुन्हा दावा करायचा.
- दाव्याचा सतत पुनरुच्चार करत राहायचा.
- कब्जा करायचा.
- (कब्जा केलेला प्रदेश) ताब्यात ठेवायचा.
- काळ जाऊ द्यायचा

आणि ते (म्हणजे भारत) नवी स्थिती स्वीकारतील. हे धोरण तिबेटच्या बाबतीत यशस्वी नाही झाले? कोणत्याही भारतीय पंतप्रधानाला 'तिबेट' किंवा 'तैवान' हे शब्द उच्चारण्याचे धाडस होणार नाही– कारण चीन नाराज होईल. पण चीन त्याला हवे त्यावर दावा करत जाणार– याचे कारण आपण जाणतोच!

पण तिबेट आणि तैवान कशाला? अक्साई चीनच्या बाबतीत वरील सहा पायऱ्यांचे धोरण यशस्वी नाही झाले? सुरुवातीला आपण बघितल्याप्रमाणे पंडितजींच्या काळात संसदेने एकमताने ठराव संमत केलेला असूनसुद्धा, चीनने अक्साई चीन परत करावा, अशी मागणी करणारा एकतरी भारतीय नेता आहे? आणि लक्षात घ्या की त्यांनी अक्साई चीनमध्ये कब्जा केलेला प्रदेश ३७,२४४ चौरस किलोमीटर आहे. काश्मीर खोरे केवढे आहे? १५,९४८ चौरस किलोमीटर. म्हणजे *चीनने आधीच गिळंकृत केलेला प्रदेश काश्मीरच्या अडीचपट आहे.*

आपण चीनला ओळखायला हवे. त्यांची उद्दिष्टे, त्यांची पद्धत आपण ओळखून असायला हवे. त्यांना स्वत:बद्दल काय वाटते ते आपण जाणून घेतले पाहिजे. त्यांना आपल्याबद्दल काय वाटते तेही आपण जाणून असायला हवे.

त्यांना ओळखणे, ते स्वतः आणि आपण कसे आहोत असे त्यांना वाटते, ते ओळखणे

'मलासुद्धा १९६२ मधील, त्या वर्षीच्या ऑक्टोबरमध्ये सीमायुद्ध भडकण्याच्या आधी आर. के. नेहरू[१] आणि चिनी पंतप्रधान चाऊ एन-लाय यांच्यातले संभाषण आठवते,' प्रसिद्ध राजनीतीज्ञ श्याम सरण[२] म्हणाले. 'जम्मू-काश्मीर हा वादग्रस्त प्रदेश आहे या पाकिस्तानच्या दाव्याकडे चीनचा कल आहे, अशा बातम्यांकडे आर. के. नेहरू यांनी लक्ष वेधले. त्यांनी चाऊ एन-लाय यांना पूर्वीच्या एका संभाषणाची आठवण करून दिली, जेव्हा जम्मू-काश्मीरवर भारताचे सार्वभौमत्व आहे हे चीनला मान्य आहे की नाही असे विचारले असता चाऊ म्हणाले होते – चीन भारताचे जम्मू-काश्मीरवरील सार्वभौमत्व मान्य करत नाही, असे चीनने कधी म्हटले आहे का? – हे किंवा अशाच अर्थाचे विधान त्यांनी केले होते. मात्र आताच्या संभाषणात चाऊंनी तेच विधान उलटे करत प्रश्न केला? जम्मू-काश्मीरवर भारताचे सार्वभौमत्व आहे असे चीनने कधी म्हटले आहे का?'[३]

या पुस्तकात आधी बघितल्याप्रमाणे स्वत: पंडित नेहरूंना अशा अर्धवाक्यांचा अनुभव आला होता– किंवा त्यांनी तो येऊ दिला. नंतर चाऊ एन-लाय जेव्हा भारताच्या भेटीवर आले होते, तेव्हा पंडितजींनी चिनी नकाशांचा प्रश्न उपस्थित केला होता : त्यात भारतीय प्रदेशाचे मोठे भाग चीनचे म्हणून दाखवले होते आणि त्यामुळे अडचण येत आहे असे ते चाऊंना म्हणाले. त्यावर चाऊ एन-लाय म्हणाले

---

१. माजी सेक्रेटरी जनरल, परराष्ट्र व्यवहार मंत्रालय

२. माजी परराष्ट्र सचिव आणि पंतप्रधानांचे विशेष दूत, सध्या अध्यक्ष, राष्ट्रीय सुरक्षा सल्लागार मंडळ

३. श्याम सरण : 'चायना इन द ट्वेंटी-फर्स्ट सेंच्युरी : व्हॉट इंडिया नीड्स टु नो अबाऊट चायनाज वर्ल्ड व्ह्यू', दुसरे के. सुब्रह्मण्यम भाषण, ग्लोबल इंडिया फाउंडेशन, नवी दिल्ली, २०१२

होते की, ते जुने कोमिंटांग नकाशे आहेत आणि त्यांना– चीनच्या नव्या सरकारला– ते तपासायला वेळ मिळालेला नव्हता. याचा अर्थ भारताच्या नकाशांबाबतच्या म्हणण्याला चीनची संमती आहे, असे पंडितजी गृहीत धरून चालले. नकाशे भारताचे मोठे भाग चीनमध्ये दाखवत राहिले. जेव्हा त्यांनी आणि इतर भारतीय अधिकाऱ्यांनी काही वर्षांनंतर ही गोष्ट चीनच्या अधिकाऱ्यांपुढे उपस्थित केली तेव्हा त्यांना सांगण्यात आले की, होय, ते जुने नकाशे आहेत; ते तपासायला आम्हाला वेळ मिळाला नव्हता. त्यानंतर आम्ही ते तपासले आहेत आणि त्यात दाखवलेला चीनचा भूप्रदेश बरोबर आहे!

आपण बघितलेच आहे की २००५ मध्ये तोच घटनाक्रम चालू राहिला. 'राजकीय परिमाणे आणि मार्गदर्शक तत्त्वे' यावरील एका करारावर सह्या केल्या गेल्या. त्यात दोन्ही देशांमधील सीमा निश्चित करण्याबद्दलच्या वाटाघाटी कोणत्या तत्त्वांवर व्हाव्यात ते स्पष्ट केले होते. एक उदाहरण आठवायचे झाल्यास : एक तत्त्व असे होते की सीमारेषा नैसर्गिक भू-वैशिष्ट्यांवरून आखावी आणि आधीपासून असलेल्या लोकवस्तीची गैरसोय होऊ नये.

दक्षिण चीन सागरातही असेच होत आहे. त्यांच्या 'नऊ टिंब नकाशांच्या आधारावर चीनने स्प्रॅटली आणि पॅरॅसेल बेटांवर दवा केला आहे. (पूर्वी 'अकरा टिंबे नकाशा' असे, ज्याच्या आधारे त्यांना ही बेटेच नाही तर व्हिएतनामच्या मोठ्या भागावर हक्क सांगता आला असता. दोन टिंबे कमी करून चीनने मोठ्या उदारपणे व्हिएतनामला सूट दिली!) ते कसेही असले तरी, चीनबद्दल नेहमी साशंक असूनसुद्धा, टिंबांच्या बाबतीत आपण सुरक्षित आहोत – नऊ टिंबांच्या बाहेर असल्यामुळे – असे इंडोनेशियाला वाटले असणार. पण एकाएकी नातुना बेटांवर कोणाचीच मालकी नसावी असे दिसले! एडवर्ड लटवाक, काय म्हणाले ते सांगतो : नातुना बेटे ही सर्वांत जवळच्या हैनान बेटाच्या चिनी किनाऱ्यापासून हजार मैलांवर आहेत. पण या बेटांबद्दल इंडानेशियाबरोबर काहीच वाद नाही असे चीन म्हणत असे. त्यामुळे इंडोनेशिया विचार करू लागला! आणि मग, १९९५ मध्ये चिनी परराष्ट्र खात्याचा प्रवक्ता म्हणाला, 'नातुना बेटांच्या मालकीबद्दल चीन आणि इंडानेशिया यांच्यात वाद नाही,' आणि पुढे : 'या भागाची आखणी करण्यासाठी आम्ही इंडानेशियाबरोबर बोलणी करायला तयार आहोत.'[४] 'वाद नाही' या शब्दांना एकदम नवा अर्थ आला! अर्थात, वाद नाहीये. ती बेटे आमचीच आहेत. पण आपण मित्र असल्यामुळे आम्ही तुमच्याबरोबर वाटाघाटी करायला तयार आहोत!

---

४. एडवर्ड लटवाक, *'द राइज ऑफ चायना व्हर्सेस द लॉजिक ऑफ स्ट्रॅटेजी,'* बेलनॅप प्रेस, हार्वर्ड युनिव्हर्सिटी प्रेस, २०१२ पृष्ठ १८९-९०

अनेक देश अशी उदाहरणे देऊ शकतील. श्याम सरणचा मुद्दा मूलभूत होता आणि त्या देशांना दोष देण्याच्या पलीकडे जातो. या विशिष्ट प्रकरणांमध्येच चीनने इतरांच्या डोळ्यात धूळफेक केली असे नाही. पण त्यांनी केले ते योग्य नव्हते असा तुम्ही निष्कर्ष काढला तर त्यांना राग नाही आला तरी आश्चर्य निश्चित वाटेल. 'भारत-चीन संबंधांचे वैशिष्ट्य असलेली गैरसमजूत आणि संपर्काचा अभाव हा भारताला चीनच्या विचारपद्धतीची कल्पना नसल्यामुळे आला,' सरण म्हणतात. '१९६२ च्या युद्धानंतर नेहरूंनी जसे केले तसे चीनवर दगाबाजीचा आरोप करणे सोपे आहे, पण फसवणूक हा चीनच्या सामरिक संस्कृतीचा अविभाज्य भाग आहे. हे माहीत असेल तर त्यामुळे झालेले क्लेश कमी झाले असते. भविष्यकाळात चीनच्या आव्हानांचा सामना करताना ही जाणीव आपण डोळ्यांसमोर ठेवली पाहिजे.' 'रूज ऑफ द एम्टी सिटी'चा उल्लेख करून सरण म्हणतात, 'फसवणुकीला कोणतेही नैतिक किंवा तात्त्विक अधिष्ठान कधीच नसते आणि फसवणुकीचे धोरण यशस्वी झाले असेल तर *दगाबाजी*चा आरोप केल्याचे त्यांना आश्चर्य वाटेल. आपले डावपेच ठरवणाऱ्यांनी आणि राजनैतिक अधिकाऱ्यांनी चीनच्या भात्यातील या महत्त्वाच्या अस्त्राची जाणीव ठेवून त्याचा परिणामकारकपणे सामना करायला शिकले पाहिजे.'

दुसरे एक वैशिष्ट्य तेवढेच महत्त्वाचे आहे, कारण त्याचा परिणाम अनेक पैलूंवर होतो. आपल्याला अनेकदा असे सांगण्यात येते की चीन फार दूरचा विचार करतो– दशके, शतके अगदी युगांचासुद्धा. साहजिकच त्याचा थेट परिणाम ते कोणत्या शस्त्रप्रणाली आणि कोणत्या प्रकारच्या युद्धाचा वापर करतील यावर होतो. अशा शस्त्रास्त्र प्रणाली आणि युद्धनीतीचा सामना करण्यासाठी आपली प्रतिकार-क्षमता विकसित करायला हवी. आणि केवळ अमुक वर्षे किंवा दशके आधी तयार करण्याची सुरुवात करून चालणार नाही, तर ती तयारी त्या काळात सातत्याने होत राहिली पाहिजे. नकाशांच्या माध्यमातून आणि तोंडी केलेल्या दाव्यांच्या बाबतीतसुद्धा हेच लागू आहे. चीन दावा करेल. बेसावध व्यक्तीला वाटेल की, ते सहज तसे बोलून गेले असतील. ते तो दावा पुन:पुन्हा करतील. हे तंत्र माहीत नसणाऱ्याला वाटेल, 'ओह, ते असं नेहमीच म्हणतात.' पण अनेक वर्षे गेली की ते इतिहासात पाझरते. तो त्यांचा 'पुरातन काळापासूनचा दावा' होतो. दावा पुन:पुन्हा करण्याने त्याला आधार आहे असे वाटू लागते आणि चीन तो सोडणार नाही असा निष्कर्ष काढला जातो.

सांस्कृतिक कालपट्टीवर विचार करण्याचे, आपण लक्षात ठेवायला हवेत असे आणखी दोन परिणाम संजीव सन्याल दाखवतात :

एक म्हणजे, युगाच्या मापात विचार करत असल्यामुळे चिनी राजसत्ता

डावपेचांच्या बाबतीत दीर्घकालीन विचार करते. दुसरे म्हणजे, सत्तेचे स्तर (Levers) निर्माण करण्यावर – मग त्या सत्तेचा प्रत्यक्ष वापर करणे अतार्किक किंवा अनैतिक असले तरी – चिनी लोक प्रचंड महत्त्व देतात. (म्हणजे जरी दृश्य गरज नसली तरी डावपेचात्मक फायदा निर्माण करण्याचा सतत प्रयत्न करणे). उदाहरणार्थ ते उत्तर कोरियाला जिवंत ठेवतील आणि त्याचवेळी दक्षिण कोरियाबरोबर व्यापार करत राहतील. बीजिंगबरोबर व्यवहार करताना भारताचे सामरिक धोरण ठरवणाऱ्यांनी हे लक्षात असू द्यावे.[५]

चीनची प्राचीन सामरिक शास्त्रे डावपेच, फसवणूक, कारस्थाने यांना अतिशय महत्त्व देतात. ही प्राचीन शास्त्रे चिनी लोकांच्या सतत मनात असतात. याचे तीन परिणाम होतात. लटवाक म्हणतो की, आताची परिस्थिती फार वेगळी असल्यामुळे शास्त्रातील अनेक डावपेच आणि तत्त्वे फारशी लागू होणारी नसतात, त्यामुळे चीनचे विचार अनेकदा असंबद्ध होतात. दुसरे असे की अशा प्राचीन प्रथेचे वारसदार असल्यामुळे यशस्वीपणे कारस्थाने करणे, फसवणे आणि दुसऱ्याच्या वरचढ होणे यात आपण पटाईत आहोत असा त्यांचा समज असल्यास आश्चर्य वाटू नये. लटविक दाखवून देतो त्याप्रमाणे हा आत्मविश्वास अनेकदा अनाठायी निघतो. तसे असले तरी, यशस्वी होवोत किंवा न होवोत, चिनी लोक कारस्थाने, फसवणूक आणि दुसऱ्या देशाच्या लोकांवर कुरघोडी करणे वगैरेला इतके महत्त्व देतात, त्यामुळे इतरांच्या नजरेत त्यांचे हे स्वभावविशेष उठून दिसतात आणि त्याचा चिनी लोकांच्या प्रतिमेवर अनिष्ट परिणाम होतो. तिसराही एक परिणाम आहे. त्यांचा स्वत:चा कपट कारस्थाने, डावपेचात्मक आणि सामरिक फसवणूक, लाच देणे अशा प्रकारांवर इतका विश्वास असल्यामुळे इतर लोकसुद्धा तसेच असणार असे त्यांना वाटते.

त्यामुळे, कट-कारस्थानाच्या शक्यतेवर विश्वास ठेवणे, घडणाऱ्या घटना आणि दुसऱ्याने केलेली विधाने किंवा प्रस्ताव यांच्यामागील छुपा हेतू शोधण्याचा प्रयत्न करणे याकडे त्यांचा कल असतो. अशा दृष्टिकोनातून इतरांकडे बघण्याचे थेट परिणाम असतात : आपण केलेली एखादी कृती किंवा दिलेला एखादा प्रस्ताव देणाऱ्याच्या दृष्टीने कितीही सरळ असला तरी त्याच्याकडे संशयित नजरेनेच बघण्याचा त्यांचा कल असतो.

त्यांच्या विचारसरणीनुसार प्रत्येक जण नेहमीच कारस्थाने करत असतो आणि

---

५. संजीव सन्याल, *'चायनाज राइज ॲन्ड इट्स इम्प्लिकेशन्स फॉर इंडिया'*, चर्चा प्रबंध, इंडियन काउन्सिल फॉर इंटरनॅशनल अफेसर्ज, २०१०

त्यांचे चीन हे सामाईक किंवा एकमेव लक्ष्य असते. जपान त्याच्या 'चीनपासून धोका' या सिद्धान्ताच्या माध्यमातून, त्याचे दिशाभूल करण्याचे कौशल्य वापरून अमेरिकेच्या मनात चीनविषयी संशय निर्माण करून चीनला धमकावण्यासाठी त्यांना प्रवृत्त करतो, असे त्यांचे जपानविषयीचे नेहमीचे मत आहे. त्यांना वाटते की जपान अमेरिकेची दिशाभूल करून त्यांना लष्करी गोष्टींमध्ये गुंतवून ठेवतो, जपानच्या संरक्षणाचा खर्च करायला लावतो आणि एकंदरीत त्यांच्या संपत्तीचा अतिमोठा भाग लष्करी खर्चात घालायला लावतो जेणेकरून जपान, आर्थिक प्रगती करत अमेरिकेला मागे टाकेल आणि कालांतराने जगावर दादागिरी गाजवण्यासाठी अमेरिकेची जागा घेईल.

अशा परिस्थितीत १+१ चे ११ कसे होतात याचे एकच उदाहरण पुरेसे होईल. असे सांगण्यात येते की, नाटोने १९९९ मध्ये मानवतावादी बुरख्यातून कोसोवोवर केलेल्या बॉम्बहल्ल्यांच्या मागे भू-सामरिक उद्दिष्टे होती. त्या मोहिमेच्या एकामागून एक केलेल्या विश्लेषणांमधून या खोल कारस्थानाबद्दल सविस्तर माहिती दिली आहे. (या मोहिमेवरूनच चीनमध्ये भविष्यातील युद्धशास्त्राचा पुनर्विचार होऊ लागला ज्यावरून त्यांनी असा निष्कर्ष काढला की अमेरिकेची घसरण व्हायला अपेक्षेपेक्षा जास्त काळ लागेल.) या विश्लेषणावरील पिल्सबरीच्या टिप्पणीमधील हा एक नमुनेदार उतारा :

> कोसोवो हा बाल्कन द्वीपकल्पाच्या (Peninsula) मधोमध आहे आणि बाल्कन द्वीपकल्प युरोप आशिया आणि आफ्रिका जिथे एकत्र येतात तिथे आहे. उत्तर, दक्षिण, पूर्व आणि पश्चिम यांना जोडणारा आणि आशिया व आफ्रिकेत प्रवेश देणारा तो एक महत्त्वाचा भूमार्ग आहे... अमेरिका बाल्कन प्रदेशाचे महत्त्व पूर्णपणे जाणून आहे आणि ती त्याला 'विचाराधीन असलेली नवी प्राथमिकता' मानते... त्या प्रदेशात अमेरिका पश्चिमेला भूमध्य समुद्र आणि उत्तर अटलांटिक भागात आपली सुरक्षाव्यवस्था जास्त बलवान करू शकते. मध्य-पूर्वेच्या धोरणाला जोडून दक्षिणेकडे नाटोचा दक्षिण विभाग बलवान करू शकते. पश्चिमेला काळा समुद्र आणि कॅस्पियन समुद्रात, म्हणजे कॉकेशस आणि मध्य आशियामध्ये शिरकाव करून विस्तार करू शकते. तसे करून रशियन सेनादलाला मागे जायला भाग पाडून रशियाचा प्रभाव कमी करू शकते. आणखी एक पाऊल पुढे जाऊन चीनच्या उत्तर-पश्चिम सीमेवर दबाव आणून त्याची आशिया-पॅसिफिक डावपेचांशी सांगड घालायची आणि अखेरीस, उत्तरेला असलेल्या युरोपीय मित्रदेशांवर आणि नाटोच्या दक्षिणेकडील हालचालींवर दबाव

> आणू शकते. अशा प्रकारे अमेरिका युरोपचे महत्त्व वाढवण्याची आणि जगावर अधिकार गाजवण्याची महत्त्वाकांक्षा पुरी करू शकेल.[६]

जगातील कोणतेही ठिकाण कुठेतरी जाण्याच्या वाटेवर असतेच त्याप्रमाणे जगातील जवळ-जवळ कोणत्याही ठिकाणावरील कारवाईबाबत हेच म्हणता यावे!

प्रत्येक जण नेहमी कारस्थान रचत असल्यामुळे, प्रत्येक जण काळजीपूर्वक लपवलेल्या उद्दिष्टांमुळे प्रेरित होत असल्यामुळे, आपण जे करतो ते आपण ते करताना दिसतो त्यापेक्षा ते दुसऱ्याला अगदीच वेगळे दिसणार. आपल्या बाबतीत तर हे जास्तच लागू होते, कारण, आपण लवकरच बघणार आहोत त्यानुसार, भारतीय लोक उपजतच कपटी आणि लबाड असतात असे चिनी लोकांना वाटते. अशा पूर्वग्रहामुळे, कोणताही माणूस जे बोलतो किंवा करतो त्याचा अर्थ कोण कसा लावेल ते सांगता येत नाही. आणि त्यामुळे त्याच्या बाजूने दुसऱ्याला फसवण्याचे ते समर्थन होऊ शकते. अशा प्रकारे वर्तुळ पूर्ण होते!

भारतात फारसा माहीत नसलेला एक महत्त्वाचा घटक

आपण लक्षात ठेवायला हवे अशा पुढच्या वैशिष्ट्यासाठी जरा प्रस्तावनेची गरज आहे. वस्तुस्थिती अशी आहे की भारतातील बुद्धिजीवी वर्गातसुद्धा (खरे म्हणजे विशेषत: भारतातील बुद्धिजीवी वर्गात) भारत आणि चीन यांच्याबद्दलची चर्चासुद्धा एकांगी असते– याचे एक कारण हे की आपल्यापैकी बहुतेकांना चीनबद्दल काहीही माहिती नसते; पण मुख्य कारण हे की अशी चर्चा – जी काही होते ती – तिच्यावर डाव्या लोकांचा – ज्यांच्यासाठी चीन म्हणजे मक्का नाही पण मदिना तरी असतो – पगडा असतो. या मुद्द्यावरून काहींच्या भावना दुखावल्या जाण्याची शक्यता लक्षात घेऊन मी चीनवरील एका विशेषज्ञाच्या खूप वाखाणण्यात आलेल्या साहित्यातूनच सर्व उदाहरणे घेणार आहे– हा विशेषज्ञ म्हणजे पश्चिमेचा प्रभाव संपुष्टात येऊन चीन जगाला त्याच्या व्यवस्थेनुसार घडवेल अशी आशा बाळगणारा ब्रिटिश मार्क्सिस्ट, जॅकस मार्टिन. वानगीदाखल एकच उदाहरण द्यायचे म्हणजे पूर्वीचा चीन हा, आज चीन म्हणून जो आहे असा दावा केला जातो त्याच्या एकतृतीयांश होता आणि जरी तो स्वत: हे मान्य करतो की 'चीनचे प्रांत हे युरोपातील देशांपेक्षाही – पूर्व युरोप आणि बाल्कन राज्ये धरूनसुद्धा – एकमेकांपेक्षा

---

६. मायकेल पिल्सबरी, 'चायना डिबेट्स द फ्यूचर सिक्युरिटी एनव्हायर्नमेंट', नॅशनल डिफेन्स युनिव्हर्सिटी प्रेस, वॉशिंग्टन डीसी, २०००. http://www.fas.org/nuke/guide/china/doctrine/pill2 वरून घेतले.

वेगळे आहेत', जरी तो हेही मान्य करतो की चीनमधील बोलीभाषा एकमेकींपेक्षा इतक्या वेगळ्या आहेत की एका भागातील माणसाला दुसऱ्या भागातील भाषा समजत नाही, जशी युरोपातील एका देशाची भाषा दुसऱ्या देशातील युरोपीय माणसाला समजत नाही. तरी मार्टिनचा पूर्ण प्रबंध असे म्हणतो की चीन हे एक सांस्कृतिक राष्ट्र आहे; त्याची संस्कृती वेगळी आहे, त्या संस्कृतीचा चीनमधील सर्व गोष्टींवर पगडा आहे. त्याउलट त्याचा भारताबद्दलचा दृष्टिकोन असा : 'भारतालासुद्धा एक उमदेवार (सांस्कृतिक राष्ट्र मानण्यासाठी) मानता येईल. पण चीनच्या उलट, आज आपल्याला माहीत असलेला भारत हा ब्रिटिश साम्राज्याची तशी नुकतीच झालेली निर्मिती आहे. त्याचा पूर्वीचा इतिहास चीनच्या इतिहासापेक्षा खूपच वैविध्यपूर्ण आहे.'[७] थोडक्यात म्हणजे ज्याच्याकडून काही उदाहरणे घ्यावीत असा तो योग्य निरीक्षक आहे.

असमानता : चीनमध्ये सर्वांत श्रीमंत अशा १ टक्का कुटुंबाकडे देशातील खासगी संपत्तीच्या ४१ टक्के संपत्ती आहे.[८]

कायमचे राज्यकर्ते : जॅकस इतिहासकार वँग गंगवूला उद्धृत करतो : 'गेल्या हजार वर्षांमध्ये २८० वर्षे आमचे स्वतःचे राज्य होते असा दावा चिनी लोक करू शकतात.'[९]

जनतेवर आणि भूमीवरील राजाचा विजय : नाही, चिनी लोकांच्या आठवणीत नाही. ते त्यांच्या विस्ताराला 'विजय' नव्हे तर 'एकीकरण' समजतात.[१०]

कलम ३७०? इथे कलम ३७० ने आपले हात आणि पाय बांधले गेले आहेत. आणि चीन? चीनच्या साम्राज्याचे विस्तार करण्याचे आणि दमन करण्याचे सातत्याने आणि निर्दयपणे वापरलेले साधन म्हणजे (हे आजच्या 'चीन'च्या बहुतेक भागाला लागू पडते. झिनजियांग, तिबेट, इनर मंगोलियाला तर निश्चितच) जिंकलेल्या प्रदेशात चिनी हण लोकांना नेऊन वसवायचे. त्याचा परिणाम म्हणजे 'मंगोलियन स्वयंशासित प्रभागा'त मंगोल लोकांच्या चौपट हण आहेत आणि त्यामुळे मंगोल लोक प्रभावहीन झाले आहेत.[११] चीनमधील तेल आणि वायू यांचे सर्वांत जास्त उत्पादन करणाऱ्या झिनजियांग राज्यात १९५० मध्ये हण लोक एकूण लोकसंख्येच्या

---

७. मार्टिन जॅकस, 'व्हेन चायना रुल्स द वर्ल्ड', पेंग्विन, लंडन, २०१२, पृ. २४५, २५७-२५८

८. वरीलप्रमाणे, पृ. १९५

९. वरीलप्रमाणे, पृ. ३००

१०. वरीलप्रमाणे, पृ. २९९

११. वरीलप्रमाणे, पृ. ३१६

६ टक्के होते. ते आता कमीत कमी ४० टक्के आणि कदाचित अर्ध्यापेक्षाही जास्त आहेत.[१२] काही पानांनंतर जॅकस काही आकडेवारी देतो जी अधिकृत माहितीच्या जवळपास आहे : '...झिनजियांगच्या २ कोटी २० लाख लोकसंख्येमध्ये आता हणवंशीय लोकांची संख्या ८३ लाख, म्हणजे जवळ-जवळ उइघर लोकांएवढीच आहे. हण लोकांची वस्ती बहुतांशी शहरांमध्ये आहे; विशेषत: राजधानी उरुमकीमध्ये जिथे २३ लाखांच्या लोकसंख्येत तेच आहेत. तसेच ते उत्तरेतील तेल आणि वायू उत्पादन करणाऱ्या प्रदेशात जास्त संख्येत आहेत... तिबेटप्रमाणेच, कामगारवर्गाच्या सामाजिक आणि आर्थिक बांधणीतसुद्धा लक्षणीय वांशिक विभाजन दिसून येते : व्यापार, प्रशासन, तेल आणि वायू या क्षेत्रात हणांचे वर्चस्व आहे, तर उइघर लहान गावात आणि ग्रामीण भागात राहतात...'[१३] तिबेटच्या बाबतीत, दलाई लामा – देशाबाहेर घालवले; १९९५ मध्ये दलाई लामाने ज्या सहा वर्षांच्या मुलाला पंचेन लामा म्हणून घोषित केले होते – त्याला चीनने 'पकडले' आणि त्यानंतर तो कधी दिसलेलाच नाही. 'त्याशिवाय, तिबेटमधील लोकसंख्येतील वांशिक प्रमाण बदलून तिबेटी लोकांची स्थिती कमकुवत करण्यासाठी हण लोकांना मोठ्या प्रमाणात तिबेटमध्ये स्थलांतर करायला उत्तेजन दिले. तिबेटी लोक बहुतकरून ग्रामीण भागात आणि शहरातील ठराविक वस्त्यांमध्ये राहतात, तर हण, ज्यांची संख्या ल्हासाच्या लोकसंख्येच्या अर्धी आहे, शहरांमध्ये केंद्रित आहेत. बीजिंग आणि ल्हासा यांना जोडणाऱ्या नुकत्याच झालेल्या लोहमार्गामुळे थोड्या काळात मोठ्या प्रमाणात वाढलेल्या हणांच्या स्थलांतरामुळे भविष्यकाळात हणांचे तिबेट स्वयंशासित प्रदेशातील प्रमाण झपाट्याने वाढेल अशी शक्यता आहे. 'विभागा आणि राज्य करा' या नीतीचे नमुनेदार उदाहरण वाटावे अशा प्रकारे चीनने तिबेटी लोकांची मोठी वस्ती असलेल्या भागांना विभागून शेजारच्या सिचुआन, किंगहाय आणि गान्सू या प्रांतांच्या अधिपत्याखाली घातले...'[१४]

मानहानीचे शतक

आज चीन जे काही करतो त्यातील बऱ्याच गोष्टींचे स्पष्टीकरण असे दिले जाते की, चीनला ते 'मानहानीचे शतक' पुन्हा कधी यायला नको आहे – नानजिंगचा तह १८४२ मध्ये चीनवर लादला गेला तेव्हापासून १९४९ मध्ये माओचा विजय होऊन 'चीन उभा राहिला' तो काळ. पुन्हा कोणत्याही सत्तेने चीनवर असमान संबंध लादू

१२. वरीलप्रमाणे, पृ. ३१६
१३. वरीलप्रमाणे, पृ. ३२१-२२
१४. वरीलप्रमाणे, पृ. ३१८-१९

नये यासाठी चीनने प्रयत्न करावे याला कोणीही पाठिंबाच देईल. त्याउलट भारतात कोणी हजार वर्षांच्या परकीय राज्याचा नुसता उल्लेख जरी केला तरी त्याची, विशेषत: भारतात 'जातीयवादी' किंवा त्याहूनही वाईट शब्दांत संभावना केली जाते! आणि हे पारतंत्र्य इतके वाईट होते की भारतातील बहुसंख्य जनतेला प्रथम मुस्लीम राज्यकर्त्यांच्या आणि नंतर ब्रिटिशांच्या राज्यात कोणतेही हक्कच नव्हते- ही असमानता इतकी भयंकर होती की तिच्यापुढे चीनवर एकोणिसाव्या शतकातील या तहांमुळे जी असमानता लादली गेली होती ती काहीच नव्हती असे वाटावे. शिवाय चीनवर लादल्या गेलेल्या असमान करारांबद्दल – ते लादले गेले होते आणि असमानही होते – लटवाक एक बोलका शेरा मारतो : 'असमानतेचा एवढा विषाद वाटला नाही, पण पूर्वी सम्राट परदेशी लोकांचे दमन करायचे ते आता उलट झाले...'[१५]

अत्याचार : चिनी लोक जपान्यांनी त्यांच्यावर केलेल्या अत्याचारांची आठवण सतत बाळगून असतात आणि इतरांनाही ती करून देत असतात- इतके की जपानने त्यांच्याकडील मुलांच्या पाठ्यपुस्तकांमध्ये त्याबद्दल काय छापावे हेही सांगण्याचा ते प्रयत्न करतात. पण भारतात मात्र कोणी भारतावर आक्रमण करणाऱ्या मुस्लीम सत्तांनी ज्या अगणित कत्तली केल्या किंवा ब्रिटिशांनी जे अत्याचार केले त्यांचा नुसता उल्लेख जरी केला तरी तो 'भूतकाळाने पछाडलेला' होतो.

अशा प्रकारे भारतात चीन आणि भारताबद्दलच्या चर्चांमध्ये ही असमानता असते- आणि आपल्या शत्रूंचे मनसुबे काय आहेत ते जाणून घेण्याच्या आपल्या क्षमतेवर त्याचा निश्चितच परिणाम होतो. पण भारत व भारतीय लोक यांच्याबद्दल चीनला काय वाटते आणि ते आपल्याशी कसा व्यवहार करतील यावर परिणाम करणाऱ्या चीनच्या विचारसरणीसंबंधी आणखी एक मुद्दा आहे.

चिनी संस्कृती आणि मानसिकता यांच्यात वंशभेद किती खोलवर रुजलेला आहे, ते जाणून भारतातील बहुतेक सर्वांना आश्चर्य वाटेल. प्रमाण मानले जाणारे ग्रंथ याची साक्ष देतात- यापैकी सहजपणे उपलब्ध असणारे दोन म्हणजे फ्रँक डिकोटर आणि स्टीव्हन हॅरेल यांचे प्रसिद्ध संशोधन प्रबंध.[१६] पण, वर उल्लेख

---

१५. एडवर्ड एन लटवाक, 'द राइज ऑफ चायना व्हर्सेस द लॉजिक ऑफ स्ट्रॅटेजी' पृ. ३५

१६. फ्रँक डिकोटर, *'द डिस्कोर्स ऑफ रेस इन मॉडर्न चायना,'* हर्स्ट ॲन्ड कं., लंडन, १९९२, आणि 'द कन्स्ट्रक्शन ऑफ रेस इन चायना ॲन्ड जपान,' हाँगकाँग युनिव्हर्सिटी, १९९७ आणि *'कल्चरल एनकाउन्टर्स ऑन चायनाज एथ्निक फ्रंटियर्स,'* स्टीव्हन हॅरेल, (संपादक) युनिव्हर्सिटी ऑफ वॉशिंग्टन प्रेस, १९९५

केलेल्या कारणांमुळे मार्टिन जॅकसची काही निरीक्षणेच पुरे व्हावीत– चीनविरुद्धचा आकस असल्याचा आरोप त्याच्यावर कोणी करणार नाही; त्याने डिकोटर आणि इतरांच्या कृतींचा आपल्या संशोधनात अंतर्भाव केला असून त्याच्यावर स्वानुभवाच्या आधारे पुढे काम केले आहे.

मार्टिन जॅकस म्हणतो की, चिनी लोकांच्या विचारात, संस्कृतीत आणि अगदी त्यांच्या मानसिकतेत वंश खोलवर रुजलेला आहे आणि चीन जी नवी विश्वप्रणाली प्रस्थापित करेल तिच्या चार किंवा पाच वैशिष्ट्यांपैकी वंश हे एक असेल. चीनमध्ये त्वचेच्या रंगाला नेहमीच खूप महत्त्व राहिले आहे, तो म्हणतो. गौरवर्ण ही एक मोठी देणगीच समजली जात असे आणि त्याची 'पांढऱ्या जेड'शी तुलना केली जात असे. डिकोटरचे म्हणणे उद्धृत करत जॅकस म्हणतो की, स्वत: बुद्धाचेसुद्धा 'काळ्या अर्धनग्न' भारतीयातून योग्य असा उजळ वर्ण असलेल्या आणि जास्त व्यवस्थितपणे वस्त्रे परिधान केलेल्या दिव्य व्यक्तिमत्त्वात रूपांतर केले गेले'– जसे पाश्चिमात्य संस्कृतीत येशू ख्रिस्ताला गोरे केले गेले, जॅकस पुस्ती जोडतो. हण चिनी स्वत:चा गोरे असा उल्लेख करतात. मार्टिन जॅकस सांगतो की, समाजातील वर्गांमधील फरक हा त्वचेच्या रंगावरून केला जायचा. एकोणिसाव्या शतकात जेव्हा कॉकेशियन गोरे लोक चिनी लोकांवर अन्याय्य करार लादू लागले तेव्हा गोऱ्या आणि काळ्या लोकांपासून आपल्यात फरक दाखवण्यासाठी चिनी लोक स्वत:ला पीतवर्णीय (पिवळ्या रंगाचे) म्हणू लागले. परदेशी लोकांना 'म्लेच्छ' (अस्वच्छ) म्हटल्याबरोबर आपल्या पूर्वजांना असंख्य वेळा दूषणे देण्यात आली. पण चिनी लोक तर त्यांना 'रानटी' म्हणत – आणि केवळ ज्यांनी त्यांच्यावर विजय मिळवला त्या मंगोलांनाच नाही तर ज्यांनी उच्च दर्जाची चिनी संस्कृती अंगीकृत केली नव्हती त्या सर्वांना. जॅकस लिहितो की, त्यापैकी एका प्रकारच्या लोकांना ते 'शेंगफान' म्हणजे 'कच्चे रानटी' म्हणायचे, तर दुसऱ्या प्रकारच्या लोकांना 'शुफान' म्हणजे 'शिजलेले रानटी' म्हणत. परदेशी लोकांना सर्रास 'राक्षस' म्हटले जायचे, त्यापैकी कॉकेशियन लोकांना 'गोरे राक्षस' म्हणत. चीनमध्ये शिक्षणासाठी गेलेल्या आफ्रिकन विद्यार्थ्यांना कशी घृणास्पद वागणूक दिली जात असे त्याचे वर्णन मार्टिन जॅकसने केले आहे.

आणि ते तीव्र वांशिक पूर्वग्रह समाजाच्या वरच्या स्तरातील लोक आणि सामान्य लोक, सुशिक्षित लोक सर्वांमध्येच होते.

'...वांशिक द्वेष हा फक्त चीनपुरताच मर्यादित नव्हता,' मार्टिन जॅकस लिहितो, 'तर तैवान, सिंगापूर, हाँगकाँग आणि परदेशी असलेल्या चिनी समाजातसुद्धा होता. त्यामुळे चीनचा बाहेरच्या जगाशी संपर्क न राहिल्यामुळे किंवा मर्यादित संपर्कच राहिल्यामुळे असे झाले...' परदेशातील चिनी समाज दुसऱ्या लोकांशी फारसा संबंध

ठेवत नाही. ते जिथे स्थायिक झाले असतील त्या देशातील बहुसंख्येने असलेल्या लोकांना ते कमी लेखतात आणि बरेचदा त्यांनाच 'परदेशी' म्हणतात.

मार्क्सवाद – लेनिनवाद – माओवाद यांच्याबद्दल काय? त्यांनी वंशभेदाची भावना संपवली नाही? 'माओच्या राजवटीत 'वंश'च्या ऐवजी 'वर्ग' आला,' जॅकस म्हणतो, 'पण हण लोकांच्या मूळ विचारसरणीत फार बदल झालेला नाही. वांशिक अल्पसंख्याकांबद्दल हण चिनी लोकांमध्ये – अगदी उच्चशिक्षित लोकांमध्येसुद्धा – उपजत पूर्वग्रह असतो.' चीनमधील वांशिक अल्पसंख्याकांवर लिहिणारा स्टीव्हन हॅरेल म्हणतो की त्यांच्यात 'उपजत असा श्रेष्ठत्वाचा गंड असतो...'

आणि सगळ्यात मोठे आश्चर्य! मार्टिन जॅकस म्हणतो की 'हण चिनी' ही संज्ञा एकोणिसाव्या शतकाच्या शेवटी प्रचलित झाली. एका राष्ट्रवादी लेखकाने ती प्रचलित केली : 'हण चिनी' ही संज्ञा एक शोध होता, केवळ एक सांस्कृतिक अभिधान होते : या नावाचा वंश नव्हताच; प्रत्यक्षात हण चिनी अनेक वंशांचे मिश्रण होते. त्या नावामागील उद्देश उघड उघड वांशिक होता; काहींचा अंतर्भाव करायचे तर काहींना वगळण्याचे ते साधन होते...'[१७]

जगात प्रभावी स्थान मिळवल्यावर चीन जी नवी जागतिक व्यवस्था प्रस्थापित करेल तिची वैशिष्ट्ये मार्टिन जॅकस सांगतो : इतर देशांना चीनचे मांडलिक बनवले जाईल. चीनची संस्कृती आणि इतिहास विचारात घेता नव्या व्यवस्थेचे एक महत्त्वाचे वैशिष्ट्य वांशिक उतरंड हे असेल आणि पुरातन संस्कृती जतन करणारे हण त्यात सर्वोच्च असतील. आपण चीनच्या सीमेवरच असल्यामुळे आणि आपण गव्हाळ किंवा सावळ्या रंगाचे असल्यामुळे त्यांचा आपल्या विषयीचा दृष्टिकोन वरील वांशिक विचारांवर आधारितच असेल.

भारत आणि भारतीयांबद्दल शंकाच नाही

वंशाव्यतिरिक्त चीनच्या मनात भारताबद्दल एक स्पष्ट कल्पना आहे की भारत म्हणजे एक संभाव्य डोकेदुखी. ते आपल्याला खेकड्याची एक नांगी (claw) समजतात. खेकडा म्हणजे अमेरिका, ज्याचे उद्दिष्ट चीनला काबूत ठेवणे आहे; द. कोरिया, जपान, तैवान, व्हिएतनाम, ऑस्ट्रेलिया आणि भारत या नांग्या असलेला खेकडा. भारत आणि अमेरिका यांच्यातील संबंध घनिष्ठ करणाऱ्या नुकत्याच होत असलेल्या हालचाली आपल्यासाठी लाभकारक असल्या तरी वरील कल्पनेला पुष्टी देणाऱ्या आहेत.

---

१७. वरीलप्रमाणे, मार्टिन जेकस *'व्हेन चायना रूल्स द वर्ल्ड'*,
पृष्ठ २९७, ३०८-४१

अनेक दशकांपासून चीनमधील सामरिक लेखक असे म्हणत आहेत की, चीनला चार देशांपासून धोका आहे, खरे म्हणजे नजीकच्या काळात हा धोका आहे. हे चार देश म्हणजे अमेरिका, जपान, रशिया आणि भारत. चिनी विश्लेषकांचे असे ठाम मत आहे की या चार देशांचे उद्दिष्ट चीनचे तुकडे करणे हे आहे.[१८]

त्यांच्या लिखाणात जपान आणि भारत यांना बरेचदा एकत्र केलेले असते. पिल्सबरी म्हणतो की या दोन देशांबद्दलचा दूषित पूर्वग्रह अनेक धागे एकत्र येऊन निर्माण झालेला आहे. हे दोन्ही देश भांडवलशाही असल्यामुळे साहजिकच 'भक्षक' प्रवृत्तीचे आहेत. चीनच्या पूर्वापार चालत आलेला मुत्सद्दीपणाचा वारसाही हेच सांगतो की, जवळच्या प्रतिस्पर्ध्यांपासून नेहमी सावध राहावे – विशेषत: ज्यांच्याबरोबर भूप्रदेशाविषयी तंटा असेल अशा – आणि दूरच्या राष्ट्रांबरोबर भागीदाराप्रमाणे संबंध विकसित करावेत. आणि शिवाय इतिहास आणि संस्कृती आहेतच. पिल्सबरीने ॲकॅडमी ऑफ मेडिकल सायन्सेसचे तत्कालीन उपाध्यक्ष जनरल ली जिजून यांचे विचार घेतले; त्यांच्या मते जपानची सामरिक संस्कृती ही मुळात निर्दय, रक्तपिपासू आणि चमत्कारिक आहे.

भारताच्या बाबतीत भारत म्हणजे जपानचीच अर्ध्या प्रमाणातील आवृत्ती असून, तशीच चमत्कारिक सामरिक संस्कृती असलेला देश असे मत आहे. दोन्ही देश धार्मिक-लष्करी-राष्ट्रवादी शक्तींनी ताब्यात घेण्याच्या मार्गावर आहेत असे चित्र रंगवले जाते. भारत अतिशय महत्त्वाकांक्षी आहे – बेभानपणे महत्त्वाकांक्षी. बेभान अशासाठी की तो आपल्या ताकदीपेक्षा जास्त जोर लावायचा प्रयत्न करतो. भारताची महासत्ता होण्याची महत्त्वाकांक्षा आणि वास्तव यांच्यातील द्वंद्व, आंतरराष्ट्रीय राजकारणात भारताच्या महत्त्वाला लागलेली ओहोटी यामुळे लष्करी मानसिकता आणि धर्माधिष्ठित राष्ट्रवाद यांना खतपाणी मिळेल असे विश्लेषकांचे मत आहे. पिल्सबरी चाऊ एन-लाय यांच्या एका अहवालाचा उल्लेख करतो; त्यात ते (चाऊ) म्हणतात की भारताला प्रादेशिक महासत्ता होण्याची महत्त्वाकांक्षा आहे. त्याचे मूळ त्यांच्या वसाहतवादी ब्रिटिश मालकांशी असलेल्या पूर्वापार संबंधात आहे, ब्रिटिश मालकांशी असलेल्या 'रक्ताच्या संबंधात' आहे. अहवाल म्हणतो की भारतीय मध्यमवर्गाने भारत हा आशियाचा केंद्रबिंदू असल्याची कल्पना ब्रिटिश साम्राज्यवाद्यांकडून घेतली असून, त्याच्या सत्ताधाऱ्यांना भारताला आशियावर नियंत्रण करेल असे महान

---

१८. चीनच्या ठरावीक दृष्टिकोनाचा सोयीचा सारांश म्हणजे मायकेल पिल्सबरी, 'चायना लुक्स ॲट द फ्यूचर सिक्युरिटी एनव्हायर्नमेंट', हा माहितीपूर्ण प्रबंध २०० चिनी बुद्धिवंत, सामरिक विचारवंत आणि सुरक्षा दलातील लोकाच्या लिखाणावर आधारित आहे.

भारतीय साम्राज्य बनवायचे आहे. हे चिनी विश्लेषक दोन वाक्ये – तीसुद्धा पंडित नेहरूंची – सतत उद्धृत करत असतात आणि त्यांचा, पंडितजींनी कल्पनाही केली नसेल असा अर्थ लावतात : ही वाक्ये पंडितजींच्या आत्मचरित्रातील असून ती अशी आहेत : 'प्रत्यक्ष पॅसिफिक (महासागरी) राष्ट्र नसले तरी भारत तिथे महत्त्वाचा प्रभाव पाडेल हे अटळ आहे,' आणि दुसरे वाक्य अशा अर्थाचे आहे की भारताचा आकार, इतिहास, संस्कृती बघता त्याने जगात महत्त्वाची भूमिका बजावली पाहिजे किंवा कोणतीच नाही. ही फुटकळ वाक्ये उचलून चीनने – आणि खास करून स्वत: माओ आणि चाऊ यांनी – असे सिद्ध करायचा प्रयत्न केला आहे की 'भारताच्या इतिहासात अभूतपूर्व असे महान साम्राज्य प्रस्थापित करणे हे या महत्त्वाकांक्षी नेहरूंचे धोरण आहे.' चीनचा इतिहास वाचून – त्यातील मांडलिक राज्यांच्या पद्धतींसह – (चीनचा अभ्यासक मार्टिन जॅकस लिहितो की, चीनच्या अधिपत्याखालील नवी जागतिक व्यवस्था तशी असेल), विश्लेषक म्हणतात की, लहान देश नेहरूंच्या महान साम्राज्यातील मांडलिक राष्ट्रांसारखेच होतील.

भारत आणि भारतीय लोकांबद्दल माओ आणि चाऊ यांना असलेला तिरस्कार त्यांच्या किसिंजर आणि निक्सन यांच्याबरोबरच्या पत्रव्यवहारातून प्रकर्षाने डोळ्यात भरतो.

शिवाय, चिनी नेते म्हणतात की भारत दीर्घकाळ ब्रिटिशांच्या हातातील खेळणे होता, त्यामुळे भारत कोणाच्याही हातातील खेळणे व्हायला तयार असतो. तो सोव्हिएत युनियनच्या हातातील खेळणे झाला आणि आता अमेरिकेच्या हातातील खेळणे होत आहे. या महासत्तांना आपले साक्षीदार बनवून घेण्यासाठी, जपानप्रमाणे भारतसुद्धा 'चीनच्या धोक्याचा पत्ता' खेळत असतो, असे विश्लेषक म्हणतात.

या सर्व देशांचे समान उद्दिष्ट चीनला दाबून ठेवणे आणि अखेरीस त्याचे तुकडे करणे हे आहे. भारताचे आणखी एक उद्दिष्ट आहे : तिबेटला स्वतंत्र होण्यात मदत करणे; तसे झाले की तो भारत आणि चीनमधले 'बफर' राष्ट्र होईल. भारताचा हा राजकीय डाव अमेरिका, जपान वगैरेंच्या उद्दिष्टाशी एकरूपच आहे, कारण चीनचे तुकडे करणे हे त्यांचेसुद्धा ध्येय आहे– तिबेट आणि झिनजियांग यांना स्वतंत्र करणे ही त्याची पहिली पायरी आहे.

त्यामुळे चीनने भारताला नियंत्रणात ठेवणे आणि त्याला गुंतलेले ठेवणे, त्याला दक्षिण आशियातच अडकवून ठेवणे असे धोरण सातत्याने अवलंबले आहे. हे उद्दिष्ट डोळ्यांपुढे ठेवूनच त्याने पाकिस्तानला वेगवेगळ्या कारणांसाठी – अण्वस्त्रांचा विकास आणि क्षेपणास्त्र तंत्रज्ञान यासकट – मदत दिली आहे. 'The Wiles of War' मधील उपदेश आठवा : 'उसना घेतलेल्या खंजिराने खून करा' – म्हणजे, स्वत: काही तरी आक्रमक, हिंसक न करता तुमच्या शत्रूचा काटा

काढण्याची नैसर्गिक इच्छा असेल अशा दुसऱ्याकरवी त्याचा परस्पर काटा काढा आणि त्याला शस्त्रे पुरवा, उत्तेजन द्या, चिथावणी द्या. तिबेटचे लष्करीकरण करण्यात आले आहे – अर्थात ते तिबेटी जनतेला दाबून टाकण्यासाठी; पण ते फक्त त्यासाठीच केले? आणि ते फक्त तिबेटी जनतेला दाबून टाकण्यासाठीच केले असेल तरी त्यामुळे चीनमध्ये जी क्षमता निर्माण झाली आहे तिचा आपल्याबाबतीत होणाऱ्या परिणामाचा आपण विचार करायला हवा. चीनने श्रीलंका, मालदीव, सेचेलस, मॉरिशस यांच्यावरील प्रयत्न वाढवले आहेत. पाश्चिमात्य देशांच्या आणि स्वत: भारताच्यासुद्धा अदूरदर्शी धोरणामुळे म्यानमार चीनवर अवलंबून असलेले राष्ट्र झाला आहे. चीनने त्याचा चांगलाच फायदा घेतला आहे. त्यांनी म्यानमारच्या बंदरांच्या वापराचे हक्क मिळवले आहेत. अंदमानपासून केवळ ३० मैलांवर असलेले कोको बेट त्यांनी भाड्याने घेतले आहे. तो आपल्याभोवती खोल सागरातील बंदरांच्या वापराचा हक्क मिळवत आहे, ती विकसित करत आहे : बांगलादेशातील चितगाव, पाकिस्तानातील ग्वदर – केवळ ग्वदरच्या विकासावरच चीन तीन बिलियन डॉलर खर्च करत आहे. तो पाकिस्तानला त्यांच्या ओमारा नाविक तळाचा विकास करून देत आहे. ग्वदारचे बंदर बांधण्याबरोबरच ग्वदारला पाकिस्तानातील शहरे आणि अगदी झिनजियांगमधील उरुमकी यांना जोडणारा महामार्गही तो बांधत आहे. ते श्रीलंकेतील हंबंतोता बंदर बांधून देत आहे.

आपण वर बघितल्याप्रमाणे २००५ च्या करारातील अटींचा, ज्या राजकीय परिमाणे आणि तत्त्वे यांच्या आधारे सीमेबद्दलची बोलणी व्हावीत, त्यांचा चीन वेगळाच अर्थ सांगत आहे. त्यांनी प्रत्यक्ष नियंत्रणरेषेचे नकाशे देण्याचे सतत टाळले आहे. त्यामुळे त्या रेषेला निश्चितपणा नाही आणि त्याचा फायदा घेऊन ते भारतात पुढे येत राहिले आहेत. त्यांची सीमेवरील गस्त जास्त आक्रमक होत राहिली आहे. अरुणाचलवरील त्यांच्या दाव्याच्या बाबतीत त्यांची भूमिकासुद्धा जास्त स्पष्ट आणि जास्त आक्रमक होत आहे : चीनच्या भेटीवर जाणाऱ्या शिष्टमंडळातील एका आयएएस अधिकाऱ्याला त्यांनी व्हिसा देण्यास नकार दिला; कारण? तो अरुणाचलचा रहिवासी आहे, त्यामुळे तिबेट प्रशासन विभागातील प्रदेशाचा नागरिक आहे, त्यामुळे त्याला व्हिसाची गरजच नाही! त्यांनी जम्मू-काश्मीरबाबतचा पवित्रा बदलून ते राज्य भारताचा भाग आहे की नाही याविषयी शंका दर्शवली आहे आणि हे वेगवेगळ्या प्रकारे ठसवण्याचा प्रयत्न केला आहे : आम्ही काश्मीरच्या रहिवाशांना फक्त स्टेपल केलेला व्हिसाच देऊ असा आग्रह धरणे; २०१० मध्ये भारतीय सेनेच्या उत्तर विभागाचा प्रमुख असलेल्या जनरलला, जम्मू-काश्मीर त्या विभागात आहे या कारणावरून व्हिसा नाकारला. पाकिस्तानव्याप्त काश्मीरमध्ये त्यांनी अनेक प्रकल्पांचे काम हाती घेतले आहे.

मात्र, तिबेटमधील पाणी उत्तर आणि पूर्व चीनकडे वळवण्याच्या योजनेची अंमलबजावणी त्यांनी सुरू केली आहे, तिच्याइतका परिणाम दुसऱ्या कोणत्याही उपायांपेक्षा जास्त होणारा आहे. ब्रह्मपुत्रेवर त्यांनी सुरू केलेले धरणांचे बांधकाम हा त्याच योजनेचा भाग आहे.

शिवाय, प्रत्येक आंतरराष्ट्रीय क्षेत्रात त्यांच्या भारतासंबंधीच्या कारवायांमध्ये एक संगती आहे. ASEANने भारताशी जास्त जवळचा संबंध ठेवू नये या उद्देशाने त्यांनी बरेच प्रयत्न केले. त्यांनी ASEAN+३ (ASEAN+जपान+द. कोरिया+चीन)चा पुरस्कार केला आणि भारत बाहेर राहावा म्हणून ASEAN+४ला – ज्यात भारताचा समावेश झाला असता – विरोध केला. सुरक्षा परिषदेचा विस्तार जी-४च्या आधारे करावा हा प्रस्ताव त्यांनी धुडकावून लावला. त्यांनी शांघाय सहकार्य संघटनेत (शांघाय कोऑपरेशन काउन्सिल), जिच्या माध्यमातून त्यांना मध्य आशियात आपला प्रभाव वाढवायचा आहे, भारताला प्रवेश द्यायला मान्यता दिली नाही. अखेरीस त्यांनी भारताला 'निरीक्षक दर्जा' देण्याला मान्यता दिली – पण फक्त पाकिस्तान आणि इराण यांच्याबरोबरच आणि जेव्हा आपण त्यांना तसाच दर्जा SAARC आणि BIMSTEC मध्ये देण्याचे मान्य केले तेव्हाच : BIMSTEC साठी त्यांना पाकिस्तान आणि बांगलादेश यांनी आणि आपले 'पारंपरिक मित्र' श्रीलंका आणि नेपाळ यांनी जोरदार पाठिंबा दिला.

एशियन डेव्हलपमेंट बँकेतील (ADB) प्रसंग नमुनेदार होता. भारत सरकारने एक प्रकल्प तयार करण्यासाठी एशियन डेव्हलपमेंट बँकेची तांत्रिक मदत मागितली. बँकेने ती देण्याचे मान्य केले. चीनने हरकत घेतली : त्या प्रकल्पाचा काही भाग अरुणाचलमध्ये असणार आहे आणि अरुणाचल हा चीनचा भाग आहे त्यामुळे बँक तो प्रकल्प घेऊ शकत नाही, असे त्यांचे म्हणणे होते. मला मॅनिलाला असे सांगण्यात आले की, भारताचा प्रतिसाद इतका गुळमुळीत होता की चीनची सरशी झाली. याचा परिणाम असा झाला की तो प्रकल्प केव्हाच घेतला गेला नाही, आणि ADB ला नवे धोरण ठरवावे लागले : एखाद्या प्रदेशाबद्दल वाद असेल – आणि चीनच्या बाबतीत याचा अर्थ 'कोणताही प्रदेश ज्याबद्दला चीन वाद उभा करेल'– तर 'वादा'च्या दोन्ही बाजूंशी बोलल्याखेरीज ADB तो प्रकल्प हाती घेणार नाही.

या सर्वांतून आपण काय धडा घ्यायचा त्याचा सारांश काढण्यापूर्वी तीन मुद्दे:

पहिला हा की या कोणत्याही बाबतीत दोष चीनचा नाही. ते ज्याला स्वत:चे हितसंबंध समजतात त्याचे रक्षण करत आहेत. अनेक उदाहरणांमध्ये – ज्याप्रकारे आपण म्यानमारला त्यांच्या कुशीत ढकलले त्यापासून; चीन घुसखोरी करत ज्याप्रकारे आपला प्रदेश बळकावत आला आहे त्याला, भारत आणि चीनच्या तांत्रिक आणि आर्थिक विकासांमध्ये जी रुंद दरी निर्माण झाली आहे त्याला जबाबदार

आपणच आहोत.

दुसरे म्हणजे जिथे चीन अशा आक्रमकपणे आपले हितसंबंध अनेक दशके वाढवत गेला आहे, तिथे त्याला पायबंद घालण्याचा आपण कोणताही प्रयत्न करत नाही आहोत हे ते बघत आहेत.

तिसरे म्हणजे भारताचा संबंध असणाऱ्या ज्या ज्या मुद्द्यांबाबत त्यांनी कृती केली ते महत्त्वाचे होतेच पण ते मुद्दे आपल्या विरोधी कृती करण्यासाठी केवळ निमित्त असत– भारताला भेट देणारे एकामागून एक आलेले चीनचे नेते इथे सद्भावनेची जी पोपटपंची करतात ती लक्षात घेता हे अनवधानाने घडले असे शक्य नाही.

कारण चीनच्या मनात खरा मुद्दा वेगळाच आहे. 'खरा मुद्दा आहे नेतृत्वाचा,' शांघायच्या साउथ एशिया रिसर्च इन्स्टिट्यूटचे उपप्रमुख शेन डिंगली म्हणतात, 'आशियाचा नेता कोण हा खरा मुद्दा आहे.'[१९] आणि त्याच्याही पलीकडे आणखी काही.

---

१९. पीटर फोर्ड, भारत आणि चीन यांच्यातील वाढत्या वाग्युद्धाबद्दल, *'ख्रिश्चन सायन्स मॉनिटर'*मध्ये, http:/www.csmonitor.com/2009/1020/p06s04-woap.html. मोहन मलिक यांच्या 'इंडिया बॅलन्सेस चायना' *'एशियन पॉलिटिक्स अॅन्ड पॉलिसी'*, २०१२, खंड ४, अंक ३, पृ. ३४५-७६, ३५१.

बल हो बंधन छूटे...

- आपण अर्जुनाप्रमाणे असायला हवे – भारताला बलशाली बनवण्याचे एकच उद्दिष्ट ठेवणे. या उद्दिष्टाला इतर कोणत्याही गोष्टींच्या वर प्राधान्य दिले गेले पाहिजे. ज्या समाजात, भारतातल्या लोकांप्रमाणे, लोक पछाडल्याप्रमाणे पैशाचा पाठलाग करतात– गेल्या कित्येक वर्षांत स्पष्ट झाले आहे त्याप्रमाणे नेत्यांपैकी अनेक जणसुद्धा; ज्या समाजात प्रत्येक जण आपलाच मुद्दा धरून बसतो – पर्यावरण, नागरी स्वातंत्र्य, आदिवासींचे हक्क, वाघ वगैरे वगैरे – तो समाज देशापुढील आव्हानांचा सामना करूच शकणार नाही. यापैकी प्रत्येक प्रश्न महत्त्वाचा आहेच, पण जिथे देशाचे बल आणि सुरक्षितता या गोष्टींचा संबंध असेल तिथे हे मुद्दे मागे ठेवायला हवेत.
- पंडितजी करायचे तसे सगळ्या जगाचे ओझे आपल्या डोक्यावर घेण्याचा प्रयत्न करू नये. आपल्या देशाचा जिथे संबंध आहे तेच हातात घ्यावे.
- विशेषत: सरकार प्रमुखाने जगाला वाचवण्याच्या फंदात पडू नये : पंडितजींचा किती प्रचंड वेळ कोरिया, इंडो-चायना, काँगो यांच्यात जात होता ते लक्षात ठेवा. सेनापती खंदकात असला – विशेषत: दुसऱ्याच्या खंदकात – तर त्याला स्वत:च्या सेनेसाठी कोणते डावपेच चांगले होतील याचा विचार करायला वेळ कसा मिळणार?
- एखाद्या प्रसंगात आपल्याला काही करता आले नाही तर आपली क्षमता वाढवावी म्हणजे पुढच्या प्रसंगात पुन्हा तसे होणार नाही. चीनने तिबेटवर आक्रमण केले तेव्हा आपल्याला काही करता आले नाही हे त्यापुढील काळात आपण तयारी न करण्याला कारण होऊ शकत नाही.
- उडत्या भेटींच्या वेळी केल्या जाणाऱ्या भव्य आणि भावपूर्ण स्वागताने वाहून जाऊ नये. चाऊ एन-लायसारखी व्यक्ती जिज्ञासू विद्यार्थ्याप्रमाणे भूमिका करू लागली की सावध राहावे. त्यांना तुमच्याकडून काहीही शिकायचे नाहीये. तुमच्या भोळेपणाचा फायदा घेऊन ते तुम्हाला मूर्ख बनवू पाहत असतात.

- आपल्या संभाव्य प्रतिस्पर्ध्याचे नियंत्रण ज्याच्या हातात आहे त्यांच्यावर विश्वास टाकणे आणि त्यांच्याबरोबर एकतर्फी मैत्री करणे देशासाठी घातक असते.
- आपले शेजारी काय करत आहेत, त्यांनी त्यांचे बळ वाढवण्यासाठी नवे काही केले आहे का याबद्दल जागरूक राहावे, आणि तितकेच आपले राज्यकर्ते काय करत आहेत, इतर देशांच्या नेत्यांशी बोलणी करताना ते काय कबूल करत आहेत त्याबाबतीतसुद्धा. १९४९-१९६२ मधील भ्रमाची स्थिती लक्षात ठेवा. ज्या इशाऱ्यांकडे आपण दुर्लक्ष केले तेही लक्षात ठेवा. ते करण्यासाठी त्या काळातील कागदपत्रे बघा. त्यापैकी बहुतेक कागदपत्रे आता जनतेसाठी खुली झाली आहेत.
- चिनी लोकांना ओळखा. त्यांना स्वत:बद्दल काय वाटते ते लक्षात घ्या. त्यांनी स्वत:साठी कोणती उद्दिष्टे ठरवली आहेत ते बघा. ती उद्दिष्टे साध्य करण्यासाठी भारताला आणि भारताच्या भोवती काय करायचे त्यांनी ठरवले आहे त्याची माहिती घ्या.
- तुम्ही चीनसाठी प्रयत्न केले – बांडुंगला, कोपनहेगनच्या वातावरण बदल परिषदेत वगैरे – म्हणून ते तुमचे ऋणी राहतील अशी अपेक्षा करू नका.
- त्यांचे मौन म्हणजे संमती आहे असे कधीही गृहीत धरू नका.
- त्यांच्या मोघम शब्दांचेही अर्थ गृहीत धरू नका : नकाशांच्या बाबतीत, ते जुने आहेत, कोमिटांगचे आहेत वगैरे जे चाऊ एन-लायने नेहरूंना सांगितले होते ते सतत लक्षात ठेवा; पंडितजींनी त्याचा काय अर्थ लावला आणि नंतर काय झाले ते कायम लक्षात ठेवा. जम्मू-काश्मीरवरील भारताचे सार्वभौमत्व मान्य करण्याच्या बाबतीत चाऊ एन-लायने आर. के. नेहरूंना काय सांगितले आणि आर. के. नेहरूंनी त्याचा कोणता अर्थ लावला ते लक्षात असू द्या. 'स्थिरस्थावर झालेल्या वस्तीला हलवायचे नाही' याबद्दल ते आता काय म्हणताहेत आणि २००५ मध्ये याच शब्दांचा आपण काय अर्थ लावला होता ते आठवा.
- त्यांची संमतीसुद्धा पक्की आहे असे समजू नका.
- ती संमती लेखी दिलेली असली तरी : ५० वर्षांपूर्वी तिबेटबरोबरचा १७ कलमी करार धुडकावून लावायला चीनला काहीही वाटले नाही, जसे सीमाप्रश्न सोडवण्यासाठी २००५ मध्ये ठरवलेली तत्त्वे आणि परिमाणे आता उलटी करायला त्यांना काहीही वाटले नाही. परिणाम करणारी एकच गोष्ट असेल आणि ती म्हणजे प्रत्यक्ष युद्धात शत्रू आपल्याविरुद्ध वापरू शकेल त्या तुलनेत आपली प्रत्यक्ष असलेली शक्ती. यावरून, आपण

चीनबरोबरचा सीमाविवाद सोडवण्याचा प्रयत्न करावाच, पण आपण हेही लक्षात ठेवायला हवे की, झालेला समझोता मोडण्याचा प्रयत्न करेल त्याला मार देऊन पिटाळण्याची ताकद जर नसेल तर तो समझोता टिकत नाही.

- एखाद्या धोक्याचा सामना करायला जेवढा वेळ लागेल तितका आधी तो आपल्याला ओळखता आला पाहिजे. उदा. चीनच्या सेनेचा धोका १९६२ च्या मध्यावर समजण्याचा काहीच उपयोग झाला नाही.
- एकदा जे जाते ते क्वचितच पुन्हा मिळवता येते. आपण बघितल्याप्रमाणे, पंडितजींनी संसदेत मांडलेल्या आणि संसदेने एकमताने मंजूर केलेल्या ठरावात शेवटी असे म्हटले होते : *'आशा आणि विश्वास मनात ठेवून हे सदन कितीही काळ लागला आणि कितीही कठीण संघर्ष करावा लागला तरी, आक्रमकाला भारताच्या पवित्र भूमीतून हाकलून देण्याचा भारतीय जनतेचा ठाम निर्धार व्यक्त करीत आहे.'* चीनला अक्साई चीनमधून बाहेर काढा असा आज कोणी आग्रह धरेल?
- शेवटच्या क्षणी सैन्य घाईघाईने पाठवणे; शेवटच्या क्षणी शस्त्रास्त्रे खरेदी करणे; नव्या प्रकारच्या युद्धकलेचा सामना कसा करावा हे शेवटच्या क्षणी शिकणे– जेव्हा संकट येते तेव्हा हे सगळे करावेच लागते, पण तोपर्यंत त्याचा काही उपयोग राहिलेला नसतो. तसेच शत्रूने प्रत्यक्ष आक्रमण सुरू केले की त्या वेळी लोकांनी भावना व्यक्त करणे आणि उत्साह दाखवयाचा प्रत्यक्ष युद्धासाठी काय उपयोग? भावना आणि उत्साह ओसंडून येणे हे स्वाभाविक आहे त्या जितक्या जास्त तितका संघर्ष जास्त काळ होतो. पण आक्रमण होण्यापूर्वी तयारी करण्याला तो पर्याय होऊ शकत नाही. क्लॉजविट्स म्हणतो त्याप्रमाणे, 'सदैव अतिशय बलवान राहणे हे धोरण सर्वांत उत्तम' – यातील दोन्ही शब्द सारखेच महत्त्वाचे आहेत : 'सदैव' आणि 'अतिशय बलवान.'

बल हो बंधन छुटे सब कुछ होत उपाय...
बल वाढते, बंधन तुटते; प्रत्येक गोष्ट म्हणजे डावपेच असेल.

'कमकुवत लोक कधीच शांततेत राहू शकत नाहीत,' के.पी.एस. गिल – ज्यांनी देशासाठी पंजाब वाचवला – ते म्हणतात.

'आपले शोध, दृष्टिकोन, योजना आणि आडाखे यांच्या बाबतीत एक मार्गदर्शक तत्त्व आपण पाळायलाच हवे,' ते लिहितात :

युद्ध टाळण्याचा प्राथमिक आणि सर्वांत परिणामकारक मार्ग म्हणजे

त्यासाठी सज्ज असणे. मानवी मनाचा हा एक असा विरोधाभास आहे की तुम्हाला शांतता हवी असेल तर तिच्यासाठी लढायची तयारी असायला हवी. दुर्बल, अरक्षित, सज्ज नसलेले आणि डळमळत्या मनाचे असाल तर तुम्ही जगाला तुमच्यावर हल्ला करण्याच्या मोहात पाडता, दुर्दैव ओढवून घेऊन स्वत:च्या नाशाला आमंत्रण देता. हे दुर्दैवी आहे, पण तोच इतिहासाचा कठोर धडा आहे. बल असेल तरच आदर आणि प्रतिष्ठा मिळते; मनधरणी करणे, खुशामत करणे आणि काहीही करून संघर्ष टाळण्याची वृत्ती– यामुळे फक्त तिरस्कार आणि आक्रमणाचा बळी व्हावे लागते. [१]

- आणि ती ताकद म्हणजे जिला चीन सर्वंकष राष्ट्रीय बल मानते ते असावे लागते. लष्करीदृष्ट्या सोव्हिएत युनियन दुसऱ्या क्रमांकाचे सर्वांत बलवान राष्ट्र होते; ते बंदुकीची एक गोळीसुद्धा झाडायला न लागता कोसळले– कारण त्यांची अर्थव्यवस्था तुंबलेली होती आणि समाज अनुत्पादक झाला होता. थोड्याच काळापूर्वी जपानची अर्थव्यवस्था जगात दुसऱ्या क्रमांकाची होती. पण त्याचप्रमाणात लष्करी सामर्थ्य नसल्यामुळे त्यांनी आपल्या संरक्षणाची आणि परेदश संबंध धोरणाची सूत्रे अमेरिकेच्या हवाली केली असल्यामुळे परिणामकारकता काहीच नव्हती. पंडितजी नेहमी भर द्यायचे ते खरे होते की मूलभूत, चौफेर बळासाठी सर्वंकष विकास कार्यक्रमांची आवश्यकता असते आणि ते फलदायी होण्यासाठी दीर्घकाळ लागतो. पण पंडितजींच्या समजुतीप्रमाणे दीर्घकाळासाठीचे उपाय नजीकच्या काळासाठी लागू होत नाहीत. खरे म्हणजे दीर्घकाळ म्हणजे अनेक अल्पकाळांची मालिकाच असते. दोन्ही प्रकारच्या उपायांची आवश्यकता असते– आताच्या क्षणी आपले संरक्षण करण्यासाठीचे उपाय आणि कालांतराने आपले बळ वाढवण्याचे उपाय.
- आपण काल होतो त्यापेक्षा आज जास्त बलवान असणे एवढे निश्चितच पुरेसे नाही. आपल्याला ज्यांच्यापासून धोका आहे त्याच्यापेक्षा आपण जास्त बलवान असायला हवे.
- आपले प्रतिस्पर्धी काही वर्षांनी जेवढे बलवान असतील त्यापेक्षा आपण जास्त बलवान असायला हवे : म्हणजे आपले शत्रू जी क्षमता विकसित करण्याचा प्रयत्न करत आहे तिचा प्रतिकार करण्याइतकी विविध प्रकारची क्षमता –

---

१ के.पी.एस. गिल, 'द फंडामेंटल आयडिया', 'फ्रीडम फ्रॉम फियर : ऑकेजनल रायटिंग्ज ऑन टेररिझम ॲन्ड गव्हर्नन्स', साऊथ एशिया टेररिझम पोर्टल, http://www.satp.org.satporgtp/kpsgill/terrorism/00Mar13Outbook.htm

उदा. 'मॅजिक वेपन्स'मध्ये, अंतराळात, माहिती युद्धकलेत – ती प्राप्त करण्याचा काळ लक्षात घेऊन आताच प्रयत्न सुरू करावा.

- आपण आपली तुलना नेहमी आपला जो सर्वांत बलवान प्रतिस्पर्धी असेल – आपल्या बाबतीत, आपल्या शेजारच्या देशांमध्ये, चीन – त्याच्याशी करावी.
- आपण प्रथम हल्ला करणारा देश नसलो तरी आपण शक्य असणाऱ्या सर्व प्रकारच्या हल्ल्यांची क्षमता आपल्यात आणली पाहिजे. भारतात, अनेकदा आपल्या चर्चा *'हे किंवा ते'* कडे जातात– प्राणघातक, हलकी आणि संपर्कक्षम दले किंवा विशेष दले किंवा कोअर पातळीवरील दले. पण आपली विचारसरणी *'आणि... हेसुद्धा'* अशी असायला हवी. कोणताही एक फॉर्म्युला, कोणतेही एकाच प्रकारचे दल, कोणतेही जादूचे बटण पुरे होणार नाही. आणि आज, स्वातंत्र्यानंतर बहुतेक प्रथमच, पैशाची अडचण नाहीये : 'कल्याणकारी' योजनांसाठी सरकारे केवढा प्रचंड खर्च करतात ते पाहा, त्यावरून संरक्षण आणि परदेश धोरणाखालील (परदेशांना द्यायच्या मदतीसह) योजनांसाठी 'विकास योजनां'वरील खर्चातून होणारी 'गळती'सुद्धा पुरेल.
- पण केवळ पैशाची व्यवस्था करण्याव्यतिरिक्त आपण नव्याने विचार करण्याची गरज आहे. आज, पाकिस्तानने घडवून आणलेला प्रत्येक हल्ला, चीनने केलेली प्रत्येक घुसखोरी यावरून आपल्या हे लक्षात यावे की आपल्यापुढे पर्याय नाहीये. मोठे सैन्य सीमेपार पाठवण्याचे दिवस आता गेले आहेत – अपवाद म्हणजे विरोधी राष्ट्रांच्या आकारात प्रचंड फरक असेल तर – जसा अमेरिका आणि ग्रेनाडा किंवा इराक किंवा अफगाणिस्तान आणि या उदाहरणांमध्येसुद्धा, इराक किंवा अफगाणिस्तानच्या बाबतीत जसे दिसून आले तसे, परिणाम अपयशातच झाला. आक्रमकाचा 'काश्मीर करणे' म्हणजे एकही गोळी न झाडता किंवा सीमा न ओलांडता आक्रमकाच्या मोठ्या भागांमध्ये गोंधळ माजवणे– अशा प्रकारच्या क्षमता आपण विकसित करायला हव्यात.
- पण दहशतवाद्यांनी हल्ला केला किंवा त्यांचे एखादे पथक आपल्या प्रदेशात घुसले म्हणजे मग आठवड्याभरात या क्षमता अंगी आणता येत नाहीत. या आणण्याला वीस-तीस वर्षे लागतात; वीस-तीस वर्षे अथक प्रयत्न करूनच त्या निर्माण करता येतात. दर वेळेस नवे सरकार आले की थांबायचे, आधीच्या सरकारने सुरू केलेले उलट करायचे, असे करून ते होत नाही.
- एखादी क्षमता विकसित करण्यात वेळप्रसंगी तिचा आपण वापरही करू अशी शत्रूच्या मनात खातरी निर्माण होणे हे गृहीत आहे. आपण मोर नाही, साळिंदर आहोत असे इतरांना वाटायला हवे. प्रतिकार अतिशय जलद

असायला हवा. आपल्यावर केलेल्या हल्ल्याचा किंवा आगळिकीचा बदला म्हणून तो केला, हे स्पष्ट झाले पाहिले. आपल्यावर ज्यांनी हल्ला केला किंवा आपल्यावर हल्ला करायला इतरांना ज्यांनी उद्युक्त केले त्या व्यक्तींना आपल्या प्रतिकाराची झळ पोहोचली पाहिजे. आणि/किंवा त्यांच्या देशाचे प्रचंड नुकसान झाले पाहिजे. उदाहरणार्थ, 'दहशतवादी आमच्या देशात आले तर आम्ही त्यांना चिरडून टाकू,' किंवा 'आम्ही घुसखोरांना हाकलून लावू, त्यांना त्यांचे तंबू काढायला लावू' यासारख्या वल्गना आपली असाहाय्यताच दाखवतात. जे दहशतवादी भारताच्या आत आलेले आहेत त्यांनाच मारण्याचा भारत प्रयत्न करेल हे माहीत असल्यावर त्यांचे नियंत्रक दहशतवादी पाठवणे कशाला बंद करतील?

▸ सर्व साधनांचा वापर निश्चित केलेल्या एकाच उद्दिष्टासाठी केला गेला पाहिजे. आंतरराष्ट्रीय वातावरणाशी कौशल्याने खेळून उत्तर व्हिएतनामने कसा विजय मिळवला, या उदाहरणावरून परराष्ट्र आणि संरक्षणविषयक धोरण परस्परसुसंगत कसे असायला हवे ते लक्षात यावे. आणि हे केवळ आणीबाणीतच घडता कामा नये. आपली मंत्रालये आणि खाती एकमेकांशी संवाद न साधता चार भिंतींमध्ये काम करत राहतात, त्यामुळे हा धडा शिकणे फार महत्त्वाचे आहे.

▸ आपण आवश्यक त्या क्षमता अंगी आणल्या पाहिजेत. तरीही गेल्या तीस वर्षांत आपण आपल्याला चीनच्या तुलनेत एवढे मागे पडू दिले आहे की आज आपण फक्त स्वत:च्या बळावर त्यांचा सामना करू शकणार नाही. यातून अनेक धडे घेता येतील :

  ○ आपण मित्रराष्ट्रांचे जाळे निर्माण करायला हवे. दुसऱ्याबरोबर काम करणे उद्वेगजनक असू शकते. पण, चर्चिल म्हणाल्याचे जसे म्हणतात की 'मित्रराष्ट्रांना बरोबर घेऊन युद्ध करण्यापेक्षा जास्त वाईट गोष्ट म्हणजे मित्रराष्ट्र नसताना युद्ध करणे', क्षणभर विचार करा : सुरक्षा परिषदेतील बदल चीनच्या मनाप्रमाणे करायला मान्यता देणारे देश कोणते असतील आणि आपल्यासाठी कोण प्रयत्न करतील?

  ○ एका गोष्टीची जाणीव ठेवून आपण मित्र मिळवण्याचा प्रयत्न केला पाहिजे आणि ती ही की जर एखादा देश आपल्याबरोबर आला तर तो ते स्वत:च्या उद्दिष्टांसाठीच करेल, ती कारणे गुंतागुंतीची असतील आणि त्यासाठी त्या देशाला अनेक अंतर्गत परस्परविरोधी गोष्टींचे संतुलन करावे लागेल.

  ○ आपण परस्परांशी संलग्न असलेले असे मित्रराष्ट्रांचे अनेक गट निर्माण करण्याचा प्रयत्न करावा. वेगवेगळी राष्ट्रे वेगवेगळ्या समस्यांसाठी आपल्याशी

हातमिळवणी करू शकतील. उदा. काही राष्ट्रांना इस्लामिक दहशतवादाची भीती आहे, काहींना चीन बलवान होण्याची भीती आहे; काही राष्ट्रांना गुप्त माहितीची देवाणघेवाण करण्यात आणि भविष्यातील शक्यतांबद्दलच्या विचारांची देवाणघेवाण करण्यात रस असू शकेल; काही देशांना सागरी व्यापारात सहकार्य करण्यात रस असेल, काहींना चीनच्या तिबेटमधील नद्यांचे पाणी उत्तर आणि पूर्व चीनकडे वळवण्याच्या योजनांवर सुसूत्रित प्रतिक्रिया देण्यात असेल. प्रत्येक राष्ट्राला रस असलेल्या समस्यांबद्दल सहकार्य करण्यासाठी आपण योजना आणि मनुष्यबळ ठेवायला हवे.

- गेल्या पाच वर्षांत परिस्थिती खूप बदलली आहे. चीनचा उत्कर्ष आणि त्याची आक्रमकता यांना अनेक देशांत प्रतिक्रिया उमटू लागली आहे. भविष्यात चीन काय करेल याबद्दल आता अनेकांना अनिश्चितता, किंबहुना धास्ती वाटू लागली आहे. परंतु त्या प्रतिक्रियेचा, त्या धास्तीचा लाभ घ्यायचा असेल तर आपल्याला त्या देशांबरोबर, त्या देशांसाठी आणि त्या देशांमध्ये, सध्या आपण जे करत आहोत त्यापेक्षा बरेच जास्त करावे लागेल. 'पूर्वेकडे बघा' धोरण; या देशांबरोबर 'व्यूहात्मक भागीदारी'चे करार करणे, याबरोबरच आपण काही ठोस उपाय केले नाहीत तर त्यांचा फार उपयोग होणार नाही.
- आपण केवळ देशांबरोबरच नाही तर देशांतर्गत विविध वंशाच्या लोकांबरोबरसुद्धा आघाडी करायला हवी– बलुची लोकांबरोबर, पश्तुन लोकांबरोबर (ज्यांचे गिलगिट-बाल्टिस्तानात, पाकव्याप्त काश्मीरमध्ये दमन होत आहे); तिबेटींबरोबर तर हवीच पण चीनमधील उइघर, मंगोल अशा अल्पसंख्य जमातींबरोबरसुद्धा.
- किंबहुना, इतर देशांमधील विविध वांशिक समाजांबरोबर आघाडी करण्याप्रमाणेच विचारवंतांच्या आणि इतर गटांबरोबरसुद्धा मैत्री करावी. चीनमधील आणि चीनच्या बाहेर असणारे अनेक गट – उदा. केंब्रिज, टोरोंटो येथील विश्वविद्यापीठांमध्ये, सॉफ्टवेअर विकसित करणाऱ्या केंद्रांमध्ये – चीनमधील सेन्सॉरशिपला वळसा घालून चीनमधील घटनांबद्दलची खरी माहिती मिळवून चिनी लोकांना ती पुरवण्याचे काम करतात. इतर काही गट, माहिती युद्धाच्या क्षेत्रात चीन काय करत आहे हे शोधून काढण्याचा प्रयत्न करत असतात. काही गट चीन आणि चिनी कंपन्या करत असलेल्या इंटलेक्चुअल प्रॉपर्टी आणि उच्च तंत्रज्ञानाच्या चोरी उजेडात आणतात. आपण त्यांच्या संपर्कात तरी आहोत का?

- त्यामुळे आघाड्या आवश्यक आहेतच. पण त्याचबरोबर आपण कोणत्याही

देशावर अवलंबून असता कामा नये आणि अवलंबून नाही आहोत हे जगाला दिसले पाहिजे. तसेच आपल्याला जे करायचे आहे त्यासाठी दुसऱ्या देशाच्या संमतीची गरज नसावी – आपले प्रतिस्पर्धी त्या देशावर दबाव आणू शकतात. दुसऱ्या शब्दांत सांगायचे तर आपण आघाड्या बनवाव्यात, पण जरूर वाटल्यास आपण एकटेही कृती करू, असे आपल्या शत्रूला कळले पाहिजे. चीनकडे बघा, एखादी भेट रद्द करून, एखादे कंत्राट कदाचित मिळणार नाही असे भासवून ते फ्रान्स, जर्मनी, अमेरिकेवर कसा दबाव टाकतात ते बघा. जर यापैकी एखाद्या देशाचा आपल्यावर प्रभाव पडू शकतो असे चीनला दिसले तर आपण चीनचे म्हणणे मान्य करावे यासाठी त्यांच्यामार्फत आपल्यावर चीन दबाव आणू शकेल.

पाकिस्तानने प्रशिक्षित केलेल्या आणि पाकिस्तानात आश्रयास असलेल्या दहशतवाद्यांनी मुंबईवर केलेल्या हल्ल्याच्या संदर्भात जेव्हा अमेरिकेच्या परराष्ट्रमंत्री हिलरी क्लिंटन अमेरिकन संसदेच्या ॲप्रोप्रिएशन्स उपसमितीला पुढे दिल्याप्रमाणे सांगताना आपले शत्रू ऐकतात तेव्हा ते काय निष्कर्ष काढतील?– 'भारताने कृती करू नये यासाठी आधीच्या सरकारने आणि आम्ही खूप काम केले. पण बंडखोर, आणि अल् कायदा आणि त्यांचे साथीदार हुशार आहेत हे आम्हाला माहीत आहे. ते भारतातील त्यांचे हल्ले थांबवणार नाहीत, कारण आपण ज्याप्रकारे प्रतिक्रियेला प्रतिबंध करण्याच्या आशेवर होतो तीच त्यांना हवी होती. त्यामुळे *मुंबईच्या घटनेनंतर भारत सरकारने जो संयम दाखवला तसा त्यांनी नेहमीच दाखवावा यासाठी आपल्याला भारत सरकारवर बरेच काम करायचे आहे.*'

आणि ते 'काम' चालू आहे हे शत्रूने ऐकल्यावर काय होणार? कारण श्रीमती क्लिंटनने संसद उपसमितीला सांगितले की G-2 बैठकीच्या वेळी अमेरिकेचे राष्ट्राध्यक्ष आणि मनमोहन सिंग यांच्या झालेल्या भेटीत *'मुंबई घटनेनंतर कोणत्याही आघाडीवर प्रतिक्रिया उमटली तर ती दाबून टाकण्यासाठी भारताने आणखी काय करावे यावर चर्चा झाली.'*[२] वॉशिंग्टनमध्ये एक कळ आहे, जी भारताला गप्प बसवण्यासाठी वापरता येऊ शकते, असा निष्कर्ष शत्रू काढणार नाही?

▸ आणि आपले अगदी जवळचे मित्रराष्ट्रसुद्धा आपले काम करेल या भरवशावर आपण राहू नये आणि तशी अपेक्षाही करू नये. प्रत्येक राष्ट्र स्वत:चे हित

---

२ हिलरी रोडहॅम क्लिंटन, सेक्रेटरी ऑफ स्टेट; विदेश, विदेशातील कारवाया आणि संबंधित कार्यक्रम यावरील हाउस ॲप्रोप्रिएशन्स सबकमिटी पुढे केलेली टिप्पणी, वॉशिंग्टन डी सी, २३ एप्रिल २००९

डोळ्यांपुढे ठेवूनच जाणार; त्याचे हित काय आहे हे त्याचे *मूठभर लोक ठरवणार*; तेही त्या क्षणी काय आहे त्याप्रमाणे :

- व्हिएतनामच्या कम्युनिस्ट पक्षाचा इतिहास माहीत असलेले अभ्यासक व्हिएतनामच्या दीर्घ लढ्यात कोणत्या अडचणींचा सामना करावा लागला ते सांगतात : कम्युनिस्ट पक्षाच्या उच्चतम स्तरातील लोकांचा तीव्र विरोध असूनसुद्धा हो ची मिन्ह आणि त्याच्या निकटच्या सहकाऱ्यांना १९५४ मध्ये जिनिव्हा येथे समझोता करावा लागला : सोव्हिएत युनियनला पश्चिमी राष्ट्रांबरोबरच्या संबंधातील तणाव कमी करायचा होता आणि चीनला कोरियानंतर अमेरिकेशी आणखी एक युद्ध करायचे नव्हते. आणि जेव्हा व्हिएतनाम या दोन मित्रराष्ट्रांच्या मदतीच्या भरवशावर होते तेव्हाच त्या दोघांमध्ये झालेल्या बेबनावामुळे (ज्याचा व्हिएतनामच्या लढ्याशी काहीही संबंध नव्हता) त्याच्या अडचणीत आणखी भरच पडली.

- अनेक वर्षे सद्दाम हुसेन हा इराणला शह देण्यासाठी उपयोगी झाला, नंतर तोच खलनायक वाटू लागला. एके दिवशी त्या वेळी मिळणाऱ्या संदेशांच्या देवाणघेवाणीवरून आणि संकेतांवरून सद्दाम हुसेनला असे वाटले की, आपण जर कुवेतवर दावा केला तर अमेरिका काही करणार नाही, कारण तिला अरब देशांच्या आपापसातील तंट्यांमध्ये रस नव्हता. पण दुसऱ्या दिवशी सद्दाम हुसेनने कुवेतमध्ये मारलेली मुसंडी हीच अमेरिकेने इराकवर मोठ्या प्रमाणावर आक्रमण करायला कारणीभूत झाली. एके दिवशी तालिबान म्हणजे सोव्हिएत युनियनविरुद्ध लढणारे शूर लढवय्ये असतात, तर दुसरे दिवशी ज्यांचा ताबडतोब नि:पात करणे आवश्यक आहे असे किडे असतात. एकाएकी ते (तालिबान) काही सगळेच वाईट नसतात– ज्यांच्याशी व्यवहार करावा असे 'चांगले तालिबान' असतात आणि ज्यांना मारून टाकावे असे 'वाईट तालिबान'ही होतात.

- आशिया-पॅसिफिक प्रवेश हा केंद्रबिंदू ठेवून अमेरिकेचे धोरण नव्याने रचण्यात येईल, या अमेरिकेने केलेल्या घोषणेनंतर अखेरीस अमेरिका आता चीनच्या धोक्याकडे गंभीरपणे लक्ष देत आहे, अशी आशा अनेकांना वाटत आहे. पण ही घोषणा करतानाच, कदाचित धोरणातील बदल ठरवण्याचा भाग म्हणून असेल, पण अमेरिका चीनला G-2 चौकटीत बसवण्याचाही प्रयत्न करत आहे.

▸ 'सर्व काही किंवा काहीच नाही' असा प्रश्न विचारू नका. प्रतिस्पर्धी याच्याकडे 'युद्ध की शांतता' नव्हे तर 'मर्यादित युद्ध', 'बदली युद्ध' म्हणून बघतो; 'मैत्री की हिंसा' म्हणून नाही तर 'शांततेची हिंसा'.

- अनेकदा, एखाद्या देशापुढे कणखर आव्हान उभे राहते. कधी कधी त्याला युद्धाला सामोरे जावेच लागते. निवडीचा पर्याय त्या एकट्या देशाला नसतो. जेव्हा शत्रू त्याला 'धडा शिकवण्या'च्या मागे असतो, इतरांसाठी त्याचे 'उदाहरण' करण्याची त्याची इच्छा असते, जेव्हा 'दादा' कोण आहे इतरांना दाखवून देण्याची इच्छा असते तेव्हा 'बळी' देशाला संघर्ष टाळता येत नाही. जेव्हा युद्धाचे भयानक परिणाम, इथे युद्ध झाले तर त्याचे जागतिक महायुद्धात कसे रूपांतर होईल, आपण जिला संस्कृती म्हणतो ती कशी नष्ट होईल, अशा नाउमेद करणाऱ्या गोष्टींचा लोकांवर सतत मारा केला जातो तेव्हा लोक मानसिकदृष्ट्या अपंग बनतात.
- तसेच धोका असल्याचे अधूनमधून कबूल करायचे, फाइलवर 'आवश्यक ती तयारी करावी' असे कधी तरी लिहायचे असे करून चालणार नाही : पंडितजींनी स्वत: अशा प्रकारचे शेरे फाइलमध्ये लिहिले होते. इतर मंत्रीसुद्धा गेल्या काही दिवसांत अशा प्रकारे बोलले आहेत – उदा. २६/११ च्या आधीच्या महिन्यांमध्ये पंतप्रधान मनमोहन सिंग, गृहमंत्री, राष्ट्रीय सुरक्षा सल्लागार या प्रत्येकाने, दहशतवादी भारतात घुसण्यासाठी समुद्रमार्गाचा उपयोग करण्याची शक्यता आहे असे वर्तवले होते. त्यांनी हा इशारा सुरक्षेवरील आंतरराष्ट्रीय परिषदांमध्येसुद्धा दिला! आणि जणूकाही आपण केवळ सल्लागार आहोत अशा प्रकारे 'आवश्यक कृती करावी' असे म्हणून ते मोकळे झाले. ती कृती प्रत्यक्षात केली जात आहे याची कोणीतरी खातरी करायला हवी.
- प्रतिस्पर्ध्याच्या कृतीचे गांभीर्य कधीही कमी करू नये. ही चूक प्राणघातक होती. चीन आक्रमकपणे वागणार नाही असे पंडितजी सतत ठासून म्हणत. त्यांनी आक्रमण केले. चीन जे करत होते त्याचे गांभीर्य त्यांनी कमी करून सांगितले, त्यांचा गुन्हा लपवायचे, एवढेच नाही तर त्यांनी जे केले ते का केले याची कारणेही स्वत:च द्यायची – याचे एक कारण म्हणजे ते तसे करणार नाहीत असे ते म्हणालेले असायचे आणि दुसरे म्हणजे चीनच्या कृतीमुळे जी पावले उचलणे आवश्यक होते ती उचलण्याची अजूनही त्यांची इच्छा नव्हती. दुर्दैव म्हणजे, प्रत्यक्ष नियंत्रणरेषा ओलांडून घुसखोरी करण्याच्या बाबतीत, आपल्या हितसंबंधांना थेट बाधा आणण्यासाठी चीन जी पावले उचलत आहे त्या बाबतीत तोच प्रकार – इन्कार करणे, गंभीरपणा कमी दाखवणे – अजून चालू आहे. सत्य लपवण्याऐवजी प्रत्येक वेळी जनतेला विश्वासात घेतले पाहिजे. जनतेला पूर्ण सत्य सांगायला हवे. असे केल्यानेच, पुढे जे त्याग करावे लागणार आहेत ते करण्यासाठी त्यांची तयारी होईल.

- आज आपल्या सार्वजनिक जीवनात खुज्या नेत्यांची जी गर्दी झाली आहे ती बघता तरणोपाय दिसत नाही. या ग्रंथाच्या सुरुवातीला दिलेली सध्याचे सरकार करत असलेली विधाने पुन्हा बघा – चीन जे म्हणतो त्याचा आपल्याला हवा तसा अर्थ लावणारी विधाने. १९६२ मध्ये आपल्याला ज्या चुकांची प्रचंड किंमत मोजावी लागली त्यापासून आपला देश आणि राज्यकर्ते यांनी कोणताही धडा घेतल्याचे दिसते? काय बोलतात त्याव्यतिरिक्त सरकार प्रत्यक्षात काय करत आहे ते बघा. २००८ मध्ये ऑलिम्पिक ज्योत हाताळताना दाखवलेल्या भित्रेपणाचा चीन कोणता अर्थ लावेल? – परिस्थिती काळजीपूर्वक हाताळल्याबद्दल त्यांना उपकृत वाटेल की ज्याचा फायदा घेता येईल, असा भ्याडपणा वाटेल? या पुस्तकाच्या मुखपृष्ठाकडे पुन्हा एकदा नजर टाका. भारताच्या पंतप्रधानांच्या वाकण्याचा अर्थ, सौजन्य – जे आपणही दाखवायला हवे – असा चीन लावेल की एखाद्या दुर्बल माणसाकडून अपेक्षित असते ती लाचारी?
- पण तेवढीच महत्त्वाची गोष्ट ही की जेव्हा नेता पंडितजींइतका महान आणि सुबुद्ध असतो तेव्हा त्याने विरोधी दृष्टिकोन आणि सल्ला विचारात घ्यायचाच नाही असे करू नये.
- हिमालयातील आपल्या संपूर्ण सीमेवर क्षमता विकसित करावी. कोणताही सार्वजनिक हिताचा दावा, फालतू आरोप, पर्यावरण परवानगी त्याच्या आड येणार नाही असे करावे.
- हे लक्षात ठेवा की आपली सुरक्षा ही तिबेटशी – तिबेटी लोक, त्यांचा धर्म आणि त्यांची संस्कृती यांच्यात - अटळपणे गुंफलेली आहे. भारताने कोणत्याही आंतरराष्ट्रीय व्यासपीठावर चीनच्या तिबेटवरील आक्रमणाचा प्रश्न उपस्थित करू नये – संयुक्त राष्ट्रसंघात तर नाहीच नाही – असे जे पंडितजींनी ठरवले ती घोडचूक आपण पुन्हा करू नये : त्यामुळे इतर राष्ट्रांनी असा विचार केला की 'याचा सर्वांत जास्त परिणाम ज्याच्यावर होणार आहे त्या भारतालाच जर हा प्रश्न उपस्थित करण्यात रस नसेल तर आपण तरी कशाला करा?'
- आपल्या प्रशासनातील विस्कळीतपणामुळे चीन आणि भारत यांच्यातील दरी आधीच धोकादायक वाटावी इतकी रुंद झाली आहे. आपण आपली कार्यपद्धती बदलली नाही तर आपण आक्रमणाला निमंत्रण दिल्यासारखे होईल.
- याची खातरी बाळगा की चीन आपल्या राजकीय जीवनातील अंदाधुंदी, आपल्या संस्थांचे शैथिल्य, सशस्त्र दले आणि नागरी अधिकारी यांच्यातील बेबनाव, देशातील मोठ्या भागात दिसणारा शासनाचा अभाव, भारताला विकेंद्रित रशियाप्रमाणे बनवणारा स्थानिक माफियांचा प्रभाव, फालतू गोष्टींवर

लक्ष केंद्रित करणारी माध्यमे, या सगळ्यांवर चीन लक्ष ठेवून आहे. चीनला हे सगळे दिसत नाहीये, त्यात दडलेली संधी त्यांच्या लक्षात येत नाहीये, असे समजणे मूर्खपणाचे होईल.

- होय, चीनपुढेही समस्या आहेत. पण त्यामुळे आपले प्रश्न सुटणार नाहीत. फार तर त्यामुळे आपल्याला आपल्यात सुधारणा करण्यासाठी एरवी मिळाला असता त्यापेक्षा जास्त वेळ मिळेल इतकंच. अगदी असे जरी गृहीत धरले की, चीनची दशा त्याच्यापुढील समस्यांमुळे वाईट होईल, तरी धोका आहे. तशी परिस्थिती उद्भवली तर चीनचे राज्यकर्ते काय करतील? एखाद्या शेजाऱ्यावर हल्ला करणे, सीमेवरील एखाद्या राष्ट्रात घुसणे असे करून ते जनतेचे लक्ष दुसरीकडे वळवणार नाहीत? म्हणून चीनच्या समस्या चीनजवळच राहू द्याव्यात. त्याऐवजी चीनने विकसित केलेल्या क्षमतेवर आणि तिचा आपल्यावर काय परिणाम होईल याच्यावर लक्ष केंद्रित करावे. चीनपुढे समस्या आहेत म्हणून समाधान वाटून घेण्याऐवजी त्यांनी मिळवलेल्या यशाचे घटक शोधावेत आणि ते आपल्यात आणण्याचा प्रयत्न करावा.
- आणि हे कार्य सरकारपुरतेच मर्यादित नाही. आज प्रशासनात जो विस्कळीतपणा आपल्याला दिसतो तो आपल्या समाजात दिसणारी अनागोंदी आणि गोंधळाचेच प्रतीक आहे. आपल्या फक्त सरकारनेच लक्ष केंद्रित करायला हवे असे नाही. आपल्यालाही तसे करायला हवे. विशेषत: आज आपल्या देशातील चर्चांचे नेतृत्व करणाऱ्यांनी त्यांची दृष्टी राष्ट्रीय सुरक्षा, राष्ट्रीय बल यावर ठेवली पाहिजे.
- ज्यांचा सुरक्षादले किंवा सरकारशी संबंध नाही असे आपल्यातील लोकसुद्धा खूप काही करू शकतात. आपण आधी बघितलेले एक उदाहरण घ्या– चीनने आपल्या वकिलाती आणि मंत्रालयांमधील कॉम्प्युटर्समध्ये कसा शिरकाव केला ते सांगण्याचा मंक सेंटरचा अहवाल आठवा :
  - आपल्यापैकी किती लोकांकडे कॉम्प्युटर आहे?
  - आपल्यापैकी किती जण इंटरनेट बघतात?
  - दलाई लामांच्या कार्यालयातून निघालेल्या एका चौकशीच्या मेलवरून १३० देशांमधील कॉम्प्युटरमध्ये शिरकाव करण्याच्या चीनच्या प्रकरणाबद्दल आलेली बातमी आपल्यापैकी किती जणांनी वाचली?

  त्या १३० देशांतीला कॉम्प्युटर्समधील सर्व काही उघड केले गेले. त्यांच्यावरील माहिती आणि कॉम्प्युटर वापरणाऱ्यांनी कोणती बटणे (keys) दाबली ते त्याचवेळी चीनमधील कॉम्प्युटर्सपर्यंत पोहोचत होते. दूरवर असलेले नियंत्रक त्यांच्यावर नियंत्रण ठेवू शकत होते. या अहवालाबद्दलची

बातमी आपल्यापैकी किती जणांनी बघितली?

- आपल्यापैकी किती जणांनी तो अहवाल डाउनलोड करून त्याचा अभ्यास केला? कारण बातमी वृत्तपत्रांमध्ये आल्यावर ताबडतोब मंक सेंटरने त्यांचा संपूर्ण अहवाल इंटरनेटवर प्रसिद्ध केला होता.
- आपल्या सुरक्षेवर परिणाम करणारी माहिती आपण शोधून काढली पाहिजे आणि आता इंटरनेटसारखे प्रभावी साधन उपलब्ध असल्यामुळे ती, पूर्वीच्या साखळी पत्रांप्रमाणे सर्वत्र पसरवली पाहिजे. चीनमधील व्यक्ती आणि गटांपासून आपण धडा घेतला पाहिजे. ते तिथल्या अधिकाऱ्यांना हूल देतात : हजारो ब्लॉगर, माहिती मिळवण्यासाठी आणि ती पसरवण्यासाठी, तेथील अधिकाऱ्यांना आणि सेन्सॉरशिपला चकवतात. आपल्याकडे आता कॉम्प्युटर आहेत, आपण आता इंटरनेट वापरतो, भारतात माहितीची देवाणघेवाण करायला कोणी थांबवत नाहीये, हे सर्व फायदे असताना आपण आपल्याला असलेले स्वातंत्र्य आणि सुविधा वापरून आपल्या सुरक्षेशी संबंधित माहिती मिळवून ती प्रसारित का करत नाही? आपल्या देशाची सुरक्षा बळकट व्हावी यासाठी लागणारे वातावरण निर्माण करणे शक्य असूनसुद्धा आपण ते का करत नाही?

- देशाच्या निर्धाराला बळकटी आणण्यासाठी, लोकांना पर्याय उपलब्ध करून देण्यासाठी आपल्याला खूप जास्त बौद्धिक काम करण्याची गरज आहे :
  - अनेक दशके पुढे बघणारे काम : युद्धकलेत होणारे संभाव्य बदल; ज्यांच्या भरवशावर आज आपण आहोत आणि जे आज आपले विरोधक आहेत अशा देशांमधील संभाव्य बदल; पुनर्नूतनीकरण करणे शक्य नसलेल्या स्रोतांची उपलब्धता; तसेच त्यांचा अखंड पुरवठा होण्यात येणाऱ्या संभाव्य अडचणी.
  - सध्या समोर असणाऱ्या समस्यांवरील काम : संसद भवनावर किंवा मुंबईवर झाला तसा हल्ला पुन्हा झाला किंवा सीमेवर पुन्हा घुसखोरी झाली, तर उपलब्ध असणाऱ्या पर्यायांचा तौलनिक अभ्यास आणि ते पर्याय प्रत्यक्षात आणण्यासाठी काय करणे आवश्यक आहे?
  - सामान्य नागरी कर्मचारी आणि सशस्त्र दले यांच्यातील समतोलाचे पुनर्विलोकन करणे आवश्यक असल्यामुळे सेनादलाच्या अधिकाऱ्यांनी कोणत्या राजकीय निर्णयांचा आपण केलेल्या युद्धांवर कसा परिणाम झाला आणि आज आपण युद्धासाठी किती तयार आहोत याचे सखोल विश्लेषण करावे : काश्मीरमध्ये घुसलेल्या घुसखोरांना हाकलून लावल्यानंतर पुढे जात

असलेल्या आपल्या जवानांना थांबवण्याचा निर्णय; ते प्रकरण संयुक्त राष्ट्रसंघात नेण्याचा निर्णय– अगदी पाकिस्तानचीसुद्धी तशी मागणी नसताना; चीनचे १९५०-६० मधील घातक मूल्यमापन; १९७१ मध्ये बांगलादेशाच्या निर्मितीला कारणीभूत असणारे योग्य निर्णय; दुसऱ्या बाजूला सिमला करार; अकालींना शह देण्यासाठी अज्ञात अशा भिंद्रनवालेना वर आणण्याचा निर्णय; आसाममधील विद्यार्थ्यांना शह देण्यासाठी उल्फाला आणि नंतर बोडो नॅशनल फ्रंटला मदत करण्याचा निर्णय; एलटीटीईला प्रशिक्षणासाठी सोयी देण्याचा आणि नंतर त्यांनाच चिरडून टाकण्यासाठी 'आयपीकेएफ'ला पाठवण्याचा निर्णय; एका बाजूला लाहोरची बससेवा सुरू करणे तर दुसऱ्या बाजूला ऑपरेशन पराक्रम हाती घेणे; रुबिया सईद, हजरतबाल, चरार-ए-शरीफ, कंदहार प्रकरणी केलेले समझोते; नक्षलवादी आणि उल्फाच्या बाबतीतील धरसोडीचे धोरण.

o याशिवाय, प्रशासकीय पातळीवर घेतलेल्या काही विशिष्ट निर्णयांमुळे आणि निर्णय घेण्याची आवश्यकता असूनही ते न घेतल्यामुळे देशाला आणि सुरक्षा दलांना मोजावी लागलेली किंमत.

o त्याचप्रमाणे आपण आपल्या यशांचाही अभ्यास करावा : तामिळनाडू आणि आंध्रमधील फुटीरतावादी चळवळींमधील हवा काढून घेणे; ज्याप्रकारे पंजाब आणि त्रिपुरामधील बंडांचा बीमोड करण्यात आला; राजकारण्यांचा हस्तक्षेप असूनसुद्धा ज्याप्रकारे आंध्रमधील नक्षलवाद 'ग्रेहाउंड्स'नी कसा चिरडून टाकला ते.

वरील अभ्यास सखोल आणि परखड असायला हवेत. आणि ते डिफेन्स सर्व्हिसेस स्टाफ कॉलेज किंवा नॅशनल डिफेन्स कॉलेजमध्ये स्वतःच्या वापरासाठी, विद्यार्थ्यांनी त्यांचा अभ्यास केल्यावर कुलपात बंद करून ठेवण्यासाठी नसावेत. त्यांना विस्तृत प्रसिद्धी द्यावी : त्यामुळे लोकांना पर्यायांची किंमत समजेल, आपले नेते हस्तक्षेप न करायला शिकतील आणि सर्वजण व्यावसायिक सल्ला, विशेषतः सेनादलांचा सल्ला मानायला शिकतील.

अशा प्रकारचा अभ्यास करण्यासाठी अनेक विश्वविद्यापीठांमध्ये युद्धाभ्यास विभाग स्थापन करण्यात यावेत; उद्योगक्षेत्रातील लोकांना खरे स्वयंशासित, खऱ्या उच्च दर्जाचे विचार गट (थिंक टँक) स्थापन करायला उत्तेजन द्यावे; आणि काही पत्रकारांनी सुरक्षा क्षेत्रात नैपुण्य मिळवावे. सर्वांत महत्त्वाची गोष्ट म्हणजे अशा संस्था म्हणजे राष्ट्रीय सुरक्षा सल्लागार मंडळांप्रमाणे, ज्यांना इतर काम देता येत नाही अशा लोकांना आश्रय देण्याचे ठिकाण होऊ देऊ नये.

हे सर्व व्हायला हवे. पण माझी मदार निवृत्त सेना अधिकाऱ्यांवर राहील : त्यांनी त्यांच्या प्रचंड अनुभवाचा लिहिणे आणि बोलण्यासाठी उपयोग करावा – त्यांच्याइतकी विश्वासार्हता आज दुसऱ्या कोणातही नाही – राजकारण्यांमध्ये आणि नागरी अधिकाऱ्यांमध्ये निश्चितच नाही आणि त्यांच्यासारखा प्रत्यक्ष अनुभव कोणालाच असणार नाही. त्यांनी नुसते बोलू नये, त्यांनी आपले म्हणणे मोठ्याने आणि स्पष्टपणे मांडले पाहिजे.

- आज राजकीय नेतृत्वाकडे – आणि मला हे फक्त सध्याच्या सरकारबद्दलच म्हणायचे नाही – केवळ नैपुण्यच नाही असे नाही, त्यांच्याकडे परिस्थितीचे मूल्यमापन करण्यासाठी, पर्यायांचा विचार करण्यासाठी आवश्यक असणारी प्राथमिक क्षमताही नाहीये; त्यांच्या विचारांची झेप अतिशय तोकडी आहे – जेव्हा, आपण बघितल्याप्रमाणे पाकिस्तानच्या 'बदली युद्धा'चा मुकाबला करण्यासाठी, चीनचे आव्हान पेलण्यासाठी अनेक दशकांचा विचार करून धोरण ठरवावे लागते. शिवाय, आपण रोज बघत आहोत की राजकीय क्षेत्रात फार विभाजन झाले आहे : राष्ट्रीय सुरक्षेच्या दृष्टीने ज्या गोष्टी साहजिकपणे करायला हव्यात त्या ते करत नाहीत– आपण मुस्लिमांमध्ये प्रिय व्हावे यासाठी काही महत्त्वाची साधने ते टाकून देत आहेत- उदा. पोटा (POTA); इस्राईलसारख्या संभाव्य मित्रराष्ट्रांबरोबर सहकार्य करायला ते कचरतात; दहशतवादाविरुद्धच्या कृतीचे सुसूत्रीकरण करण्यासाठी मध्यवर्ती केंद्र स्थापन करण्याची ते नुसते चर्चा करत राहतात. नोकरशहासुद्धा फार वेगळे नाहीत : तेही राजकरण्यांचीच लहान आवृत्ती आहेत, एखाद्या राजकीय नेत्याच्या कृपाछत्राखाली राहण्याची प्रवृत्ती त्यांच्यात वाढत आहेत, त्यांच्या दृष्टीचा पल्लासुद्धा राजकारण्यांसारखाच नजीकचाच असतो – आपली पुढची नेमणूक, आपला गोपनीय अहवाल, नोकरशाहीचे वर्चस्व ठेवणे – उदा. संरक्षण मंत्रालयात. आणि ते अतिशय संकुचित वृत्तीचे असतात : सहाव्या वेतन आयोगाचा त्यांनी कसा उपयोग करून घेतला ते बघा – सेनादलांमधील जागा भरण्याची समस्या सर्वांना दिसत असूनसुद्धा. कोणत्या तरी संयुक्त सचिवाने दहशतवाद्यांचा सामना करण्यासाठी पंजाब पोलिसांना, अगदी कपाटात असलेली हत्यारेसुद्धा वापरण्यास बंदी केल्यामुळे झालेली हानी; सियाचिनमध्ये स्नोमोबाइल वापरण्यास नकार दिल्यामुळे झालेले नुकसान... हे सर्व अनेकदा कागदोपत्री आले आहे. तरीही नोकरशहा आणि नित्य बदलणाऱ्या मंत्र्यांपुढे मान तुकवण्याची परंपरा आहे – राष्ट्रीय सुरक्षेसंबंधीच्या प्रबंधाच्या बाबतीत आपण पाहिले तसे – दिलेल्या पर्यायांमधून निवड करण्यासाठी वाट बघत बसणे.

मंत्रालयांमधील खुर्च्यांत बसलेल्यांना मान देण्याच्या प्रथेचे मूळ सरदार पटेल आणि पंडितजींच्या काळात आहे. तो जमाना कधीच गेला आहे. शिवाय, मान देण्याचे रूपांतर आता लाचारीत झाले आहे. आणि खोट्या कल्पनांची भुते नाचवून हे चालू ठेवण्यात आले आहे– 'त्यांना लगामात ठेवले नाही तर ते बंड करतील.' वर नमूद केलेल्या कारणांसाठी या लाचारीच्या वृत्तीची पुन्हा तपासणी करणे गरजेचे आहे. उच्च पातळीवरचे निर्णय सेनादलाकडे सोपवा असे कोणाचेच म्हणणे नाही. पण ते निर्णय घेण्यात त्यांचा सहभाग निश्चित असावा– आणि आपणही भागीदार आहोत अशी भावना त्यांच्यात निर्माण झाली पाहिजे.

यातून अनेक उपमुद्दे उत्पन्न होतात :

- पहिला, अर्थात हा की सेनादलाच्या नेतृत्वाने आग्रहपूर्वक रणनीतीशी संबंधित सल्ला नागरी नेतृत्वाला द्यावा.
- राजीनामा देण्याची वेळ आली तरी हे केले पाहिजे. 'प्रशासनातील दर्जाच्या घसरणीचा सेनादलांवरसुद्धा परिणाम होणे अपरिहार्य आहे.' या जनरल रॉड्रिग्ज यांच्या विधानावरील मंत्रीपातळीवरील प्रतिक्रियेमुळे ४५ वर्षांपूर्वी जनरल थिमय्यांच्या अस्वस्थतेच्या आठवणीमुळे सेनादलाचे वरिष्ठ अधिकारी सहजपणे नाउमेद होतात. जे लोक देशाच्या सुरक्षेसाठी आपला जीवसुद्धा धोक्यात घालायला तयार असतात ते सेना मुख्यालयातील एखादी कामगिरी मिळणार नाही किंवा एखादे प्रमोशन मिळणार नाही, एखादा सन्मान मिळणार नाही, इतका धोका पत्करायला कसे तयार नसतात, हे मला कधीच उमजलेले नाही. अखेरीस राजकारणी किंवा नागरी कर्मचारी करून करून काय करू शकेल? आणि समजा त्यांनी काही केलेच तर ते फार तर दोघा-तिघांच्या बाबतीत करू शकतील, त्याहून मोठ्या प्रमाणात किंवा जास्त काळ करू शकणार नाहीत. राजकारणी आणि नोकरशहा दोघांनाही आता कोणताही नैतिक अधिकार उरलेला नाही.[३]

---

३. अमेरिकेच्या व्हिएतनाममधील अनुभवावरून एक महत्त्वाचा धडा घेण्यासारखा आहे. त्या वेळी अमेरिकेत सेनादलाला दिशा देणारे मागे वळून बघताना त्यांच्या साशंकतेबद्दल काय म्हणतात ते बघा :

व्हिएतनाम युद्धाच्या दरम्यान आणि विशेषत: ते संपल्यावरही सेनादलाचे संयुक्त प्रमुख आणि इतर वरिष्ठ लष्करी अधिकारी यांचे त्यांच्या नागरी वरिष्ठांशी युद्धविषयक धोरणाशी संबंधित मुद्द्यांवर मतभेद होते...

तरीही संयुक्त प्रमुखांपैकी किंवा वरिष्ठ लष्करी अधिकाऱ्यांपैकी कोणीही
तळटीप पुढील पानावर चालू...

आणि तो सल्ला तिन्ही सेनादलांचा एकमुखी सल्ला म्हणून द्यायला हवा. दलांतर्गत हेवेदावे राजकारणी आणि नोकरशाहीपर्यंत जरासुद्धा पोहोचता कामा नये, कारण त्यांना जरा जरी फट दिसली तर ती काहीही कृती न करायला किंवा सोयीची अशी कमीत कमी कृती करायला आणि सध्याचीच व्यवस्था चालू ठेवायला पुरेशी होईल. दलांमधील मतभेद मिटवण्यास दोघेही अक्षम असतील. प्रत्येक जण मध्यस्थ बनून आपली स्थिती मजबूत करायचा प्रयत्न करेल. व्हिएतनाम युद्धाचा तो आणखी एक महत्त्वाचा धडा आहे.

तळटीप ३ पुढे चालू –

निषेध नोंदवण्यासाठी राजीनामा दिला नाही. 'युद्ध चालू असताना एकदाही संयुक्त प्रमुखांनी कमांडर-इन-चीफ किंवा संरक्षणमंत्र्यांना, आता आपण अनुसरत असलेली रणनीती ही बहुतेक अयशस्वी होईल आणि अमेरिकेला आपली उद्दिष्टे साध्य करता येणार नाहीत असा सल्ला दिला नाही,' असे निवृत्त जनरल ब्रूस पामर (ज्युनियर) यांनी म्हटले आहे. निदान संयुक्त प्रमुखांनी तरी राजीनाम द्यायला हवा होता असे मत अनेक प्रभावशाली लष्करी अधिकाऱ्यांनी युद्धानंतर केलेल्या विश्लेषणात व्यक्त केले आहे. वेस्टमोअरलँडचे प्रमुख हेरगिरी अधिकारी फिलिप बी. डेव्हिडसन यांनी म्हटले आहे की, १९६७ मध्ये किंवा १९६८च्या सुरुवातीला केव्हातरी संयुक्त प्रमुखांपैकी एकाने किंवा सर्वांनी राष्ट्राध्यक्षांना 'तुम्ही व्हिएतनाममध्ये जे करत आहात ते यशस्वी होणार नाही,' असे जाहीरपणे सांगून राजीनामा द्यायला हवा होता. हॅरी समर्स (ज्युनिअर) यांचे असे म्हणणे होते की, 'राष्ट्राध्यक्षांच्या लष्करी सल्लागारांनी त्यांना त्यांच्या निर्णयांच्या संभाव्य परिणामांबद्दल सावध करून पर्याय सुचवायला हवे होते. आणि नेपोलियन म्हणाला तसे, त्यांच्या सेनेच्या नामुष्कीचे धनी होण्यापेक्षा राजीनामा द्यायला हवा होता. ते त्यांचे कर्तव्य होते.' स्थलसेना प्रमुख हेरॉल्ड के. जॉन्सन यांनी राजीनामा न दिल्याबद्दल खेद व्यक्त केला : 'मी राष्ट्राध्यक्षांना भेटायला जायला हवे होते. मी माझे 'तारे' काढून टाकायला पाहिजे होते. राजीनामा द्यायला हवा होता. तो माझा सर्वांत वाईट आणि अनैतिक असा निर्णय होता.' नेव्हल ऑपरेशन्सचे प्रमुख डेव्हिड मॅकडोनाल्ड यांनीसुद्धा (निवृत्त झाल्यावर) खेद प्रकट केला : 'कदाचित सेनेतील आम्ही सर्वजण कमकुवत होतो. आम्ही ताठ राहून टेबलावर मूठ आपटायला हवी होती. मी त्यांचा एक भाग होतो आणि मला स्वत:ची शरम वाटते. कधी कधी मला प्रश्न पडतो की मी असे कसे केले?'– जेफ्री रेकॉर्ड, 'हाऊ अमेरिकाज ओन परफॉर्मन्स इन व्हिएतनाम एडेड अॅन्ड अबेटेड द नॉर्थस व्हिक्टरी', 'व्हाय द नॉर्थ वन द व्हिएतनाम वॉर'मध्ये. मार्क जेसन गिल्बर्ट (संपादक), पालग्रेव्ह, न्यू यॉर्क, २००२, पृष्ठ ११६-१३६

आपण नुकत्याच बघितलेल्या लेखांच्या संग्रहातील दोन परिच्छेद याची खातरी पटवायला पुरे आहेत :

> केनेडी आणि जॉन्सन सरकारांकडे पूर्वीपासून आलेले आंतर-दल हेवेदावे इतके तीव्र होते की कोणतेही समान उद्दिष्ट साध्य करण्यासाठी टाळता येणार नाही इतकेच कमीत कमी सहकार्य ते करत. सेनादलांचे संयुक्त प्रमुख ही समान पदांवर असणाऱ्या दलप्रमुखांची समिती होती आणि प्रत्येक दलप्रमुखाचे उद्दिष्ट आपल्या दलाचे हित बघणे एवढेच असे. त्यामुळे ते जो सल्ला देत तो परस्परविरोधी असे किंवा कमीत कमी समान असा असे किंवा ते सल्ला देतच नसत. संयुक्त प्रमुख उपयुक्त आणि एकमुखी सल्ला आणि तोही वेळेवर देऊ शकत नसत आणि सामाईक रणनीती ठरवू शकत नसत. १९६४-१९६५ च्या अतिमहत्त्वाच्या निर्णय करण्याच्या काळात ते आपापल्या शाखेचे अहवाल एकत्र टाचून घेण्याशिवाय दुसरे काही करताना दिसत नसत...
>
> दृष्टिकोनांमधील गोंधळामुळे संयुक्त सेवाप्रमुखांना राष्ट्राध्यक्षांना उत्तम लष्करी सल्ला देण्याचे वैधानिक कर्तव्य बजावणे अशक्य होत असे. ज्यांना मुळातच लष्करी सल्ल्याबद्दल तिरस्कार असायचा त्यांना तशा प्रकारे दिलेल्या सल्ल्याकडे दुर्लक्ष करणे शक्य व्हायचे. लिंडन जॉन्सन लोकानुनयवादी असल्यामुळे त्यांच्या मनात लष्कराबद्दल उपजतच अविश्वास होता. 'युद्धाशिवाय *हीरो* बनणे कठीण असते' असे एकदा ते इतिहासकार डोरीस कियर्न्सला म्हणाले होते. 'म्हणून मला लष्कराबाबत नेहमी संशय असतो. मॅकनामारासुद्धा लष्करी सल्ल्याला निरुपयोगी मानत, त्यांच्या मते तो पूर्वग्रहदूषित आणि भोळसट असतो...'[४]

हे शब्द अगदी तसेच आपल्याला लागू होत नाहीत का : 'सेनादलाचे संयुक्त प्रमुख ही समान पदांवर असणाऱ्या दलप्रमुखांची समिती होती आणि प्रत्येक दलप्रमुखाचे उद्दिष्ट आपल्या दलाचे हित बघणे एवढेच असे. त्यामुळे ते जो सल्ला देत तो परस्परविरोधी असे किंवा कमीत कमी समान असा असे किंवा ते सल्ला देतच नसत... ते आपापल्या शाखेचे अहवाल एकत्र टाचून देण्याव्यतिरिक्त दुसरे काही करताना दिसत नसत...'

- अर्थात, असा मुद्दा अनेकदा मांडला जातो की सेनादलांनी एकमुखी सल्ला

---

४. वरीलप्रमाणे पृष्ठ १२०

देण्यासाठी प्रथम सरकारने अमेरिकेत त्याप्रमाणे एक अध्यक्ष असलेली संयुक्त दलप्रमुख समिती नेमायला हवी. तसे अर्थातच व्हायला हवे, पण अगदी अमेरिकेच्याच उदाहरणावरून जे दिसते ते म्हणजे एक अध्यक्ष असलेली अशी समिती नेमणे हा नैतिक भित्रेपणाला पर्याय होणार नाही. त्याहीपेक्षा, भारतातील गेल्या काही दशकांमधील प्रशासनाच्या कर्तबगारीवरून औपचारिक संघटनेपेक्षा तीव्र, अविरत, सतत असे अनौपचारिक विचारमंथन – दलप्रमुखांमध्ये तर हवेच, पण तिन्ही दलांच्या अधिकाऱ्यांमध्येसुद्धा असायला हवे.

शेवटी, कोणत्याही एका विशिष्ट गोष्टीपेक्षा आपण किती सज्ज असू हे सामान्य वातावरणावरून ठरते. कोणत्याही स्पर्धेचा निकाल हा सैनिकाच्या हातात शस्त्र कोणते आहे या गोष्टीइतकाच त्याची लढण्याची जिद्द किती आहे यावरही अवलंबून असतो. आज जेव्हा युद्ध 'अनिर्बंध' झाले आहे, तंत्रज्ञानामुळे आघाडी आणि पिछाडी यातील, तसेच सैनिक आणि नागरी व्यक्ती यांच्यातील फरक पुसला गेला आहे तेव्हा सामान्य जनतेचे मनोधैर्य, दृष्टिकोन आणि त्याग करण्याची तयारी हे तेवढेच महत्त्वाचे आहेत, विशेषत: युद्ध जेवढे दीर्घकाळ चालते तेव्हा. व्हिएतनाम युद्धात अमेरिकेचा पराभव होण्यास रणांगणावरील धक्क्यांइतकेच अमेरिकेतील जनतेचे खचलेले मनोधैर्य हेही कारणीभूत होते. 'पण तुम्ही आमचा कोणत्याही लढाईत पराभव नाही केला,' असे एक अमेरिकन रणनीतीपटू व्हिएतनामी अधिकाऱ्याला म्हणाला. 'ते खरे आहे,' व्हिएतनामी उत्तरला, 'पण गैरलागू.'

समाज हल्ला करणाऱ्यावर *कसा तुटून पडतो* हा कळीचा मुद्दा आहे : आज वर बघितल्याप्रमाणे आपण दशहतवाद्यांच्या गटाचा तपास करू शकत नाही, संशयितांचा पाठलाग करू शकत नाही – सुरक्षा दलांचे हात बांधलेले आहेत; बांगलादेशी घुसखोरांना आपण थोपवू शकत नाही; वर्षानुवर्षे आपण अफझल गुरूला फाशी देऊ शकत नाही – संसद भवनावर हल्ला केल्याच्या गुन्ह्यासाठी दिलेली शिक्षा सर्वोच्च न्यायालयाने पक्की केलेली असूनसुद्धा. एकंदर माहौल असा असतो की प्रशासकीय यंत्रणा नेहमी बचावात्मक पवित्र्यात राहते.

दुसरा कळीचा मुद्दा हा आहे की लोकांची त्याग करायची किती तयारी आहे. पण प्रत्येक प्रश्नाला दोन बाजू असतात असे त्यांना सतत सांगितले जात असताना, राष्ट्रवाद म्हणजे संकुचितपणा असे सांगितले गेल्यावर, कंदहारबद्दल इतके ऐकल्यावर, विमान पळवून नेणाऱ्यांच्या मागण्या मान्य करून, दहशतवाद्यांना सोडून देऊन सरकारने देशाची नामुष्की केल्यावर ते त्याग करायला कसे तयार होतील? माझ्या स्वत:च्या अनुभवावरून – दहशतवाद्यांशी कोणताही समझोता करायला विरोध

करणाऱ्यांपैकी मी एक होतो – माध्यमांमधील प्रसिद्धीमुळे त्या काळातील वरिष्ठ नेत्यांवर केवढा प्रचंड दबाव आला होता हे मला माहीत आहे. सर्व टीव्ही चॅनेल्स आणि वर्तमानपत्रांनी एकाच गोष्टीवर लक्ष केंद्रित केले होते : विमानातील प्रवाशांचे नातेवाईक, ओलीस ठेवलेल्या प्रवाशांचे नातेवाईक रडत आहेत, ऊर बडवत आहेत अशा दृश्यांचा मारा सतत केला जात होता. 'आमच्या मुला-मुलींना सोडवण्यासाठी सरकार काहीही करत नाहीये... आमच्या नातेवाइकांना परत आणा. काय होईल याची आम्हाला पर्वा नाही, तुम्ही काय करता याची आम्हाला पर्वा नाही...' सरकारने चुका केल्या नाहीत असे नाही. उलट विमानाला अमृतसर विमानतळावरून जाऊ देण्यात आले ही सर्वांत मोठी चूक होती. पण ती चूक होऊन गेल्यावर टीव्हीवरच्या छाती पिटण्याच्या दृश्याने वरिष्ठ नेत्यांचे धैर्य कमी झाले.

सगळ्यात मोठा गोंधळ हाच असतो. याचा परिणाम म्हणजे आपण आधुनिक शस्त्रास्त्रांच्या बाबतीत मागे आहोत, यापेक्षाही आलेली असाहाय्यता जास्त वाईट असते. आपले सामरिक उद्दिष्ट काय आहे, उदा. चीनच्या बाबतीत – यावर सर्वसंमती नाही. एवढेच नाही तर त्याच्याबद्दल माहितीपूर्ण चर्चा होत नाही. आपल्या राष्ट्रीय हिताच्या दृष्टीने सर्वांत महत्त्वाचे काय आहे असे आपल्या खासदारांना आणि मध्यस्थांना वाटते? अक्साई चीन? सियाचिन? अरुणाचल? सोमालियाच्या किनाऱ्यावरील समुद्र? यापैकी कशाचाही आपल्या देशाला धोका आहे असे त्यांना वाटेल? आपल्या स्वत:च्या व्यक्तिगत अस्तित्वाच्या दृष्टीने काहीतरी महत्त्वाचे असे धोक्यात आले आहे असे त्यांना वाटेल? त्याहून वाईट म्हणजे, सध्याच्या वातावरणाचे आणि राजकारणाचे संघर्षात्मक रूप बघता, माध्यमांचे चंचल स्वरूप बघता, उन्मत्तपणा हेच अनेक माध्यमांनी आपले तत्त्वज्ञान बनवले आहे ते बघता, ज्या आळशीपणाने माध्यमे आपली कामे उरकतात– एखाद्या गोष्टीबद्दल 'हो' म्हणणारा एक माणूस दाखवायचा आणि 'नाही' म्हणणारा एक माणूस दाखवायचा की काम झाले– असे सर्व असल्यामुळे कोणत्याही समस्येवर देशाचे मत विस्कळीत होते. याचा परिणाम जितका साहजिक तितकाच घातक असतो. आपण अनेकदा ऐकतो आणि आपण भारतीय अनेकदा म्हणतो की 'अमेरिकन लोकांना शवपेटिकांचे दृश्य बघवत नाही.' आपल्याबाबतीत समस्या उलटी झाली आहे : आपण शवपेटिकांकडे बघतच नाही. शेवटी झालेल्या भू-सुरुंगांच्या स्फोटात केंद्रीय राखीव पोलीस दलाचे किती जवान ठार झाले किंवा तो स्फोट कुठे झाला हे आठवून सांगू शकणारा वृत्तपत्रवाचक मला अजून दिसलेला नाही, आणि हेसुद्धा अशा वेळी की जेव्हा युद्ध 'अनिर्बंध' झाले आहे, 'सर्वंकष' झाले आहे, जेव्हा 'आघाडी' आणि 'पिछाडी' हा फरक राहिलेला नाही, सैनिक आणि नागरिक यात फरक राहिलेला नाही, तेव्हा.

परिस्थिती अशी असल्यामुळे लोक जो मार्ग क्लेशरहित असेल तो पसंत

करणारे असतात. एकदा का धबका बसला की ते शंका काढू लागतात : आपल्याला कायदेशीर हक्क आहे की नाही– उदा. काश्मीरच्या बाबतीत नेहमीच; तसेच भारत-चीन सीमेच्या बाबतीतसुद्धा. अनेकदा एखादी लहानशी तात्पुरती अडचण जरी आली तरी आपण नमते घ्यावे असे म्हणू लागतो. अमरनाथ यात्रेला जाणाऱ्या यात्रेकरूंसाठी स्वच्छतागृहे आणि विश्रामगृहे बांधण्यासाठी जमीन देण्याचे राज्य सरकारने ठरवले तेव्हा काश्मीरमध्ये घडवण्यात आलेल्या आंदोलनात काय झाले ते आठवा. तथाकथित राष्ट्रीय वृत्तपत्रे आणि मासिकांनी लेख छापले, 'काश्मीर सोडून देण्याची वेळ आली आहे...' आंदोलन थोड्याच दिवसांत बंद झाले. त्यानंतर थोड्याच दिवसांत निवडणुका घेतल्या गेल्या. निवडून आलेले दुसरे सरकार अधिकारावर आले. माध्यमांच्या म्हणण्याप्रमाणे केले असते तर काश्मीर भारतापासून वेगळा झाला असता – तो पुन्हा एकदा वेगळा झाला असता. अनेकदा होते तसे. देशाच्या एखाद्या भागाचा – समजा तवांगचा कोणी एखादे दिवशी लचका तोडला तर फार काय होईल? – त्या दिवशीच्या 'ब्रेकिंग न्यूज'मधील ती एक बातमी होईल किंवा त्या आठवड्याच्या 'वॉर ऑफ वर्ड्स' मध्ये चर्चा होईल : याला जबाबदार कोण– पंडितजी? इंदिरा गांधी? यू पी ए? एन डी ए?

यावरून घ्यायचे धडे उघड आहेत.

दहशतवादी हल्ल्यानंतर कसा ओरडा होतो ते बघा :

'पाकिस्तानातल्या दहशतवाद्यांच्या कॅम्पवर बॉम्बहल्ला करा.' पण एक तर पक्के असे कॅम्प नाहीयेत; दुसरे हे की बॉम्बफेक केली तर ती ज्यांच्यावर होते त्यांच्या बाजूला सहानुभूतीमुळे जनमत होते : उदा. दुसऱ्या महायुद्धातील जर्मनीवरील बॉम्बहल्ले, हानोई आणि उत्तर व्हिएतनाममधील इतर ठिकाणांवरील बॉम्बहल्ले. आपण पाकिस्तानमध्ये काही बॉम्ब टाकले तर असे नाही होणार? अशा पर्यायांबद्दल आपण जनतेला, आणि विशेषत: राजकारण्यांना शिक्षित करायला नको?

उदारमतवादी, नागरी हक्कवादी, स्वयंघोषित शांतिप्रणेते यांचे संबंध खणून काढले पाहिजेत. तालिबान निष्पाप लोकांची हत्या करत असताना, लहान मुलींनी शाळेत जाण्यावर ते बंदी घालण्याच्या बेतात असताना एका राजनैतिक अधिकाऱ्याने प्रश्न केला, 'तालिबानींनी त्यांचा इस्लाम जरा सौम्य करावा म्हणून वाघा सीमेवर ते (उदारमतवादी वगैरे) मेणबत्त्या पेटवताना का दिसत नाहीत?'

थोडक्यात,
- आपण राष्ट्रवादाला पुन्हा प्रतिष्ठा आणली पाहिजे.
- राष्ट्रीय हिताची कृती करणे वैध करायला हवे.

अर्थात, या सगळ्यापेक्षा महत्त्वाचे आहे ती प्रशासनाची स्थिती, ज्या प्रकारचे नेते आपण निवडतो– वरपासून खालपर्यंत ते. ज्याप्रमाणे कितीही बंदुका आणि

दारूगोळा असला तरी ते भ्रष्ट, अवैध, कुशिक्षित, योग्य सामग्रीचा अभाव असलेल्या, प्रेरणेचा अभाव असलेल्या पोलीस दलाचा पर्याय होऊ शकत नाही, ज्याप्रमाणे विश्लेषणातील किंवा पत्रकारितेतील केवढेही नैपुण्य पैशाच्या मागे लागलेल्या लाचखाऊ, नीट तयारी नसलेल्या, कोती दृष्टी असलेल्या, फक्त पुढील निवडणुकीचा विचार करणाऱ्या, थोडी मते मिळणार असतील तर त्यासाठी आवश्यक साधने फेकून देऊन राष्ट्रीय सुरक्षेचा बळी देण्यास तयार असलेल्या, दिलेला सल्ला समजण्याची क्षमता नसलेल्या आणि त्यानुसार कृती करण्याचा निर्धार नसलेल्या राजकीय नेतृत्वाला पर्याय होऊ शकत नाही. होय, चिनी नेत्यांमध्येसुद्धा प्रचंड भ्रष्टाचार आहे. होय, त्यांच्यात प्रचंड वशिलेबाजी आहे, पण भारत आणि चीन या दोघांच्याही नेत्यांशी संपर्कात आलेल्या लोकांचे असे ठाम मत आहे की, ते जे काम करतात त्यात प्रत्येक पातळीवर भारतीय नेतृत्वाच्या तुलनेत चिनी नेतृत्व खूप जास्त सक्षम आहे. आणि तोच भारतीय आणि चीनच्या नेतृत्वामधील फरक आहे. तो मूलभूत फरक आपण भरून काढायला हवा– आणि केस पेटलेल्या माणसाइतक्या त्वरेने ते करायला हवे.

◆

www.ingramcontent.com/pod-product-compliance
Lightning Source LLC
LaVergne TN
LVHW031609060526
838201LV00065B/4787
9789353174071